தூக்கணாங்குருவிகள்

இன்பா செல்வம்

பொருளடக்கம்

பொருளடக்கம்

1

குருவிகள்

கத்தாலங்காட்டு வழி கல்லுபட்டி ரோட்டு வழி...

வண்டிகட்டி போறவளே வாக்கப்பட்டு போறவளே...

வண்டிமாடி எட்டு வச்சு முன்னே போகுதம்மா...

வாக்கப்பட்ட பொண்ணு மனம் பின்னே போகுத்தம்மா...

என்று ஒலிபெருக்கி வழியாக வந்த பாடல் அவர்கள் காது மடல்களை கிழித்து தொங்கவிட்டு கொண்டிருந்தது. இத்தனைக்கும் இன்னும் ஊர் எல்லையில் கூட அவர்கள் நுழைய வில்லை! இப்போதுதான் "**பணியான் எல்லை தங்களை வரவேற்கிறது.**"என்ற பெயர் பதாகை அவர்களை வரவேற்றது.

ஊர் எல்லையை அவர்கள் சுமோ கடந்து கொண்டிருக்க, காரில் அம்மா, அப்பா, தன் இரண்டு அக்காக்கள், என அனைவருடனும் தனக்கு பெண் பார்க்க சென்று கொண்டிருந்தான் சந்திரன்.

சந்திரன் சொந்த ஊர் மதுரை மாவட்டம், செக்கானூரணி. படித்து முடித்து இப்போது பெங்களூருவில் ஏற்றுமதி இறக்குமதி நிறுவனம் ஒன்றில், வேலை செய்து கொண்டிருக்கிறான். அவனுக்கு தான், பணியான் என்னும் இவ்வூரில் நமது கதையின் நாயகி முத்தழகியை பெண் பார்க்க குடும்பம் சகிதமாக சென்று கொண்டிருகின்றனர்.

சந்திரன் ஒலிபெருக்கியின் சத்தம் அதை, சகிக்க முடியாமல் சலித்து கொண்டு தன் அம்மாவிடம். "என்னமா இவங்க நம்ம ஊர விட மோசமா இருப்பாங்க போல. இத்தனை ஸ்பீக்கர கட்டி காது சவ்வ வெடிக்க வைக்கிறாங்க" என்று சொல்ல.

"சந்திரா அப்டி தான்யா இருக்கும். எங்க அப்பமூட்டு ஊருணா சும்மா வா, நம்ம ஆறு ஊருக்கும் எங்க ஊரு தான ஒரே மாமன் மச்சான். ஆறு ஊரையும் கட்டி இழுத்து கொண்டான், கொடுத்தானா போறதுனா சும்மாவா. நம்ம பழைய பிரசிரெண்ட், மாயாண்டி மாமா மகனுக்கு பணியான்ல தான் பொண்ணு எடுத்து இருக்காங்க. இன்னைக்கு சீர் குடுக்குறாங்க. சீரும் சிறப்புமா பொண்ண இன்னைக்கு தான் கூட்டிட்டு போறாங்க. அதான் இம்புட்டு ஆரவாரம்."என்று சந்திரனின் அம்மா தன் ஊர் பெருமை பேசிக்கொண்டு வர.

"பாட்டி, மாமா கொஞ்சம் பேசாம இருங்க. எவ்ளோ அழகா இருக்கு பாருங்க இந்த மலை."என்று பக்கவாட்டில் கார் செல்லும் ரோட்டை ஒட்டியவாறு அமைத்திருந்த நாகமலை எனப்படும் மலையை காட்டி, சந்திரனின் பத்து வயது அக்கா மகள் கூற."அனைவரின் கவனமும் மலையின் மேல் பதிந்தது.

பசுமையான மலைத்தொடர் என்றெல்லாம் சொல்லிட முடியாது. கத்தாலங் காடுகளும், கள்ளி செடிகளும், கடுக்காய் கொடிகளும், கழு புதர்களும். ஆங்காங்கே விளையாடும் மயில்களும், ஒளிந்து ஒளிந்து ஓட்டம் காட்டும் முயல் குட்டிகளும், மேய்ச்சலுக்கு சுற்றி திரியும், ஆடுகளும் மாடுகளும், விறகுக்கு சென்று திரும்பும் மனிதர்களும், விளையாட சென்று கொண்டிருக்கும், இளவட்டங்களும், தன் பெயருக்கான காரணமாய் நாகங்களின் சிலைகளுடன் ஆங்காங்கே புற்றுகளும், புற்றுகளை சுற்றி புனைய பட்ட கோவில்களும் என, ஒட்டுமொத்த வாழ்க்கை முறையையும் உள்ளடக்கி அழகாய் கம்பீரமாய், நிமிர்ந்திருந்தது அந்த மலை. அந்த மலை மட்டும் அல்ல. ஊரும் கம்பீரமான கரிசல் பூமி தான். அழகான கட்டமைப்பு, நேர்த்தியான வீதிகள், பெய்யும் மழை அனைத்தும் ஊரணியையை மட்டுமே போய் சேரும், பொறியியல் புரிதல்கள், காட்டு விவசாயம் முதல், கண்மாய் தண்ணீர் விவசாயம் கடந்து, வெயில் வெள்ளரி வரை சூழ்நிலையில் புரிந்த விவசாய முறை, என்று அழகுகள் ஆயிரம் இருக்க. இன்றும் கூட பல நேரங்களில் இலைமறை காயாகவும், சில நேரங்களில் இலை மேல் சோறாகவும், ஜாதியை வேற்றுமைகளுடன், பிற்போக்கு சிந்தனைகளுடனும், பெரியாரையும், அம்பேத்காரையும் எதிரிகளாய் மட்டுமே பார்த்துகொண்டு, ஐம்பது வருடம் பின் தங்கிய நிலையில் தான் இருந்தது பணியான் கிராமம்.

மலையை பார்த்து கொண்டே ஒரு மைல் தொலைவை கடந்து ஊர் எல்லைக்குள் கார் நுழைய, தங்கள் செல்ல வேண்டிய வீட்டை தெரிந்து-கொள்ள, வெள்ளை வேஷ்டியும் சட்டையுமாக ஊர் மந்தையில் அமர்ந்-திருந்தவர்களிடம் காரில் இருந்தபடியே சந்திரன் கேட்க போக. அவனை வேகமாய் தடுத்து, அவனின் அப்பா "கார்ல உக்காந்துகிட்டே கேட்டா மரியாதை குறைச்சலா போயிடும், இறங்கி போயி கேளு சந்திரா"என்று சொல்ல. "என்ன மரியாதையோ போங்க"என்று சலித்து கொண்டே, இறங்கியவன். "இங்க ஜெயகொடி அவங்க வீட்டுக்கு எப்டிங்கயா போக-ணும்"என்று கேட்க.

"ஜெயகொடி வீட்டுக்கா ! அங்க எதுக்கு போறீங்க? அடடே நீங்-கதான் நம்ம முத்தழக பொண்ணு பாக்கா வரவியளா? ஏன்ப்பா ஏய், இன்னைக்கு போயா வருவீங்க, பெரிய வீட்டு கல்யாணம், ஊரே அங்க போய்கிருக்கு, இப்ப போய் வந்து இருக்கீய? சரி என்னமோ போங்க. நாங்களும் ஒரு எட்டு அங்க தலையை காமிச்சுப்புட்டு வந்து சேருறோம். அதுக்குள்ள ஓடி போய்ட்டாதீங்க. நீங்கதான் மாப்பிள்ளை பையனா.. இருக்கட்டும் இருக்கட்டும். வந்து பேசுவோம். இந்தா இப்பிடியே கீழ ரோட்டுக்கா போய், அப்டி திரும்புங்க அவுகள வெளிய நிக்க சொல்-லுவேன் போங்க"என்று சொல்லிவிட்டு அவர் போனை எடுத்து பேச தொடங்க.

காரில் ஏறிய சந்திரன். வழியை சொல்லிவிட்டு கண்ணாடியில் முகத்தை உற்று உற்று பார்த்துக்கொண்டிருக்க, "மாமா அழகா தான் இருக்க! ஏன் இப்டி பாத்துகிட்டே இருக்க? "என்று அக்கா மகள் கேட்க. "இல்ல பாப்பா, அவர் மாமாவ பாத்து இருக்கட்டும் இருக்-கட்டும்னு ஒருமாதிரி சொல்லிட்டு போனாரா அதான் அவ்ளோ மோச-மாவா இருக்கோம்னு பாத்தேன்" என்று சந்திரன் சொல்ல. அனைவரும் அடக்க முடியாமல் சிரித்து விட்டனர்.

"ஏய் சும்மா இருங்கடி, என் பிள்ளை என்ன குறைச்சல் ஏட்டுக்கு எடுப்பானவன்....... சப் இன்ஸ்பெக்டருக்கு சைஸ் ஆனவன்... அவனுக்கு என்னடி."என்று சந்திரனின் அம்மா சொல்லிக்கொண்டிருக்க. "அம்மா அம்மா போதும். அதுதான் பொண்ணு வீடு போல. அமைதியா இரு"என்று சந்திரனின் அக்கா சொல்லவும். கார் ஜெயகொடியின் வீட்டு வாசலில் நிற்கவும் சரியாய் இருந்தது.

கார் வந்து நிற்கவும். ஜெய்கொடியும் அவரது மனைவி, விருமு என்கிற விருமாயியும் சேர்ந்து. "வாங்க, வாங்க!"என்று வரவேற்க, அனைவரும் உள்ளே சென்றனர்.

காமராஜர் ஆட்சி காலத்தில் கட்டி கொடுக்கப்பட்ட, அரசு கல் வீடுகள் தான் அந்த ஊரில் அதிகம். மிகவும் பலமான வீடுகள் அவை, கால மாற்றத்தில் வசதிகளுக்காக புதிய வீடுகள் கட்டினாலும், இந்த கல் வீடுகளை சேத்தப்படுத்தாமல் இணைத்து கொள்வதையே பெரும்பான்மையானோர் செய்து வந்தனர். அதே போல் தான் ஜெயகொடியின் வீடும் இருந்தது. முன் வாசலில் இரண்டு அடி கதவின் வழியே தலை குனிந்து உள்ளே செல்ல தொடங்கி, முற்றத்தை கடந்து உள்ளே, அழகாய், ஓரளவு ஆடம்பரமாய், காட்சியளித்தது ஜெயகொடி, விருமாயி அவர்களின் வீடு, சந்திரன் குடும்பத்தினரை வரவேற்று அமரவைத்து விட்டு, குடிக்க கலர்(கூல் ட்ரிங்க்ஸ்) கொண்டு வந்து கொடுத்தனர்.

ஜெயகொடியின் வீட்டில், கணவன் மனைவி அவர்கள் இருவர் போக, சில உறவினர்களும் இருந்தனர். சந்திரனின் அம்மா, தன் பிறந்து வீட்டு பெருமை, மகன் பெருமை என ஏதேதோ பேச, ஜெயகொடி வீட்டினரும் தங்கள் குல பெருமை என ஏதேதோ பேச, இப்படியே பேசி பேசி நேரம் சென்றுகொண்டிருக்க, பொறுமை இழந்த, சந்திரனின் அக்கா மகள். "இன்னும் இவ்ளோ நேரம்மா இவங்க இப்டியே பேசிக்கிட்டே இருப்பாங்க, அத்தையை எங்க. நான் போறேன், அவங்ககிட்ட."என்று தன் அம்மாவிடம் சொல்ல.

அதற்குள் உறவினர்களும் "ஆமாப்பா என்ன பேசிக்கிட்டே இருக்கீங்க, பிள்ளைய வர சொல்லுங்க, சட்டுபுட்டுன்னு ஒரு முடிவுக்கு வர வேணாமா"என்று சொல்ல. அதன் பின் விருமாயி கண் காட்ட, முத்தழகியின் தோழி உள்ளே சென்று, அவளை அழைத்து கொண்டு வந்தாள்.

முத்தழகி கிராமத்து பெண் என்றோ, நகரத்துப் பெண் என்றோ உருவத்தை வைத்து சொல்ல முடியாதபடி அழகாய் நேர்த்தியாய் இருந்தாள். முத்தழகி, பெயருக்கு ஏற்றார் போல் அழகிதான் அழகான திராவிட முகம், அதற்கேற்ற நிறம்.

இடையை தாண்டி தொங்கும் கூந்தல், இமை நிறைய மை, இதழ் நிறைய புன்னகை, முகம் கொள்ளா வெக்கம். இது எதுவும் இல்லாத சாதாரண, நம் வீட்டு பெண் போன்ற தோற்றம் தான் அவள்.

முத்தழகி, இளங்கலை வரலாறு முடித்து(BA.ஹிஸ்டரி), முதுகலை தொழில் நிர்வாகமும்(MBA) முடித்தவள், அதுபோக அரசியல் பொருளாதாரம், புள்ளியில் இதெல்லாம் கூட சிரத்தை எடுத்து பயின்றவள்.

அத்தனையும் முடித்து, சென்னையில் மென்பொருள் நிறுவனத்தில் இருந்த பணியை துறந்து, சொந்த கிராமத்தில் ஒரு சிறிய பள்ளியை ஆரம்பித்து நடத்தி வருகிறாள்.

வழக்கமாக பெண் பார்க்க வருகிறார்கள் என்றாலே அலங்காரங்கள் தூள் பறக்கும் ஆனால் முத்தழகி அப்படியெல்லாம் இல்லை. வழக்கம்போல சாதாரண புடவையுடன் எப்பொழுதும் போல சாதாரணமாக இருந்தாள். ஆனாலும் அவளது முகத்தில் இருக்கும் கம்பீரம் அவளை கொள்ளை அழகாய் காட்டியது. யார் சொன்னது புன்னகையும், வெட்கம் தான் பெண்ணிற்கு அழகு என்று, கம்பீரமும், நேர்த்தியும், நிமிர்ந்த பார்வையும், திமிரும் கூட அழகுதான். அதுதான் நிரந்தர அழகு. அப்படிப்பட்ட அழகிதான் நம் முத்தழகி.

முத்தழகி வந்து நிற்க. சந்திரன் கொஞ்சம் தயங்கியபடி அவளை பார்க்க. அவளோ சிறிய புன்னகையை காட்ட. மற்றவர்களும் பார்த்துக்கொண்டு தங்களுக்குள் பேசிக்கொண்டனர். பின் சந்திரனின் அக்கா, ஜெயகொடியிடம் "மாமா கொஞ்சம் ரெண்டு பேரும் பேசிகட்டுமே"என்று சொல்ல. ஜெயகொடி சற்று தயங்கினார்.

அப்போது "இல்லைங்க இங்கேயே பேசிக்கலாம். நான் என்ன பேசனுமோ அத இங்கேயே சொல்றேன்."என்று முத்தழகி சொல்ல.

"அழகி அமைதியா இரு. அப்பா பேசிப்பார். நீ உள்ள போ."என்று விருமாயி அமைதியாய் மிரட்ட. "இல்லமா நான் பேசணும். இது ரொம்ப முக்கியம். அவங்களுக்கு எந்த பொய் நம்பிக்கையும் குடுக்க நான் விரும்பல,"என்றவள். அவர்களிடம் திரும்பி. "சாரிங்க, எனக்கு கல்யாணத்துல விருப்பம் இல்ல. நான் எத்தனையோ வாட்டி எங்க அம்மாகிட்ட சொன்னேன், அவங்கதான் என் பேச்சை கேட்காம எதையாவது ஏற்பாடு பண்ணிக்கிட்டு இருக்காங்க. எனக்கு கல்யாணம் பண்ணிக்க சுத்தமா விருப்பமில்லை. தயவு செஞ்சு கொஞ்சம் தப்பா எடுத்துக்காம, நீங்க நல்ல பொண்ணா பாத்துக்கோங்க, எனக்கு இந்த கல்யாணம் வேண்டாம். இந்த கல்யாணம் நடக்காது."என்று சொல்லிவிட்டு முத்தழகு அங்கிருந்து சென்றுவிட,

ஜெயகொடியும் விருமாயியும், என்ன பேசுவதென்று தெரியாமல் சிலை ஆகினர். சந்திரன் குடும்பத்தினர் கோபமாக பேச தொடங்க, சந்திரன் "அம்மா அக்கா எதுவும் பேச வேண்டாம் வாங்க போகலாம் அப்புறமா பேசிக்கலாம், இங்கிருந்து கிளம்புங்க."என்று சொல்லி அவர்களை அழைத்துக் கொண்டு புறப்பட்டான். அவர்கள் சென்றதும் ஜெயக்கொடி அமைதியாய் அவமானத்தில் சிலையாய் அமர்ந்திருக்க,

"அடியே முத்தழகி இங்கே வா. என்ன நினைச்சுட்டு இருக்க உன் மனசுல. ஏண்டி இப்படி பண்ற, ஏன் எங்க உயிர வாங்குற. ஒத்த பிள்ளையை பெத்து கஷ்டபட்டு வளர்த்து அதுக்கு ஒரு கல்யாணம் பண்ணி பாக்கணும்னு நினைக்கிறது தப்பா. நம்ம ஊருல, நம்ம ஆளுகள்ல பொம்பள பிள்ளைய யாராவதும் பனன்டாவதுக்கு(பணிரெண்டு) மேல படிக்க வச்சி இருக்காங்க. அப்பவே உனக்கு கல்யாணம் ஏற்பாடு பண்ணோம் . நீ படிக்கணும்னு சொன்ன. சரி அப்படின்னு சொல்லி உங்க அப்பா காலேஜ்ல சேர்த்துவிட்டார். அதையும் முடிச்ச, அப்ப கல்யாணம்னு சொன்னதுக்கு இல்ல நான் இன்னும் படிக்கணும்னு சொல்லி அடம் புடிச்சு பிரச்சனை பண்ணின, அப்பயும் உன் பிடிவாதத்துக்கு துணை போயி, சரின்னு உங்க அப்பா ஒத்துகிட்டார். நீ இங்கே நம்ம ஊருக்கு பக்கத்தில் சேர்வனு பார்த்தா மெட்ராஸ்ல போய் சேர்ந்த. அப்பவும் பொறுமையா காத்திருந்தோம். படிச்சு முடிச்ச அப்புறம் என்ன சொன்ன, இல்ல நான் படிச்சு முடிச்சதுக்காக, கொஞ்சம் வேலை பாக்குறேன்னு சொல்லி மெட்ராஸ்ல ரெண்டு வருஷம் வேலையும் பார்த்த. அப்புறமா நீயே அந்த வேலை வேணான்னு சொல்லிட்டு ஊருக்கு வந்த. வந்தவ அங்கிட்டு இங்கிட்டு கிடந்து, போராடி இருக்குற இடத்துல சம்பாரிச்ச காச பூராம் போட்டு, கட்டடம் கட்டி பள்ளிக்கூடம் நடத்திட்டு இருக்க. சம்பாதிச்ச காசு மட்டுமா, எங்க எங்கேயும் போயி யார் யாரையும் பாத்து என்ன என்னமோ பண்ணி, அந்த பள்ளிக்கூடத்த நடத்துறேன்னு சொல்லி என்னமோ பண்ணிக்கிட்டு இருக்க. நாங்களும் சரி பிள்ள ஆசைக்கு பண்ணுது பண்ணிட்டு போகட்டும்னு விட்டுட்டோம். சரி இப்பவாவது கல்யாணம் பண்ணி புருஷன் புள்ள குட்டின்னு வாழுவன்னு பாத்தா இன்னும் கல்யாணம் வேணாம் வேணான்னு சொன்னா என்ன தாண்டி உன் பிரச்சனை. என்னதான் நீ உன் மனசுல நினைச்சுகிட்டு இருக்க. வந்தவங்க முன்னாடி இப்படி உங்க அப்பனே நீயே அசிங்கப்படுத்தி, நிக்க வச்சுட்டியே, இதுக்கு தான் உன்ன பெத்-

தோமா.."என்று கண்ணீருடன் பேச.

"அம்மா நான் உங்கள இந்த நிலைக்கு கொண்டு வரல, நான் முன்னாடியே சொன்னேன். இந்த ஏற்பாடெல்லாம் பண்ணாதீங்கன்னு, அதையும் மீறி எனக்கு தெரியாம எல்லாத்தையும் பண்ணிட்டு, பொம்ம மாதிரி கூட்டிட்டு போய் நிக்க வச்சா நான் என்னமா பண்ணுவேன்."

"கல்யாணம் பண்ணிதான ஆகணும். அதைத்தானே நாங்க சொல்றோம், இப்டியே காலம் பூராவும் இருக்க போறீயா நீ."

"ஆமா அப்படித்தான். நான் அன்னைக்கே சொன்னேன். இனி இப்படி தான் இருப்பேன். என்ன மாத்த முயற்சி பண்ணாதீங்கன்னு. அப்ப நீங்க அமைதியா தானே இருந்தீங்க. என்ன நெனச்சீங்க இவ இப்டி தான் சொல்லுவா காலம் போனா மாறி நம்ம சொல்றத கேட்டுப்பான்னு நெனச்சீங்களா, முடியாதுமா, நான் எடுத்த முடிவு எடுத்தது தான். உயிரே போனாலும் நான் மாற மாட்டேன். உங்களுக்கு பிடிக்காத எதையும் நான் செய்யல, அதேநேரம் எனக்கு பிடிக்காததையும் யாருக்காகவும் செய்ய மாட்டேன். என்ன விட்டுடுங்க"

"பெத்தவங்க மேல கொஞ்சமும் அக்கறை இல்லல உனக்கு.நாங்க எவ்ளோ கஷ்டப்பட்டாலும் பரவாயில்ல, அவமானபட்டாலும் பரவாயில்ல, நீ மட்டும் மாற மாட்ட அப்படித்தானே."

"அம்மா மனச தொட்டு சொல்லு, நான் அப்டிதான்னு, நான் என்னைக்கும் உங்க பேச்ச மீறினது இல்ல. அதே நேரம் அதுக்காக என் மனச நான் கொல்லவும் முடியாது. வேணாம் இதோட இந்த பேச்சை விட்டுங்க. போதும் இத்தனை வருஷம் சொன்னது மாதிரியே ஏதோ ஒரு காரணத்தை சொல்லி ஊர சமாளிங்க. முடியாத அன்னைக்கு உண்மைய சொல்லுங்க. என் பள்ளிக்கூடம் இனி அதுதான் என் வாழ்க்கை. அத முன்னேத்தி கொண்டு போறதுதான் என் லட்சியம்."என்று சொல்லிவிட்டு அவள் சென்றுவிட. அடுத்த சில நிமிடங்களில்.

"அத்த, மாமா "என்று ஒரு குரல். அதைகேட்டதும் வாசல் வரை ஓடி சென்று, "வாப்பா தென்னரசு"என்று வரவேற்றார். விருமாயி. அந்த குரல் கேட்டு முகத்தை முடிந்தவரை மாற்றிக்கொண்டு எழுந்து போய் ஜெயகொடியும் "வாங்க மாப்ள, எப்டி இருக்கீங்க, அம்மா அப்பா எல்லாம் எப்டி இருக்காங்க"என்று வரவேற்று உள்ளே அழைத்து வந்தனர்.

தென்னரசு எனப்படும் இந்த தென்னரசு பாண்டியன் , விருமாயியின் அண்ணன் மகன் தான். அதாவது விருமாயி அப்பாவும் தென்னரசு

தாத்தாவும் உடன் பிறந்தவர்கள். முறையில் தென்னரசு மாமன் மகன் ஆவான் முத்தழகிக்கு. தென்னரசுவின் அப்பா தான் கடந்த பதினைந்து வருடங்களாக ஊர் பிரசிடெண்ட்(பஞ்சாயத்து தலைவர்) ஊரில் பேரும் புகழும் பெற்றவர். தென்னரசோ பஞ்சாயத்து தலைவர் என்பதையெல்லாம் தாண்டி. MLA ஆக வேண்டும் என்று அதற்காக முழு மூச்சாக முயற்சித்து கொண்டிருந்தான். அடிமட்டத்தில் இருந்து ஆரம்பித்து, போராடி சவால்களை சமாளித்து, அடுத்த சில மாத்தில் நடக்கவிருக்கும் தேர்தலில் சுயேட்சையாக MLA பதவிக்கு போட்டியிட காத்துக்கொண்டிருப்பவன். அவன். அப்பாவை விட செல்வாக்கு அதிகம் பெற்றவன் தென்னரசு. அந்த நம்பிக்கை தான் சுயேட்சையாக நிற்க தைரியம் அளித்தது. நிச்சயம் அவன் தான் வெற்றி பெறுவான் என்று குழந்தைகள் கூட சொல்லிவிடுவார்கள். அவ்வளவு பரீட்சியம் தென்னரசு அந்த வட்டாரத்தில். எந்த ஒரு பிரச்சனை என்றாலும், நல்லது கெட்டது சொல்ல தென்னரசு தான் தேவை என்று ஆகி இருந்தது. அவனும் ஊர் முன்னேற்றத்திற்காக போராடி கொண்டிருப்பவன் தான். மதுரை ஜில்லாவில் அவனை தெரியாத ஆளே இல்லை எனலாம். இன்று முத்தழகியை பெண் பார்க்க வந்த சேதி தெரிந்து, கோபத்துடன் வந்து நிற்கிறான் தென்னரசு.

"தென்னரசு வாயா! ஏன்ப்பா நிக்கிற? உக்காருயா, நான் போய் டீ கொண்டாரேன். சாப்பிட்டுட்டு தான் போகணும்"என்று பரபரப்பாய் பேசிக்கொண்டிருந்த விருமாயியிடம். "அத்த ஒரு நிமிஷம் நில்லுங்க, நான் ஒண்ணும் விருந்து சாப்ட வரல, அழகிய பொண்ணு பாத்துட்டு போறாங்க போல, எப்படி எங்ககிட்ட எல்லாம் கேக்காம இப்டி ஏற்பாடு பண்ணுவீங்க. முறை மாமன் நான் இருக்கேன். மொத என்கிட்ட கேட்டு நான் வழிவிட்டா தான். அடுத்த அடியே எடுத்து வைக்கணும். நீங்க என்னடான்னா சொல்லாம கொள்ளாம அவங்கியள வர சொல்லி இருக்கீங்க? அத்த இப்போ சொல்றேன் கேட்டுக்கோ, இத்தனை நாளும் அந்த பிள்ளை கல்யாண பேச்சை நீங்களா எடுக்கணும்னு தான் காத்துகிருந்தேன். இப்போ எடுத்துடீங்க. இன்னும் ஒரு மாசத்துல எலெக்சன் முடிஞ்சதும் நானே அப்பா அம்மாவ கூட்டிட்டு வந்து பேசுறேன். அழகிக்கு வேற மாப்பிள்ளை பாக்குறத கைவிட்டுட்டு கல்யாண வேலையை பாக்க தயாராகுங்க அத்த, மாமா உங்களுக்கும் சேர்த்து தான் சொல்றேன். நான் வறேன்"என்று சொல்லிவிட்டு தென்னரசு

சென்றுவிட

இனி வர போகும் பிரச்சினைகளை எண்ணி கலங்கி போய் நின்றனர் இருவரும்.

தூக்கணாங்குருவி ஒன்னு
கூடு கட்டி காத்திருக்க.....
இணை வந்து சேருமுன்னே
கூடு அது கொள்ளை போக,.....
ஏமாந்த குருவி அது,
இணை இல்லா கூடும்,
இதயமில்லா உடலும்
ஒன்றே என்றெண்ணி
இதயத்தை தூக்கி வீசி... அங்கே
அக்கினி குஞ்சை ஏற்றிவைத்து
நெருங்கும் சருகையெல்லாம்
எரித்து சாம்பலாக்கி
வலி குறைத்து கொண்டிருக்கிறது...

2

குருவிகள்

முத்தழகி தன் பள்ளி கூடத்தில், மாலை நேரங்களில், பனிரெண்டாம் வகுப்பு மாணவர்களை ஒன்று கூட்டி, அவர்களுடன் உரையாடி, அவர்கள் வழியிலேயே அவர்களுக்கான வழிகாட்டுதலை வழங்குவதை வழக்கமா கொண்டிருப்பாள். அப்படியே இன்றும் வகுப்புகள் எடுத்து கொண்டிருக்க, அந்த நேரம், "டீச்சரம்மா உள்ள வரலாமா?"என்ற குரல் கேட்டதும். அந்த குரலின் தாக்கத்தில் மின்னலை மிஞ்சும் வேகத்தில் படார் என திரும்பி அவள் பார்க்க, அங்கே சிரித்த முகமாய், ஐந்தே முக்கால் அடியில், தெற்கத்தி சீமையின் வெண்சாம்பல் நிறத்தில், வெகுளித்தனம் மாறாத கம்பீரத்துடன், நின்றிருந்தான் இன்பரசு பாண்டியன்.

இன்பரசு BA.,MA., சோசியாலஜி(sociology) முடித்துவிட்டு, நவீனகால விவசாயம் பார்த்துக்கொண்டே, முழு நேர விவசாயியாகவும், தேவையான நேரத்தில் சமூக ஆர்வளராகவும் இயங்கி கொண்டிருக்கிறான். தென்னரசின் ஒன்றுவிட்ட சித்தப்பா மகனும் ஆவான். முத்தழகியின் மற்றொரு முறை மாமனும் கூட. அழகியும், இன்பரசுவும் ஒரே கல்லூரியில் படித்தவர்களும் கூட. அவனை அங்கே கண்டதும், "இன்பா மாமா... எப்போ வந்த, எவ்ளோ நாள் ஆச்சு உன்னை பாத்து, உள்ள வா மாமா"என்று பேசிக்கொண்டே தரையில் கால் படாமல் தவித்து கொண்டிருந்தாள் முத்தழகி.

"அழகி.... என்ன ஏன், இவ்ளோ பதட்டம். நான் என்ன பேயா, பிசாசா? அம்புட்டு பயமாவா இருக்கு என்னய பாத்தா..."என்று இன்பரசு கேட்க.

"அய்யோ என்ன மாமா நீ, நான் அப்டிலாம் நெனைக்கல, உன்னைத்தான் கண்ணுலயே பாக்க முடியலயே.. எப்போவும் எங்கேயாவதும் பிரச்சினை போராட்டம்னு போய்ட்டே இருக்க. அதான் இன்னைக்கு திடீர்னு பாத்ததும் ஆனந்த அதிர்ச்சி"என்றவள். "நான் வேற பேசிட்டே இருக்கேன், உள்ள வா மாமா, நீ சும்மா எல்லாம் வர மாட்டியே, ஏதும் முக்கியமான விஷயமா மாமா"என்று கேட்டாள்.

"ஆமா அழகி. கொஞ்சம் முக்கியமா பேச தான் வந்தேன். நீயும் போய் கொஞ்சம் பிள்ளைகளோடு உக்காரு, நான் சொல்றேன்"என்று இன்பரசு சொல்ல, அவளும் போய் அவர்களுடன் அமர்ந்தாள். அதன் பின் இன்பரசுவும் சேர்ந்து அமர்ந்து பேச தொடங்கினான்.

"எல்லாருக்கும் வணக்கம். நீங்க எல்லாம் இந்த வருஷம் பன்னிரண்டாவது படிச்சிட்டு இருக்கீங்க இல்ல. ஸ்கூல் முடிஞ்சு, காலேஜ் எல்லாம் போக போறீங்க, வாழ்க்கையின் முக்கிய காலகட்டம், அந்த கட்டத்துக்கு போக தயாரா இருக்கீங்களா" என்று இன்பரசு கேட்டதும்.

"இருக்கோம் அண்ணேன்."என்றனர் கோரசாக.

"நல்ல விஷயம். ஆனா நான் இங்கே வந்தது அத பத்தி பேச இல்ல. அத உங்க டீச்சரம்மா அதையெல்லாம் ரொம்ப சிறப்பா உங்களுக்கு சொல்லி குடுபாங்கன்னு எனக்கு தெரியும். இப்போ பேச போறது நம்ம எல்லா காலகட்டத்திலேயும் கையாள வேண்டிய பிரச்சனை பத்தி, கவலைப்படவேண்டிய விஷயத்தை பத்தி. "நம்ம விவசாயம் பத்தி. என்னடா நம்ம படிச்சு பெரிய ஆளா ஆகணும்னு பாத்தா, நமக்கு சம்பந்தமே இல்லாம, இன்பரசு அண்ணன் விவசாயம் பத்தி பேசுறாரேன்னு நெனைக்க வேணாம். எவ்ளோ பெரிய ஆள் ஆனாலும் சாப்பிட்டுதான ஆகணும், சாப்பிட்டு கிட்டு தானே இருக்கோம். அப்போ நமக்கும் விவாசயத்துக்கும் சம்பந்தம் இருக்கு. நம்ம பேசித்தான் ஆகணும்.

சரி விஷயத்துக்கு வர்ரேன். இப்போ இன்னைக்கு டெல்லியில பஞ்சாப் விவசாயிகள் போராட்டம் பண்ணிட்டு இருக்காங்க இல்லையா, அத பத்தி உங்க கருத்துகள் என்ன. சொல்லுங்க பாப்போம்"அப்டீன்னு இன்பரசு கேட்க.

அப்போது "மாமா.. எனக்கும் கூட இதுல அவ்ளோ புரிதல் இல்ல. என்ன இந்த வேளாண் சட்டம்?

எதுக்காக இந்த போராட்டம் நடத்துறாங்க."என்று முத்தழகியே முதல் ஆளாய் கேள்வி கேட்க.

"அழகி ஒரு உதாரணத்துக்கு சொல்றேன் கேட்டுக்கோ. இப்போ நம்ம கிராமத்துல நான். சின்ன அளவுள விவசாயம் செய்துட்டு இருக்-கேன்னு வச்சுப்போம். மஞ்சள் விளைய வைக்கிறேன்னு வச்சுப்போம்.. அத மதிப்புக்கூட்டி தூளா அரச்சு நேரடியா நம்ம ஊர்ல சின்ன சின்ன கடைகளுக்கு, வீடுங்களுக்கு அரை கிலோ, ஒரு கிலோனு அனுப்பிட்டு இருக்கேன்.. ஒரு கிலோ மஞ்சள்தூள் ஐநூறு ரூபாய்க்கு விக்கிறேனு வச்சுக்கோ.. இதுல பேக் செய்கிற கூலி, அரைக்கிற கூலி, கூரியர் கட்-டணம்,

அதை கொண்டு போய் சேர்க்கும் சிரமம் நிறையா இருக்கு.. எல்-லாம் போக பெருசா லாபம் இல்ல. என்னடா இது,

இத்தனை சிரமப்பட்டு நம்ம விளைய வச்சதை விற்க வருஷ கணக்-காகுது, பேசாம விலையை குறைச்சு மொத்தமா கொடுத்திடலாம்னு எனக்கு தோனும் போது ஒரு வாய்ப்பு வருது..

"எங்கிருந்தோ பெரிய கம்பெனி காரங்க வராங்க, உங்க தோட்டத்தை பாத்தோம், உங்க விளைச்சலோட தரம் பார்த்தோம்..ரொம்ப சிறப்பா செய்யுறீங்க..

எங்க கம்பெனிக்கு உங்க மஞ்சள்தூள் நிறையா தேவைபடுது.சப்ளை செய்ய முடியுமானு கேட்குறாங்க. அதுவும் எப்டி கேக்குறாங்கன்னா நீங்க உற்பத்தி செய்து கொடுத்துடுங்க,

நாங்க எங்க கம்பெனி பெயரிலேயே வித்துகிறோம். உங்களுக்கு மொத்தமா தொகை வந்துவிடும்.. இது போல கொஞ்சம் கொஞ்மா விற்க வேண்டியதில்லைனு ஆசையை தூண்டிவிட்டுட்டு போயிடுறாங்க.. யோசிச்சு சொல்றேனு சொல்லிடுறேன்.கொஞ்சம் யோசிக்கிறேன்.

ஏற்கனவே பத்து ஏக்கர்ல, மத்த சாகுபடி, பிரிச்சு பிரிச்சு பண்ணிக்-கிட்டு இருக்கேன். இப்போ இப்டி மொத்தமா வாங்கிக்கிறேன்னு அவங்க சொன்னதும். பத்து ஏக்கர் பூமியில் ஏழு ஏக்கர் வாழையை போட்டுட்டு மாரடிக்கிறதுக்கு பதிலா, அஞ்சு ஏக்கர் மஞ்சளை போட்டு

அறுவடை செய்து மொத்தமா வருமானம் பார்த்திடலாம்னு முடிவு செஞ்சு கிலோ மஞ்சள் இருநூறு ரூபாய்னு ஒப்பந்தம் போட்டு கொடுத்து அவர்களோட பண்ணையத்தில் சேர ஒத்துக்கிறேன்! ஒத்துக்கிட்டு அவங்க சொன்ன இடத்தில் எல்லாம் கையெழுத்தையும் போட்டுற்றேன். அடுத்த வருஷமே மஞ்சள் பரப்பளவைகூட்டி ஒரு நல்ல வருமானம் பார்க்கறேன். இப்போ நேரடியா கடைகளுக்கு, வீடுகளுக்கு அனுப்பின

விற்பனை முற்றிலும் தடைபடுது.

காரணம் நான் கம்பெனிகாரங்கிட்ட போட்ட ஒப்பந்தம் அப்படி.அவங்களுக்கு தான் என் முழு வெள்ளாமையும்னு தான் அந்த ஒப்பந்தம் இருக்கு.

அடுத்த வருஷம் கம்பெனி மேனேஜர் தோட்டத்துக்கு வரான்.

"எப்பாஇன்பரசு ஏற்கனவே போன வருடம் கொள்முதல் செய்த மஞ்சளுக்கான அதே விலை இந்த வருஷம் எங்க கம்பெனி கொடுக்க முடியாது.

காரணம் உங்க ஊர் ""பணியான்""லேயே எங்களுக்கு கிலோ நூறு ரூபாய்க்கு தர எங்களுக்கு ஆள் ரெடியா இருக்காங்க. அதாவது ஏற்கனவே குடுத்த பணத்துல பாதிதான் முடியும். இஷ்டம்னா எங்களுக்கு கொடுங்க, இல்லைனா எங்களுக்கு வேண்டாம்னு போயிடுறாங்க.இப்போ என் நிலமையை யோசிச்சு பாருங்க.நேரடியா வீடுகளுக்கும், கடைகளுக்கும் கொடுத்துட்டு இருந்ததை நிறுத்திவிட்டு இதுபோல நிறுவனத்துக்கு ஒப்பந்தம் போட்டதால உள்ளூர் வணிகமும் போச்சு. இனி மறுபடியும் நேரடியா சந்தைபடுத்த ஆரம்பிச்சாலும் எந்தளவு கைகொடுக்கும்னு தெரியாது.எல்லாத்தையும் விட இந்த வருஷ நடவு செய்திருக்கிற அஞ்சு ஏக்கர் மஞ்சள் என்ன செய்றது?? இப்படி ஒடுக்குறதுதான் இன்றைய வேளாண் மசோதாவோட கொள்கை"என்று விளக்கமாய் இன்பரசு சொல்ல.

"மாமா இத்தனை விசயம் இதில இருக்கா?

அதான் எல்லாம் சேர்ந்து போராட்டம் பண்றாங்களா.? ஆமா மாமா ஏன் இதுல தமிழக விவசாயிகள் கலந்துக்கல. நமக்கும் தானே பாதிப்பு."

"ஆமா அழகி. ஆனா இங்க அப்படித்தான் எல்லாமே இருக்கு. நீட் பிரச்சினை வந்தப்போ, நம்ம மட்டும் தான் போராடினோம். இப்போ வேளாண் மசோதாவுக்கு எதிரா பஞ்சாப் விவசாயிகள் மட்டும் தான் போராடுறாங்க. நேரடியா ஒரு சட்டம் உடனே யார தாக்குமோ அவங்க தான் இறங்கி போராடுறாங்க. ஒவ்வொரு மாநிலமும் தனி தனியா பிரிஞ்சு கிடக்கு. இது மாறினாத்தான் மத்திய அரசு கொஞ்சம் ஆட்டம் காணும். மக்கள் சக்தி மேல பயம் வரும்." என்று சொன்னவன். பிள்ளைகளிடம் "இப்போ இத ஏன் உங்ககிட்ட சொல்றேன்னா, நீங்கதான் உங்க அம்மா அப்பாகிட்ட சொல்லணும். இந்த சட்டம்ங்கிறத தாண்டி, அன்றாடம் நம்ம சுத்தி நடக்கிற சூழ்ச்சியும் தான். அந்த சூழ்ச்சியை

தான் சட்டம் ஆக்குறாங்க. அதுனால அம்மா அப்பா எடுக்கிற எல்லா விவசாயம் சம்பந்தப்பட்ட முடிவுகளையும் கொஞ்சம் நீங்க ஆராய்ஞ்சு, அறிவுரை சொல்லுங்க. நீங்களும் கலந்துகோங்க. இதை தான் சொல்ல வந்தேன். ஒருநாள் நம்ம ஒரு கூட்டம் போடுவோம், அப்போ அம்மா அப்பா, மத்த பெரியவங்க எல்லாரையும் கலந்துக்க வைங்க, அத தான் சொல்ல வந்தேன். இப்போ நீங்க உங்க படிப்ப கவனிங்க" என்று இன்பரசு பேசிக்கொண்டே இருக்க.

"எப்பா சாமிகளா ஆரம்பிச்சுடீங்களா, ரெண்டுபேரும் எப்டி தான் ஒரே மாதிரி இருக்கீங்களோ, காலேஜ் படிக்கும் போதுல இருந்து இதேதான். இதைத்தவிர வேற எதுவும் பேச மாட்டீங்களா. ஊர் பிரச்சினை, கொள்கை, விவசாயம், போராட்டம், இப்டியே தான் பேசிட்டு இருக்கீங்க, மாம்ஸ் நீயெல்லாம் இருக்கியே, உன்னை எல்லாம் மனுஷ லிஸ்ட்லயே யோசிக்க முடியல. ஜாலியா எதுவும் பேசமாடீங்களா"என்றபடி அங்கு வந்தாள் முத்தழகியின் உயிர் தோழியும் சித்தப்பா மகளுமான ராஜலட்சுமி.

"வா வாலு... எப்பவும் நீயும் இப்டியே சுத்திட்டு தான இருக்க. எங்களை மட்டும் கிண்டல் பண்றியா நீ நல்லா தெரிஞ்சுக்கோ. வாழ்க்கைக்குதான் பொழுதுபோக்கே தவிர, பொழுதுபோக்குக்காக வாழ்க்கை கிடையாது. வெறும் பொழுதுபோக்கு மட்டுமே தேடி ஓடிய எந்த சமூகமும் முன்னுக்கு வந்ததா சரித்திரமே கிடையாது. வாழ்க்கையில எப்பவும் தேடல் இருந்துகிட்டே இருக்கணும், தேடல் சார்ந்து பேசிகிட்டே இருக்கணும் அப்படி இருந்தா மட்டும்தான் நம்ம அடுத்த கட்டத்தை அடைய முடியும்."என்று முத்தழகி சொல்ல.

"போதும் நிப்பாட்டு, ரொம்ப நல்லவ மாதிரி மாதிரி பேசாத. இதெல்லாம் நல்லா பெரிய இவ மாதிரியே இவ்வளவு பேசுற நீ... நேத்து உன்ன பொண்ணு பாத்துட்டு போனாங்கியளே ஒரு வார்த்தை சொன்னியாடி, மாமா நீங்களே சொல்லுங்க இது நியாயமா? கால ஊண்டி தரையில நடக்க ஆரம்பிச்ச காலத்துல இருந்து, நானும் அவளும் ஒண்ணா இருக்கோம்... என்கிட்ட ஒரு வார்த்தை கூட சொல்லவே இல்ல பாத்திங்களா, சரியான கல்லூளிமங்கி."என்று ராஜி குறைபட்டு கொள்ள.

"அப்பிடியா அழகி, என்கிட்ட மாமா கூட ஒரு வார்த்தை சொல்லையே. எந்த ஊர் மாப்பிள்ளை, என்ன பண்றாப்டி, எல்லாம் நல்லா விசாரிசீங்களா, நான் ஏதும் விசாரிக்கவா? என்ன சொன்னாங்க"என்று

ஆர்வமாய் பேசிக்கொண்டிருந்த இன்பரசுவை நிறுத்தி. "இல்ல மாமா, எதுவும் வேணாம். எனக்கு கல்யாணம் பண்ணிக்க விருப்பம் இல்ல மாமா, அத அவங்கிட்டயே சொல்லி அனுப்பிட்டேன். அதுனால தான் ராஜிக்கு கூட சொல்லவே இல்ல."என்றவளை ராஜி ஆயிரம் கேள்விகளுடன் பார்த்தாள். இன்பரசுவோ, "என்னமா வேற எதுவும் பிரச்சினையா, ஏன் இப்படி சொல்ற. என்ன அழகி எதுவா இருந்தாலும் சொல்லுமா அத்த மாமாகிட்ட வேற எத பத்தியும், யாரபத்தியும் பேசனும்னா கூட சொல்லுமா, நான் பேசுறேன்."என்று அக்கறையாய் கேட்டான்.

"மாமா!! என்ன நீங்க? இது ஒண்ணும் அவ்ளோ முக்கியமான விஷயம் இல்லை. என் ஒருத்திக்கு கல்யாணம் ஆகலன்னா என்ன உலகம் அழியவா போகுது. பாத்துக்கலாம் விடுங்க. வந்த விஷயத்த விட்டு எங்கேயோ போய்ட்டோம். பாருங்க எல்லாம் இந்த ராஜி நாள வந்தது. அப்பறம் அத்த மாமா எல்லாம் எப்டி இருக்காங்க, தெய்வா எப்டி இருக்கான்."என்று கேட்க.

"எல்லாரும் நல்லா இருக்காங்க அழகி. சரிமா நான் கிளம்புறேன். ஏதோ ஒண்ணு இருக்கு சொல்ல மாட்டேங்கிற, அவ்ளோதூரம் நான் உனக்கு வேண்டாதவனா போய்ட்டேன். ஒருகாலத்துல காலேஜ் படிக்கும் போது, மாமா மாமா னு சுத்தி வந்த பொண்ணு. இன்னைக்கு என்கிட்டயே மறச்சு பேசுற அளவு வளந்துட்டா..."என்றவனிடம்.

"என்ன மாமா நீ இப்டியெல்லாம் பேசுற, சொல்றதுக்கு ஏதாவது இருந்தா தான சொல்ல முடியும். எதுவும் இல்ல மாமா, எனக்கு இந்த ஸ்கூல் வளரனும். அது மூலம் நம்ம ஊர் பிள்ளைங்களுக்கு நல்லது நடக்கணும். அடுத்த தலைமுறை மாறியே ஆகணும். அதுக்கு நானும் கொஞ்சம் என் பங்க குடுக்கணும். அவ்ளோதான் மாமா..."

"ஏன் அழகி, கல்யாணம் பண்ணிக்கிட்டு இதை எல்லாம் பண்ண முடியாதா..? வேற ஊர் மாப்பிள்ளை வேணாம்னா கூட நம்ம ஆறு ஊர் குள்ள பாக்கலாம் மா..."என்று அவன் சொல்லிக்கொண்டிருக்கும் போதே.

"அண்ணன் நீயே இத யோசிக்கும் போது அழகிக்கு இதெல்லாம் தோணாமலா இருந்திருக்கும். அவ சும்மா சொல்றாண்ணேன். இதையெல்லாம் விட பெருசா ஒண்ணு இருக்கு... அத அழகியே சொன்னலொழிய வேற வழி இல்ல. மேடம் வாயில இருக்குற முத்து என்னைக்கு

உதிருமோ அப்போ அவங்க சொல்லட்டும். என்ன !! அது நடக்குற-துக்குள்ள அழகி ஔவையார் ஆகிடுவா. நமக்கென்ன, நீ வாண்ணா, அப்பா உன்ன கூட்டிட்டு வர சொன்னாரு. இயக்கத்துல இருந்து யாரோ உன்ன பாக்க வந்திருக்காங்க"என்றபடி பைக்கில் வந்து நின்றான் தெய்வா என்னும் தெய்வேந்திரன். இன்பரசுவின் உடன்பிறப்பு.

"இங்க பாரு தெய்வா , அழகிய கிண்டல் பண்ற வேலையெல்லாம் வச்சுக்காத. அப்பறம் பல்லு முப்பத்திரெண்டும் கொட்டி போகும் சொல்-லிபுட்டேன். மாமா இருக்காரேன்னு பாக்குறேன் ஓடிரு"என்று ராஜி தெய்வாவிடம் வம்பிலுக்க.

வண்டியில் இருந்து இறங்கியவன். "எங்க ஓடடி பாப்போம். பெரிய இவன்னு நெனப்பு, அவ கூடவே சுத்துறயில உன்கிட்டயாவதும் எல்-லாத்தையும் முழுசா சொல்லி இருக்காளா... சொல்லு எரும, சொல்லி இருக்காளா. இல்ல நமக்கு தெரிஞ்சத நம்மளயாவதும் சொல்ல விட்-றாளா.. அப்பறம் என்ன வக்காலத்து வேண்டி இருக்கு.போ... போ.... ஓடியே போ, ஓவரா பேசினா கொன்னேபுடுவேன் ஓடி போ"என்று ராஜியை விரட்டியவன் பைக்கில் ஏறி பார்க்க அங்கு சாவி இல்லை. திரும்பி பார்த்தாள் ராஜியும் இல்லை. "அடியே.... அடியே இவளே, சாவி எதுக்குடி எடுத்துட்டு போன, பேச்சு பேச்சாதான் இருக்கணும், பேசிட்டு இருக்கும் போதே எடுத்துட்டு போறது என்ன பழக்கம் இது. இருடி வறேன்"என்று அவன் ராஜியை தேடி ஓட,

ராஜி தன் கையில் கொடுத்து சென்ற சாவியை முத்தழகியிடம் கொடுத்திருக்க, முத்தழகி அதை, இன்பரசுவிடம் குடுத்து, நீங்க போங்க மாமா, அது ரெண்டும் எப்பவும் போல சண்டையில்லாம் போட்டு முடிச்-சுட்டு வந்துடுங்க"என்று சொல்ல. நம்ம பேசுவோம் அழகி, கண்டிப்பா பேசனும்"என்றவன் அங்கிருந்து கிளம்பினான்.

இங்கே முத்தழகியின் வீட்டில், தென்னரசுவின் அம்மா வந்திருக்கி-றார். வந்தவர் முத்தழகிக்காக காத்திருக்க. முத்தழகியும் வந்து சேர்ந்-தாள். வந்தவள் "வாங்க அத்த, எப்டி இருக்கீங்க"என்று வரவேற்க.

"எனக்கென்ன மருமகளே நல்லாத்தேன் இருக்கேன். நீ எப்டி இருக்-குறவ. என்ன இம்புட்டு நேரம். பொட்ட பிள்ளை காலநேரத்துல வீடு வந்து சேரனும்னு இல்லையா. இதெல்லாம் நல்லா இல்ல சொல்லிபுட்-டேன் ஆமா... புரியுதா"என்று சொல்ல.

"சரிங்கத்த சொல்லிடீங்கள இனி மேல் அப்டியே நடந்துகிறேன். இருங்க நான் உங்களுக்கு காப்பி எடுத்துட்டு வர்ரேன்"என்று சொல்லி அடுபங்கரைக்குள் சென்றுவிட, ஜெயகொடியும் விருமாயியும் ஒருவரை ஒருவர் பார்த்து புன்னகைத்து கொண்டு, அதே மகிழ்ச்சியில் விருமாயி அடுப்பங்கரைக்குள் சென்று, "அழகி என் தங்கம், நான் கூட பயந்-துட்டே இருந்தேண்டி, எங்க உங்க அயித்தய (அத்தைய) எதுவும் சொல்லிட போறியோன்னு, ஆனா என் தங்கம் சரின்னு சொல்லி-டுச்சு."என்று அவர் சிலாகித்து கொள்ள.

"அம்மா ரொம்ப சந்தோசப்படாத, நான் அவங்க பேசினத்துக்கு எதிரா பேசி புரிய வைக்க முயற்சி பண்ணாததுக்கு காரணம் இருக்கு. அவங்களுக்கு நான் ஏன் என்ன பத்தி விளக்கம் சொல்லணும், புரிய-வைக்கனும். அந்த அத்தைக்கு இதேதான் வேலை எப்போவும். எனக்கு வேண்டபடாத ஒரு ஆள்கிட்ட நான் ஏம்மா என் நேரத்தையும், சக்தி-யையும் வீணடிக்கணும். எல்ல நேரமும் சொல்லி புரியவைக்க முயற்சி பண்ண கூடாது, ஏன்னா எதிர்ல இருக்கிறது எருமையா கூட இருக்-கலாம். அதான் நான் ஏதும் பேசிக்கல போ நீ போய் அவங்ககிட்ட பேசிட்டு இரு, டீயை எடுத்துட்டு வர்ரேன், குடிச்சுட்டு அப்டியே ஓடி போக சொல்லு, இல்ல இங்கேயே உக்காந்து நாட்டாமை பண்ணிக்-கிட்டு இருந்துச்சுன்னு வை சாப்பாட்டுல குருணை மருந்து? (பயிர்க-ளுக்கு பயன்படுத்தப்படும் ஒரு வகை நச்சுக்கொல்லி,) கலந்து குடுத்-துறுவேன். அப்பறம் உன் மதினி உசுருக்கு நான் உத்திரவாதம் இல்ல சொல்லிட்டேன்."என்று சொல்லிவிட்டு டீயை அவள் கலக்க. அங்கமே கலங்கி போய் மீண்டும் பயம் தொற்றிக்கொள்ள அமைதியாய் சென்றார் விருமாயி.அதே நேரம் முத்தழகியின் போன் அலற, அதை எடுத்து அவள் உயிர்ப்பித்து "ஹலோ யார் பேசறீங்க"என்று கேட்க.

"நான் சந்திரன் பேசுறேன், உங்ககிட்ட கொஞ்சம் பேசணும்,"என்று எதிரில் பேசும் குரலுக்கு, பதில் ஏதும் சொல்லாமல் அமைதியாக நின்-றிருந்தாள் அழகி.

3

குருவிகள்

முத்தழகி போனை எடுத்து பேச, எதிரில் சந்திரன் அவளுடன் பேச வேண்டும் என்று சொல்ல, பதிலேதும் சொல்லாமல் அமைதியாய் இருந்-தாள் அவள். அவள் அமைதியாகவே இருக்க, "முத்தழகி ஒரு பத்து நிமிஷம் தான், அதுக்குமேல வேணாம். ப்ளீஸ்"என்று சந்திரன் கெஞ்சும் தொனியில் கேட்டதும், "சரிங்க சந்திரன் பாக்கலாம். நாளைக்கு தாசில்-தார் ஆபிஸ் வருவேன் அங்க வந்துடுங்க, பேசுவோம்."என்று சொல்-லிவிட்டு போனை வைத்தாள். அதன் பின் வெளியே ஏதோ குரல் கேட்க, யாரென்று அவள் சென்று பார்க்க, அங்கு அவன் அம்மாவை அழைத்து செல்ல தென்னரசு தான் வந்திருந்தான். அவனை அங்கே எதிர்பாராமல் கண்டதும், மனம் நிறைந்த மரியாதையுடன் "வாங்க மாமா, எப்டி இருக்கீங்க"என்றாள் அழகி.

அவனும் புன்னகை முகமாய் "நல்லா இருக்கேன் அழகி. நீ நல்லா இருக்கியா, என்று விசாரித்தவன். முத்தழகி உன் ஸ்கூல் விஷயமா நேத்து தாசில்தார் ஆபிஸ் போய் இருந்தியாமே மா, என்னமா விஷ-யம்,"என்று கேட்க.

"ஆமா மாமா, இப்போ ஸ்கூல்ல எக்ஸ்ட்ராவா பதினொன்னாவதும், பன்னிரெண்டாவதும் இந்த வருஷம் தான் மாமா சேத்திருக்கோம். அது அனுமதி விஷயமா தாசில்தார் கையெழுத்து தேவை பட்டது அதான் மாமா போய் இருந்தேன். நாளைக்கும் போகனும்"என்றவளிடம்.

"அதுக்கு நீ ஏம்மா போன, ஒரு வார்த்தை என்கிட்ட சொல்லி இருந்தா, லைசென்ஸே வாங்கி இந்நேரம் உன் கைல குடுத்திருப்பேனே.

இப்பவும் இன்னும்ஒண்ணும் கேட்டு போகல, எல்ல டைடல்ஸ்ஸூம் குடு அழகி, நான் பாத்துகிறேன்."என்றான் தென்னரசு.

"நீங்க இருக்குற வேலையில உங்கள தொந்தரவு பண்ண வேணாம்னு தான் மாமா, வேற ஒன்னும் இல்ல. அப்பறம் இப்போதைக்கு எல்லாம் ஓகே தான் மாமா. தேவைப்பட்டா நான் உங்க ஹெல்ப் கேக்கு-றேனே."என்று நாசுக்காய் மறுத்துவிட்டாள்.

"என்ன அழகி, பழச மறக்கலையா இன்னும் நீ!!, குத்தி காட்றி-யாமா!, அன்னைக்கு நீ என்கிட்ட உதவி கேட்டப்போ என் சூழ்நிலை அப்டி, அதான் செய்ய முடியல, இப்போ நான் முன்னேறிட்டேன். இன்-னைக்கு சொல்லு நீ, என்ன வேணும் உனக்கு இந்த உலகத்துல, அத்-தனையையும் கொண்டு வந்து உன் காலடில போடுறேன்"என்று தென்-னரசு சொல்ல, தென்னரசுவின் அம்மாவோ, அதிர்ச்சியாய் அவனை பார்த்துக்கொண்டிருக்க. அழகியின் பெற்றோரோ, பெருமையாய் பார்த்-துகொண்டிருந்தனர். அழகியோ அலட்டி கொள்ளாமல்,

"அய்யோ மாமா, என் காலடிக்கு கீழ நீங்க வைக்கிற எதுவும் எனக்கானதா இருக்க வாய்ப்பில்லை. அதெல்லாம் எதுவும் வேணாம் மாமா. அதுவும் போக நான் அதெல்லாம் எப்பவோ மறந்து போய்ட்-டேன். தேவையில்லாத எதையும் நான் ஞாபகம் வச்சுகிறதே இல்ல. இந்த ஸ்கூல் நான் ஆரம்பிக்கணும்னு என்னைக்கு முடிவெடுத்தேனோ! அன்னைல இருந்து ஆயிரம் அவமானங்களை பாத்தாச்சு மாமா. நானே எல்லாத்தையும் சமாளிக்க கத்துக்கிட்டேன். அதுக்கு அந்த அவமானங்-களுக்கும், அத குடுத்த மனிதர்களுக்கும் தான் மாமா நன்றி சொல்ல-ணும்."என்றவள், தென்னரசு அடுத்த வார்த்தை பேசும் முன். "அம்மா நீ அத்தையும், மாமாவையும் கவனிச்சு அனுப்பி வைமா, நான் போய் சமைக்கிற வேலையை பாக்குறேன்"என்று சொல்லி அங்கிருந்து கிளம்-பிவிட்டாள்.

சுருங்கிய முகத்துடன், அதற்குமேல் எதுவும் பேசாமல் தென்னரசும் சென்று விட்டான்.

தென்னரசு சென்ற பிறகு, முத்தழகி அவளது அப்பா அம்மாவை கூட பார்க்காது தவிர்த்து, வீட்டின் பின்புறம் வேப்பமரத்தின் கீழ் போடப்-பட்டிருந்த கட்டிலில் வந்து படுத்து கொண்டு. வானத்தில் தெரிந்த நில-வையே கண்கள் வெரித்தபடி இருக்க. மனமோ நினைவுகளின் சுழலில் சிக்கி அதிலேயே முங்கி மூழ்கி போய் இருந்தது. அதில் இருந்து மீட்-

டெடுக்கவென அங்கு அந்த நேரத்தில், தலை முதல் கால்வரை போர்த்திக்கொண்டு, கையில் ஒரு பெரிய கம்புடன் ஒரு உருவம் வந்து நின்றது.

வந்து நின்ற உருவத்தை பார்த்து ஒரு மரியாதைக்காக கூட அழகி பயப்படவில்லை. ஒரு நொடி பார்வையை அந்த உருவத்தின் பக்கம் மாற்றியவள், அடுத்த நொடியே மீண்டும் நிலாவை வெறிக்க தொடங்க. "அடியே இவளே, எம்புட்டு கொழுப்பு உனக்கு. இந்த நேரத்தில, யாரும் இல்லாதப்போ, ஒரு உருவம் இப்டி பேய் மாதிரி வந்து நின்னா அலறி அடிச்சு ஓட வேணாமா....??? பயத்துல நடுங்க வேண்டாமா... அட என்னம்மா பேய்க்கு ஒரு மரியாதை இல்லயேமா உன்கிட்ட"என்று அந்த உருவம் பேசிக்கொண்டே போர்வையை விளக்க,

"அய்யோ அம்மா பேயி!!! "என்று போர்வைக்குள் இருந்த ராஜியை பார்த்து அழகி அலற. "நோ நோ மொக்க காமெடி மொக்க காமெடி, ப்ளீஸ் சிட்டவுன்"என்று பதிலுக்கு ராஜியும் கலாய்க்க.

"அப்போ நீ பண்ணினது மட்டும் பயங்கரமான காமெடியா, போடி..."என்று வாய் சொன்னாலும் அவளை கை பிடித்து தன்னோடு அமர்த்தி கொண்டாள் அழகி.

"ஆமா என்ன இன்னைக்கு ராஜி புயல் இந்த நேரத்தில இங்க வந்திருக்கு, இந்நேரமெல்லாம் புயல் கரையை கடந்து மலை இறங்கி, உறங்கி போய் இருக்குமே. என்னடா ஆச்சு. என் ராஜி தங்கம்"

"அதுவா...அதுவா... புயலுக்குள் ஒரு பூகம்பம் வந்துடுச்சு அதான். புயல் ஒரு நிலையில்லாம தவிக்குது."

"ஹேய் ராஜிமா என்ன சொல்ற, கொஞ்சம் புரியுற மாதிரி சொல்லேன். அது என்னடி புயலுக்குள்ள பூகம்பம். புயல தாங்கவே போராட்டமா இருக்கும். இதுல பூகம்பமும் சேர்ந்த என்ன ஆகுறது, யார்டி அந்த பூகம்பம்"

"அத நீதான் செல்ல குட்டி சொல்லணும். நீதான அந்த புயல். உனக்குள்ள தான் மீண்டும் ஒரு பூகம்பம் புகுந்திருக்கு, பல வருஷங்களுக்கு பின்னாடி. எனக்கு அந்த பூகம்பமும் கூட புரியுது. ஆனா புயல் அமைதியா இருக்குற காரணம் மட்டும் தான் புரியல. ஆனா ஒண்ணுடி, தண்ணியில மூழ்கி போனவனுக்கு கூட மூணு வாய்ப்பு கிடைக்குமாம், மூச்சு விட்டு காப்பத்திக்க. ஆனா இந்த வாழ்க்கை நமக்கு அவ்வளவு எல்லாம் வாய்ப்பு கொடுக்காது பாத்துக்கோ."

"பார்ரா என் செல்லக்குட்டி எம்புட்டு அறிவா பேசுது, எப்டி?வாய்ப்பில்லையே?. ஒருவேளை சித்தி ஏதும் வெண்டிக்காயும், வல்லாரை கீரையுமா சமைச்சு போடுதோ, இல்லையே அதெல்லாம் கூட மூளை இருக்குறவங்களுக்கு தானே வேலை செய்யும். இந்த களிமண் குப்பி எப்டி இம்புட்டு அறிவாச்சு தப்பாச்சே..."என்று யோசிப்பது போல் அழகி பாவனை செய்ய.

"அடியே இவளே, களிமண் குப்பியா, யாரு நான் களிமண் குப்பி, இருடி உன்ன "என்று அடிக்க பாய, அழகியோ அவளிடம் இருந்து தப்பித்து மரத்தை சுற்றி ஓட, அழகாய் கழிந்தது அன்றைய இரவு.

அதிகாலை நேரத்தில்
அழகான, குருவி ஒருத்தி
கருவேல மரம் ஒன்றில்
விடிய விடிய
காத்திருப்பாளாம்.
இரவும் பகலும் உறவு
கொண்டிருக்கும்
நேரம் அதில் தான்
சிட்டுக்குருவி அவள்
சேதி சொல்வாளாம்...
சூரியனே சூரியனே
ஊர் எழும்பும் நேரமதில்
கூடல் கொஞ்சம்
நிறுத்திவிட்டு,
உதித்து உன் வேலை தொடங்கு,
உதிக்கும் போதும்
மறையும் போதும்
மட்டுமே ரசிக்கப்படுவாய்
உச்சிக்கு வந்த பின்னே
உச்சு கொட்டி சலிக்கப்படுவாய்
இப்போது..
உன் காதலி அவளை
கண்களுக்குள்
மறைத்துக்கொண்டு.

இவள் மறைய அவன் வருவான்.
அவன் மறைய இவள் வருவாள்
என்று நீயும் உன் காதலியும்
ஆகாயத்தோடு ஆடும்
கண்ணாமூச்சி ஆட்டம்
அதை தொடங்குவாயாக...
உனக்குள் தான் அவள்
என்ற உலக ரகசியம்
ஊர் அறியும் முன்
ஒழித்து கொள்
உன் காதலியை...
என்று இரவுக்கும் பகலுக்கும்
சேதி சொல்லவே
என் அதிகாலை சிடுக்குருவி
அவள் கீச்சிடுவாளாம்.

எங்க அப்பத்தா சொல்ல நான் கேட்ட கதை இது. இது உண்மையோ பொய்யோ தெரியல. ஆனா அழகா இருக்கே. நீயும் ரொம்பவே அழகா இருக்க. வழக்கம் போல உன் முகம் தான் என் விழி முதல் தரிசனம் இன்னைக்கும். காலை வணக்கமடி என் குட்டி குருவி, என்று தன் அறை ஜன்னலின் அருகில் கருவேலம் மரத்தில் அமர்ந்து கீச்சிட்டு கொண்டிருக்கும் குருவியை பார்த்து கொஞ்சிவிட்டு தன் நாள் தொடங்கினாள் அழகி.

தாசில்தார் அலுவலகம், வந்த வேலையில் மும்முரமாய் இருந்தாள் அழகி, வழக்கம் போல வாக்குவாதம் தான் நடந்து கொண்டிருந்தது. என்று தான் நம் அரசு அலுவலகங்களில் நமக்கு நம் தேவை போராட்டமின்றி நிறைவேறி உள்ளது. ஒன்று கையூட்டு வேண்டும், இல்லை சிபாரிசு வேண்டும். இதெல்லாம் இல்லை என்றால் வாக்குவாதமோ, சண்டை சச்சரவுகளோ, அவமானகளோ ஒன்றும் ஆச்சரியம் இல்லையே. அதுதான் இப்போதும் நடந்துகொண்டிருக்க. எதிர்பாராமல் அங்கே இன்பரசு வந்து நின்றான்.

பட்டா மாற்றும் விஷயமா அவன் அங்கு வந்தவன், அழகி குரல் கேட்டு அங்கு வந்து நின்றான். இன்பரசு அங்கு வரவும் அமைதியாய் வரவழைத்த புன்னகையுடன் அவனை பார்த்தாள் அவள். "என்ன

அழகி என்னமா பிரச்சினை,"என்றான் இன்பரசு.

"மாமா நம்ம ஸ்கூல் ப்ளஸ் ஒன், பிளஸ் டூ, லைசென்ஸ் காகா தாசில்தார் கையெழுத்து வேணும் மாமா, நம்ம ஸ்கூல் இங்க தான் இருக்கு, அடிப்படை வசதி இருக்கு. இவ்ளோ பிள்ளைங்க இருக்காங்க இதெல்லாம் உண்மைதான்னு சொல்லி இவர் கையெழுத்து வேணும் மாமா, நானும் ரெண்டு மாசமா அலையுறேன் மதிக்கவே மாட்டேங்குறாங்க. ஏற்கனவே பணம் ரெடி பண்ணவே பெரிய போராட்டமா இருக்கு. பிள்ளைங்கள ஸ்கூலுக்கு கொண்டு வரது அதுக்குமேல போராட்டமா இருக்கு. இதுல இவங்க ஒருபக்கம் முட்டு கட்டை போட்டுட்டே இருக்காங்க மாமா. நேரில் வந்தும் பார்க்க மாட்டேங்குறாங்க. VO கிட்டயும் கேக்க மாட்டேன்கிறாங்க. அதேநேரம் இவங்க எதிர்பாக்குறத நான் குடுக்க போறது இல்ல. என்னதான் செய்றாங்கன்னு நானும் பாத்துடறேன் மாமா."

"தாசில்தார் இப்போ உள்ள இருக்காரா, அழகி"

"உள்ளதான் மாமா இருக்காரு, பாக்கவே விடமாட்டேங்குறாங்க."

"வா நாம போலாம். எவன் தடுக்குறான்னு நான் பாக்குறேன்."என்று அழகியை அழைத்து கொண்டு இன்பரசு உள்ளே சென்றான். பொதுவாகவே இன்பரசு என்றாலே கொஞ்சம் மரியாதையும், பயமும் அதிகம் அந்த வட்டாரத்தில். முற்போக்கு இயக்கங்கள் சார்ந்து இயங்குபவன் அவன். எதையும் இறங்கி செய்பவன். ஊர் பிரச்சினை, ஊர் மக்கள், நேர்மை, உரிமை என்று வந்துவிட்டால் அவ்வளவு தான், இன்பரசுவை கட்டுப்படுத்த முடியாது. அதனால் இன்றும் இதுவரை முத்தழகி கிழித்து நார் நாராய் தொங்கவிட்ட போதும், அவளை சளைக்காது சமாளித்த ஆட்கள் கூட ஒதுங்கி நின்றுவிட்டனர். முத்தழகியும் இதையெல்லாம் கவனித்து கொண்டாள்.

"வேகமாக கதவை திறந்து கொண்டு இன்பரசு உள்ளே வர, "வாங்க இன்பரசு பாண்டியன், என்ன இவ்ளோ தூரம்,"என்று விசாரித்தார் தாசில்தார். அப்போது முத்தழகியும் உடன் இருப்பதை கவனித்தவர். இவங்க சிகரம் ஸ்கூல் முத்தழகி மேடம் தான, வாங்க மேடம்"என்று அவளையும் வரவேற்றார்.

"உங்க வரவேற்பு எல்லாம் பயங்கரமா தான் சார் இருக்கு. ஆனா நடந்துகிற விதம் தான் சரி இல்ல. ஏன் சார் எங்க ஸ்கூல் லைசென்ஸ் விஷயத்துல இவ்ளோ டிலே பண்றீங்க. என்னதான் உங்க பிரச்சினை.

எதுவா இருந்தாலும் நேரடியா சொல்லுங்க"என்று அழகி கேள்வி கேட்க.

"நீங்க தான் பிரச்சினை பண்றீங்க மேடம். ஒரு ஸ்கூல் நடத்த என்ன என்ன அடிப்படை வசதி இருக்கணும் தெரியுமா. பிளஸ் ஒன், பிளஸ் டூ பெர்மிஷன் வேணும்னா, குறைஞ்ச பட்ச ஸ்டுடெண்ட்ஸ் எவ்ளோ பேர் வேணும் தெரியுமா. இப்டி எதுவுமே இல்லாம, ஓர் இருபது பேர் மட்டும் ஸ்டுடெண்ட் னு சொல்லிட்டு, பத்துக்கு பத்துல ரெண்டு ரூம் வச்சுக்கிட்டு, மொத்த ஸ்கூலுக்கும் சேர்த்து அஞ்சே அஞ்சு ரெஸ்ட்ரூம் வச்சுக்கிட்டு எப்டி நீங்க லைசென்ஸ் கேப்பீங்க. உங்களுக்கு வேணும்னா ஸ்கூலிங்கிறது ஒரு காமெடியா இருக்கலாம். நாங்க அரசு அதிகாரி எங்களுக்குன்னு சில கடமைகள் இருக்கு மேடம் உங்க இஷ்டத்துக்கு எல்லாம் ஆட முடியாது."என்று கோபமாய் தாசில்தார் பேச.

"சிறப்பா சொன்னீங்க சார். உண்மைதான் ஸ்கூல் னா அடிப்படை வசதி வேணும் தான். ஆனா ஸ்கூல் அப்டீங்கிற அடிப்படையே இல்லாத ஊருக்கு என்ன சார் அடிப்படை தேவையா இருக்க முடியும்? ஊருக்குள்ள பத்து ஸ்கூல் இருக்கு, அதுல இது பதினோராவது ஸ்கூல்னு சொன்னா நீங்க சொல்றது ஓகே, ஆனா ஒண்ணுமே இல்லாத ஊருக்குள்ள, மொத மொத ஒண்ணு மொளைக்குதுன்னா அத எப்டி பொத்தி பொத்தி காப்பாத்தனும் சார். வசதி இல்லை வசதி இல்லன்னு சொல்றீங்களே என்ன வசதி இல்ல. அஞ்சு பாத்ரூம் ஒண்ணும் விளையாட்டு இல்ல சார். இன்னும் கூட எங்க ஊர்ல பல வீடுகள்ல குளிக்க ஒரு மறைவு கூட இல்லாம தான் இருக்கு. இருபது பிள்ளைங்க ஒண்ணும் குறைச்சல் இல்ல. அந்த இருபதுமே ஊரைவிட்டு பஸ் ஏறி போய், படிச்சுட்டு வர வாய்ப்பே இல்லாத பிள்ளைங்க. போக போக எண்ணிக்கை கூடும், வசதிகள் வரும். இப்போ இருக்குற பிள்ளைகளுக்கு அந்த பத்துக்கு பத்து அறையே போதுமானது தான் உங்க சட்டப்படி. மத்தபடி டெக்னீக்கல் தேவைகள் எல்லாம் இன்னும் ஒரு வாரத்துல தயார் ஆகிடும். அப்போ நீங்க வந்து நேர்ல பாத்துட்டு உங்க பொன்னான கையெழுத்து போட்டு குடுங்க. இல்ல அப்பவும் இது இல்ல அது இல்ல. ஹெலிகாப்டர் இறங்க எலிபேட் இல்ல. ஏரோபிளேன் இறங்க ரன்வே இல்லன்னு சொன்னீங்கன்னா அப்பறம் நாங்க எங்க வேலையை காட்டுவோம் சார். இதுவே தண்ணியில்லா காடு தான். இதுக்கும் மேல மோசமான காட்டுக்கு போக விரும்ப மாடீங்கன்னு நெனைக்கிறேன்."என்று இன்பரசன் சொல்லிவிட

"என்ன இன்பரசுபாண்டியன் மிரட்டுறீங்களா. நான் ஒரு அரசு அதிகாரி. என்ன இப்படி மிரட்டியதோட விளைவு தெரியாம பேசிட்டு இருக்கீங்க நீங்க"என்றவரிடம்

"விளைவுகளை எங்களை விட யாரும் யோசிச்சிட முடியாது சார். எங்க போராட்டித்தின் விளைவுகள் எல்லாம் தான் இங்கே நீங்க வாழ்ற வாழ்க்கையே. இங்க நீங்க உக்காந்து இருக்கீங்களே இந்த ஆபிஸ் கூட எங்க ஏரியாவுக்கு தனி தாசில்தார் ஆபிஸ் வேணும்னு நாங்க போராடிய போராட்டத்தோட விளைவு தான். அதுனால புரிஞ்சு நடந்துக்க வேண்டியது நீங்கதான். அடுத்த வாரம் பாப்போம் சார். பாப்போம்னு நம்புறேன்."என்றவன் அங்கிருந்து அவளை அழைத்துக்கொண்டு வெளிய வந்தான்.

வந்தவன் "அழகி நீ கவலைப்படாத எல்லாம் சிறப்பா நடக்கும். நல்லது செய்ய நினைக்கிற உன் மனசுக்கு எல்லாமே நல்லதா நடக்கும். போமா வீட்டுக்கு போ. நான் வேணும்னா வீட்ல விட்றவா. நான் நம்ம நண்பர்கள் மூலம் கொஞ்சம் டெக்னீக்கல் திங்ஸ் எல்லாம் ஏற்பாடு பண்றேன்." என்று ஆறுதலாய் நம்பிக்கையாய் சொன்னான்.

"ரொம்ப நன்றி மாமா. எனக்கு கவலை எல்லாம் இல்ல மாமா. எந்த சூழ்நிலை வந்தாலும் எந்த எல்லைக்கும் போய், ஸ்கூல்ல காப்பத்திடுவேன்னு நான் ரொம்ப உறுதியா இருக்கேன் மாமா. இப்போ நீங்களும் வேற வந்துடீங்க. எனக்கு என்ன கவலை. அதெல்லாம் இல்ல. ஆனா ஒரு விஷயம் தான் கஷ்டமா இருக்கு. நான் அவ்ளோநேரம் பேசினேன் என்ன உள்ள கூட விடல. உங்கள யாரும் தடுக்க, முயற்சி கூட பண்ணலேயே அது ஏன் மாமா. அப்போ நான் உறுதியா பேசலயா?? இல்லை தெளிவா பேசலயா???"

"லூசு பொண்ணே, லூசு பொண்ணே அப்டி இல்ல. நீ ரொம்ப உறுதியா, தெளிவா தான் பேசின, எந்த அளவுக்குன்னா அந்த ஆள் இன்னும் கொஞ்சம் விட்ருந்தா அழுதிருப்பான், காலுள்ள விழுந்து கதறி இருப்பான் அந்த அளவுக்கு பேசின நீ... அதையும் மீறி என்ன அவன் தடுக்காததுக்கும், உன்ன தடுக்க முயற்சி பண்ணினதுக்கும் ஒரே ஒரு வித்தியாசம் தான். அது என்னன்னா, ஒருவேளை அவன் என்ன தடுத்தாலோ, என்ன அடக்க முயற்சி பண்ணினாலோ நான் அவன எதிர்த்து நின்னு கேள்வி கேட்டு போராடுவேன்னு அவனுக்கு தெரியும்.

அதேநேரம் நீ அப்டி பண்ண மாட்டேன்னு அவன் நினைக்கிறான் அதான் வித்யாசம். உன் உரிமைக்கும் உன் மரியாதைக்கும் நீ நிச்சயம் போராடுவேன்னு அவனுக்கு பயம் வந்தா மட்டும் தான் அவன் அத உன்கிட்ட இருந்து பறிக்க முயற்சி பண்ண மாட்டான். இல்லனா தொடர்ந்து அவன் உன்னை அடக்க முயற்சி பண்ணிக்கிட்டே தான் இருப்பான். இன்னைக்கு இதுதான் நம்ம சமுதாயதோட நிலைமை. நீ ரொம்ப யோசிக்காத வா நானே வீட்ல விட்டுறேன்."என்று தான் பைக்கிலேயே அவளை அழைத்து கொண்டு புறப்பட்டான் இன்பரசு.

பாதி வழி இருவரும் சென்று கொண்டிருக்க, அழகியின் போன் அலறியது. எடுத்து பார்த்தவள். "அய்யோ!! மாமா மறந்தே போய்ட்டேன், சாரி மாமா என்ன கொஞ்சம் திரும்ப அங்கேயே கூட்டிட்டு போய் விடறீங்களா?"என்று கேட்க. வண்டியை நிறுத்தியவன். "என்ன அழகி அதான் பேசியாச்சேமா, அப்பறம் என்ன"என்றான்.

"இல்ல மாமா, சந்திரன் அங்க வறேன்னு சொல்லி இருந்தாரு. ஏதோ பேசனும்னு சொன்னார் மாமா."

"சந்திரனா... யார் அழகி அது"

"நேத்து பொண்ணு பாத்துட்டு போனவங்க மாமா"

"அவங்ககிட்ட தான் நீ வேணாம்னு சொல்லிடியே அழகி. அப்பறம் என்ன. எதுவும் தொல்லை குடுக்குறானா அவன். சொல்லுமா அவன ஒடச்சு நொறுக்கி போட்டுறேன்"

"அய்யோ மாமா அப்படியெல்லாம் இல்ல. சும்மா ஏதோ பேசனும்னு சொன்னாங்க அவ்ளோதான். எனக்கும் பதில் சொல்ல கடமை இருக்கே மாமா. வரவச்சு அவமான படுத்தின மாதிரி பண்ணிட்டோமே, அதுனால தான் மாமா வேற ஒண்ணும் இல்ல. அதுவும் இல்லாம என்னையெல்லாம் ஒருத்தர் மிரட்டி பாக்க முடியும்னு நெனைக்கிறீங்களா, உடம்புல இருக்குற ஒவ்வொரு எலும்பா உருவி கையில குடுத்துட மாட்டேன்."என்று அழகி சொல்ல. வெளியில் புன்னகைத்தாலும் உள்ளே ஏதோ ஒரு மாதிரி புது உணர்வு ஒன்றை உணர்ந்து கொண்டே பைக்கை திருப்பினான் இன்பரசு பாண்டியன்...

4

குருவிகள்

வெளியில் புன்னகைத்தாலும் உள்ளே ஏதோ ஒரு மாதிரி புது உணர்வு ஒன்றை உணர்ந்து கொண்டே பைக்கை திருப்பினான் இன்பரசு பாண்டியன். மீண்டும் தாசில்தார் அலுவலக வளாகத்திற்குள் இருவரும் நுழைய. வாயிலின் அருகிலேயே காத்திருந்தான் சந்திரன்.

பைக்கில் இருந்து இறங்கியவள், சந்திரனை இன்பரசிடம் அறிமுகப்படுத்தி வைக்க. இருவரும் பரஸ்பரம் புன்னைகையுடன் அறிமுகம் ஆகி கொண்டனர். பின் அழகி, "சாரி சந்திரன் நான் மறந்துட்டு வீட்டுக்கு கிளம்பிட்டேன்."என்று சொல்ல.

"பரவாயில்ல முத்தழகி, நானும் கொஞ்சம் லேட்டா வந்துட்டேன்"என்று சந்திரன் சொல்லிகொண்டிருக்க "நான் கிளம்புறேன் அழகி. பக்கத்துல ஒரு வேலை இருக்கு, போய்ட்டு வறேன். நானே வந்து உன்ண கூட்டிட்டு போறேன், பேசிட்டு போன் பண்ணு வறேன்."என்று சொல்லிவிட்டு இன்பரசு கிளம்ப. "இல்ல நானே கூட்டிட்டு போறேன் இன்பரசன், கார்ல தான் வந்தேன்."என்று சந்திரன் சொல்லிவிட. அழகியின் பதிலுக்காய் இரண்டொரு நொடிகள் காத்திருந்தவனை ஏமாற்றாமல், இல்ல சந்திரன் நான் மாமா கூடவே போய்க்கிறேன்."என்று சொன்னவள், இன்பரசு புறம் திரும்பி, "மாமா நான் போன் பண்றேன் மாமா"என்று சொல்ல. மனநிறைவுடன் கிளம்பினான் இன்பரசு. இன்பரசு சென்றதும் அங்கே ஒரு இடத்தில் இருவரும் அமர்ந்து கொண்டனர்.

"சொல்லுங்க சந்திரன். என்ன பேசணும் என்கிட்ட"

"நான் என்ன கேக்க போறேன்னு நிச்சயம் உங்களுக்கு தெரியும். அதேதான் கேக்க போறேன் ஏன் நீங்க இந்த கல்யாணம் வேணாம்னு சொன்னீங்க. எனக்கு தெரியும் இது உங்க உரிமை. நான் அதுக்கு ஏதும் சொல்லல. சொல்லவும் முடியாது. ஆனா அந்த காரணம் ஒருவேளை சரி செய்ய கூடியதா இருந்தா சரி பண்ணிடலாமேன்னு தான் கேட்-டேன்."

"இல்ல அத நீங்க சரி பண்ண முடியாது. நானும் கூட சரி பண்ண முடியாது. இதபத்தி பேச எதுவுமே இல்ல சந்திரன். நான் திரும்பவும் மன்னிப்பு கேட்கிறேன், உங்கள வரவச்சு சிரமப்படுத்தினத்துக்கு. இதுக்கு மேல இதபத்தி பேச எதுவும் இல்ல."

"இல்லைங்க எனக்கு காரணம் தெரியணும். நான் இவ்ளோதூரம் உங்ககிட்ட கேக்க காரணம் இருக்கு. அன்னைக்கு அப்பறம் திரும்ப உங்க அப்பா என்ன வந்து பாத்து பேசினார். ஏதோ உங்க மாமா யாரோ பொலீட்டிசியன் இருக்காரோமே அவர் கூட உங்க கல்யாண விஷயமா பேசுறதா சொன்னார். உங்க அப்பாவுக்கு அதுல பெருசா விருப்பம் இல்-லையாம். நான் உங்கள கல்யாணம் பண்ணி இந்த ஊர்ல இருந்தே கூடிட்டு போகணும்னு உங்க அப்பா நினைக்கிறார். அதுனால தான் நான் இப்போ உங்கள பாக்க வந்தேன். நான் அடுத்து என்ன செய்-யணும் அப்படிங்கிறது உங்க பதில்ல தான் இருக்கு. இத தேவையில்-லாம வளர்க்க விரும்பல, உண்மையை சொல்லனும்னா எனக்கு இந்த கல்யாணத்துல சம்மதம் தான். நீங்க உங்க மனசுல என்ன இருக்குனு சொன்னீங்கன்னா அடுத்த கட்ட நடவடிக்கை தெளிவா எடுக்கலாம்.

"என்ன எங்க அப்பா பேசினாரா. என்னதான் நெனச்சுட்டு இருக்-காங்கன்னு தெரியல. சாரி மிஸ்டர் சந்திரன், இதுக்கு அப்பறம் உங்கள எங்க வீட்ல இருந்து தொந்தரவு செய்ய மாட்டாங்க. நான் பேசிக்கிறேன்"

"இன்னும் கூட நீங்க காரணம் சொல்லவே இல்ல. முத்தழகி எனக்கு பதில் வேணும்."

"மம்ம்ம்ம் என்னய எப்பவும் இந்தமாதிரி எம்பேரசிங் மொமெண்ட்ல நிக்க வைக்கிறதே அவங்களுக்கு பழக்கம் ஆகிடுச்சு. சொல்றேன் சந்தி-ரன், சொல்றேன். இந்த கல்யாணத்தை வேணாம்னு நான் சொல்ல ஒரே காரணம் தான். நான் வேற ஒருத்தர் கூட என் வாழ்க்கையை தொட-ராணும்னு எப்பவோ முடிவெடுத்துட்டேன். அதுதான் உண்மை காரணம். உங்களுக்கு இந்த பதில் போதும்னு நெனைக்கிறேன். நான் இப்போ

கிளம்புறேன்."என்றவள் போனை எடுத்து இன்பரசுவிற்கு அழைத்து வர சொல்லிவிட.

"நீங்க பொய் சொல்றீங்க அழகி. நான் நம்ப மாட்டேன்."என்றான் சந்திரன்.

"அது உங்க விருப்பம் சந்திரன். எனக்கு அதுல எந்த பிரச்சனையும் இல்ல. எனக்கு பொய் சொல்லி பழக்கம் இல்ல. தேவையான சில நேரத்தில் உண்மையை மறைப்பேனே தவிர, பொய் சொல்ல மாட்டேன். நம்பினா நம்புங்க, இல்ல நம்பாதீங்க."என்று அவள் சொல்லவும், இன்பரசு வரவும் சரியாய் இருந்தது.

சந்திரனின் முகமே இருவரும் என்ன பேசி இருக்க கூடும் என்று சொல்லிவிட, இன்பரசு கேள்வி ஏதும் கேட்காமல் அழகியை அழைத்து கொண்டு சென்றான். போகும் வழியில் கூட இருவரும் பேசிக்கொள்ளவில்லை. ஊர் எல்லையில் வண்டி நுழைய, "மாமா வீட்டுக்கு வேணாம். கொஞ்சம் தோட்டத்துல இறக்கி விட்றீங்களா."என்று கேட்க. பதிலேதும் பேசாமல் வண்டியை கொண்டு போய் தோட்டத்து வழியில் நிறுத்தினான் இன்பரசு.

வண்டியில் இருந்து இறங்கி சில நூறு மீட்டர் தொலைவு நடந்து செல்ல வேண்டும் தோட்டத்திற்கு. அந்த வழியில் வண்டி எல்லாம் செல்ல முடியாது. ஒருவர் முன்னும் ஒருவர் பின்னும் தான் நடக்க வேண்டி இருக்கும். அதில் அவள் செல்ல தொடங்க. "என்ன அழகி போய்ட்டு வரேன்னு சொல்லாம கூட போற,"என்றவனின் குரலில் தான் அவனிடம் சொல்லாமல் கூட இப்படி வருகிறோமே என்று பதறியவள், "அய்யோ மாமா மன்னிச்சிடுங்க. நான் ஏதோ ஒரு யோசனையில போய்ட்டேன். சாரி மாமா, போய்ட்டு வறேன்"என்று சொல்ல.

"அதெல்லாம் பரவாயில்ல, நானும் தோட்டத்துக்கு தான் போறேன். வா போவோம்."என்று அவன் முன்னே நடக்க, அவன் பாதச்சுவடுகள் வழியே அவளும் அவனை பின் தொடர்ந்தாள்.

எனக்கான வழியாய்...
என்றும் உன்
பாதச்சுவடுகள்...
உனை தொடர முடியாமல்
ஊனமாய் நான்...
முணுமுணுத்தது

அவளது

மூடிய இதழ்கள்.!!!

இந்த தோட்டம் இன்பரசன், தென்னரசு, அழகி, ராஜி இவர்களின் பூர்வீக சொத்து, இதில் இன்பரசு, தென்னரசு முத்தழகி, ராஜி நால்வரின் குடும்பத்திற்கும் பங்கு உண்டு. இன்னும் கூட சொத்து இன்பரசு அப்பாவின் அப்பத்தா கருத்தம்மா அவர்களின் பெயரில் தான் உள்ளது. வாரிசு சர்டிபிகேட் மூலம் மட்டுமே நிர்வகித்து வருகின்றனர். ஊரில் ஒரு பழக்கம் உண்டு. பூர்வீக சொத்துக்கள் எல்லாம் பிரிக்கப்படாமல் வாரிசுகளால் ஒற்றுமையாக நிர்வகிக்க படுவது தான் பெருமையாக பார்க்கப்படும். ஒருவருக்கு ஒருவர் ஒற்றுமையாய் ஒண்ணுக்கு மண்ணாய் விட்டு கொடுத்து வாழ்வதில் தான் குடும்ப கௌரவம் உள்ளது என்று நம்பி, அது பின்பற்றவும் படுகிறது. அப்படித்தான் கருத்தம்மாவின் குடும்பமும் தங்கள் பூர்வீக நிலத்தில் ஆயிரம் மன்ஸ்தாபங்களை தாண்டியும், ஒற்றுமையாய் விவசாயம் செய்து வந்தனர்.

இப்போது அந்த தோட்டத்தை சுற்றி மற்ற தோட்டத்திலும் ஆங்காங்கே, நாற்று பாவலும், நடவும், களையெடுப்பும் என நடந்து கொண்டிருந்தது. அதையெல்லாம் பார்க்கும் போது, நம் மனதில் கூட சேரன் பாண்டியன் படத்தில் வரும்

சம்பநாத்து சாரகாத்து
மச்சான் சில்லுதுன்னு
விசுதுங்க அங்கம் பூராம்
மச்சான் சில்லுன்னு தான்
வீசுத்துங்க அங்கம் பூராம்...

என்ற அந்த பாடல் தான் ஞாபகம் வரும். இன்னும் சிலரோ அந்த பாடலை போனில் ஒலிக்க விட்டபடி தான் வேலை செய்து கொண்டிருந்தனர்.

அழகின் வயலில் செல்ல பொன்னி வகை, நெல் பயிரிடப்பட்டு ஒரு மாதம் கடந்திருக்க, அவை அனைத்தும் ஒன்னரை அடியில் நீட்டி முறித்து, மண்ணின் வாசனையும், தன் வாசனையும் ஒன்றாய் கலந்து ஏகாந்தம் வீசிக்கொண்டு, நெஞ்சை நிமிர்த்தி நின்றிருக்க, அதை தாண்டி இருவரும் ஆளுக்கொரு யோசனையில் செல்ல. என்னையும் என் அழகையும் கவனிக்காமல். என் ஏகாந்தத்தை ரசிக்காமல் செல்கிறீர்களா என்று, கவன ஈர்ப்பு போராட்டம் நடத்த தாயின் சேலையை

பிடித்திழுக்கும் சிறு பிள்ளையாய் மாறி தன் நிமிர்ந்த நிலை துறந்து, தலையை சற்றே தாழ்த்தி தன் சிறு சொனையின் (நெல் கதிரில் இருக்கும் சிறு முள் போன்ற பகுதி) மூலம் அவர்கள் உடையை பற்றி இழுத்தாள், செல்ல பொன்னி என்னும் செங்கதிர் அவள். அப்போதும் அவர்கள் அவளை கவனிக்காமல் செல்ல, கோபம் கொண்ட செங்கதிரோ

வரப்பில் நடக்க வாகாய், புடவையை தூக்கி பிடித்தபடி அழகி நடந்துகொண்டிருக்க, புடவையை தாண்டி அவள் கால்களை கீரி விட அந்த மெல்லிய வலி கூட, கொந்தளித்து கொண்டிருந்த மனதின் கனத்த வலியை கிளறிவிட்டு அழகியின் கண்களை குளமாக்கியது.

பின்னே வந்த அழகியின் அரவம் காணாமல் போக, திரும்பி பார்த்த இன்பரசனோ, தூரத்திலேயே, வரப்பில் அமர்ந்தபடி, கால்களை வயலில் பாயும் தண்ணீரில் ஊன்றி நெல் கதிரை கையில் தாங்கி அமர்ந்திருந்தவளை கண்டு. அவனும் அங்கே வந்து ஒரு அடி தூரத்திற்கும் மேல் இடைவெளி விட்டு அமர்ந்தான்.

"என்ன அழகி!!! ஏன் ஒரு மாதிரி இருக்க.!என்னடா பிரச்சினை? உனக்கு ஏதோ சரி இல்லன்னு தெரியுது. ஆனா என்னனு தான் தெரியல! நான் எதாவதும் செய்ய முடியும்னா சொல்லுடா. அது எவ்ளோ பெருசா இருந்தாலும், உறுதியா நான் செய்றேன். யாருக்கிட்ட பேசணும். என்ன சொல்லணும், எதாவதும் சொல்லேன். நீ சந்தோசமா இருந்தா அது போதும். அதுதான் எனக்கு வேணும். சொல்லேன்."என்று அக்கறையாய் கேட்க.

சில நிமிட அமைதியும், பல கோண யோசனைக்கும் பின். "நீ நான் எது சொன்னாலும். கேட்டாலும் செய்வியா மாமா"என்று அவள் அழுத்தமாய் கேட்க.

"நிச்சயம் செய்வேன் அழகி. என்னைக்குமே உன்ன நினைக்கும் போதெல்லாம் நான் ரொம்ப பெருமையா உணருவேன். நீயெல்லாம் நல்லா இருக்கணும் அழகி "என்றான் இன்பரசு.

"மாமா ஒண்ணுக்கு ரெண்டு வாட்டி யோசிச்சுக்கோங்க. நான் கேட்ட பிறகு பின்வாங்க கூடாது."என்று இம்முறை அழுத்தம் குறைத்து புன்னகை முகமாய் கேட்டாள்.

"இந்த இன்பரசு குடுத்த வாக்கு குடுத்தது தான் அழகி. நீ என்ன கேட்டாலும் சொன்னாலும் நான் செய்வேன். இது உன் மேல சத்தியம். சத்தியத்தை காப்பாத்தலன்னா சாமி கெடுதல் செய்யும்னு நம்புறவன்

இல்ல நான். என் சத்தியம் நான் சத்தியம் பண்றவங்க மேல எனக்கு இருக்குற அன்பின் வெளிப்பாடு தான். உனக்கு இன்னைக்கு பண்ணின சத்தியம் அது என்னைக்கும் உயிர்ப்போடு இருக்கும். கேளு என்ன வேணும்."என்றவனை கண் இமைக்காமல் பார்த்தவள். தன்னையே பின் சரி செய்து கொண்டு.

"கேக்குறேன் மாமா. இப்போ இல்ல ஒருநாள் கேட்பேன். அன்னைக்கு நீங்க மறுக்க மாட்டேன்னு நம்புறேன் மாமா."என்று சொல்லிவிட்டு கண்களின் கண்ணீரை மறைக்கும் பொருட்டு பார்வையை அவன் புறம் இருந்து மறுபுறம் திருப்பினாள். மீண்டும் கண்களை துடைத்து கொண்டு,

"மாமா நீ எப்போ கல்யாணம் பண்ணிக்க போற,"என்றாள் அழகி.

"நானா, ஏன் அழகி, என் கல்யாணம் பத்தி கேக்குற."

"சும்மா சொல்லு மாமா, எப்போ பண்ணிக்க போற."

"இல்ல அழகி, இப்போதைக்கு எனக்கு அந்த எண்ணம் இல்ல. கல்யாணம் எல்லாம் எனக்கு வேணாம். நான் இப்படியே நிம்மதியா நான் நெனச்சத பண்ணிக்கிட்டு இருக்கேன். அதுவே போதும். ஏனோ தெரியல கல்யாணம் பத்தி தோணல அழகி."

"அது எப்டி மாமா தோணாம இருக்கும். வேணாம்னு சொல்ல காரணம் இருக்கலாம், தோணாமவே எப்டி மாமா இருக்கும்."

"நீ இருக்கியே அழகி, அப்டிதான நீயும் இருக்க. உன்ன மாதிரி தான் நானும்."

"நான் எப்போ மாமா எனக்கு தோணவே இல்லன்னு சொன்னேன். வேணாம்னு தான் சொன்னேன்."

"அப்போ இதுக்கு அர்த்தம் என்ன, அந்த காரணம் என்ன அழகி."

"அத இப்போ பேசி ஒண்ணும் ஆக போறது இல்ல மாமா. விடுங்க. நீங்க சொல்லுங்க, எப்டி தோணாம போகும்.

"என் கதையை விடு. இப்போ நீ சொல்லு, என்ன காரணம் அது, ஏன் இந்த முடிவு. சொல்லியே ஆகணும். சந்திரன் கிட்ட அந்த காரணத்தை தான் சொல்லி இருப்ப சரியா. இப்போ என்கிட்டயும் சொல்லு அழகி."என்றான் இம்முறை உறுதியாய்.

"என் வாழ்க்கையில ஒருத்தருக்கு இடம் குடுத்துட்டேன் மாமா. அந்த இடத்தை வேற ஒருத்தருக்கு நான் குடுக்க முடியாது. அவ்ளோதான் மாமா."

"யார் அழகி அது. சொல்லுமா, ஏன் அது முடிஞ்சுபோன மாதிரி பேசுற. என்னதான் பிரச்சினை."

"மாமா இதபத்தி பேசி ஒரு பயனும் இல்ல. நான் உங்கள பத்தி கேட்டா, நீங்க என்னபத்தி தெரிஞ்சுகிட்டு இருக்கீங்க. சரி விடுங்க இந்த பேச்சே வேணாம்."என்று அவள் சொல்லிய குரலின் உறுதியிலேயே அவள் சொல்ல மாட்டாள் என்று புரிந்துவிட, அதற்குமேல் எதுவும் பேசாமல் இருந்துவிட்டான்

அவளும் அப்படியே அமைதியாய் இருந்தவள் கிணற்றுபக்கம் பார்க்க

அப்போதுதான் கவனித்தாள், அங்கு சற்று தூரத்தில் ராஜி தன் நண்பர்களான சில சில்லுவண்டுகளுடன், கொடிக்காய் மரத்தில் இருந்து மெதுவாய் இறங்கி, ஏதோ செய்து கொண்டிருந்ததை. அதை கவனித்தவள் "மாமா அங்க பாருங்களேன், என்று இன்பரசனிடம் காட்ட,

பார்த்தவன் "ஆரம்பிச்சுட்டாளா, இவ இருக்காளே,"என்றபடி எழுந்து ராஜியை நோக்கி செல்ல, அழகியும் சிரித்து கொண்டே அவன் பின்னால் சென்றாள்.

மெதுவாய் சென்றவன், ராஜியின் அருகே சென்று தலையிலேயே ஒரு கொட்டு வைக்க. "ஸ்ஸ்ஸாஹா"என்று கத்தியபடி திரும்பி பார்த்தாள் ராஜி. அங்கே இன்பரசனும், அழகியும் நிற்பதை கண்டு, கையும் களவுமாக மாட்டி கொண்டோமே என்று திருத்திருவென முழித்து கொண்டே நிற்க. கூட இருந்த சில்லுவண்டுகளோ ஓடியே விட்டனர்.

"ராஜி எத்தனவாட்டி சொல்லி இருக்கேன், கொடிக்கா மரத்துல பொன் வண்டு பிடிக்க ஏறாதன்னு, அதுவும் கிணத்துமேட்டுல இருக்குற மரத்துல ஏறாத பக்கி, முள்ளு தெரியாம கிழிச்சு விட்டு பதட்டதுல கீழ விழுந்தா இடுப்பு எலும்பு நொறுங்கி போகும்னு சொன்னா கேக்குறயா. எப்போ பாத்தாலும் மரத்துல ஏற, கிணத்துல குதிக்க, மாங்கா திருட, கொஞ்சமாவதும் அடங்குறய நீ, இன்னும் சின்ன பிள்ளைன்னு நெனப்பு. அறிவு இருக்கா பக்கி உனக்கு. எங்க உன் கூட்டாளிகள ஓடிட்டாங்கியலா, இவங்கியல நம்பி நீ இதெல்லாம் பண்ணிட்டு இருக்க. இரு மாமா கிட்ட சொல்றேன்."என்று இன்பரசு சொல்ல.

"அய்யோ மாமா... இன்னமுமா நீ நெனச்சுட்டு இருக்க, உங்க மாமாவுக்கு எல்லாம் நான் பயப்படுவேன்னு, போ மாமா... அவர் தான் எனக்கு பயப்படனும். பேர் தான் பெருசு, நாகமலையான்னு. அவ்ளோ

எல்லாம் ஒர்த் இல்ல அவர். இந்த ராஜி யாருக்கும் பயப்பட மாட்டா., நீங்க வேற எதாவதும் ட்ரை பண்ணுங்க."என்று கொடிக்காயை உரித்து தின்றபடி ராஜி சொல்ல.

"தெய்வா வா....வா...."என்ற அழகியின் குரலில் ராஜிக்கு கொடிகாய் அப்படியே தொண்டையில் சிக்கி கொண்டு விக்கலே எடுத்தது. அதை பார்த்து விழுந்து விழுந்து சிரித்து கொண்டே. பெரிய இவ மாதிரி பேசினேயே இப்போ சொல்லுடி, ராஜி யாருக்கும் பயப்பட மாட்-டான்னு."என்று அழகி கலாய்க்க,

"ஏன் இப்பவும் தான் சொல்றேன், ராஜி யாருக்கும் பயப்பட மாட்டா. தெய்வா என்ன பெரிய இவனா. மூஞ்சூர் மூக்கன். வர சொல்லு அவன ஒரு கை பாத்துடுவோம்."என்று சொன்னாள் விக்கியபடி ராஜி.

"என்ன நீன்னு புதுசு புதுசா பேர் எல்லாம் வைக்கிற என் தம்பிக்கு. வாய் கூடி போச்சுல உனக்கு. முன்ன எல்லாம் அவன பாத்தாலே ஓடி ஒழிவா. இப்போ பாரேன் வாய. வாயாடி, அது இருக்கட்டும் இப்போ எதுக்கு நீ மரத்துல ஏறின, பொன்வண்டு பிடிக்க தான. அத வச்சு நீ என்ன புள்ள செய்ய போற."என்ற இன்பரசிடம்

"என்ன மாமா இப்டி கேக்குற, பொன் வண்டு முட்டை போடும் மாமா."என்றாள்.

"அத வச்சு நீ என்ன செய்ய போற பக்கி."

"என்ன மாமா மங்குனி அமைச்சர் மாதிரி கேள்வி கேக்குற, புக்-குக்குள்ள மயிலிறகு குட்டி போடும்னு வைக்கிறது. காஞ்ச பூவை சேத்து வைக்கிறது. அந்த பூவோட மகரந்தம் வச்சு கலர் அடிக்கிறது. பேனாவ அழிக்காதுன்னு தெரிஞ்சும் பெண் எரைசர் வாங்கி வச்சுகிறது, பொன் வண்டு பிடிச்சு தீப்பெட்டிக்குள்ள அடைச்சு முட்ட போடும்னு காத்திருக்-கிறது, இது எல்லாம் நைன்டிஸ் கிட்ஸ்டோட அடையாளம். இதெல்லாம் கேள்வி கேக்க கூடாது. புரியுதா மாமா. நீயும் ஏன் மாமா வர வர உன் தொம்பி மாதிரியே, மூஞ்சூர் மூஞ்சியா மாறிட்டு இருக்க. போ மாமா நீ பழைய இன்பா மாமாவே இல்ல. அப்போ எல்லாம் எவ்ளோ ஜாலியா எனக்கு கூட்டாளியா இருப்ப."என்று சலித்து கொள்ள.

வேகமாய் தலையில் கொட்ட போனவன் அப்படியே தலையில் கை வைத்து செல்லமாய் அழுத்திவிட்டு, "வாயாடி.... நான் எப்பவும் மனச-ளவுல ஒரே மாதிரி தான் இருக்கேன். பொறுப்பா இருக்க வேண்டிய நேரத்துல பொறுப்பாவும் இருக்கணுமேடா, இப்ப கூட உன் நல்லதுக்கு

தான் சொல்றேன்."என்று அவன் விளக்கம் சொல்ல.

"ஏன் மாமா, அவதான் சென்டிமென்ட்டா பேசி உன்ன பேசவிடாம பண்றானா, நீயும் வருத்தப்பட்டு பேசுறயே. போ மாமா."என்று அழகி சொல்லி கொண்டிருக்க. உண்மையிலேயே தெய்வா வந்து கொண்டிருந்தான்.

அப்போது ராஜியிடம் தெய்வாவை காட்டி, "அடியே ராஜி, அங்க பாருடி, இப்போ சொல்லுடி... சொல்லு, நீதான் தைரியமானா ஆள் ஆச்சே சொல்லு, என்ன சொன்ன மூஞ்சூர் மூக்கனா இரு அவன் வரட்டும் சொல்றேன்."என்று அழகி ராஜியை வெறுப்பேத்த.

"சில்லிவண்டு சிக்காதுடி, இந்த ராஜியை என்ன நெனச்ச, இப்போ பாரு."என்றவள் சிட்டாய் பறக்க முயன்றவளின் கைகளோ அழகியிடம் சிறைப்பட்டு இருக்க. "கையை விடுடி மூஞ்சூர் மூக்கன் வரான். ரொம்ப பண்ணுவாண்டி அவன். பெரிய இவன் மாதிரி மொறச்சே கொல்லுவான். அடிக்க வேற செய்வாண்டி. என் செல்லம் இல்ல, என் தங்கம் இல்ல, என் அழகி இல்ல, விட்டுட்டு தங்கம். மாமா நீயாவதும் சொல்லேன். காப்பாத்து மாமா காப்பாத்து"என்று மிரட்டல் தொடங்கி கெஞ்சலில் ராஜி முடிக்கவும். தெய்வா அங்கு வரவும் சரியாய் இருந்தது.

தெய்வா வரவும். "இங்க கேளு தெய்வா, இவ உன்ன என்ன சொன்னா தெரியுமா. மூஞ்சூர் மூக்கனாம் நீ. யாருக்கும் பயப்பட மாட்டாளாம். உனக்கும் பயப்பட மாட்டாளாம். என்னனு கேளு தெய்வா"என்று அழகி பேசிக்கொண்டே இருக்க.

"அழகி... அழகி!" என்று அவனும் கூப்பிட்டுக்கொண்டே இருந்தான். அவள் அவனை கவனிக்காமல், மேலும் நிறுத்தாமல் பேசிக்கொண்டே இருக்க. "அழகி!!!"என்று அவன் கத்தியதில் அழகி மட்டும் இன்றி இன்பரசுவும், ராஜியும் கூட அதிர்ந்தனர்.

"என்னடா தெய்வா, ஏன் இப்படி கத்துற. என்ன ஆச்சு,"என்றான் இன்பரசு

"அண்ணா இவ இங்க பைத்தியம் மாதிரி விளையாண்டுகிட்டு இருக்கா. அங்க இவளுக்கே தெரியாம இவளுக்கும், தென்னரசு அண்ணனுக்கும் பரிசம் போட்டு ஒப்பு தாம்பூலம் மாத்திட்டு இருக்காங்க."என்று தெய்வா சொல்ல. அப்படியே அதிர்ச்சியில் சிலை ஆகினாள் முத்தழகி.

ராஜியோ, "இப்போ தெரியுதா நான் சொன்னது எவ்ளோ உண்மைன்னு. நீ அவங்களுக்காக உன் ஆசைய கொன்னு பொதச்ச, அவங்க உனக்கே சொல்லாம உன்னையே கொன்னு பொதைக்க போறாங்க. போடி போ.... பெரிய இவமாதிரி பேசின, என்ன மீறி எதுவும் நடக்காதுன்னு, இப்போ என்ன சொல்ல போற. சொல்லுடி. இப்போ என்ன சொல்ல போற."என்று அழுகையும் வேதனையுமாய் தன் உயிர் தோழிக்காய் கொதித்து கொண்டிருந்தாள்.

5

குருவிகள்

அழகிக்கும் தென்னரசுவிற்கும் பரிசம் போட்டுக் கொண்டிருப்பதாக தெய்வா சொன்னதும், அழகி அதிர்ச்சியில் இருக்க, ராஜி கோபத்தில் கொந்தளித்து கொண்டிருந்தாள்.

அந்த நேரம் இன்பரசன் தெய்வாவிடம், "டேய் என்னடா சொல்ற, உண்மையை தான் சொல்றியா, விளையாடாத தெய்வா. நல்லா தெரியுமா உனக்கு?"என்றான்.

"அண்ணா இந்த விஷயத்துல எப்டி விளையாட்டா இருப்பேன் நான். உண்மையா தாண்டா ஏற்பாடெல்லாம் நடந்துகிட்டு இருக்கு. நடராஜன் (தென்னரசுவின் அப்பா) பெரியப்பா தாண்டா என்கிட்ட சொன்னாரு. அவர இப்போதாண்டா பாத்துட்டு வறேன்"என்று தெய்வா சொன்னதும் அழகி அங்கிருந்து வேகமாய் புறப்பட, "அழகி ஒரு நிமிஷம் இரு"என்றான் இன்பரசு. அவளும் அமைதியாய் அவனை பார்க்க.

"நீ ஒண்ணும் கவலைப்படாத பாத்துக்கலாம், வீட்ல போய் கொஞ்சம் பொறுமையா பேசு, முடிஞ்ச அளவு சமாளி, முடியலன்னா ஒரு போன் பண்ணு நான் வறேன். அவசரப்பட்டு எதுவும் முடிவெடுக்காதா அழகி, நல்லது கெட்டத யோசிச்சு முடிவெடு. புரியும்னு நம்புறேன்"என்றவன்

ராஜியிடம் தெய்வாவின் பைக் சாவியை குடுத்து "ராஜி பைக்ல கூட்டிட்டு போ, வண்டியை பொறுமையா ஒட்டிட்டு போ,. தெய்வா அப்பறமா வண்டியை எடுத்துப்பான்"என்று சொல்லி அனுப்பி வைத்தான்.

அழகியும், ராஜியும் அங்கிருந்து கிளம்பியதும். "டேய் அண்ணா ஏண்டா அழகிய தனியா அனுப்பி வச்ச, நம்மலும் கூட போய் இருக்-

கலாமே, அவ எப்டி சமாளிப்பா?? தென்னரசு அண்ணன் அவளுக்கு சரியா வர மாட்டார்டா, அவர் நல்லவர் தான். ஆனா அழகிக்கு வேணாம். அவ எண்ணம் வேற, எல்லாத்துக்கும் மேல அழகி மனசுல.... சரி அத விடு, இப்போ சொல்லு ஏன் அவள தனியா அனுப்பி வச்ச."என்று தெய்வா கேட்டதும்.

"நம்ம போனா விஷயம் வேற மாதிரி ஆகிடும் தெய்வா, ஏற்கனவே பெரியப்பாவும் தென்னரசும் நம்மள விரோதியா தான் பாக்குறாங்கிய. அப்டி இருக்கும்போது இப்போ நம்ம அங்க போறது சரி வராது. அதை-யும் தாண்டி, தென்னரசு நல்லவன் தான். அழகிய நல்லா பாத்துப்பான். ஒரு வேளை அழகிக்கும் மனசு மாறலாம். எதுவா இருந்தாலும் முடிவு அவ எடுத்ததா இருக்கட்டும்."என்று அவன் சொல்லிமுடிக்கும் முன்னே,

"போதும் நிப்பாட்டு இன்பா, நீ நல்லவன்னு தான் நெனச்சுட்டு இருக்கேன். ஆனா நீ சரியான முட்டாளா இருக்க. நல்லவனா இருக்க முட்டாளா இருக்கணும்னு அவசியம் இல்லடா. ஊருக்கெல்லாம் ஓடி ஓடி நல்லது செஞ்சு ஒரு புண்ணியமும் இல்ல. உன்ன சேர்ந்தவங்கள புரிஞ்சுக்காம, என்னமோ பண்ணு போ. ஆனா ஒண்ணுடா நான் உன்ன மாதிரி எல்லாம் யோசிச்சுட்டு இருக்க மாட்டேன். அழகிக்கிட்ட நான் பேசிக்கிறேன். அவ மட்டும் ம்ம் னு ஒரு வார்த்தை சொல்லட்டும், அப்-பறம் இருக்கு" என்று கோபமாய் பேசிவிட்டு சென்றான்.

இன்பரசுவிற்கு தான் ஒன்றுமே புரியவில்லை. இனம் புரியா வலி, ஒன்றும் செய்ய முடியா கையாலாகாத நிலை, குழப்பம் என அனைத்தும் சுழல அமைதியாய் நகர்ந்தான் இன்பரசன்.

ராஜி பைக்கை ஓட்ட பின்னால் அமர்ந்தபடியே நினைவுகளை பின்-னோக்கி சூழல விட்டாள் முத்தழகி.

பனிரெண்டாம் வகுப்பு முடித்தது தேர்வு முடிவுக்காக காத்திருந்த நேரம் அது, பத்தாம் வகுப்பும், பனிரெண்டாம் வகுப்பும், அதில் எடுக்கும் மதிப்பெண்ணும் மட்டுமே எதிர்காலம் என்று பெரும்பான்மை பெற்றோர் நம்பி கொண்டிருந்த காலகட்டம் அது. ஆனால் அழகியும், ராஜியும் அந்த கவலையெல்லாம் இல்லாமல் ஆற்றுக்கால்வாயில் இறங்கி ஆட்-டம் போட்டு கொண்டிருந்தனர். கூடவே அந்த ஊரின் பாதி மக்களும் அங்கே தான் குளித்தும், துவைத்தும், குழந்தைகள் எல்லாம் விளையா-டியும் கொண்டிருந்தனர்.

கால்வாயின் ஆழம் கழுத்தை தாண்டி என்றாலும், அந்த வறண்ட பூமியில் தண்ணீர் எப்போதும் இடுப்பை தாண்டுவதே அதிசயம் ஆகி இருந்தது. வறண்ட காலங்களில் பாசனித்திற்கே தண்ணீர் வராது அந்த கால்வாயில், இந்த வருடமோ, வருண பகவான் தாரளாமாய் பொழிந்த மழையின் காரணமாய் வைகை அணை அது நிரம்பி வழிய, வழிந்த உபரி நீர் மட்டுமே வாய்க்காலை நிறைத்து என்றும் இல்லா அதிசயமாய் கழுத்து வரை ஓடியது.

அந்த கழுத்து தண்ணீரில் ஒரு புறமாய் திரும்பி நின்று தண்ணீ-ருக்குள் மூழ்கி மூச்சடக்கி கொண்டிருக்கும் அழகியின் பராக்கிரமத்தை கணக்கிட்டு கொண்டிருந்தாள் ராஜி.

எண்ணிக்கை முடிந்ததும் ராஜி சொன்ன பின்னே அழகி வெளியே வரவேண்டும் அதுதான் போட்டியின் விதிமுறை, அதிக நேரம் யார் தாக்குப்பிடிப்பார் என்பது தான் போட்டி, இவர்களுடன் இன்னும் சில தோழிகளும் சேர்ந்து இந்த விளையாட்டை விளையாடி கொண்டிருக்க. ஆற்று கால்வாயை குறுக்கே கடக்க போடப்பட்ட கல் வழியின் மேல் அப்போதுதான் அவனும் அவன் நண்பர்களுடன் பேசி கொண்டே நடந்து வந்தனர். அவன் என்னமோ சாதாரணமாக தான் பேசி கொண்டே வந்தான், தண்ணீருக்குள் இருந்த இவளுக்கோ அவன் பேச்சு தண்ணீரிலும் வியர்வை பூக்க வைத்தது. அந்த கல்பாதையை கடக்க ஒரு நிமிடம் போதும், பாவி அவன் அவளை வதைப்பதற்கென்றே அங்-கிருந்தவர்களிடம் வாயடித்து கொண்டு மேலும் இரண்டு நிமிடம் எடுத்து கொள்ள, அவளோ நாணமோ, பயமா, கூச்சமோ ஏதோ ஒன்று கட்டி போட வெளியே வர முயலாமல் தண்ணீருக்குள்ளே மூச்சடக்கி மூர்ச்-சையாகி போனால். நேரம் கடந்தும் அழகி வெளிவராமல் போக, ராஜி, "அழகி......, அழகி...." என்று கத்த தொடங்க. போனவன் ராஜியின் குரல் கேட்டு மீண்டும் அங்கு ஓடி வர,

"அய்யோ அழகி எங்கடி போன, அழகி வாடி. அழகி.... அழகி..... என்று கத்திக்கொண்டிருந்த ராஜியிடம் "என்ன"என்று கேட்க. அதற்குள் உடன் இருந்தவர்கள் விஷத்தை சொல்லி அவளை தேட தொடங்க, தானும் இறங்கி தண்ணீருக்குள் துழாவினான் அவன். அப்போது சீமை கருவேலை மரத்தின் புதர் ஒன்றில் சிக்குண்ட அவளின் தலை முடி அவன் கையில் சிக்க, மெதுவாய் அதை எடுத்து விட்டவன். அவளை இழுத்து கரையில் போட. மயக்கத்தில் இருந்தவளை பார்த்து,

"அழகி.... அழகி..... என் தங்கம்.... எந்திரிடி, எந்திரி அழகி... எந்திரிடி... நீயில்லாம நான் எப்பிடி டி இருப்பேன். அழகி "என்று ராஜி கதற.

"ஏய் லூசு கத்தாத, ஒண்ணும் இல்ல தண்ணிய குடிச்சிருப்பா, இரு"என்று அவன் சொல்லிவிட்டு, அங்கிருந்த மாட்டுவண்டி சக்கரத்தை கவிழ்த்து போட்டு, அதில் அழகியை போட்டு சக்கரத்தை சுற்றி விட்டனர். அந்த சுற்றலில் குடித்த தண்ணீரெல்லாம் வெளியே வந்துவிட அதில் இருந்து இறக்கி கீழே கிடத்தி, கண்ணத்திலேயே அடித்து அடித்து அழகி கண்ண முழிச்சு பாரு, எந்திரி..."என்று அவன் சொல்ல. அதற்குள் அங்கு தோட்டங்களில் இருந்த மொத்த ஆட்களும் கூடிவிட்டனர். ஆளாளுக்கு ஒவ்வொன்றாய் சொல்லிக்கொண்டிருக்க, ராஜி ஆஸ்பத்திரிக்கு கூட்டிட்டு போலாம் ஆஸ்பத்திரிக்கு கூட்டிட்டு போலாம்"என்று சொல்ல.

"இல்ல ராஜி, அவளுக்கு தேவையான முதலுதவி பண்ணியாச்சு, நல்லா தான் இருக்கா. கழுத்து அளவு தண்ணியில மூழ்கி போனவ உலகத்திலேயே உன் பிரெண்டுதான் போ. அங்க பாரு போன வருஷம் பொறந்த பொடுசுக எல்லாம் உள் நீச்சல் அடிக்குது, எரும கெனக்கா வளந்திருக்கீங்க நீச்சல் தெரியாதா. நீச்சல் தெரியாம ஏன் ஆத்துக்கு வந்தீங்க. வெளிய சொல்லாதீங்க உங்க வீரத்தை கண்ணு வைக்க போறாங்கிய."என்று அவன் கிண்டலாய் சொல்ல.

"அதெல்லாம் அவ நல்லா நீச்சலடிப்பா, உள் நீச்சல் போட்டானா உலுவ மீனு தோத்து போகும் அவகிட்ட. நாங்க எல்லாம் கடலிலேயே ஸ்விம்மிங்க போட்டவங்கிய, என்னமோ இன்னைக்கு தான் இப்டி ஆகிடுச்சு. எல்லாம் விதி."என்றவள் "அழகி எந்திரிடி, அசிங்கப்படுத்தறாங்கிய. எந்திரிடி."என்று மீண்டும் அழ தொடங்க, இரு என்றவன் அழகியை நிமிர்த்தி பிடித்து மீண்டும் கண்ணத்தை தட்டி தட்டி எழுப்ப முயற்சிக்க, மெல்ல கண்விழித்தால் அழகி....

"அழகி... அழகி... அழகி..."என்ற குரலில் நினைவுகளில் இருந்து மீண்டாள் அழகி. அழகியின் வீடு வந்துவிட்டது, அவள் பைக்கில் இருந்து இறங்கி நடக்க, அழகியின் அரவம் அறிந்து வெளியே வந்த அவளின் அம்மா, அவளை கையை பிடித்து அழைத்து கொண்டு, ராஜியை பார்வையாலேயே போக சொல்லிவிட்டு, பின் வாசல் வழியே வீட்டிற்குள் அழைத்து சென்றார். அதுவரை அமைதியாய் இருந்தவள்.

இப்போது கோபம் கொப்பளிக்க, "இங்க என்னமா நடக்குது,"என்று கேட்டதும்,

"இப்போ எதுவும் பேச வேண்டாம் அமைதியா வா, எல்லாமே திடீர்னு நடந்துகிட்டு இருக்கு. பெரியவங்க எல்லாம் வந்திருக்காங்க, அசிங்கப்படுத்துற மாதிரி எதையும் பண்ணிடாத முத்தழகி. அவங்க எல்லாம் போனதும் பேசிக்கலாம்."என்றவர் அவளை அடுத்த வார்த்தை பேசவிடாமல் புடவை மாத்து, நகையை போடு, என்று ஒவ்வொன்றாய் சொல்லி பொம்மை போல ஆட்டி வைத்து கொண்டிருந்தார். அவளும் பொம்மையாய் ஆடி கொண்டிருந்தாள். அவளின் அந்த அமைதி தான் விருமாயியை மிகவும் பயமுறுத்தியது. இந்த அமைதிக்கு பின் எப்பேற்பட்ட பூகம்பம் நடக்க போகிறதோ என்று பயத்துடனே அதை வெளிக்காட்டாமல் நடந்துகொண்டிருந்தார்.

அழகியை தயார்படுத்தி முடித்தவர் அவள் எதிரிலேயே அதன் பின் வரவில்லை. அழகி மட்டும் தன் அறையில் ஆளுயர பீரோ கண்ணாடியின் முன் தன் கட்டிலில் அமர்ந்தபடி தன்னையும், தன் அலகாரங்களையும் கண் இமைக்காமல் பார்த்தபடி அமர்ந்திருந்தாள். அந்த காட்சியை விளக்க வேண்டும் என்றாள். இப்படித்தான் சொல்ல வேண்டும்

மங்கை என்னும்
மாயம் அவள்...
தன் மனம் என்னும் சாட்சியுடன்
மனம் விட்டு பேச...
நிலைகண்ணாடி அதன்
பிம்பத்தை தான்
ஊடகமாக பயன்படுத்தி
ஊடுருவி சென்றுவிட்டாளோ???
அவள் கண் இமை அது
கண்ணாடியில்
நிலை குத்தி நிற்க...
மனம் என்னும் பறவையோ
கூடு தேடி ஓடிக்கொண்டிருக்க...
அழகி என்ற அழைப்பில்
அதிர்ந்து...
அழகுகோலம் அதை ஆராதிக்க

அசையும் பொம்மையாய்

அழகாய் நின்றாள் அவள்!!!.

அழகி அங்கு வந்து நின்றபின் தான், வந்திருப்பவர்களை பார்த்தாள். பதினாருக்கு பதினெட்டு அளவு வாரண்டா அது, அதின் சாதாரண கொள்ளளவு கிட்டத்தட்ட ஒரு முப்பது பேர் எனலாம் ஆனால் அங்கோ, ஐம்பதிற்கும் மேல் ஆட்கள் இருந்தார்கள். பெண்கள் குழந்தைகள் தவிர அனைவரும் கரை வேட்டிகள் தான். தென்னரசு அவன் அரசியல் செல்வாக்கை இங்கு ஏன் காட்டுகிறான். என்னை மணக்க அவன் என் விருப்பம் தானே கேட்க வேண்டும். அதை விட்டுவிட்டு சாட்சிகளை கூட்ட காரணமென்ன???

சூழ்நிலை கைதியாய் என்னை மாற்ற நினைக்கிறானா. ஒருவேளை இதுவும் ஒரு ஒப்பந்தமோ, ஆனால் யாருக்கும் யாருக்குமானது, இதில் நான் யார். ஒப்பந்தம் செய்யப்படும் பொருளா, இல்லை ஒப்பந்ததாரரா, இல்லை வெறும் ஒப்பந்த பத்திரமா எதுவாக இருந்தாலும். அதை நான் அறிய வேண்டுமே என்னதான் நடக்கிறது. என்று அவள் மனம் கேள்வி கணைகளை தொடுக்க. "தாய்மாமன் வாங்கப்பா தட்டு மாத்தனும்."என்ற குரலில் நிகழ்வுலகம் வந்தவள். "மாமா நான் கொஞ்சம் பேசணும்"என்று நடராஜனை பார்த்து சொல்ல. அப்படியே அமைதியானது சபை. அந்த அமைதியும் உடனே கலைந்து மீண்டும் சலசப்பு தொடங்க. நடராஜன் எழுந்து தனியே வந்து,

"என்னமா பேசணும் சொல்லு,"என்று கேட்க.

"மாமா எனக்கு இந்த கல்யாணத்துல விருப்பம் இல்ல,"என்று பட்டென்று போட்டுடைத்தாள்.

"விருப்பம் இல்லையா, என்னமா சொல்ற ஊரயே கூட்டி கொண்டாந்து உக்கார வச்சு இருக்கேன். இப்போ போய் இப்டி சொல்ற. அசிங்கப்படுத்தணும்னே செய்றீகளா, என் மகனுக்கு பொண்ணு குடுக்க மதுரை ஜில்லாவே போட்டி போட்டுகிட்டு இருக்கு. அவன் ஆசைப்பட்டுட்டானே, ஒரு பக்கம் தங்கச்சி மகளாவும் போய்ட்டேன்னு நாங்க இறங்கி வந்தா அசிங்கபடுத்துறயா."என்று கோபமாய் கத்திக்கொண்டிருக்க, அங்கு வந்த தென்னரசு "அப்பா அழகி மேல எந்த தப்பும் இல்ல, அவளுக்கு இந்த ஏற்பாடு பத்தி எல்லாம் தெரியாது, நான் பேசிக்கிறேன் நீங்க போங்க, ஒரு அஞ்சு நிமிஷம் நான் பேசிட்டு வறேன், போங்கப்பா."என்று சொல்லி அனுப்பி வைக்க, இருவரையும் முறைத்து

கொண்டே அங்கிருந்து சென்றார் நடராஜன்.

அவர் சென்றதும், அழகியிடம் தென்னரசு "என்ன அழகி உனக்கு பிரச்சினை, ஏன் இந்த கல்யாணம் வேணாம்னு சொல்ற. என்ன பாத்தா மனுசனா தெரியலையா உனக்கு. எந்த வகையில கொறஞ்சு போய்ட்-டேன். நீ படிச்சாவ னா நானும் தான் Msc படிச்சிருக்கேன். இந்த மதுரை ஜில்லா பூராம் என்ன தெரியாதா ஆளே கிடையாது. நான் ஒண்ணும் புது ஆளும் கிடையாது. என்னபத்தி எல்லாம் உனக்கு தெரி-யும். அரசியல் வாதி தான். அதுவும் நம்ம ஊருக்கும், நம்ம ஆளுங்-களுக்கும் நல்லது செய்யத்தான். என்னதான் அரசியலுக்குள்ள இருந்-தாலும் எந்த கெட்ட பழக்கமும் வச்சுகிட்டது இல்ல. ஊரே என்ன மதிக்குது. இன்னைக்கு நிலைமைக்கு மதுரை ஜில்லாவுக்குள்ள என்ன கேக்காம, எனக்கு தெரியாம எதுவும் நடக்காது. எல்லாத்துக்கும் மேல உன் மேல எனக்கு விருப்பம் எப்பவோ வந்துடுச்சு பல வருஷம் ஆச்சு அந்த விருப்பம் வந்து, நாலு வருஷம் முன்னாடியே உண்ண பொண்ணு கேட்டு வந்தேன். முடியாதுனு சொல்லிட்டார் மாமா, ஒருவேளை நான் அப்போ பெருசா செட்டில் ஆகாம இருக்கேன்னு நினைக்கிறாங்க போலன்னு தான் அமைதியா போய்ட்டேன். இன்னைக்கு எல்லா தகு-தியோடையும் வந்து கேக்குறேன். இப்பவும் நீ மாட்டேன்னு சொன்னா என்ன நினைக்கிறது நானு. நான் உனக்கு தாய்மாமன் மகன் தான் ஆனா கிண்டலா கேலியா ஒரு வார்த்தை பேசி இருப்பேனா, உன்ன தவிர வேற எந்த பெண்ணையும் ஏறெடுத்தும் பாத்தது கூட இல்ல. இதுக்குமேல நீ என்னதான் என்கிட்ட எதிர்பாக்குற, நியாயமான ஒரு காரணம் சொல்லு நான் எல்லாரையும் கூட்டிகிட்டு போயிற்றேன்,"என்று உணர்ச்சி பொங்க பேசினான் தென்னரசு.

"அய்யோ மாமா நான் உங்களுக்கு தகுதி இல்லன்னு எப்போ சொன்னேன். இப்படி எல்லாம் பேசி கஷ்டப்படுத்தாதீங்க. உங்க மனசுல என்மேல விருப்பம் இருக்கும்னு நான் நெனைக்கவே இல்ல. நீங்களும் சொல்லவே இல்ல. இத நாலுவருசத்துக்கு முன்னாடியே சொல்லி இருந்தா அப்போவே எல்லாம் சரி ஆகி இருந்திருக்கும். இவ்ளோ தூரம் நீங்க கஷ்டப்பட வேண்டி வந்திருக்காது. அப்பவும் இப்பவும் ஒரே காரணம் தான். நான் வேற ஒருத்தர விரும்புறேன். அதனால தான் வேணாம்னு சொல்றேன் மாமா. புரிஞ்சுக்கோங்க."

"வேற ஒருத்தர விரும்புறியா, யார் அவன், எனக்கு தெரியாம யார் அது. பொய் சொல்லாத அழகி."

"உங்களுக்கே தெரியும் மாமா நான் பொய் சொல்ல மாட்டேன்."

"அப்போ யார் அவன்."

"அது வேணாம் மாமா, அவசியம் இல்லாதது அது."

"எனக்கு அவசியம் தான் அது. நான் ஆறு ஊரையும் கூட்டி உக்காந்திருப்பேன். நீ யாரோ ஒருத்தனை விரும்புறேன்னு சொல்லுவ, சொன்னதும் வாய மூடிக்கிட்டு நான் அப்படியே எல்லார் முன்னாடியும் அவமானபட்டு, அசிங்கப்பட்டு போயிடனுமா.... நான் என்ன சொம்பையா... ஒண்ணு அவன் யாரு என்னன்னு சொல்லு, இல்லையா அமைதியா பரிசத்துக்கு வந்து நில்லு. இங்கே பாரு அழகி, எல்லா மனுசனும் நல்லவேன் தான், எப்போ வரைக்கும் தெரியுமா எல்லாமே அவன் கைக்குள்ள அவன் அவன் நெனச்ச மாதிரி எல்லாம் நடக்குற வரைக்கும். நானும் ரொம்ப நல்லவேன் தான். நீ ஒழுங்கா இருக்குற வரைக்கும். இன்னமும் சொல்றேன். நீன்னா எனக்கு உசுரு. உன்ன தங்க தாம்பாளத்துல வச்சு தாங்கு தாங்குன்னு தாங்குவேன். அதுக்கு நீ என்கூட வரணும். வந்துரு. உனக்கு தேர்ந்தெடுக்க வாய்ப்பெல்லாம் இல்ல. இதேன் ஒரே வழி. வா...."என்று அவளை ஏதும் பேசவிடாது கையை பிடித்து இழுத்து சென்றவன். சபையில் நிறுத்தி, கண் ஜாடையிலேயே ஆரம்பிக்க சொல்ல. தாய்மாமன்கள் மகிழ்ச்சியுடன் ஒப்புதாம்பூலத்தை மாற்றி கொண்டனர். அழகி ஒருத்தியை தவிர அனைவரும் முகமும் பூரிப்பில் மலர்ந்திருந்தது. விருந்து தடபுடலாய் நடந்து முடிய, அனைவரும் கிளம்பி சென்று விட்டனர். இதற்கிடையில் ராஜி இந்த பக்கம் வராதவாறு பார்த்துக்கொண்டார் விருமாயி. இரவு வேலைகளெல்லாம் முடித்து அவர் அழகியின் அறைக்கு சென்று பார்க்க, அவள் மதியம் உக்கார்ந்திருந்த அதே இடத்தில், அதே புடவையில் அதே போல் கண்ணாடியை வெறித்து பார்த்தபடி அமர்ந்திருந்தாள்.

"என்னடி ஏன் இப்படியே உக்காந்திருக்க, சேலையை மாத்து, மூஞ்சிய கழுவு, வா சாப்டு." என்று அழைக்க, கண்ணாடியில் இருந்து பார்வையை விருமாயி பக்கம் திருப்ப அதில் அதுவரை பேசிக்கொண்டிருந்தவர் அமைதியாய் அங்கிருந்து சென்றுவிட்டார்.

இரவு கழிந்து, விடியலும் வந்துவிட, அதிகாலை சிட்டுக்குருவி அவள் வழக்கம் போல் வந்து கருவேல மரத்தில் நின்று சேதி சொல்ல,

அதை ரசிக்கும் மனமின்றி நேற்று இரவு அமர்ந்திருந்த அதே இடத்தில் அப்படியே அமர்ந்திருந்தாள்.

கையில் காபியுடன் வந்த விருமாயி, அழகி அப்படியே அமர்ந்திருப்பதை கண்டு. "அழகி என்னடி இன்னுமா அப்டியே இருக்கவ. என்னடி ஏண்டி உனக்கு இம்புட்டு அழுத்தம். பொட்ட பிள்ளைக்கு இம்புட்டு நெஞ்சழுத்தம் ஆகாதுடி. உன்னய என்ன பாழுங்கினதுலயா தள்ள போறோம். அந்த தேசிங்குராஜா கெனக்கா, மதுரை ஜில்லாவவே ஆள போறவனுக்கு தாண்டி கட்டி குடுக்க போறோம். அதுக்கு போய் இப்டி எழவு விழுந்த மாதிரி ஒருநாள் பூராவும்மா அசையாம உக்காந்திருப்ப. எந்திரிடி"என்று அவர் போட்ட சத்தத்தில் ஜெயகொடியும் வந்து சேர்ந்தார். அவரும் என்ன என்னவோ பேசியும் அவள் அசையவே இல்லை. விருமாயி அடித்து கூட பார்த்து விட்டார். அவள் அசையவே இல்லை. ஒரு கட்டத்திற்கு மேல் இருவரையும் பயம் சூழ என்ன செய்வதென்று புரியாமல் குழம்பி நின்றனர். நேரம் கடந்து கொண்டே இருந்தது மதிய வேளையும் ஆனது. அழகியின் போனும் அடித்து அடித்து அவள் பெற்றோரை போலவே ஓய்ந்து போனது.

கடைசியில் சாட்சி காரன் காலில் விழுவதை விட சண்டை காரன் காலுலேயே விழுந்து விடலாம் என முடிவெடுத்தவர்கள் அத்தனைக்கும் காரணமான அவனையே இதை சரி செய்யவும் சொல்ல வேண்டும் என்று அழைக்க நினைத்தனர்.

6

குருவிகள்

சாட்சிக்காரன் காலில் விழுவதை சண்டைக்காரன் காலிலேயே விழுந்து விடலாம் என முடிவெடுத்து அவனிற்கு அவர்கள் அழைக்க போக.

"போதும்... என் வாழ்க்கையை கெடுத்த வரைக்கும் போதும். அவராவதும் நிம்மதியா இருக்கட்டும். அவருக்கும் இங்க நடக்குற எதுக்கும் சம்பந்தம் இல்ல. அமைதியா இருக்குற என்னய வேற மாதிரி முடிவுகள் எடுத்து வச்சுடாதீங்க, இங்க இருந்து போங்க."என்று அழகி கத்த, அடுத்த வார்த்தை பேசாமல் அங்கிருந்து சென்றுவிட்டனர் அவளது பெற்றோர். அவர்களுக்கு தேவை அவளது அசைவு தான் அது அவனால் மட்டுமே முடியும் என்று சரியாக கணித்து வெற்றியும் கண்டு, அங்கிருந்து கிளம்பினர்.

சமாளிக்க முடியாத அந்த சூழலை சமாளித்து, பொங்கி எழும் மனதை சமன் செய்து, தன்னை நிலைப்படுத்தி கொள்ள, வழக்கம் போல அழகி மீண்டும் அந்த நாளின் நினைவுகளுக்குள் தன்னை புகுத்தி கொண்டாள்.

அன்று........

"அழகி.... அழகி...."என்ற அவனின் குரலில் அழகி கண் விழிக்க... அவள் கண்ட அந்த காட்சி மேலும் மூச்சடைத்தது. அவள் கன்னத்தில் தட்டியபடி அவளையே நேருக்கு நேராய் பார்த்து கொண்டிருக்கும் அவன் முகம், அவ்வளவு நெருக்கத்தில், கிட்டத்தட்ட அவனது அணைப்பில், அரை அடி தூரத்தில் தான் அவன் இருந்தான். அவளுக்கோ அவன் அரை அங்குள தூரத்தில் இருப்பது போன்ற

உணர்வு, அந்த உணர்வில் கனவா நினைவா என்ற குழப்பத்தில் மீண்டும் அவள் கண்கள் சொருக.

"அடியே.... கொல்லப்போறேன். கண்ணை முழிச்சு பாருடி, எருமை மாடே, எந்திரிடி. ஏற்கனவே கிண்டல் பண்ணிட்டு இருக்காங்கிய, திரும்பவும் மயங்கின அவங்கிய அழகுல மயங்கிடன்னு சொல்லி வெறுப்பேத்துவாங்கிய, எந்திரி எரும"என்று ராஜி ரெண்டு போடு போட. எழுந்து அமர்ந்தாள் அழகி.

அப்போதும் ஒரு கை அவளின் இடது கையையும், மற்றொரு கை, இவளின் இடப்புறம் இருந்து முதுகின் வழியே அவளது வலகையை இறுக பிடித்தபடியுமே இருக்க. அதைக்கண்ட ராஜியோ.

"இன்பா மாமா, கொஞ்சம் அவ கையை விடு, அவதான் முழுச்சுட்டாள, இன்னும் எதுக்கு பிடிச்சுகிட்டே இருக்க விடு மாமா,"என்று சொல்ல,

"அட குந்தாணி, இந்நேர வரைக்கும் அய்யோ மாமா மாமா கப்பாத்துன்னு சொல்லிட்டு, இப்போ கண்ணு முழிச்சதும் கைய விடுன்னு சொல்றியா, ரொம்ப ஆசை பாரு உன் பிரெண்ட் கையை பிடிக்க. ஓடி போங்க,"என்றவன் அங்கிருந்து எழுந்து சென்றுவிட.

அவன் போகும் திசையையே பார்த்தபடி இருந்த அழகியை, தலையிலேயே ஒரு கொட்டு வைத்து, "அழகி என்ன ஆச்சு உனக்கு. நல்லா தான பக்கி நீச்சலடிப்ப. இன்னைக்கு என்னடி ஆச்சு. சொல்லு இல்ல கொன்றுவேன். என்னடி ஆச்சு ஏன் மயக்கமான, எவ்ளோ பயந்துட்டேன் தெரியுமா."என்று ராஜி கோபமும் வருத்தமுமாய் பேச, அழகியோ அதையெல்லாம் கண்டுகொள்ளாது சிரித்துகொண்டே எழுந்து வழியில் இருந்த கோரை புற்களை பிய்த்து வீசிக்கொண்டே புள்ளி மான் போல ஓட, ஒன்றும் புரியாத ராஜி வேகமாய் ஓடி அவள் முன்னே சென்று அவளுக்கு எதிராய் இருந்தபடி பின் வாக்கில் ஓடி கொண்டே,

"அழகி.... என் முத்தழகி..... தங்கபிள்ள, என்ன ஆச்சு என் செல்ல குட்டிக்கு."என்று கேட்க.

அப்போதும் அழகி சிரித்து கொண்டே இருக்க. "ஆஆஹ்ஹ மவளே அவ்ளோதான் உனக்கு சொல்லுடி."என்று பொறுமை இழந்து பொங்கி எழுந்த ராஜியிடம்.

"அது.... அது.... அது வந்து மொஸ குட்டி (ராஜிக்கு அழகி வைத்த செல்ல பெயர் மொஸகுட்டி, மொஸகுட்டினா முயல் குட்டின்னு அர்த்தம்

எங்க ஊர்ல) இன்பா மாமா பேசிக்கிட்டே வந்துச்சா... அதான் அது குரல் கேட்டதும் என்னமோ பண்ணிச்சா... அதான் உள்ளேயே மூச்சடக்க பாத்தேன். ஏற்கனவே மூச்சு முட்டிச்சா நான் இன்னும் அடக்க பாத்ததும் அப்டியே மயக்கம் வந்துருச்சு. அப்டியே எந்திரிச்சு பார்த்தா மாமா மடியிலேயே இருக்கவும், ஒண்ணும் சொல்ல முடியல."என்று வெட்கப்பட்டு கொண்டே சொல்லும் அழகியை வினோத உயிரினம் போல பார்த்தாள் ராஜி. அழகி வெக்கம் எல்லாம் படுவாள் என்று கனவிலும் ராஜி நினைத்து கூட பார்த்ததில்லை. அதனால் அவள் அப்படி வித்தியாசமாய் பார்த்து கொண்டிருக்க.

"என்ன மொஸ குட்டி ஏன் அப்படி பாக்குற."என்றாள் அழகி.

"இல்ல இது என் அழகி தானான்னு பாக்குறேன். ஆமா என் அழகியே, இது புது கதையா இருக்கு. எனக்கு தெரியாம."

"என்ன கதை! எத சொல்ற? . நான் என் பண்ணேன் மொசகுட்டி?
"

"ஊருக்குள்ள நம்ம ரெண்டுபேரையும் பொம்பள பிள்ளைங்க னு சத்தியம் பண்ணி சொன்னாலும் எவனும் நம்ப மாட்டாய்ங்க, நம்ம வரலாறு அப்டி. ஆனா அந்த வரலாறு இப்போ கோளாறெல்லா போய்ட்டு இருக்குடி என் அழகி."

"லூஸா நீ எதை எதையோ பேசிக்கிட்டு. வா வீட்டுக்கு போவோம்."

"அதெல்லாம் இல்ல. இப்போ நீ சொல்லியே ஆகணும். இன்பா மாமாவ பாத்து ஏன் உன் வாய்ல இருந்து வாட்டர் பால்ஸ் ஓபன் ஆகுது. எப்போ இருந்து இது நடக்குது."

"எப்போ, என்னன்னு எல்லாம் தெரியாது, ஆனா மாமானா ரொம்ப பிடிக்கும். அத பாத்தாலே மனசு பட படனு அடிச்சுக்கும்."

"நீ சரிப்பட்டு வரமாட்ட, அழகி நீ சரிப்பட்டு வரமாட்ட. பொண்ணுங்க பின்னாடி தாண்டி பசங்க சுத்தனும். அதானே உலக வழக்கம். இதெல்லாம் சரிப்பட்டு வராது.... வராது.... வரவே வராது....."

"வாய நல்லா பினாயில் போட்டு கழுவு பக்கி, நல்ல வார்த்தையே வாயில இருந்து வராதா உனக்கு. ஏன் பொண்ணுங்க பசங்க பின்னாடி போக கூடாதா. அப்போ பீலிங்ஸ் வந்தாலும் உள்ளேயே வச்சுக்கணுமா... என்னால அதெல்லாம் முடியாது. இது சுதந்திர நாடு, எனக்கும் உரிமை இருக்கு, இன்னும் மூணு வருஷம் காலேஜ் மட்டும் முடிச்சுக்கிறேன். அப்பறம் பாரு இந்த அழகி யாருன்னு."

"ஏய் என்னடி நேத்து வரைக்கும் என்ன என்னமோ சொல்லிட்டு இருந்த. நான் நெறய படிக்க போறேன். சொந்தமா ஸ்கூல் ஆரம்பிக்க போறேன். நம்ம ஊர் பிள்ளைகளுக்கு எல்லாம் வழி காட்ட போறேன் அப்டீன்னு எல்லாம் சொல்லிட்டு இருந்த. இப்போ என்னடி இப்டி மாறிட்ட.

"நான் எப்பவும் மாறல, மாறவும் மாட்டேன். இன்னமும் அதேதான் சொல்றேன். ஸ்கூல் என் கனவு, நம்ம ஊர் வளர்ச்சி என் லட்சியம். ஆனா அதுக்கு நான் மாமாவ விரும்ப கூடாதா என்ன. உண்மைய சொன்னா, மாமாவ நான் விரும்ப காரணமே மாமாவுக்கும் இந்த ஊரும், ஊர் வளர்ச்சியும் ரொம்ப முக்கியம். போன வருஷம் நம்ம ஊர்ல ஜாதி கலவரம் வந்துச்சே ஞாபகம் இருக்கா. அப்போ இன்பா மாமா மட்டும் தான் நம்ம பக்கம் இருந்து பொதுவா பேசி நம்ம ஆளுங்க கிட்ட எல்லார் கிட்டயும் கெட்ட பேர் வாங்கிக்கிச்சு. ஆனாலும் கொஞ்சம் கூட மாறாம இன்னமும் பொது ஆளாவே இருக்கு. அதான் சொல்றேன் எனக்கு இன்பா மாமா தான் சரியான மேட்ச். மூணு வருஷத்துல நானும் காலேஜ் முடிச்சுடுவேன். மாமாவும் msc முடிச்சுடும். அப்பறம் மாமாவ கட்டிக்கிட்டு ரெண்டுபேரும் சேர்ந்து எங்க லட்சியம் கனவுக்காக ஓடுவோம். எப்டி, சூப்பரா"

"அடேங்கப்பா பலே கேடி தாண்டி நீனும். எல்லாம் இருக்கட்டும் நீ சொல்றதெல்லாம் ஒரு பக்கம் இருக்கட்டும். மாமா மனசுல என்ன இருக்குனு தெரியனுமே. அது வேற வெளியூர் எல்லாம் போய் படிச்சுட்டு வந்திருக்கு. அங்க யாராவதும் டவுனு காரிய பிடிச்சிட்டு வந்துருச்சுனா என்ன பண்ணுவ.

"அய்யோ! ஏண்டி இப்டி அபசகுணமா பேசுற. நல்லதே வராதா வாயில? "

"இல்ல அழகி, ஒருவேளை அப்டி நடந்தா என்ன பண்றது. ஆரம்பத்திலேயே தெரிஞ்சுகிட்டா நல்லது தானே. அதுக்கு ஒரு பிளான் இருக்கு சொல்லவா அழகி.

"என்ன பிளான் மொஸகுட்டி சொல்லு பாப்போம்."

"நம்ம தெய்வா... அவன பிடிச்சு கேட்டா பூராத்தையும் சொல்லிடுவான். என்ன சொல்ற."

"அய்யோ வேணாம் அப்பறம் அவன் வீட்ல சொல்லிடுவான். அப்பறம் அவங்கய இதான் சாக்குன்னு காலேஜுக்கு எல்லாம் அனுப்ப

மாட்டாங்கிய. கொஞ்சநாள் போகட்டும் அப்பறம் கேட்டுப்போம். இப்போ வேணாம். மொத ரிசல்ட் வரட்டும் காலேஜ்ல சேருவோம், அப்பறம் பாத்-துப்போம்."

"அதுவும் சரிதான். அந்த தெய்வா சரியான பொரணிகடை எல்-லாத்தையும் போட்டு குடுத்துட்டுவான். வேற எதாவதும் யோசிப்போம். அப்பறம் அழகி நாளைக்கு நான் ஊர்லயே இருக்க மாட்டேன். ரிசல்ட் பாத்து வை. நான் வந்ததும் சொல்லு என்ன."

"ஏன் தங்கம் அம்புட்டு முக்கியமான வேலையா என்ன, எங்க போகுது என் மொஸகுட்டி."

"முக்கியமான வேலையெல்லாம் ஒண்ணும் இல்ல. எப்பிடியும் நான் பார்டர்ல தான் பாஸ் ஆகி இருப்பேன். நீ ஜில்லாவுலயே பர்ஸ்ட்டா வருவ, அத சொல்லியே எங்க அப்பனும் ஆத்தாளும், பொல பொலன்னு பொலப்பாங்கிய என்னய போட்டு. அதான் கிரேட் எஸ்கேப். அப்பத்தா வீட்டுக்கு போக போறேன். எப்டி என் திட்டம்."என்றவளை கழுத்தை பிடித்து நெறித்தபடி. "கொன்னுடுவேன் ஒழுங்கா காலைல என்கூட வர நம்ம ரெண்டுபேரும் தான் ஸ்கூல்க்கு போறோம் ரிசல்ட் பாக்குறோம் புரியுதா."என்று அழகி மிரட்ட.

"சரிடி.... வறேன்.. அதுக்கு நான் உயிரோட இருக்கணும்ல கழுத்த விடு எரும செத்துட போறேன்"என்று ராஜி திக்கி திணறி பேச... அதன் பின்னே கழுத்தை அழகி விட. அப்படியே பேசிக்கொண்டே வீட்டை நோக்கி சென்றனர் இருவரும்.

****

தென்றல் காற்றும்,
மெல்லிய பனிசாரலும்,
சூரியனை மூடிய மேகமும்,
எல்லாம் இல்லாத,
சுளீர் வெயிலும்
சூடான காற்றும்,
அதிகாலை கூட
நண்பகல் போன்ற வெயிலும்
சூழ விடிந்தது அந்த காலைநேரம்

பொதுவாக வருடத்தில் தொன்னூறு சதவீதம் இப்படித்தான் இருக்-கும், தெற்கத்திசீமையின் விடியல்கள் எல்லாம். அன்றும் அப்படியே

இருக்க. என்றும் ஆறுமணிக்கு எந்தரிக்கவே அழுது புலம்பும் அழகியும், பத்து மணிக்கு உசிப்பினாலே பதறும் ராஜியும், ஐந்து மணிக்கே எழுந்து, பிள்ளையார் கோயில் கிணற்றில் குளித்து முடித்து, அதே ஈரத்துணியுடன் கோயிலை சுற்றி சுற்றி ஆயிரம் முறை வேண்டிக்கொண்டு நெற்றி கொள்ளும் அளவிற்கு விபூதி பட்டையை இட்டுக்கொண்டு அங்கிருந்து கிளம்பி வீடு சென்று உடை மாற்றிகொண்டு, பள்ளிக்கு புறப்பட்டனர்.

இணையத்தில் ரிசல்ட் பாக்கும் வசதியெல்லாம் அன்று இல்லை, ஒருசிலர் தங்கள் நோக்கிய 1100 போனில் குறுந்செய்தி மூலம் பார்ப்பர், மற்றவர்கள் நேரடியாக பள்ளிக்கோ, இல்லை கணினி மையத்திற்கோ தான் சென்றாக வேண்டும். ராஜியும் அழகியும் பள்ளிக்குத்தான் சென்றனர். அதே நாகமலை அடிவாரத்தில் ஒன்னரை கிலோமீட்டர் நடைபயணம், அங்கிருந்து ஒரு ஐந்து நிமிட பேருந்து பயணம். பின் அங்கிருந்து சில பல நிமிட காத்திருப்பிற்கு பின் பேருந்து வாசல் படிக்கட்டில் பாதியும் உள்ளே மீதியுமாய், ஒரு கால் மணிநேர பேருந்து பயணம், அங்கிருந்து அரை கிலோமீட்டர் நடை பயணம், இத்தனையையும் தாண்டி எட்டு மணிக்கு பள்ளியை வந்தடைந்தனர் இருவரும்.

அந்த வட்டார மக்களில் நடுத்தரவர்க்க பிள்ளைகள் அனைவரும் படிக்கும் ஒரே பள்ளி அதுதான். அந்த பள்ளி மட்டும் தான் ஒரே ஒரு நம்பிக்கை. உள்ளூரில் தொடக்க பள்ளியை தாண்டி நடுநிலை பள்ளிகள் கூட இல்லாத கிட்டத்தட்ட முத்திரெண்டு குக்கிராம பிள்ளைகளுக்கு அந்த பள்ளி மட்டும் தான் இருந்தது படிக்க. பணியானும் அதில் ஒரு கிராமம். அதனால் தான் அழகிக்கு சொந்த ஊரில் பள்ளி தொடங்கவேண்டும் என்று அவ்வளவு ஆர்வம், லட்சியம் எல்லாம் இருந்தது.

காலையில் எழுந்து, குளித்து முடித்து, ஆசுவாசமாக பள்ளிக்கு கிளம்பி செல்வதெல்லாம் அவ்வளவு ஆசை அந்த ஊர் மாணவர்களுக்கு. அழகிக்கும் கூட. அதை மாற்ற வேண்டும் என்பதுதான் அழகியின் ஆசை.

பரீட்சை விடுமுறைக்கு பின் மீண்டும் பள்ளிக்குள் நுழையும் பொழுதே புது உற்சாகம் அது தொற்றிக்கொண்டது தோழிகளை, இவர்களுக்கு முன்னே மற்ற தோழர் தோழிகள் அங்கு கூடி இருக்க, இவர்களும் அந்த ஜோதியில் ஐக்கியம் ஆகினர். அரட்டையும் பேச்சும், கூத்தும், கேலியுமாக நேரம் கழிந்து கொண்டிருக்க. தலைமை ஆசிரியர் தன் அறையில் இருந்து வெளியே வந்து, பள்ளியின் ஆஸ்தான மேடையில்

நின்று, ஒலிபெருக்கி மூலம் பேச தொடங்கினார்.

"மாணவ செல்வங்களுக்கு வணக்கம். உங்க எல்லோரா பரீட்சை முடிவுகளும் வந்துடுச்சு. வழக்கம் போல சிறப்பா பரீட்சை எழுதி, நம்ம ஸ்கூல் பேர காப்பாத்தி இருக்கீங்க. பல தனியார் பள்ளிகளுக்கு இடை-யில நம்ம பள்ளி சிறந்த பள்ளினு அரசங்கத்தாலேயே தேர்ந்தெடுக்க பட்டு, பாராட்ட பட்டிருக்கு. அதுக்கு எல்லாம் என் கண்ணின் மணி-யான, என் மாணவ செல்வங்களாகிய நீங்கள் தான் காரணம். உங்க-ளுக்கு என்னோட மனமார்ந்த நன்றிகள். அப்பறம் இந்த வருடம் பனி-ரெண்டாம் வகுப்பில் நமது உசிலம்பட்டி தாலுக்காவிலேயே, நமது பள்ளி மாணவி முத்தழகி தான் முதலிடம் வந்துள்ளார். முத்தழகி ஸ்டேஜ்க்கு வாங்க, நீங்க நம்ம பள்ளியின் பெருமை, உங்கள பெருமை படுத்த வேண்டியது எங்களின் கடமை."என்று அழைத்தவர்.

"இந்தவருட பெருமையை பெருமை படுத்த, நமது முன்னாள் பெரு-மையான, நமது முன்னாள் மாணவர், இந்நாள் வளர்ந்து வரும் சமூக செயற்பாட்டாளர், நமது பள்ளியின் வளர்ச்சியில் முக்கிய பங்கு வகிக்கும் இன்பரசு பாண்டியனை மகிழ்ச்சியோடு அழைக்கிறேன்."என்று அழைக்க, இன்பரசுவும், முத்தழகியும் ஆளுக்கொரு பக்கமாய் மேடை மேல் ஒன்றாய் போய் நின்றனர்.

இன்பரசு முத்தழகிக்கு பொன்னாடை போர்த்தி மரியாதை செய்து முடித்த பின், தலைமை ஆசிரியர் பேச சொல்ல, பேச தொடங்கினான்.

"தலைமை ஆசிரியர் அவர்களுக்கு என் மனமார்ந்த நன்றிகள். நீங்க சொன்ன அளவுக்கு நான் பெரிய ஆள் எல்லாம் இல்லை சார். சாதாரண ஒரு மாணவன் தான்."என்றவன் மாணவர்கள் பக்கம் திரும்பி, இப்போ நம்ம சார் எனக்கு குடுத்த இந்த மரியாதை அது என் படிப்-புக்காக இல்லன்னு நான் ஆணித்தரமா நம்புறேன். என்னோட செயல்-களுக்கு தான்னும் நூறு சதவீதம் நம்புறேன். என்னதான் படிச்சிருந்-தாலும், ஜில்லாவையே முந்தி இருந்தாலும். உன் செயல்கள் தான் நீ யாருன்னு நிரந்தர அடையாளத்தை உனக்கு கொடுக்கும். நீ வாழும் உன் சமூகத்துக்கு கொஞ்சமாவதும் பயனோட நடந்துகிட்டா, நீதான் மண்ணின் மைந்தன், இந்த மக்களின் பெருமை எல்லாமே. எல்லா-ரும் சிறப்பா இருங்க நன்றி."என்று சொல்லிவிட்டு கீழிறங்கி சென்று-விட்டான். தலைமை ஆசிரியரும், அழகிக்கு வாழ்த்து சொல்லிவிட்டு கிளம்ப, வேகமாய் மேடையில் இருந்து கீழிறங்கி ஓடி வந்து இன்பரசு-

வின் முன்னாள் போய் நின்றாள்.

"என்ன அழகி, ஏன் இப்படி ஓடி வர,"

"இல்ல மாமா, நீ போய்ட போறன்னு தான். கொஞ்சம் நில்லு மூச்சு விட்டுகிறேன். உன்கிட்ட கொஞ்சம் பேசணும்."என்று சொல்லி அவள் மூச்சு வாங்கி கொண்டிருக்கும் போதே ராஜியும் வந்து சேர்ந்தாள். வந்தவள் அழகியை பார்த்துவிட்டு, அருகில் சென்று அவளுக்கு மட்டும் கேக்கும் குரலில்,

"என்ன இப்போவும் உங்க மாமன பாத்ததும் மூச்சு முட்டுதா. இப்டியே மூச்சு முட்டிக்கிட்டே இருந்தா, எங்க இருந்து அவர் கூட வாழ, ஒரேயடியா போய் தான் சேரனும். கொஞ்சம் நிதானத்துக்கு வா..."என்று சொல்ல. அழகி முறைத்த முறையில் கப் சிப் ஆனவள், உண்மையை சொன்னா மொரைக்கிறாங்கிய, எல்லாம் கலிகாலம்."என்று சொல்லிக்கொண்டே நிற்க.

அழகியே பேச தொடங்கினாள். "மாமா என்ன நீங்க ஒரு வார்த்தை கூட என்ன பாராட்டவே இல்ல, என்ன நெனச்ச பெருமையா இல்லையா உனக்கு. நான் நம்ம தாலுக்காவுலேயே பர்ஸ்ட் வந்திருக்கேன், உனக்கு சந்தோசமாவே இல்லையா."என்றாள்.

"என் அழகிய நெனச்சா எனக்கு என்னைக்கும் பெருமை தான். அதுக்கு நீ முதல் ரேங்க் எடுக்கணும்னு எல்லாம் இல்ல. இந்த ரேங்க் எல்லாம் பெரிய விஷயம் இல்ல எனக்கு. இதுல எல்லாம் எனக்கு உடன்பாடும் இல்ல. இந்த படிப்பை நீ எப்டி பயன்படுத்தர அப்டீன்கிறதுல தான் எனக்கும் பெருமை, உனக்கும் பெருமை. எதாவதும் பிரயோசனமா செய். அப்பறம் அழகி, இந்த புகழ் போதைக்கு எல்லாம் நீ மயங்காத, காதுல கேட்டு, வாயில பதில் சொல்லிட்டு அப்டியே விட்டுடு, மூளைக்கு எல்லாம் கொண்டு போகாத, எல்லாம் ஒரு ரெண்டு மூணு நாள் தான். எதையும் மண்டையில ஏத்திகாதா, உன்னைவிட ஒரு மார்க் குறையா எடுத்த பிள்ளை தான், பெயிலா போனவன விட இன்னைக்கு இருக்குறதுலேயே அதிகமான வருத்தத்தோட இருக்கும். இதெல்லாம் ஒருவித அரசியல் தான். மார்க், ரேங்க் எல்லாம் எதையும் மாத்தாது. இந்த மார்க் உன் உழைப்புக்கு உனக்கு கிடைச்ச பலன். அத சரியா நீ பயன்படுத்தி நீயும் முன்னேறு, உன் சார்ந்த சமுதாயத்தையும் முன்னேத்து. சரியா.... பாத்து வீட்டுக்கு போய் சேருங்க ரெண்டுபேரும்."என்று சொல்லிவிட்டு அவன் வாசலை தாண்டி செல்ல, தயாராய்

இருந்த போலீஸ் அவனை கைது செய்ய முயல, அவன் அவர்களுடன் வாதாடிக்கொண்டிருக்க, மாணவர்கள் அனைவரும் விஷயம் அறிந்து அங்கு கூட, பழைய மாணவர்களும் அங்கு வந்து சேர, கிட்டத்தட்ட கலவர நிலை அங்கு நிலவியது.

இதையெல்லாம் சிலையென நின்று கவனித்து கொண்டிருந்தனர் ராஜியும், அழகியும். அப்போது ராஜி "அழகி என்னடி போலீஸ் எல்லாம் பிடிச்சிட்டு போகுது மாமாவ, எனக்கு பயமா இருக்குடி, மாமா உனக்கு வேணாம். நீ சந்தோசமா இருக்கணும் அழகி"என்று சொல்ல, பதிலேதும் பேசாமல் நின்றிருந்தாள் அழகி...

7

குருவிகள்

இன்பரசனை போலீஸ் கைது செய்ய முயன்று கொண்டிருக்க, மாண-வர்கள் அங்கு கூடிவிட, ஒருகட்டத்தில் பேச்சுவார்த்தை கை கலப்பில் போய் விடும் போல ஆக, அனைவரையும் அமைதிபடுத்திய இன்பரசன். போலீசாருடன் வர சம்மதித்து சென்றுவிட்டான்.

இன்பரசனை போலீசார் கைது செய்து கொண்டுபோனதும். ராஜி பயந்துபோய் "அழகி வா வீட்டுக்கு போகலாம். இங்க இருக்க வேணாம்."என்று கூப்பிட.

"ராஜிமா.. போய் மாமாவ பாத்துட்டு போவோம்டி, அங்க ஸ்டே-ஷன்ல என்ன நடக்குமோன்னு ரொம்ப பயமா இருக்குடி."என்று சொன்ன அழகியை ராஜி கொலைவெறி பார்வை பார்க்க.

"ப்ளீஸ் ராஜி! ப்ளீஸ் ப்ளீஸ் ப்ளீஸ்டி..."என்று அழகி கெஞ்ச. வேறு வழியின்றி இருவரும் போலீஸ் ஸ்டேஷன் சென்றனர்.

ஸ்டேஷன் காம்பௌண்ட்டில் இருந்து, உள்ளே அலுவலகம் செல்ல நீண்டதூரம் செல்ல வேண்டும். அப்படி போகும் வழிகளில் பெரிய பெரிய வேப்ப மரங்கள் உண்டு. அதில் ஒரு மரத்தின் அருகில் இருவரும் தயக்-கத்துடன் நின்றுகொண்டிருந்தனர்.

இன்பரசனின் தோழர்களும் அங்கு வந்திருந்தனர். அதுபோக மாண-வர்கள் பலரும் வந்திருந்தனர். அவர்கள் அனைவரும் ஆங்காங்கே நின்று யாருக்கோ காத்திருப்பது போல் இருந்தது. அப்போது அங்கு ஒரு பொலிரோ கார் வந்து நிற்க. அதில் இருந்து இறங்கினார், அவர்கள் சமூகத்தை சேர்ந்த செல்வாக்கு மிக்க நபர், இப்போதைக்கு அவர்தான்

ஊரில் எல்லாராலும் மதிக்கப்படும் நபர். அவரைகண்டதும், அழகி ராஜி-யிடம் "ராஜி இவர் மாமாக்காகா தான் வந்திருக்கார்ல. அப்போ மாமா நிச்சயம் இப்போவே வெளில வந்துடும்ல ?"என்று சொல்ல.

"நானும் அப்டிதான் நெனைக்கிறேன் அழகி. இரு பாப்போம்."என்று சொல்லிக்கொண்டிருக்கும் போதே பின்னால் சிலர் பேசுவது காதில் விழுந்தது.

"இதுதான் அரசியல் போல சித்தப்பா, இந்த ஆள் தான் நம்ம இன்-பரசன் அரஸ்ட் ஆக காரணமே, இப்போ பாரு நல்லவன் மாதிரி காப்-பாத்ரேன்னு வந்திருக்கான்"

"என்னடா மகனே சொல்ற, நம்ம அய்யா ஏண்டா நம்ம பயல மாட்-டிவிட போறாப்ள."

"யோவ் சித்தப்பா, என்ன நீ கூறுகெட்ட தனமா பேசிகிருக்க. அந்த ஆளு இன்னைக்கு வெள்ளையும் சொல்லையுமா இருக்குறதே, சாதியை சொல்லி சின்ன பயலுகள தூண்டி விட்டு கொலையும், கொள்ளையும் செய்ய வச்சு அரசியல் பண்ணிதான். நம்ம இன்பம் அததான தடுக்கி-றான். அதேன் அவன் மேல, இந்த ஆளுக்கு கோவம், அத்துக்குத்தேன் இப்டி மெரட்டி பாக்க, போலீஸ் காரங்கிய கிட்ட சொல்லி நீ புடிக்கிற மாதிரி பிடி, நான் வந்து பேச வேண்டியத பேசி, காப்பாத்தர மாதிரி காப்பத்தி, கைக்குள்ள போட்டுகிறேன். அப்டீன்னு சொல்லி வச்சு வந்-திருக்கான் இந்த வெண்ணை. இப்போவாச்சும் புரியுதா இல்லையா சித்-தப்பு."

இப்படி இவர்கள் பேசிக்கொண்டிருக்க, எதிர் சமுதாயத்தின் தலை-வரும் அங்கு வந்து சேர்ந்தார். அவரை பார்த்ததும். அந்த சித்தப்பா

"ஏண்டா மவனே, அப்போ இந்தா இவன் வந்துருக்கானே, இவன் ஏதும் நம்ம இன்பத்த கூட்டிகிட்டு போய்ட போறான்டா... அப்டி கிப்டி நடந்துச்சு, நம்ம மானம் மருவாதி (மரியாதை) பூராம் காத்தோட போயி-டும். அதுமட்டும் நடந்துட கூடாதுடா மவனே..."என்று சொல்ல.

"யோவ் பெரியமனுசனாச்சேன்னு பாக்குறேன். இல்ல எதாவதும் சொல்லி புடுவேன். நீயெல்லாம் திங்க சோறும் பொங்கி போட பொண்-டாட்டியும் இல்லாம ரோட்ல சுத்திக்கிட்டு திரிஞ்சுகிட்டு, இருக்கும்போதே சாதி வெறி... ம்ம்ம் சாதிவெறி கேக்குதா.... போ... போ....."

"என்னடா மகனே பொசுக்குன்னு மருவாதி இல்லாம பேசிபுட்ட அப்பன."

"உன்ன மாதிரி ஆள எல்லாம் பேச விட்டதே தப்பு. அன்னைக்கே பொறமண்டையில ரெண்டு போட்டு, குதிகால் நரம்ப வெட்டி, அடிச்சு மூலைல உக்கார வைக்காம விட்டதுனாலதான் நேத்து பிறந்த பயக கையில எல்லாம் கத்தியை குடுத்து வேடிக்கை பாக்குறீங்க. அவன் அவன் நாங்க பெரிய அந்த வம்சம் இந்த வம்சம்னு, கத்திய கையில எடுத்து, வாழ்க்கையை தொலைச்சுட்டு நிக்கிறாங்கிய. போயா..."அதுவும் போக நீ நெனைக்கிற மாதிரி இந்த ஆளும் இன்பத்தை காப்பாத்த எல்-லாம் வரல, அவனுக்கும் அவன் ஆளுங்க அவன் கைக்குள்ள இருந்து அடியாளவே இருக்கனும் அதேன் வேணும். அப்டி பாத்தா இன்பம் அவனுக்கும் தான் எதிரி. ஆக மொத்தம் ரெண்டுபயலும் நல்லது செய்ய வரல. உன்னைய கெனக்கா, வேடிக்கை பாக்கவும், வெட்டி நியாயம் பேசவும்தேன் வந்திருகாய்ங்கிய."என்ற இவர்கள் பேச்சு தோழிகள் இரு-வர் காதிலும் விழ, இன்பரசனை நினைத்து கவலையோடு நின்றிருந்-தனர்.

நேரம் கடந்து கொண்டே போக... அந்தநேரம் அந்த காலத்து புல்-லட் சாமுராய் பைக்கில் வந்திறங்கினர் இருவர். இயக்கம் சார்ந்து இயங்-கும் நண்பர்கள் அவர்கள். அருண் மற்றும் ஜெயபாண்டி. அவர்களுடன் தான் இன்பரசன் இணைந்து செயல்பட்டு கொண்டிருந்தான். அவர்-கள் உள்ளே வரும் அதேநேரம், இன்பரசுவின் அப்பா மதியழகனும், அழகியின் அப்பாவும், இன்னும் சில உறவினர்களும் வந்து சேர்ந்தனர். அனைவரும் ஒன்றாகவே உள்ளே சென்றனர்.

மதியழகன் மட்டும் ஜெயபாண்டியையும், அருணையும் முறைத்து கொண்டே சென்றார்.

உள்ளே சென்றார். அருண், போலீசாரிடம்.

"இன்பரசன ஏன் அரஸ்ட் பண்ணுனீங்க. யார் கம்ப்ளைன்ட் குடுத்-தது. என்ன கம்ப்ளைன்ட்."என்று அதிகாரமாய் கேட்க.

போலீஸோ... "இது ஜாதி கலவரத்தை தூண்டின கேஸ், யாரும் கம்ப்லைன்ட் குடுக்க வேண்டிய அவசியம் இல்ல. குண்டாஸ்ல கைது பண்ணி இருக்கோம். எதுவா இருந்தாலும் கோர்ட்ல போய் பாத்-துக்கோ."என்று திமிராய் பதில் சொல்ல.

"குண்டாசா... அநியாயம் பண்ணுங்கடா, ஆனா அதுக்குன்னு தலைகீழா ஆடாதீங்க. அவன் ஒரு ஸ்டுடெண்ட், ஒரு ஸ்டுடெண்ட குண்டாஸ்ல அரஸ்ட் பண்ண எவ்ளோ பார்மாலிட்டி இருக்குனு தெரி-

யுமா. நீ அரேஸ்ட் பண்ணும்போது, அவன் கையில என்ன ஆயுதம் இருந்துச்சு, சாட்சி யாரு, அதுவும் போக கலவரம் நடந்து ஆறு மாசம் ஆகுது, இந்த கலவரத்துல போக இருந்த பல நூறு உசுர காப்பத்தி பிடிச்சு வச்சவன் இன்பம். பொய் கேஸா இருந்தாலும் பொருந்துற மாதிரி போடு."என்று ஜெயபாண்டி கோபத்தில் கொந்தளிக்க.

"இந்த ஈர வெங்காயம் எல்லாம் எங்களுக்கு தெரியும். போலீஸுக்கே நீ சட்டம் சொல்லி தரயா...நாங்க வச்சது தாண்டி இங்க சட்டம். போய்ட்டே இரு. நீ பெரிய இவன்னா அத கோர்ட்ல போய் காட்டு. இன்னைல இருந்து மூணுநாள் கோர்ட் லீவு, போ மூணு நாள் கழிச்சு பெயிலோட வா... அப்போ பாப்போம். இப்போ நீ போகலாம்."என்று போலீஸ் தன் அதிகாரத்தை காட்ட.

அப்போது ஒரு கவரை போலீஸ் முன் காட்டி, "இந்தாங்க போலீஸ் ...ஆபீசர். நீங்க கேட்ட பெயில். எங்கள என்ன உன்ன மாதிரி சொந்த அறிவு இல்லாத சொம்பைனு நெனச்சியா, எல்லாம் தயாரா தான் வந்திருக்கோம். இப்போ இல்ல என்னைக்கு பொது சேவைன்னு இறங்கினோமோ அப்போ இருந்தே, ஆயிரம் கண் மொலைச்சாச்சு எங்க மண்டையில. எந்த பக்கம் இருந்து எந்த ஆயுதம் வரும்னு கண் கொத்தி பாம்பா தான் சுத்திக்கிட்டு இருக்கோம். வெளிய விடு எங்க இன்பத்தை."என்று பெயில் ஆர்டெரை கொடுத்துவிட்டு அருண் மிரட்ட. வேறு வழியின்றி முறைத்து கொண்டே, இன்பரசனை விட சொன்ன போலீஸ். "இப்போ தப்பிச்சுடீங்க. கூடிய சீக்கிரம் இருக்குடா. உங்களுக்கு எல்லாம். ஒருத்தன் மிச்சம் இல்லாம கூண்டோட தூக்குறேன்"என்று மிரட்ட. அதை எதையும் கண்டுகொள்ளாது இவர்கள் இன்பரசனை கூட்டிக்கொண்டு வெளியே வரவும்.

வேகமாய் ஜெயபாண்டிக்கும், அருனுக்கும் நடுவில் வந்து கொண்டிருந்த இன்பரசனை கையை பிடித்து இழுத்தபடி, "போதும்பா, நீங்க செஞ்ச எல்லாத்துக்கும் நன்றி, இதோட என் மவன விட்ருங்க. எல்லாம் போதும்."என்று மனம் நொந்து கண்ணீர் தன்னை மீறி வரும் நிலையில் சொல்லி விட்டு மதியழகன் இன்பரசனை இழுத்து கொண்டு சென்றுவிட்டார்.

இதையெல்லாம் இவ்வளவு நேரம் பார்த்துக்கொண்டிருந்த, ராஜியும் அழகியும். எதுவும் பேசிக்கொள்ளாமல் வீடு போய் சேர்ந்தனர். அன்று அவர்கள் கொண்டாட்டம் எல்லாம் கொண்டாடப்படாமலே போய் விட்-

டது.

அன்று அழகி வீட்டில் இரவு, வெயில் காலம் அது அழகி தன் பெற்றோருடன் வீட்டு திண்ணையில் உறங்கி கொண்டிருக்க. அவள் பெற்றோர் இருவரும் பேசிக்கொண்டனர்.

"விருமு.. இந்த இன்பரசு பையன். ஏன் தான் பொறுப்பில்லாம இருக்கானோ. எப்போ பாத்தாலும் போராட்டம், பொது சேவை ன்னு சுத்திக்கிட்டு, போலீஸ பகைச்சுக்கிட்டு. பெரிய மனுசங்க கிட்ட கெட்ட பேர் வாங்கிக்கிட்டு இப்டியே போனா, நாளப்பின்ன கல்யாணம் காட்-சின்னு எப்டி வாழ போறானோ தெரியல. நடராஜன் மச்சானோட ஏற்-கனவே பிரச்சனை, இல்லனா இன்னைக்கு அவனுக்கு ஒண்ணுனதும் வந்து நின்னுருப்பாப்ள. தென்னரச பாரு பொறுப்பா, தோட்டம் தொறவு ஒருபக்கம், மச்சானுக்கு துணையா ஒருபக்கம் ஓடிக்கிட்டு இருக்கான். பாவம் மதி. இந்த இன்பரசு பையன் அவர இன்னும் எங்க எங்க போய் நிப்பாட்ட போறானோ."என்று ஜெயகொடி சொல்ல.

"எங்க அண்ணன் எந்த காலத்துல என்ன பாவம் பண்ணிச்சோ. இப்டி ஒரு புள்ளை. கஷ்டப்பட்டு டவுனுக்கு எல்லாம் அனுப்பி படிக்க வச்சா! இப்டி வெட்டியா போனயான். என்னத்த சொல்ல. நான் என்ன என்னவோ கணக்கு போட்டேன். எல்லாம் போச்சு."என்று விருமாயி மூக்கை சிந்த.

இவர்கள் இருவரும் அந்த முழு இரவும் அவனை பற்றியே அப்-படியே பேசிக்கொண்டிருந்தனர். அழகிக்கு தான் தாங்க முடியவில்லை. "மாமா நல்லதுதான பண்ணுது, வெளில அவருக்கு எவ்ளோ மரியாதை. எல்லாரும் எப்டி நினைக்கிறாங்க, ஆனா இந்த அம்மாவும் அப்பாவும் மட்டும் தான் இப்டி இருக்குதுங்க. மாமா என்னமா பேசுது. எப்டி கெத்தா இருக்கு. எவ்ளோ நல்லவனா இருக்கு. மாமா தான் பெஸ்ட்."என்று இவர்களுக்கு நேர் மாறாய் மனதில் அவள் நினைக்க. இப்படியே ஆளுக்கொரு நினப்புகளோடு அன்றைய இரவு கழிந்தது.

விடியல் அது
தினம் தினம்
தான் விடிகிறது......
ஆனால் மனிதன் மனம்
அதுதான் விடியல் இன்றி
தவிக்கிறது.

சில மனங்கள் காதலில்
சில மனங்கள் வெறுப்பில்
சில மனங்கள் அன்பில்
சில மனங்கள் விரோதத்தில்
சில மனங்கள் குரோதத்தில்
இப்படி ஏதோ ஒன்றில்
சிக்கி தவிக்கும்
மனம் அது தான் விடியல்
இன்றி தவிக்கிறது....

அப்படிப்பட்ட மனமாய் தான் இருந்தால் அவளும். அவளுக்கு இப்போதே இன்பரசனை பார்க்க வேண்டும் போல் ஒரு உணர்வு. அது காதலின் வெளிப்பாடு அல்ல... சொல்ல போனால் மனதில் ஒருவர் மேல் முதன் முதலில் உதிப்பது காதலாய் இருக்காது. அது ஒரு நல்ல அபிப்பிராயத்தினால் உருவான விருப்பமாய் தான் இருக்கும். பின் அன்பாய் மாறும், பின் அக்கறையாய் மாறும். பின் அதிகாரமாய் மாறும். பின் எதிர்பார்ப்பை கூட்டும், பின் உச்சம் தொடும். சில நேரங்களில் இதுதான் வேண்டும் என்று தோணும். சில நேரங்களில் வேண்டவே வேண்டாம் என்று தோணும். இதை எல்லாம் கடந்தும் நிலைத்தால் மட்டுமே காதலாய் அது உருப்பெறும். அந்த வகையில் அவள் மூன்றாம் படிக்கெட்டில் இருந்தால். அவன் மீது அவளுக்கு அக்கறை பிறந்திருந்தது. அதனால் அவனை பார்த்தே தீர வேண்டும் என்ற முடிவுடன். வீட்டில் ஏதேதோ சாக்கு சொல்லிவிட்டு, கிளம்பியவள், தூங்கிக்கொண்டிருந்த ராஜியை கட்டிலோடு கடத்த முயல. கொஞ்சம் சுதாரிப்பாய் இருந்ததால் ராஜி முழித்துக்கொண்டு "இருடி வறேன். உன் தொல்லை தாங்க முடியலையே.."என்றபடி தயாராகி இருவரும் காட்டுப்பாதையில் சைக்கிளில் இன்பரசு பாண்டியனின் ஊரை நோக்கி புறப்பட்டனர்.

பணியானில் இருந்து இரண்டு கிலோமீட்டர் காட்டு பாதை வழியே சென்றால், வந்துவிடும் இன்பரசனின் ஊர், காட்டுப்பாதை என்றால் கருவேல மரங்களும், அதைத்தாண்டி, சோளம், கம்பு, திணை, துவரை, தட்டை பயறு காடுகள் தான், அதையும் தாண்டி, கத்திரி, வெண்டை, மிளகாய், தக்காளி வெள்ளாமையை கடந்து இருவரும் ஒரு அரைமணிநேரத்தில் ஊருக்குள் சென்றனர். பின் சைக்கிளில் இருந்து இறங்கி, ராஜி சைக்கிளை தள்ள, அழகி அவளுடன் நடக்க இப்படியே மெது-

வாய் சென்றுகொண்டிருந்தனர். யாராவதும் கேட்டால் என்ன சொல்ல வேண்டும் என்றெல்லாம் வரும் வழியில் பயிற்சி கூட எடுத்துவிட்டனர். அப்படியே அவர்கள் செல்ல.

"அடியே அழகி, எலி தான் எள்ளுக்கு காயுதுனா, எலி புழுக்கை எதுக்கு டி காயனும். நீ உன் மாமன பாக்க போற சரி. என்ன ஏன்டி இப்டி வேகாத வெயிலில்ல சைக்கிள் தள்ள வைக்கிற."என்ற ராஜியிடம்.

"அதான் வர வழியில மொத்த காட்டையும் ஒரு ரவுண்ட் வந்து எல்லாத்தையும் திண்ணுகிட்டே தான வந்த. அப்பறம் என்ன. ஓவரா சளிச்சுக்கிறயே."என்று அழகி சொல்ல.

"அப்டியா மேடம்.அப்போ இந்தாங்க உங்க சைக்கிளை பிடிங்க நான் போறேன். நீங்க மட்டும் போய் உங்க மாமன் அயித்த எல்லாரையும் பாத்து பேசிட்டு வாங்க.நான் போறேன்"என்று சொல்லி ராஜி வந்த வழியே கிளம்ப.

"ஏய்...ஏய்... மொஸகுட்டி..... சும்மா சொன்னேன்டி .. நீ தான என் செல்லம். நீதான என் தங்கம் இல்ல. நீ இல்லாம நான் எங்கயாவதும் போய் இருக்கேனா சொல்லு. பட்டு குட்டிடி நீ...."என்று அழகி கொஞ்சிய கொஞ்சில்... அமைதியாய் சைக்கிளை தள்ளிக்கொண்டு வந்தாள் ராஜி.

என்னதான் தைரியமாய் வந்தாலும் இன்பரசனின் வீட்டை நெருங்க நெருங்க, அடிவயிற்றில் புளியை கரைத்தது அழகிக்கு. அழகி வருவதை முதலில் பார்த்தது தெய்வா தான்.

"அழகி.... நீதானா... இது. என்ன ஏதும் சூரியன் திசை மாறி உதிக்குதா..."என்று ஆகாயத்தை பார்த்தபடி சொல்ல.

"மொக்க காமெடி, மொக்க காமெடி, வேற வேற..."என்று கலாய்த்த ராஜியை, காதை பிடித்து திருகியவன், இப்போ சொல்லுடி... என்ன சொன்ன... சொல்லு பாப்போம்."என்று அவன் கேட்க.

"தெய்வா மாமா... நல்ல மாமான்னு சொன்னேன். வேற ஒண்ணும் சொல்லல."என்று அந்தர் பல்டி ராஜி அடிக்க. அதன் பின்னே அவள் காதை விட... அதற்குள் இன்பரசனின் அம்மா இந்திராணியும் வந்தார். வந்தவர் அழகியை பார்த்ததும், முகம் மலர்ந்து..

"வாடி என் மருமகளே.... எப்டி இருக்கவ, இந்தா இருக்குற ஊர்ல இருந்துகிட்டு பாக்க முடியல என் மருமகள, என் மருமக எம்புட்டு அழகு. அதான் நீ பெறந்த அன்னைக்கே அயித்த உனக்கு முத்தழ-

கினு பேர் வச்சேன். வா ஆத்தா உள்ள வா..."என்று கையை பிடித்து அழைத்து கொண்டு போக.

"ஏய் அயித்த நானும் ஒருத்தி இங்க இருக்கேன். கண்ணுக்கு தெரியலயோ, நானும் உன் னொன்னேன்(அண்ணன்) மவதேன். என்னமோ அவள மட்டும் அப்டியே கொஞ்சுரவ, எங்கள எல்லாம் பாத்தா ஆளா தெரியலையா..."என்ற ராஜியை மறந்ததை உணர்ந்த இந்திராணி,

"ஆத்தி இன்னொரு மருமகளும் இங்க தான் இருக்காளா, அயித்தைக்கு கண்ணு தெரியலடி மருமவளே... என்ன பண்ண..."என்று அவர் சமாளிக்க

"கண்ணு தெரியலன்னா அப்டி ஓரமா ஒக்கார வேண்டியது தான, இப்டி ரோட்டுக்கு ஏன் வார.. வண்டிக்காரன் அடிச்சுபோட்டுட்டு போய்ட போறயான் அயித்த."என்று ராஜியும் விடாமல் பேச.

"ரெண்டுபேரும் சீக்கிரம் என்வீட்டுக்கு வந்து சேருங்கடி மருமவள்களா பொறுப்பை பூராம் ஒப்படச்சு புட்டு நான் பாட்டுக்கு ஓரமா ஒக்காந்துகிறேன்..."என்று இந்திராணி சொல்லிமுடிக்கும் முன்னே,

"எம்மோ இந்த வாயாடிய கூட்டிட்டு வந்து, என்ன பண்ண, போமா.... நீவேற..."என்ற தெய்வா... ராஜியிடம் "ஏய் வாயாடி, எந்த இந்த பக்கம். புதுசா காத்து இங்குட்டு அடிக்குது."என்று கேட்க.

"மாமன சைட் அடிக்கலாம்னுதேன்.."என்று அவள் சொல்ல.

"மொலச்சு மூணு இலை விடல, சைட் அடிக்கிறயா...சைட்டு, இருடி போய் உங்க அப்பன் கிட்ட சொல்றேன்."என்ற தெய்வாவிற்கு பின் இன்பரசன் வந்து நிற்க. தெய்வாவிற்கு பதில் சொல்ல வாயெடுத்த ராஜி அப்படியே மூடி கொண்டாள்.

அழகி இன்பாவிடம் "மாமா...."என்று பேச தொடங்க, "ஆமா அழகி எதுக்கு நீ நேத்து ஸ்டேஷனனுக்கு வந்த, உன்னயா யாரு அங்க வர சொன்னது. அங்க என்ன வேலை உனக்கு, வாயாடி உன்னயும் தான் கேக்குறேன். அங்க என்ன வேலை உங்களுக்கு."என்று இன்பரசன் கேட்க.

"இங்கியாரு மாமா... சும்மா என்னையவே வாயாடி வாயாடி னு சொல்லாத சொல்லிபுட்டேன். இவ என்னமோ அமைதியான புள்ள மாதிரி நான்தான் வாயாடியாம். எண்ணிய காட்டியும் இவதான் வாயாடி, என்னமோ உன் முன்னாடி மட்டும் பச்ச புள்ள மாதிரியே நிக்கிறா. அப்பறம் நேத்து நான் மாட்டேன்னு தான் சொன்னேன். இவ தான் எண்-

ணிய புடிச்சி இழுத்துகிட்டு வந்து நின்னா அங்க ஸ்டேஷனுக்கு."என்று ராஜி சொல்ல.

"எதுக்கு அழகி ஸ்டேஷனுக்கு வந்த. என்ன விஷயம்."என்று கொஞ்சம் சீரியஸாக அவன் கேட்க.

"உன்னைய பாக்கத்தான் மாமா. போலீஸ் உன்னய பிடிச்சுக்கிட்டு போய்டுச்சுல அதான், என்னமோ ஏதோனு ஓடி வந்தேன்."என்றவளிடம்.

"கொஞ்சமாவதும் அறிவு இருக்கா உனக்கு. சின்ன புள்ள போலீஸ் ஸ்டேஷனுக்கு எல்லாம் வரலாமா. மாமா அத்தைக்கு தெரிஞ்சா என்ன ஆகும்."என்று அவன் கேட்க.

"நீ மட்டும் போற, நீயும் தான போக கூடாது. இங்க மட்டும் அயித்தயையும், மாமனும் வருத்தப்பட மாட்டாகளா.... எனக்கும் தான் ரொம்ப வருத்தம். உன்னை எல்லாரும் வஞ்சுகிட்டே (திட்டிக்கிட்டே)இருந்தாங்க எனக்கு எப்டி இருக்கும் சொல்லு." என்று அவள் பேச பேச கண்கள் கலங்கி கண்ணீர் கொட்ட.

தன் கட்டை விரலால் கன்னம் தொடாது கண்ணீரை மட்டும் அவன் துடைத்துவிட்டு. "இங்க பாரு அழகி. நீ ஸ்டேஷனுக்கு வறதும், நான் போறதும் ஒண்ணு இல்ல. நீ சின்ன புள்ள, நான் பொது பிரச்சினைக்காக போறேன்.அடிக்கடி போவேன். எல்லாரும் அப்டி தான் பேசுவாங்க, பாதி பேர் நல்லவன்னு சொல்வாங்க, பாதி பேர் கெட்டவன்னு சொல்வாங்க. இதுக்கு எல்லாம் பயப்பட முடியாது. எல்லாருக்கும் நல்லவனா ஒருத்தன் நிச்சயம் இருக்க முடியாது. அதுனால நம்ம நமக்கு நல்லவனா இருந்தா அதுவே போதும். நீ தேவை இல்லாம என்னய பத்தி யோசிச்சு கவலைப்படாத, படி. இப்போதைக்கு நீ செய்ய வேண்டியது அதுதான். புரியுதா. இப்போ வீட்டுக்குள்ள வா, சாப்பிட்டுட்டு போகலாம்."என்று சொல்லிவிட்டு அவன் முன்னே செல்ல.

பின்னே சென்ற அழகியை கையை பிடித்து நிப்பட்டினான் தெய்வா....

"என்ன தெய்வா... என்ன ஆச்சு." என்றவளிடம்..

"அதேதான் அழகி, என்ன ஆச்சு.... நீ எப்பவும் போல இல்லையே.... அழகிக்கு இது அழகா இருக்குற மாதிரி இல்லையே.... நீயே ரொம்ப தெளிவான ஆளு, எல்லாருக்கும் நல்லது கெட்டது சொல்றவ. லட்சியம் கனவுனு எல்லாம் பேசுறவ. இன்னைக்கு என்னமோ சின்ன புள்ள மாதிரி கண்ணீர் எல்லாம் வருது. உனக்கெதுவும் தெரியாதுங்கிற

மாதிரி, இன்பாவ சார்ந்து நிக்கிற மாதிரி இருக்கே, என்ன நடக்குது? சொல்லு என்கிட்ட..."என்று கிடுக்குப்பிடு பிடித்தான் தெய்வா.

8

குருவிகள்

தெய்வாவின் கிடுக்கு பிடி கேள்வியில் பதில் சொல்ல முடியாமல் அழகி இருக்க. அந்தநேரம் இன்பரசன், "என்ன பண்றீங்க ரெண்டுபேரும் உள்ள வாங்க," என்று குரல் கொடுக்க, இதுதான் வாய்ப்பு என்று உள்ளே ஓடி விட்டாள் அழகி. தெய்வாவிற்கு ஏதோ ஒன்று புரிவது போல் இருந்தது. ஆனாலும் இப்போது ஏதும் பேசவேண்டாம். இல்லாத ஒன்றை பேசி பெரிதாக்கவும் வேண்டாம். அப்படியே இருந்தாலும் அவளே உணர்ந்து ஒரு முடிவுக்கு வரட்டும் என்று நினைத்தவன் அமைதியாய் உள்ளே சென்றுவிட்டான்.

ராஜி, அழகி, தெய்வா, இன்பா நால்வரும் சாப்பிட அமர, இந்திராணி இவர்களுக்கு சாப்பாடு பரிமாறிக் கொண்டிருக்க, "அப்பறம் அழகி அடுத்து என்ன பண்ண போற. என்ன கோர்ஸ் சேர போற."என்ற இன்பாவிடம்.

"எதுவும் முடிவு பண்ணல மாமா, கண்டிப்பா இன்ஜினியரிங் இல்ல. அது மட்டும் உறுதியா இருக்கேன். அதேமாதிரி ரொம்ப தூரமாவும் போக போறது இல்ல. எப்படியும் டீச்சிங் சார்ந்து தான் யோசிக்கனும் மாமா,"என்று அழகி சொல்ல,

"சூப்பர் அழகி, டீச்சிங் தாண்டி ஸ்கூல் வைக்கணும் அதான உன் ஆசை. அப்போ ஒண்ணு பண்ணு, ஹிஸ்டரி படி, நம்ம ஊர்ல பொதுவா வரலாறு படிச்சா குறைச்சலா நினைக்கிறாங்க. எதுவுமே படிக்க கிடைக்காதவங்க படிக்கிறது தான் வரலாறுனு நினைக்கிறாங்க. ஆனா வரலாறு தான் எல்லாத்துக்கும் அஸ்திவாரம்னு புரிய மாட்டேன்கிறாங்க.

நீ வரலாறு படி, அப்போ உனக்கே ஒரு தெளிவு வரும். மனித இனம் எங்க எப்டி தன்னோட பயணத்தை தொடங்கிச்சுன்னு தெரிஞ்சா தான். எதை நோக்கி போகுதுன்னும் புரிஞ்சுக்க முடியும். உன்னோட பயணத்துக்கு இது ரொம்ப உதவியா இருக்கும். யோசிச்சு முடிவெடு அழகி."என்று இன்பரசு சொல்லிமுடிக்க.

"அவ்ளோதான் மாமா இனி யோசிக்க என்ன இருக்கு. நீ சொன்-னங்கிறதுக்காக மட்டும் இல்ல. சொன்ன விஷயம் சரின்னு பட்டது. அதுனால நான் ஹிஸ்ட்ரியே எடுக்குறேன் மாமா." என்று அழகி சொல்ல.

"ஆமா வாயாடி நீ என்ன பண்ண போற. காலேஜ் போகிற ஐடியா இருக்கா இல்லையா.."என்று ராஜியை பார்த்து கேட்ட தெய்வாவிடம்..

"ஏன் காலேஜ் போகாம உன்ன கட்டிக்கிட்டு, இங்க வந்து வடிச்சு கொட்டுவேன்னு நெனச்சியோ... நானெல்லாம் படிச்சு கலெக்டர் ஆக போறேனாக்கும்."என்று இல்லாத காலரை தூக்கிவிட்டுகொண்டே பேசி-யவள் பேச்சை நிறுத்திவிட்டு, இன்பா பக்கம் திரும்பி, "ஏன் மாமா ஹிஸ்டரி படிச்சா கலெக்டர் ஆக முடியும் தான, ஏன் கேக்கிறேன்னா, இந்த அழகிக்கு நான் இல்லாம படிக்கவே முடியாது. பாவம் பயபுள்ள பொலச்சுட்டு போகட்டுமேன்னு நானும் ஹிஸ்டரி சேரலாம்னு பாக்-குறேன். சொல்லு மாமா ஹிஸ்டரி படிச்சா கலெக்டர் ஆகிடலாம் தான."என்று ராஜி கேட்க.

இன்பா பதில் சொல்லும் முன். "ஹிஸ்டரி படிச்சா கலெக்டர் ஆகலாம். ஆனா அதுக்கு படிக்கணும். உன்ன மாதிரி வாயிலேயே வடை சுட்டா இதோ இப்போ இருக்குற மாதிரி குந்தாணி வேணும்னா ஆகலாம். கலெக்டர் எல்லாம் ஆக முடியாது. பேசாம அமைதியா சாப்-பாட சாப்டு. ஆள பாரு ஆள கலெக்டர் ஆக போராலாம். ப்ளஸ் டூ பாஸ் பண்ணவே நாக்கு தள்ளி, பார்டர்ள பாஸ் ஆகிட்டு பேச்ச பாரு. உண்ண எல்லாம் வாய் இல்லனா நாய் தூக்கிட்டு போய் இருக்-கும்."என்று பேசிக்கொண்டே சாப்பிட்டு முடித்து தெய்வா எழுந்து சென்-றுவிட.

சாப்பாடு தட்டுகளை எடுத்து வைத்து கொண்டிருந்த இந்திராணியி-டம், ராஜி... "ஏன் அத்த தெய்வா மாமா வயித்துக்குள்ள இருக்கும்-போது வெறும் இஞ்சியா தின்னுட்டு இருந்தியா."என்று கேட்க.

"இல்லடி, ஏன் அப்படி கேக்குறவ."என்று அவர் சொல்ல.

"அப்பறம் ஏன் அத்த உன் சின்ன மகன் மூஞ்சி எப்போ பாத்தாலும் இஞ்சி தின்ன குரங்கு மாதிரியே இருக்கு."என்று சிரிக்காமல் கேட்ப-வளை பார்த்து, அழகியும், இன்பாவும் விழுந்து விழுந்து சிரித்தனர். இந்திராணியோ, "அடியே இவளே, எம்புட்டு கொழுப்பு உனக்கு. என் மகன் அழகன்டி. யாரபார்த்து கொரங்குன்னு சொன்ன."என்று காதை திருக.

"அத்த என்ன நீங்க அதுக்குள்ள மறந்துடீங்க, சாதாரண குரங்கு இல்ல, இஞ்சி தின்ன கொரங்கு,"என்று அழகி எடுத்து கொடுக்க.

"அடியே இவளே நல்லா வருவடி..."என்று ராஜி அழகியை முறைக்க. அழகாய் இருந்தது அன்றைய நாள்.

****

இரண்டு மாதங்கள் கழித்து, அழகியும், ராஜியும் கல்லூரி சேர்ந்து முதல் நாள் கல்லூரியில் அடியெடுத்து வைத்தனர்.

ராகிங் என்றால் என்னவென்று கேட்கும் நிலைதான் அங்கு, ராகிங் கலாசாரத்துக்கு நேர் எதிராய், மூத்த மாணவர்களின் ஏகோபித்த வரவேற்பில் திக்குமுக்காடி தான் போயினர் முதலாம் ஆண்டு மாணவர்-கள். அந்த கல்லூரியிலேயே, கலை அறிவியல் கல்லூரி ஒரு பக்கமும், சட்ட கல்லூரி ஒரு பக்கமுமாய் இருந்தது.

அதாவது இயந்திரமயமாக்கப்பட்ட மாணவர்களும், இயந்திரமாக மாற்றப்படாத மாணவர்களின் இருவேறு பிரிவு ஒன்றாக கூடும் இடமாக ஒரு குட்டி நாடு போல இருந்தது அந்த கல்லூரி. அதுவும் சமுதாயம் சார்ந்து தொடங்கப்பட்டது தான். குறிப்பிட்ட பிறப்படுத்த பட்ட ஒரு சமு-தாய மக்களின் கல்வி வளர்ச்சிகாக தொடங்கப்பட்டு, காலப்போக்கில் அனைத்து சமுதாய பின்தங்கிய வகுப்பினரும் படிக்கும் கல்லூரியாக மாறி மெருகு கூடி இருந்தது அந்த கல்லூரி. அங்கு தான் தங்கள் முதல் நாளை அனுபவித்து கொண்டிருந்தனர் தோழிகள் இருவரும். நாட்கள் உருண்டோடியது, வழக்கம் போல் அதுவும் ஒரு நாள். ராஜியும் அழகி-யும் கேண்டீனில் அமர்ந்து பேசிக்கொண்டிருக்க, மாணவர்கள் சிலர் பரபரப்பாய் ஓடி வந்து,

"எல்லாரும் இங்க என்ன பண்றீங்க, எவ்ளோ பெரிய விஷயம் நடகிந்துகிட்டு இருக்கு. அதையெல்லாம் விட்டுட்டு இங்க என்ன பண்-றீங்க வாங்க, நம்ம உரிமைக்காக நம்ம தான் பேசணும் வாங்க."என்று கூப்பிட்டு விட்டு செல்ல, இவர்களுடன் சேர்த்து அங்கிருந்த ஒரு நாற்-

பது ஐம்பது பேரும், உட்கார்ந்திருந்த இடத்தை விட்டு அசைய கூட இல்லை. அப்போது ராஜி இன்னொரு மாணவியிடம் என்னவென்று விசாரிக்க.

"அது ஒண்ணும் இல்ல ராஜி, ஹாஸ்டல் பசங்களுக்கு ஏதோ பிரச்சனையாம். அதான் ஸ்டரைக் பண்றாங்க, இந்த லா காலேஜ் பசங்களுக்கு வேற வேலையே இல்ல, கிளாஸ கட் அடிக்க ஒரு சாக்கு,"என்று அந்த பெண் சொல்ல.

"ஸ்டரைக் பண்றது லா காலேஜ் பசங்க இல்ல, நம்ம காலேஜ் MSC பசங்க."என்று மற்றொருத்தி சொல்ல.

"என்னடி சொல்ற நம்ம காலேஜ் பசங்களா, இவங்கிய இதுக்கெல்லாம் சரிப்பட்டு வரமட்டாங்கியலே. இவங்களுக்கு ஒண்ணுனாலே வர மாட்டாங்கிய, என்ன நடக்குது இங்க."என்றவளிடம்.

"அதெல்லாம் அப்போ, இப்போ எல்லாம் மாறி போச்சு,"என்று ஒருத்தி சொன்னதும்.

"சரி வாங்க நம்ம காலேஜ் பசங்க பண்ணும்போது நம்ம போகாம எப்டி. வாங்க என்னதான் நடக்குதுன்னு பாப்போம்."என்று அனைவரும் கிளம்பி போக. அங்கு அவ்வளவு மாணவர்கள் மத்தியில் நடு நாயகமாக நின்று நரம்பு புடைக்க பேசி கொண்டிருந்தான் நம் இன்பரசன்.

"இன்பரசனையும் அவனது பேச்சையும் பார்த்து மாணவிகள் அனைவரும் அப்படியே உறைந்து அவன் பால் கரைந்து நிற்க. ராஜியும், அழகியும் அதிர்ச்சி ஆச்சர்யம் எல்லாம் சேர்ந்து உறைந்து நின்றனர். பின் தானே நிலைக்கு வந்தவர்கள். ஒருவரை ஒருவர் பார்த்துக்கொள்ள, ராஜிதான் பேசினாள்.

"அழகி என்னடி இன்பா மாமா நம்ம காலேஜ்ல தான் படிக்குதா."

"அப்டி தான் போல மொஸகுட்டி. ஆனா இவ்ளோ நாள நம்ம எப்டிடி இதை கூட தெரிஞ்சுக்காம இருந்தோம்."

"அது வந்து அழகி! நம்ம அம்புட்டு நல்ல பிள்ளைக. படிப்புல அம்புட்டு கவனம் நமக்கு. அதான் நம்ம மாமா இங்கதான் படிக்குதுன்னு கூட தெரியாம இருந்திருக்கோம்."

"அப்டியா சொல்ற மொசக்குட்டி! நம்ம அம்புட்டு நல்ல பிள்ளைகளா என்ன?"

"நம்பு பக்கி, நம்மளே நம்மள நம்பலன்னா, வேற யாரும் நம்பமாட்டாங்கிய. ஆனாலும் மாமா நம்மகிட்ட ஒரு வார்த்தை கூட சொல்லவே

இல்ல பாரேன். வரட்டும் இருக்கு மாமனுக்கு."என்று ராஜி சொல்ல. "ஆமா ஆமா... இருக்கு."என்று அழகியும் சொல்ல. அப்படியே இரு-வரும் திரும்ப, மற்ற மாணவிகள் இன்பாவை வைத்த கண் வாங்காமல் பார்த்து கொண்டிருக்க. அந்த கூட்டத்தை கலைக்க அப்பப்பா படாத-பாடு தான் இருவருக்கும்.

காலேஜ் முடிந்து அனைவரும் சென்றுவிட, இருவரும் கேட் அரு-கிலேயே காத்திருந்தனர் இன்பரசனை பார்க்க. அவனும் இதோ வந்து கொண்டிருந்தான் அவனது நண்பர்கள் சிலரோடு. அப்போது அவர்க-ளுக்கு எதிரே போய் அழகியும் ராஜியும், பேருந்தை மறிப்பதை போல், மறித்து நிற்க.

"என்ன ரெண்டுபேரும் ஏதும் ஸ்டரைக் பண்ண போறீங்களா, அதெல்லாம் முடிஞ்சுபோச்சு. அடுத்த வாட்டி சொல்றோம் அப்போ வாங்க."என்றான் நண்பனில் ஒருவன்.

அவனை ஒரு பொருட்டாகவே மதிக்காது, இன்பரசன் முன்னே வந்து நின்று, "ஏன் மாமா எங்ககிட்ட சொல்லல."என்று கோபமாய் இரு-வரும் கோரசாக கேட்க.

"ஏய் என்ன ரெண்டுபேரும், மூஞ்சிய இப்டி வச்சுறுக்கீங்க. என்ன ஆச்சு வாயாடிகளா.."என்றவனிடம்,

"பதில் சொல்லு மாமா, நீ இங்கதான் காலேஜ் சேர்ந்திருக்கன்னு ஒரு வார்த்தைகூட சொல்லவே இல்ல."என்று ராஜி மடக்க.

"லூசு நான் என்னமோ வேணும்னே மறச்ச மாதிரி பேசுற. அது ஒரு பெரிய கதை பக்கி, மெட்றாஸ்க்கு போக முடியாத சூழ்நிலை அதான் திடீர் முடிவா இங்க இருக்கேன். சீக்கிரமே போய்டுவேன்னு நெனைக்கி-றேன். அது இருக்கட்டும். என்ன சொல்றீங்களே நீங்க மட்டும் சொன்-னீங்களா, இங்கதான் சேர்ந்திருக்கோம்னு."என்று அவன் கேள்வியை திருப்ப.

"ஏன் மாமா உனக்கே இது ஓவரா இல்ல. எங்களுக்கு என்ன ஆப்-ஷன் இருக்கு சொல்லு. படிக்க அனுப்புறதே பெருசு, அதுக்கே போராட வேண்டி இருக்கு. நீ எல்லாம் என்ன போராடுற, எதிரினு தெரிஞ்ச எதிரிருக்கு எதிரா போராட்ற. நாங்க சொந்த குடும்பங்களுக்குள்ளேயே போராட வேண்டி இருக்கு. எதிர்க்கவும் முடியாம, ஒத்துழைக்கவும் முடி-யாம நாங்க படுற பாடு இருக்கே. போ மாமா, எங்களுக்கு இந்த காலேஜ் மட்டும் தான் ஒரே ஒரு ஆப்ஷன். இதுல என்ன இருக்கு

சொல்றதுக்கு. நீதான் மாமா மெட்ராஸ்ல படிச்ச, படிக்க போறேன்னு சொன்ன. நீதான் சொல்லி இருக்கனும். சரி அத விடு மாமா. இங்கேயும் ஆரம்பிச்சுட்ட போல. நீ இருக்கன்னு காட்டிக்கிட்டே இருக்க மாமா, எங்க இருந்தாலும் நீ நீதான் மாமா."என்று அழகி சொன்னதும்

"காட்டிதான் ஆகணும் அழகி. டேய் நாங்களும் இருக்கோம் எல்லாத்தையும் பாத்துகிட்டே இருக்கோம். தேவைன்னா இறங்கி நிப்போம்னு காட்டிக்கிட்டே இருக்கணும். சரி நீங்க இன்னும் வீட்டுக்கு போகளையா, நேரமாச்சே."என்று அவன் சொல்லிமுடிக்கும் முன்னே.

அங்கு அவர்கள் ஊர் வழி செல்லும் சோழவந்தான் பேருந்து வந்து நிற்க, அவனிடம் சொல்லிக்கொண்டு இருவரும் அதில் ஏறினர். பின் ஒரு கால் மணி நேரத்தில் வழக்கம் போல நாகமலை அடிவாரத்தில் இருவரும் இறங்கி நடக்க தொடங்க. ஒரு ஆட்டோ அவர்கள் அருகில் வந்து நின்றது. யார் என்று இவர்கள் பார்க்க. இந்திராணியும், மதியழகனும் தான் இருந்தனர்.

"என்ன மருமகள்களா... வாங்க ஆட்டோவுல ஏறுங்கடி,"என்று அவர்களையும் ஏற்றிக்கொண்டு, போகும் வழியில், "இப்போதான் காலேசுக்கு போய்ட்டு வாரீகளா, மசங்கி போச்சு (இருட்டிபோச்சு) இம்புட்டு நேரமாவா டீச்சரும் வாத்தியாரும் பாடம் எடுக்குறாங்கிய."என்று இந்திராணி ஒருமாதிரி குத்தலாய் கேட்க.

"அட கூறுகெட்ட அயித்த, வாத்தியாரும் டீச்சரும் மதியானமே அவங்கய அவங்கய வீட்டுக்கு போய்டாக, எல்லாம் உன் மவேன் புண்ணியம் தான். ஒரே கலவரம் அங்க காலேஜ்ல, நாங்களும் சரி நம்ம மாமென் தனியா நிக்குதேன்னு கூட நின்னு கொடி புடிச்சுட்டு வாறோம், அதென் இம்புட்டு நேரம் ஆகிப்போச்சு."என்று ராஜி வேண்டும் என்றே இந்திராணியை வெறுப்பேத்த. அழகியோ ராஜியை கொலைவெறியுடன் முறைத்தாள்.

அதற்குள் இந்திராணி புடவை முந்தானையை எடுத்து கண்ணை கசக்கியபடி, "ஏன்தேன் இன்பம் இப்டி இருக்கானோ, சொன்னாலும் கேக்கரானில்ல, ஊரு ஊருன்னு அவேன் பேர கெடுத்துகிட்டான். கண்ணுக்கு தெரியாம இருந்துட்டு வரட்டும், அப்பத்தேன் நாளைக்கு சம்பந்தம் சாவடி பண்ண முடியும்னு மெட்றாஸ்க்கு அனுப்பு வச்சா. அங்கேயும் போராட்டம் பண்ணிட்டு வந்து நிக்கிறயான். இனிமேலாவதும் கைக்குள்ளேயே இருக்கட்டுமேன்னு இங்க வச்சா இப்டி பண்ணிட்டு இருக்கை-

யான். நானு நீயின்னு போட்டி போட்ட பொண்ண பெத்தவங்கிய எல்லாம் தயங்கி நிக்கிறாங்கிய. போலீஸ் காரங்கியல பகைக்கிறயான். கட்சி காரங்கியல பகைக்கிறயான். சாதி காரங்யல பகைக்கிறாயான். எங்க போய் முடிய போகுதோ, எவ வந்து கட்டி வச்சு காப்பாத்த போராளோ தெரியல."என்று அவர் நொந்துபோய் பேச.

"அத்த அதெல்லாம் ஒண்ணும் இல்ல, மாமாவுக்கு என்ன கொறச்சல், அது நல்லது தான் பண்ணுது. நீ தேவையில்லாம எதையும் யோசிக்காத அத்த."என்று அழகி சொல்ல.

"ஆமா அயித்தே மாமா பின்னாடி காலேஜ் பிள்ளைக பூராம் சுத்துராளுக சும்மா இல்ல, யாருக்கும் அடங்காத சண்டி குதிரை எல்லாம் மாமா ன்னா மயங்கி நிக்குது. நீ ஏன் கவலபடுற, மருமகளுக்கு எல்லாம் கொறச்சல் இல்ல."என்று ராஜி அழகியை ஓரக்கண்ணால் பார்த்துக்கொண்டே சொல்ல.

"அப்டி கிப்டி ஏதாச்சும் இருந்தா சொல்லிருடி மருமகளே, நம்ம சாதி சனமா இருந்தா போதும். நக நட்டு, சீரு செனத்தி எல்லாம் வேணாம்."என்று இந்திராணியோ அடுத்த கட்டதுக்கே போக.

"இந்திராணி என்ன பேசிகிட்டுருக்கவ சின்ன பிள்ளைக கிட்ட. எல்லாம் உன் மவன சொல்லணும். இந்தாருங்க பிள்ளைகளா, இங்கன பேசுன மாதிரி வெளில பேசாதீக, நம்ம ஊர்ல ஒண்ணுனா ஒன்பதுன்னு பேசிபுடுவாங்கிய."என்று அவர் சொல்லவும் ஊர் வரவும் சரியாய் இருக்க. "பாத்து வூடு போய் சேருங்கடி."என்று இந்திராணியும் சொல்ல. இறங்கி வீடுகளை நோக்கி சென்றனர் இருவரும்.

அதிகாலை நான்கு மணி, வழக்கம் போல் சிட்டுக்குருவி அவள் சேதி சொல்ல வந்து சேர, முழித்த அழகியும், கிணற்றுமேட்டுக்கு சென்று முகம் கழுவி துடைத்து துண்டை முகத்தில் இருந்து கீழிறக்க. எதிரில் நின்றவனை பார்த்து திகைத்து போனால்.

மீண்டும் மீண்டும் கண்களை துடைத்து கொண்டு அவள் பார்க்க. "ஏய் கண்ணு கசங்கி போய்ட போகுது, போதும் எத்தனை தடவ கசக்கினாலும் நான்தான் தெரிவேன்."என்று அவன் சொல்ல.

"இன்பா மாமா, நீ எப்டி இங்க, இந்த நேரத்துல. அப்பாவ பாக்க வந்தியா,"என்றவளிடம்,

"இல்ல என் அழகியை பாக்க வந்தேன்."என்று அவன் சொல்ல. அப்படியே வாயடைத்து சிலையாகினாள் அவள்.

"என்ன பேச்சையே காணோம். நான் வந்தது பிடிக்களையோ, போயிறவா."என்று அவன் புறமுதுகை காட்டி நிற்க.

"அய்யோ மாமா, என்ன நீ, பிடிக்காமலாம் இல்ல, பொதுவா நீ வர மாட்டியே அதான் அதிர்ச்சியா இருக்கு."என்று அவள் சொல்ல.

"நீதான்டி வர வச்ச,"என்றவனை புரியாமல் அவள் பார்க்க.

"என்ன பார்வை, அப்டியே முட்ட கண்ண உருட்டிடுவா ஆனா ஊனானா. ஏண்டி அம்மாகிட்ட அப்டி சொன்னவ. மொத்த காலேஜ் பிள்ளைகளும் என் பின்னாடி சுத்துராளுகளா. அப்போ நீ இல்ல அப்டி தான. எங்க அம்மா தான் ஏதோ புரியாம தெரியாம பொண்ணு பாக்குறேன் அது இதுன்னு பேசிச்சுன்னா, நீ என்னடி சொல்லி இருக்கணும், என் மாமனுக்கு நான் இருக்கும்போது வெளில பொண்ணு பாப்பியா அயித்த, அப்டி கிப்ட்டி ஏதாவது பண்ணினா கொலை விழும்னுல சொல்லி இருக்கணுமா இல்லையா. என் மாமன கட்டி காப்பாத்த நான் இருக்கேன் அயித்தனு ஏண்டி சொல்லல, அப்போ நான் வேற எவளயாவதும் கட்டிகிடட்டுமா. சொல்லு."என்று அவன் அவளை நெருங்கி நின்று கேட்க. அவனின் நெருக்கத்தில் மூச்சடைத்து நின்றாள் அவள். இத்தனைக்கும் அவன் விரல் நுனி கூட அவள் மேல் படவில்லை. அவன் மூச்சுக்காற்று மட்டுமே அவளை தீண்டி பெண்ணவளை தீ மூட்ட, அவளோ சுவாசிக்க கூட மறந்து நின்றாள். அப்படியே மூச்சடைத்து நின்றவளை முன் நெற்றியில் முட்டி, முழித்து கொண்டிருக்கும் போதே மூர்ச்சையாக்கினான் அவன்.

என் அத்தை பெத்த அழகனே!
என் மனம் நிறைந்த மாமனே!
உன்னை நேசிக்க ஆரம்பித்த
நொடி எதுவென்று நானறியேன்.
ஆனால் இனி வரும்
ஒவ்வொரு நொடிகளும்
உன்னை நேசிக்க மட்டும் தான்.
ஏன் எதற்கு என்றெல்லாம்
காரணமே இல்லாமல்
உன் மீது காதல் வரவில்லை...
ஆனால் அந்த காரணம்
என்னவென்று தான்

தேடி தேடி தொலைகிறேன்...
தேடி தேடி... உன்னுள்ளே
தொலைந்து கொண்டிருக்கிறேன்...
இன்னும் எவ்வளவு தான்
தொலைவேன் நான்.
மீண்டு வரவே முடியாத
தூரம் தொலைந்து போனேன்.
என்னை தேடும் பொறுப்பு
உன்னோடு தான்.
சொல் எப்போது நீ என்னை
தேட போகிறாய்...
உன் இதயத்தில் இருக்கும் என்னை
விரைந்து தேடி பிடி, மூச்சு
முட்டிக்கொண்டிருக்கிறேன் நான்...
உன் காதல் என்னும்
காற்று கொடுத்து
காப்பாத்திவிடு என்னை...
என்று அவள் மனதிற்குள் மன்றாடி
மயங்கி போய் நின்றாள் அவன்
அரவணைப்பில்...

அப்போது "அழகி... அழகி... முத்தழகி... என்னடி பண்ற, அடியே அழகி..."என்று கூப்பிட்டு கொண்டே விருமாயி கிணற்று மேட்டு பக்கம் வந்து கொண்டிருந்தார்.

9

குருவிகள்

"அழகி... அழகி... முத்தழகி... என்னடி பண்ற, அடியே அழகி..."என்று கூப்பிட்டு கொண்டே விருமாயி கிணற்று மேட்டு பக்கம் வர.

"அய்யோ மாமா!! அம்மா வருது ... போ மாமா... போ..." என்று அழகி என்ன கத்தியபோதும் அவன் நகர்வதாய் இல்லை. புன்னை-கைத்தபடி அப்படியே அவன் நின்றிருக்க.

விருமாயியின் சத்தம் மிக அருகில் கேட்கிறது, அழகிக்கு பதற்றத்-தில் முகம் வேர்வையில் குளித்திருக்க... ""அடியே அழகி... எவ்வளவு நேரம் தாண்டி கத்துறது. எந்திரிடி,."என்று விருமாயி போட்ட ஒரு அடி-யில் பதறி முழித்தவள்,

"அய்யோ மாமா..."என்று முழித்து பார்க்க. அப்போதுதான் உணர்ந்-தாள் அது கனவென்று. என்ன கனவு இப்டி உண்மை மாதிரியே இருக்கே. இப்டி கூட கனவு வருமா என்ன. அய்யோ அழகி என்னடி உனக்கு வந்த சோதனை..."என்று புலம்பி கொண்டே எழுந்தவள், செய்த முதல் வேலை ராஜியை தேடி ஓடியது தான்.

"ராஜி மாட்டு கொட்டகையில் மாடுகளை மாற்றி கட்டி போட்டு-விட்டு, கூட்டி சுத்தம் செய்து கொண்டிருக்க, "மொசகுட்டி.. என்னடி பண்ணிட்டு இருக்க."என்று அழகி கத்தவும். திடீரென்ற சத்தத்தில் அரண்டு போன ராஜி, கையில் இருந்த சாணி கூடையை பொத்தென்று போட்டு அலறியே விட்டாள். அவள் அலறியதை கண்டு விழுந்து விழுந்து அழகி சிரித்து கொண்டிருக்க. அதே சாணி கைகளுடன் சென்ற ராஜி, அழகியின் கண்ணத்திலேயே கைகளை தடவி விட.

"ஏண்டி... ஏன் இப்டி, என் கன்னத்த பார்த்தா என்ன உங்க வீட்டு அடுப்பங்கரை மாதிரியா இருக்கா. மொழுகி விட்ர, போடி இவளே"என்று சொல்லிக்கொண்டே அவள் முகத்தை கழுவி வர. ராஜியும் கைகளை கழுவி கொண்டு. "அப்பறம் மேடம், என்ன காலைலயே என்ன தேடி வந்திருக்கீங்க, சொல்லுங்க என்ன மேட்டர்."என்று கேட்க.

"இதான் என் மொசக்குட்டி னு சொல்றது. கரெக்ட்டா கண்டுபிடிச்சிட்டா கள்ளி."என்று அவள் கன்னத்தை கிள்ளி அழகி கொஞ்ச.

"கொஞ்சல் எல்லாம் போதும், விஷயத்துக்கு வா.... என்ன மேட்டர்."என்றாள் ராஜி.

"அது வந்து ராஜி ஒரு கனவு, அதுவும் காலைல, காலைல கண்ட கனவு பலிக்கும்னு சொல்வாங்களே! உண்மையா மொசக்குட்டி..."

"அப்படியெல்லாம் பொத்தாம் பொதுவா சொல்ல முடியாது. நீ மொத என்ன கணவுன்னு சொல்லு அப்பறம் சொல்றேன் பலிக்குமா, இல்லையான்னு."

"இல்லடி அது நல்ல கனவுதான். ஆனா... ஆனா..."

"அடச்சே... சொல்லி தொலை, நல்ல கனவு, நொள்ள கனவுன்னு, என்னடி கனவு அது. ஒண்ணு சொல்லு இல்ல ஓடியே போய்டு. காலைலயே சாணி அள்ள விட்டுடாங்கியான்னு கொலை வெறியில இருக்கேன். நீ வேற வந்து கடுப்பேத்தாத."

"சரி நான் போறேன் போ... நீ ஒன்னும் கேக்க வேணாம்."

"அழகி... சரி நான் பொறுமையா கேக்குறேன் சொல்லுடி, என்ன கனவு சொல்லு. சீரியஸா கேக்குறேன் சொல்லு"

"அது...அது... இன்பா மாமா... இருக்குல்ல,"

"ஆமா மாமா இருக்கு, அதுக்கு என்ன."

"அது வந்துச்சு,"

"எது டி..."

"அய்யோ அய்யோ, இன்பா மாமா கனவுல வந்துச்சுடி."

"வந்து"

"வந்து... வந்து..."

"சொல்லி தொலை... எரும.... பிரஷர் ஏறுது.

"இல்லடி, வந்து கோவிச்சுகிச்சு மொசக்குட்டி. எங்க அம்மா தான் பொண்ணு பாக்குறேன்னு சொன்னா, நீயும் அமைதியா இருக்க. நான் தான் உன் மருமகனு ஏண்டி சொல்லலனு சொல்லி மாமா கோவிச்சு-

கிச்சு."

"பார்ரா... ஹ்ம்மம் அப்பறம்..."

"என்ன அப்பறம். நான் என்ன கதையா சொல்றேன். ம்ம் கொட்ற."

"பின்ன என்ன, இது கதை இல்லையா பின்ன, நேர்ல பக்குறப்போ வாய தொறக்குறது கூட இல்ல, கனவுல வந்து அவர் காதல் சொன்னா-ராம், இந்தம்மா சொக்கி நின்னாங்களாம். கனவு கண்டாலாம் கனவு... ஓடி போ பக்கி."

"என்ன ராஜி நீயே இப்டி சொன்னா, நான் என்னடி பண்ணுவேன். நான் எவ்ளோ ஆசையா ஓடி வந்தேன் தெரியுமா உன்கிட்ட சொல்ல, நான் வேற யார்கிட்ட சொல்வேன் சொல்லு. இன்பா மாமா மேல எனக்கு இருக்குற விருப்பத்த உன்ன தவிர யார்கிட்டயும் சொன்னது இல்ல, யார்கிட்டயும் சொல்லவும் முடியாது. மாமா மேல நாளுக்கு நாள் அன்பும் விருப்பமும் அளவுக்கு மீறி போய்ட்டு இருக்கு. மாமாவோட ஒவ்வொரு செயலும், பேச்சும் அவர் பக்கம் என்ன இழுத்துகிட்டே இருக்கு. அத வெளிக்காட்டாம இருக்க நான் எவ்ளோ மெனக்கெட-றேன்னு எனக்கு மட்டும் தான் தெரியும். உங்கிட்ட மட்டும் தான் நான் வெளிப்படையா பேசுறேன். இப்போ நீயும் கிண்டல் பண்ணினா, நான் என்னடி பண்ணுவேன்.."என்றவள் கண் கலங்க.

"அட லூசு... நான் என்ன சொன்னேன்னு இப்டி எல்லாம் பேசுற. நான் சொன்னது இதுதான். எல்லாத்தையும் மனசுக்குள்ளேயே எதுக்கு வச்சுக்கிட்டு இருக்க. மாமாகிட்ட சொல்லிடு, அது மனசும் தெரிஞ்-சுகிட்டு அப்பறம் உன் ஆசைய வளத்துகிட்டா, உனக்கு நல்லதுன்னு தான் சொல்றேன். என் அழகி பத்தி எனக்கு தெரியும். அவ தைரிய-மான, உறுதியான பொண்ணு தான். ஆனா இன்பா மாமா விஷயத்துல அப்டி இல்லன்னும் தெரியும். அதுனால தான் சொல்றேன். மாமா கிட்ட சொல்லிடு, இன்னைக்கு கனவு கூட உன் ஆழ் மன எண்ணம் தான், நீ நேத்து அயித்த கிட்ட பேச நெனச்சத கனவா கண்டு இருக்க. அவ்-ளோதான். நீ போய் மாமா கிட்ட பேசுடி... பேசு அழகி."என்று சொன்-னாள் ராஜி.

"மாமாகிட்ட சொன்னா மாமா என்ன தப்பா நெனச்சுடுமோன்னு பயமா இருக்குடி,"

"தப்பா நினைக்க என்ன இருக்கு. உன்ன போயி மாமா எப்டிடி தப்பா நினைக்கும். ஏன் பொண்ணுங்க எல்லாம் காதலிக்க கூடாது,

அப்டியே காதலிச்சாலும் அத சொல்ல கூடாதுன்னு மாமா நெனைக்-கும்னு உனக்கு தோணுதுதா.... அப்டி யோசிச்சா நீ லூசுன்னு தான் அர்த்தம். அது நம்ம மாமா, நான் சொல்லி உனக்கு தெரிய வேண்டிய அவசியம் இல்ல. தைரியமா பேசு. இன்னைக்கே பேசு. சரி போய் காலேஜ் கிளம்பு, நானும் கிளம்புறேன்."என்று ராஜி சொல்ல. இருவரும் தயாராகினர்.

கல்லூரி வாசல், ராஜியும் அழகியும், உள்ளே நுழைய, காலேஜ் சூழல் பரபரப்பாய் இருந்தது. அப்போதுதான் ஞாபகம் வந்தது இருவ-ருக்கும். இந்த வருடம் காலேஜ் தொடங்கப்பட்டு இருநூறாவது ஆண்டு என்பதால், இந்த மாதம் முழுவதும் ஒவ்வொரு கொண்டாட்டம் என்று முடிவு செய்யப்பட்டிருந்தது. அந்த வகையில் இன்று, ஆளுங்கட்சி MLA காலேஜ்ஜிற்கு வந்து, MLA தொகுதி பங்கீட்டு நிதியில் இருந்து ஒரு தொகையை இந்த கல்லூரிக்காக ஒதுக்கி, புது கட்டிடம் ஒன்றை கட்டி தர அடிக்கல் நாட்ட வருகிறார். அதனால் மொத்த கல்லூரியும் பரபரப்பாய் இருந்தது. இவர்களும் அந்த பரபரப்பில் கலந்து கொண்-டனர். அத்தனை பரபரப்பிலும் அழகியின் கண்கள் இன்பாவையே தேடி-யது. ஆனால் அவனை காணவில்லை.

நேரம் கடந்தது. விழா தொடங்கியது. அந்த MLA, தன் படை சூழ, ஆரவாரத்துடன், ஆடம்பரமாய் வந்து சேர்ந்தார்.

விழா தொடங்கியது முதல், அந்த MLA வை அனைவரும் புகழ்ந்து தள்ளி கொண்டிருந்தனர். இடை இடையே மாணவர்களின் ஆடல் பாடல் என கலகலப்பாய் சென்று கொண்டிருந்தது நிகழ்ச்சி, அதில் கடைசி நிகழ்ச்சியாக மாணவர்களின் நாடகம் என்றும், நாடகத்தின் இயக்குனர் இன்பரசு பாண்டியன் என்றும். அறிவிக்கப்பட அனை-வரும் ஆர்வமாய் பார்த்தனர். நாடகமும் தொடங்கியது. இன்பரசன் தான் கதையின் நாயகனாக நடித்திருந்தான். அதில் முதல் காட்சியில் ஒரு இளைஞனாக வேடமிட்ட இன்பரசன் வேட்டியை மடித்து கட்டிக்-கொண்டு, முண்டா பணியனுடன் மாங்கு, மாங்கு என தண்ணீர் பாய்ச்சி கொண்டிருக்கிறான். அதில் தொடங்கி, மெல்ல மெல்ல அவன் நிலை மாறி கடைசியில் வெள்ளை வேட்டி சட்டையில் கெத்தாய் அமர்ந்திருக்-கிறான். அதை பார்த்த உடனே அனைவருக்கும் புரிந்து விட்டது. அது அந்த MLA வை பற்றிய நாடகம் தான் என்பதும். இன்பரசன் அந்த MLA வேடத்தில் தான் நடிக்கிறான் என்றும்.

இன்பரசனின் நடிப்பை அனைவரும் ஆரவாரமாய் ஆர்ப்பரித்து ரசித்து கொண்டிருந்தனர். அப்படியே சென்று கொண்டிருந்த போது. அந்த MLA வை ஒருவர் பார்க்க முயல்கிறார். கடைசி வரை பார்க்கவே முடியவில்லை. தன்னை அந்த நபர். அவரின் கல்லூரி கால தோழன் என்று எவ்வளவோ சொல்லி பார்க்கிறார். ஆனாலும் அவருக்கு அனுமதி கிடைக்கவே இல்லை. MLA வின் அடியாட்களும் ஆதரவாளர்களும் அந்த நபரை அடித்து அவமானப்படுத்தி துரத்த, அந்த நேரம் அங்கு இருந்த சில பத்திரிகைகாரர்கள். இவற்றை எல்லாம் வீடியோ எடுத்து ஒளிபரப்ப, அந்த ஜில்லா முழுவதும் பெரும் பேசு பொருளாக மாறுகிறது இந்த விஷயம். கட்சி மேலிடத்தில் இருந்து எதிர்ப்புகள் கூடி, பதவிக்கே உலை வைக்கும் நிலை வர வேறு வழியின்றி, அந்த நபரை சந்திக்க ஒப்புக்கொள்கிறார் அந்த MLA.

பத்திரிக்கைகள் முன்னிலையில், ஆரத்தழுவி, உச்சிமுகர்ந்து, மன்னிப்பு வேண்டி, தன் நண்பனை சந்தித்த MLA. வீட்டிற்குள் அழைத்து சென்று, அந்த நபரிடம் மிக மோசமாக நடந்து கொள்கிறார். அடித்து மிதிக்கிறார்.

அதுவரை நாடகத்தை பார்த்து ஆர்பரித்த மக்கள் இந்த காட்சிகள் நாடகத்தில் தொடங்கியதும் அமைதி ஆகிறார்கள். நாடகம் தொடர்கிறது.

அந்த நபரை அடித்து மிதித்து, குத்துயிர் கொலை உயிர் ஆக்கிய நிலையில், கோபத்தின் ஆத்திரத்தின் உச்சியில் இதுவரை தான் வளர்ந்து இந்த நிலையை அடைய செய்த ஒவ்வொரு காரியத்தையும் சொல்கிறார் அந்த MLA. அவரின் பயணம் முழுவதும் கொலைகளும், த்ரோகங்களும், சூழ்ச்சிகளுமாய் நிறைந்திருக்கிறது. பலரின் வாழ்வை நீர்மூலமாக்கி தான் அவர் தன் வாழ்க்கையை இன்று நிலை நிறுத்தி உள்ளார். இவற்றை எல்லாம் மேலும் மேலும் சொல்லிக்கொண்டே அவர் அடித்த அடியில் அந்த நபர் இறந்தே போக, "செத்துடானா... செத்து தொலையட்டும் நாய்... இவன் நாள ஏகப்பட்ட கெட்ட பேர், அதையெல்லாம் மாத்தனும். எதாவதும் ஒரு காலேஜூ ஸ்கூலு பாருங்கடா, மொத்த தொகுதியையும் சுத்தி வளைக்கணும், அப்டி ஒண்ணா பாருங்க, அங்க கொஞ்சம் எலும்பு துண்ட தூக்கி போட்டு, பேர காப்பாத்தனும்.

அப்படியே, வீட்டுக்கு பின்னாடி, வாழ தோப்புல பொதச்சுடுங்க இந்த நாய."என்று அந்த MLA சொல்ல அந்த இறந்த நபரின் உடலை தரத-

ரவென இழுத்து செல்கின்றனர் அவரின் அடியாட்கள். இப்படி நாடகம் போய் கொண்டிருக்க. அங்கு இருந்த அந்த MLA வின் ஆதரவாளர்கள் பொங்கி எழுந்து கத்தி கலாட்டா செய்து, மேடை மேல் ஏறி, அடித்து உடைக்க தொடங்கினர். MLA அங்கிருந்து கோபமாய் கிளம்பி சென்றுவிட்டார். ஒரு கட்டத்தில் நிலைமை கை மீறி போக, போலீஸ் படை அங்கு வந்து, லேசான அடி தடி மேற்கொண்டு, நிலையை கட்டுக்குள் கொண்டு வந்தனர். இன்பரசன் உள்பட, அந்த நாடகத்தில் பங்குபெற்ற மற்ற மாணவர்கள் அனைவரையும் அரஸ்ட் செய்து அந்த பகுதி முழுவதும் 144 தடை உத்தரவு போடப்பட்டது.

இதில் இன்பரசன் மேல் வலுவான வழக்கு பதியப்பட்டது. பிணையில் வர முடியாது வழக்கு பதியப்பட்டு மதுரை சிறைச்சாலையில் அடைக்கப்பட்டான். குடும்பமே அரண்டு போனது. ஊர் மொத்தமும் இன்பரசனை திட்டி தீர்த்தது. காலேஜில் இருந்து நீக்கப்பட்டான். அந்த நாடகத்தை அவன் அரங்கேற்ற உதவியாய் இருந்த, வரலாற்றுபேராசிரியர் வீரணனும் வெளியேற்றப்பட்டார். நிலைமை மிக மோசமானது, அழகி இன்பாவை நினைத்து உருகி தவித்தாள். வெளியில் காட்ட முடியாமலும், உள்ளேயே வைத்து கொள்ள முடியாமலும் வெந்து கொண்டிருந்தாள்.

நாட்கள் கடந்தது, மாதங்களும் கடந்தது. மூன்று மாதங்கள் கழித்து இன்பரசன், பிணையில் விடுவிக்க பட்டான். இயக்கம் சார்ந்து பெரிய ஆளாய் மாறி போய் இருந்தான். ஆனால் சொந்த பந்தங்கள் முன்னிலையில் மிக மோசமான பெயரே பெற்றிருந்தான். அன்று அவன் வருகையை கூட பெரிதாய் யாரும் வரவேற்க வில்லை. இந்திராணியும், மதியழகனும் மட்டுமே தவித்து போய் இருந்தனர்.

இன்பரசன் வீட்டுக்கு வந்த விஷயம் தெரிந்து, அழகி ஓடோடி சென்றாள் அவனை காண.

வீட்டிற்கு பின்புறம், முல்லை செடிகளின் புதர்களுக்கு நடுவே, அந்த முல்லை மொட்டுகள் மலர்ந்திருக்க அதன் ஏகாந்த வாசனையை ரசிக்க கூட முடியாமல், தோட்டத்தின் நடுவே அவன் மட்டும் தனியே அமர்ந்திருக்க. உணர்வுகளை உள்ளுக்குள் அடக்கிக்கொண்டு, தன்னை சாதாரணமாய் காட்டி கொண்டு, அவன் அருகில் பின்புறமாய் சென்று, தோளை தொட்டு, "மாமா..."என்று அவள் அழைக்க.

தன்னிச்சையாய் அவன் அப்படியே திரும்ப, அவன் கண்கள் கலங்கி, கோவைபழமாய் சிவந்திருக்க. "அய்யோ மாமா, என்ன அழு-தியா, ஏன் மாமா... நீ போய் அழுகலாமா.."என்று பதறிய அவன் கைகளை தன் கைகளுக்குள் வைத்து கொண்டு, அவன் அமர்ந்திருந்த கயிற்று கட்டிலின் கீழ் முட்டியிட்டு அமர்ந்தபடி, இவள் கண்களும் கலங்கி கடலலையாய் கண்ணீரை ஆர்பரித்தது. அப்படியே வார்த்தைகள் இன்றி, கண்ணீரின் சங்கமத்தில் சில நிமிடங்கள் கழிந்து போக. அழகியே முதலில் சமணடைந்தால்.

"மாமா... என்ன மாமா, அதுக்குள்ள சோர்ந்து போய்ட்டியா, நீ பண்ணின விஷயம் எவ்ளோ பெரிய தாக்கத்தை உண்டாக்கி இருக்கு தெரியுமா. இதுக்கு அப்பறம் அந்த ஆள் எலெக்சன்ல என்னைக்கும் ஜெயிக்க முடியாது. நோக்கம் தான் மாமா முக்கியம். உன் நோக்கம் ரொம்ப சிறந்தது. அது நீ நெனச்ச மாதிரியே நிறைவேறிடுச்சு. நீ இன்-னும் நெறய பண்ணனும் மாமா."

"எங்க அழகி, எங்க நான் பண்றது. ஆயிரம் தான் நம்ம பேர் வாங்கினாலும், சொந்த குடும்பம் நம்ம கூட இல்லனா, அப்பறம் என்ன அழகி இருக்கு. அம்மா அப்பா பாவம் ரொம்ப பாதிக்கப்படுறாங்க. அதுக்காக நான் சும்மா இருக்கவும் முடியாது. என்ன அழகி பண்ணு-வேன் நான் நீயே சொல்லு பாப்போம்."

"மாமா, அத்த முக்கியம் தான். ஆனாலும் உன் எண்ணம் தான் மாமா ரொம்ப முக்கியம். உன் மனசு படி பண்ணு மாமா, மாமாவும் அத்-தையும் போக போக புரிஞ்சிப்பாங்க."என்று அவள் சொல்லிக்கொண்டி-ருக்கும் போதே அங்கு வந்த தெய்வா...

"சொல்றது சுலபம் அழகி. அந்த இடத்துல இருந்தா மட்டும் தான் நிலைமை புரியும். அம்மா அப்பா இடத்துல இருந்து நீ யோசிச்சு பாத்தா அப்போ புரியும் உனக்கு. மொத்த ஊரும் அண்ணனை வையும் போதும். பெரிய பெரிய அரசியல் முதலைங்க எல்லாம், அண்ணனை எதிரியா நெனச்சு அழிக்க பாக்குறதும் ஒண்ணும் அவ்வளவு சாதாரண விஷயம் இல்ல. புரியாம பேசாத."என்று சற்றே கோபமாக சொல்ல.

"தெய்வா.... எனக்கும் எல்லாம் புரியும். நான் ஒண்ணும் சின்ன புள்ள இல்ல, எல்லாரும் சுயநலமா யோசிச்சதோட பலன் தான் நம்ம சமூகம் இப்டி இருக்குறது. கெட்டு போன இந்த சமூகத்தோட கெட்டு போய்கிட்டே வாழ்வது தான் வாழ்க்கையா. மாமா தான் சரி. அவர்

பண்றது தான் சரி. இவர் இப்படியே தொடர்ந்தா நிச்சயம் இவர் பின்னாடி இவரை தொடர்ந்து நெறய பேர் வருவாங்க."என்று அழகி சொல்ல.

"வாய மூடு அழகி. போதும் அவன ஏத்தி விடாத, அவன் எப்டி போனாலும் உனக்கு ஒண்ணும் இல்ல. அதான் நீ இப்டி பேசுற. இதே உன் வாழ்க்கை கூட இன்பா சம்பந்தப்பட்டு இருந்தா. அவன் நல்லது கெட்டது உண்ண பாதிக்கும்னு ஒரு சூழ்நிலை வந்தா தான் உனக்கு புரியும். உபதேசம் எல்லாம் ஊருக்கு தான். தனக்குன்னு வந்தா தெரியும் வலியும் வேதனையும்"என்று தெய்வா சொல்ல.

"தெய்வா என்ன நெனகிச்சுட்டு இருக்க நீ என்ன பத்தி. இப்போ சொல்றேன் கேட்டுக்கோ. மாமா ஒண்ணும் யாரோ இல்ல. அவர் நல்லது கெட்டது என்ன பதிக்காதுன்னு நீயே எப்டி முடிவு பண்ணாத. அவருக்கு ஒண்ணுனா முதல் பாதிப்பே எனக்குத்தான் என்ன பொறுத்தவரைக்கும். இன்னும் தெளிவா சொல்றேன் கேட்டுக்கோ. இன்பா மாமாவதான் நான் கல்யாணம் பண்ணிக்க போறேன். அதுக்கு அப்பறமும் அவர நான் எதுக்காகவும் கட்டுப்படுத்த மாட்டேன். இன்னிக்கு இப்போ என்ன சொல்றேனோ அதேதான் அன்னைக்கும் சொல்வேன். பாக்குறியா நீ... அப்போ சொல்லு நான் ஊருக்கு உபதேசம் பண்றவளா இல்ல உண்மையா இருக்குறவளான்னு"என்று அழகி உணர்ச்சி வேகத்தில் உள்ளத்தில் இருந்ததை எல்லாம் சொல்ல.

தெய்வா அப்படியே அதிர்ச்சியாய் அவளை கண்கள் விரிய பார்த்துக்கொண்டிருந்தான். இன்பரசனோ என்ன ரியாக்ட் செய்வது என்று புரியாதது போல் குழப்ப பார்வை பார்த்து கொண்டிருந்தான்.

காதல் சொல்லத்தான்...
காத்திருந்தேன்...
காலம் தான் சதி செய்தது...
சொல்ல வந்த சேதி இதுதான்...
ஆனால் சொல்ல நினைத்த
விதம் இதுவல்ல...
ஆத்திரத்தில் வந்தாலும்...
அகத்தில் இருந்துதான் வந்தது...
ஆத்திரத்தில் சொன்ன
ஒரே காரணத்தினால்...

அர்த்தமற்றது என்று
எண்ணி அலட்சியம்
மட்டும் செய்து விடாதே...
தான் இளைப்பாறிய,
மரத்தின் நிழல் அது
தனக்கு மட்டும் சொந்தமில்லை
என்று அறியும் முன்,
இறந்து போகும்
வழிப்போக்கன் போல
நீ ஒருவேளை எனக்கில்லை
என்றால்... அதை அறியும் முன்
முடிந்துவிட வேண்டும்
என் வாழ்க்கையும் கூட...

10

குருவிகள்

11

குருவிகள்

12

குருவிகள்

தெய்வா ராஜியிடம் "என்ன ஆச்சு ராஜி" என்று கேட்டதும். அந்த வார்த்தையின் மூலம் அவன் கடத்திய அவள் மீதான அக்கறையின் ஆழம் புரியப்பட, அடைக்கலம் தேடி அலைந்து கொண்டிருந்த அவள் மனம் அவனிடமே அவன் தோளிலே தஞ்சம் கொண்டு, கண்ணீர் மூலம் தன் பாரம் குறைக்க முயன்றது.

ராஜியின் அந்த கண்ணீரும், அவளின் இந்த நெருக்கமும் முற்றிலும் புதிதாய் இருக்க. தெய்வா தான் தவித்து போனான் காரணம் புரியாமல்.

"ராஜி... ராஜிமா, என்ன ஆச்சு. ஏன் இவ்ளோ அழுகை, என்ன-தான் ஆச்சு."

"........"

"ராஜி... சொல்லுடி, கடுப்பாகுது... சொல்றியா இல்லையா..."

"......."

"இப்போ நீ சொல்லல, நான் போய்டுவேண்டி. இப்போ சொல்றியா, இல்ல போகவா..."

"போ... நீயும் போ... எனக்கு யாரும் வேணாம். என் அப்பனையும் ஆத்தாளையும் விட, அவளையும் உன்னையும் தான் உசுரா நெனச்சு வாழ்ந்துகிட்டு இருக்கேன். ரெண்டுபேரும் விட்டுட்டு போங்க, நானும் போறேன் எங்கேயாவதும் கண்காணாத தூரத்துக்கு"என்றவள் அவனை விட்டு பிரிந்து மீண்டும் நடக்க தொடங்க. அவள் சொன்ன வார்த்தை-களை உள்வாங்க முடியாமல் குழப்பத்தில் இருந்தவன், சில நிமிடங்-களுக்கு பின்னேதான் அவள் செல்வதை கவனித்தான். உடனே ஓடி

சென்று, மீண்டும் அவளை தடுத்து,

"எங்கடி போற, என்னதான்டி பிரச்சனை, உன்ன கெஞ்சி கேக்கு-றேன் சொல்லேன்."என்று கெஞ்சும் சொற்களை கொஞ்சி கேட்க, மனம் இறங்கினாள் ராஜி.

"மாமா, அழகி என்ன அவளவிட்டு போக சொல்லிட்டா, நான் அவளுக்கு வேணாமா, சொல்லு, நான் என்ன மாமா செஞ்சேன் அவள, அவ தான என் உசுரு, என்ன போயி அவ எப்டி அப்டி சொல்லலாம். சொல்லு மாமா."என்று விம்மல்களுடன் சொல்லி முடிக்க.

"இதுக்கா வாயாடி, இம்புட்டு அக்கப்போரு, நான்கூட என்னமோ ஏதோனு பயந்துட்டேன். அந்த பிள்ளை எதாவதும் கோபத்துல சொல்லி இருக்கும். அத போயி பெருசா பேசிக்கிட்டு, கருவேலங்காட்டு வழியில இப்டி ஒத்தையில ஓடிக்கிட்டு இருக்க கிறுக்கு புள்ளை. வா வீட்டுக்கு போவோம், நானே அழகிக்கிட்ட பேசுறேன்."என்று கையை பிடித்து அழைக்க.

"இல்ல மாமா, நீ நெனைக்கிற மாதிரி இல்ல. அவ வேணும்னே தான் இப்டி செய்றா. நான் கூட இருந்து அவ படுற கஷ்டத்த பாக்க கூடாதுன்னு நெனச்சு தான் மாமா இப்டி நடந்துகிறா. அவளுக்கு தென்-னரசு மாமா பொருத்தம் இல்ல. இன்பா மாமா தான் அழகிக்குனு பொறந்தவரு. இன்பா மாமாவ கட்டிகலன்னா நிச்சயம் அழகி சந்தோ-சமா இருக்க மாட்டா, என்ன செய்றதுன்னே தெரியல எனக்கு."என்று மீண்டும் அவள் அழுக தொடங்க.

"அத பேசதான் ராஜி வந்துட்டு இருந்தேன் நானும். என்னதான் சொல்றாங்க. அத்தையும் மாமாவும்."

"அவங்க எப்பவும் சொல்றத தான் சொல்றாங்க மாமா. அவங்கள விடு இந்த பைத்தியமும் அப்டியே தான் பேசுறா. நான் இன்பா மாமா-கிட்ட பேசுரேண்டின்னு சொன்னதுக்கு தான் என்னய வெரட்டி விட்-டுட்டா. என்னதான் பண்றது. பேசாம தென்னரசு மாமாகிட்ட போய் உண்மையை சொல்லிட்டா என்ன. மாமா புரிஞ்சுகிடுச்சுன்னா பிரச்-சனையே இல்லல."

"லூசு தாண்டி நீனு. தென்னரசு எல்லாம் அவ்ளோ நல்லவன் இல்ல. நல்லவன் மாதிரி வேஷம் போட்ட கெட்டவன் அவன். நிச்சயம் இது வேற மாதிரி போயிடும்."

"அப்போ என்னதான் மாமா பண்றது."

"என்ன பண்றது. அழகி நம்ம கூட இருந்தாலாவது எதாவதும் பண்ணலாம், அவளும் ஒத்து வர மாட்டேன்கிறா. அய்யோ பைத்தியமே பிடிக்குது. ஒருபக்கம் எங்க அண்ணன் காரன் என்ன நடக்குதுனே தெரியாம அவன் பாட்டுக்கு அவன் வேலையை பாத்துட்டு இருக்கான். இந்த அழகி ஒரு பக்கம் என்ன நடந்தாலும் எதையும் காட்டிக்காம கல்லு மாதிரி இருக்கா. நம்மதான் இவங்கிய நாள லூஸா சுத்த போறோம் ராஜி."

"இன்பா மாமா மேல கோபம் கோபமா வருது. நான்கூட என்னமோ நெனச்சேன். இப்டி இருக்காரே"

"ஏய் எங்க அண்ணன் என்னடி பண்ணுவான். அழகி இது வரைக்கும் ஒரு வார்த்தையாவதும் சொல்லி இருப்பாளா, சொன்னாதான அவனுக்கும் தெரியும். எதையும் சொல்லாம அவன் மேல குத்தம் சொன்னா எப்டி."

"ஆமா மாமா. உங்க நொண்ணன் கிட்ட போயி, விளக்கமா உப்பு புளி எல்லாம் போட்டு விளக்கி சொல்ல சொல்றேன். ஆளயும் மூஞ்சியையும் பாரு. நீயெல்லாம் பெரிய மனுசனு நெனச்சா இப்டி சல்லி தனமா பேசிகிருக்க. பொம்பள பிள்ளைக கண் அசைவுல ஆயிரம் அர்த்தம் புரிஞ்சு அவன் அவன் தவமா தவம் கெடக்குறாங்கிய. உங்க நொண்ணனும் நீயும் இன்னும், கொழந்த புள்ளைங்கலாவே ஒன்னும் புரியாம சுத்துங்கடா... ஒருத்தி நேருக்கு நேரா வந்து உன்னையதான் கட்டிக்க போறேன்னு சொல்லியும் புரியாத மர மண்டைகல என்னத்த செய்ய, ஒன்னும் செய்ய முடியாது. போங்கடா....."

"அடியே என்னடி ரொம்ப பேசுற, ஒரு பொம்பள பிள்ளை அறியாத வயசுல வந்து மாமா உன்னைய கட்டிக்கிறேன்னு சொன்னதும், வாமா ன்னு பிடிச்சு தாலிய கட்டனும்னு சொல்றியா நீ. எங்க அண்ணன் நல்லவன், அவன் அப்படியெல்லாம் பண்ணமாட்டான்."

"அப்பறம் வேற எப்டி பண்ணுவீங்க, சரி அன்னைக்கு தான் அவளுக்கு அறியாத வயசு, இன்னைக்கும் என்ன வந்துச்சு. ஒருத்தி வாய் பேசுறத விட கண் பேசுறது தான் அதிகம். அதும் இந்த கனெக்சன் கனெக்சனு சொல்வாங்கிய தெரியுமா. அந்த கனெக்சன் கூடவா தெரியாது. இன்பா மாமா அப்டி பத்து அடி தூரத்துல வந்தாலே, அப்டியே அவ வேற உலகத்துகுள்ள போய்டுவா, ஏன் நீ கவனிச்சது இல்ல அவகிட்ட. உனக்கு எனக்கு தெரியிறது கூட உங்க அண்ணனுக்கு

தெரியல. நம்ம போய் ஒருத்தர் எதிர்ல நிக்கிறப்போ, அவங்க உதடு ஆயிரம் பேசினாலும், அந்த நெஞ்சு படபடப்ப கண்ணு கண்ணாடியா மாறி காட்டுமே, அதுக்கு மேல என்ன வேணும். ஆனா ஒண்ணு இந்த விஷயத்தில நீயும் உங்க அண்ணனும் ஒருத்தருக்கு ஒருத்தர், சளச்சவங்க இல்ல. எல்லாம் எங்க கெரகம். உங்கள சொல்லி குத்தம் இல்ல."

"இதுல நான் என்னடி பண்ணுனேன். என்னய ஏண்டி சேக்குற. வர வர ரொம்ப பண்றடி நீனு. இவ்ளோநேரம் நல்லாத்தான பேசிக்கிட்டு இருந்த. என்ன ஆச்சு உனக்கு. இடையில இடையில டா போட்டு எல்லாம் பேசுற, என்னடி ஆச்சு உனக்கு"

"ஒண்ணும் ஆகல சாமி. ஒண்ணுமே ஆகல. உங்கள எதுவும் சொல்லல, சரி நான் போறேன். என்ன இருந்தாலும் என் அழகி அவ, நான்தான் எதாவதும் பண்ணனும்."என்று சொல்லிக்கொண்டே அவள் வந்த வழியில் திரும்பி புலம்பி கொண்டே செல்ல.

"ஏய் நில்லுடி, வண்டியில கொண்டுபோய் விட்டுட்டு போறேன். எம்புட்டு தூரம் நடப்ப."என்ற தெய்வாவிடம்.

"உன்ன எல்லாம் தேடி வந்தா, நீ விட்டுட்டு தாண்டா போவ, ஒரு ஆணியையும் நீ புடுங்க வேணாம். இப்டியே ஓடிடு. ஊருக்கு ஒரு அழகி போதும். எல்லாம் விதி, அவ கூடவே இருக்கணும்னு நெனச்சு ஆரம்பிச்சு, அவள மாதிரியே ஒத்தையில பொலம்பிட்டே போய்ட்டு இருக்கேன்."என்று அவள் தனக்கு தானே பேசிக்கொண்டே சென்றுவிட. தெய்வா அப்படியே ஊர் திரும்பி சென்றான்.

அழகி வீட்டில், இரவெல்லாம் அப்படியே இருந்தவள், ராஜி சென்றபிறகும் சில மணி நேரங்களை அப்படியே கடத்த. பின் ஏதோ நினைத்தவளாய், எழுந்து சென்று முகம் கழுவி, வந்து, அடுப்பங்கரைக்குள் சென்று, தட்டை எடுத்து, சட்டியில் இருந்த சோறையும், கொப்பறையில் இருந்த குழம்பையும் ஊற்றி, வட்ட கிண்ணம் அது வழிய வழிய வெஞ்சனத்தையும் போட்டு கொண்டு வந்தவள், எதுவும் நடக்காதது போல டிவியின் முன் அமர்ந்து சாதாரணமாய் உண்ண தொடங்கினாள். ஜெயகொடியும், விருமாயியும் அவளை வித்தியாசமாக பார்த்தனர். இதற்கு சந்தோஷ பட வேண்டுமா. இல்லை அச்ச பட வேண்டுமா என்று கூட அவர்களுக்கு தெரியவில்லை.

சாப்பிட்டு முடித்தவள், தலைவாரி, பொட்டு வைத்து கொண்டு, உடையை சரி செய்து கொண்டு, அவளின் ஆஸ்தான இடமான கிணற்-

றுமேட்டுக்கு அருகில் நின்று, கருவேல மரத்தில் வழக்கத்திற்கு மாறாய், அமர்ந்திருந்த அவளின் சிட்டுக்குருவியிடம் பேச தொடங்கினாள்.

"ஏய் சிட்டு, என்ன நீ இந்த நேரத்தில வந்திருக்க. எல்லாருக்கும் சேதி சொல்ற உனக்கு, இப்போ எனக்கு நீ தேவைன்னு யார் சேதி சொன்னாங்க. ஆமா இந்த நேரம் இங்க இருக்கியே, உன் வழக்கமான வேலையெல்லாம் முடிச்சுட்டியா. சாப்டயா.... இரு வறேன். என்றவள் உள்ளே சென்று, கம்பங்கதிர் ஒன்றை கிணற்று திட்டில் வைக்க. சிட்-டுக்குருவியும் அதன் அருகில் வந்து நின்று அதை கொத்தி தின்ன தொடங்கியது.

"ஹேய் பாருடா, இவ்ளோ பசியா உனக்கு. இல்ல எனக்காக சாப்ட-ரியா, உன் பிள்ளைகள எல்லாம் எங்க. அவங்களும் நான் கதிர் தரேன் எடுத்துட்டு போ என்ன. அப்பறம் ஊருல என்ன சேதி, என்ன நடக்குது, உனக்கு தெரியாம எதுவும் நடக்காதே அதான் கேட்டேன். உன் கூடு எங்க இருக்கு. அப்பறம் ஒண்ணு தெரியுமா உனக்கு நீ ஒரு அழகான சிட்டுகுருவின்னா, நான் ஒரு தூக்கணாங்குருவி, தூக்கணாங்குருவிக்-குன்னு சில தனித்துவம் இருக்கு, அது நெறய பேருக்கு தெரியல சிட்டு. என்ன பண்றது அவங்க அறிவு அவ்ளோதான். ஒருநாள் புரிஞ்சுபாங்க. நீ சாப்டு."என்று அந்த சிட்டுக்குருவி இவளுடன் உரையாடுவதை போல இவள் பாட்டுக்கு அந்த குருவியிடம் தோன்றுவதை எல்லாம் பேசிக்-கொண்டே இருந்தாள். இதுவும் ஒருவகை மன அழுத்தத்தின் வெளிப்-பாடு தான்.

தன் பேச்சுக்கு யாரும் செவி சாய்க்காத போதும், இல்லை தன் வார்த்தைகளுக்கும் தன் உணர்வுகளுக்கும் எந்த முக்கியத்துவமும் இல்லை என்று மனது முழுமையாய் நம்பும் போதும், நம் வார்த்-தைக்கோ, எண்ணத்திற்கோ எதிராய் செயலாற்றாத நமக்கு பிடித்தமான, நமக்கு நெருக்கமான, ஒரு உயிரிடமோ, பொருளிடமோ தன்னை சமர்ப்-பித்து தன்னை தானே மீட்டெடுக்கும் முயற்சியை மூளை தன்னிச்-சையாய் செய்யும் ஒரு வகை தான் இதுவும். அழகி அதைத்தான் செய்து கொண்டிருக்கிறாள். இவை அனைத்தையும் பார்த்துக்கொண்டி-ருந்த ஜெயகொடியும், விருமுவும் என்ன நினைப்பதென்று தெரியாமல் அமைதியாய் உள்ளே சென்றுவிட்டனர். அந்த நேரம் "அத்த, மாமா...."என்று சொல்லிக்கொண்டே தென்னரசு உள்ளே வர, கொஞ்-சமும் அவனை எதிர்பார்க்காத அவர்கள், தட்டு தடுமாறி, "வாங்க...

மருமகனே.... வாங்க..."வரவேற்க.

வந்தவன், "மாமா ஒரு பத்து நிமிஷம் நான் முத்தழகி கிட்ட பேசணும். அவ எங்க."என்று கேட்க.

"அவ.... பின்னாடி கிணத்து மேட்டுல தான் இருக்கா மருமகனே.... என்ன விஷயம் பேசனும், ஏதும் பிரச்சினையா..."என்று அவர் தயக்கத்துடன் கேட்க.

"அய்யோ மாமா ஒரு பிரச்சனையும் இல்ல. இன்னும் ஒரு மாசம் கூட முழுசா இல்ல கல்யாணத்துக்கு, சட்டு புட்டுன்னு எல்லா வேலையும் ஆரம்பிக்கணும்ல, அதான் அந்த பிள்ளைக்கு என்ன வேணும், வேணாம்னு கேட்டுட்டு ஒரு வார்த்தை பேசிட்டு போலாம்னு வந்தேன் மாமா."என்றவன் பேசிக்கொண்டே கிணற்று மேட்டுக்கு வந்து சேர்ந்தான். அப்போதும் அழகி சிட்டுவுடன் பேசிக்கொண்டிருக்க, "முத்தழகி"என்று அவன் அழைக்க, அந்த குரலில் சிட்டு சிட்டாய் பறந்து போக, அழகியோ எந்த சலனமும் இன்றி திரும்பி, "வாங்க மாமா"என்று போலி புன்னகையுடன் வரவேற்றாள்.

"என்ன முத்தழகி இங்க நின்னுட்டு இருக்க, இந்த உச்சி வெயிலுல, உனக்கு மட்டும் சூரியன் குளிறுதோ."

"ஆமா மாமா, உள்ள எறியுற நெருப்புக்கு முன்னாடி, இந்த சூரியனோட சூடு எல்லாம் குளிர் மாதிரி தான்."

"என்ன சொல்ற அழகி, என்ன உள்ள எறியது. எதுவும் பிரச்சினையா, நம்ம ஸ்கூலுக்கு யாராவதும் தொந்தரவு குடுக்குறாங்கியலா சொல்லு. எவனோ இருந்தாலும் நான் பாத்துகிறேன்."

"அதெல்லாம் இல்ல மாமா. சும்மா சொன்னேன்."

"அப்போ சரி, அப்பறம் அழகி அடுத்த வாரம் சேலை எடுக்க போகணும், நீயும் கௌம்பிடு, உனக்கு பிடிச்ச மாதிரி எடுத்துக்கோ, எத்தனை லட்சமா இருந்தாலும் சரி. உன் இஷ்டம் தான் முக்கியம்."

"கண்டிப்பா மாமா, என் இஷ்டம் தான் முக்கியம். நீங்களே சொல்லிடீங்க அப்பறம் என்ன"

"ஆனா ஒண்ணு, நம்ம தகுதிக்கு ஏத்தா மாதிரி இருக்கனும். உன் கலருக்கும் பொருந்தனும், பாக்குறவங்க எல்லாம் அசந்து போகணும். ஒரு ரெண்டு லச்சமாவதும் வெலை இருக்கணும், அப்டி உனக்கு பிடிச்சத எடுத்துக்கோ."

"ஓஹ்... சரிதான் மாமா. அப்படியே பண்ணிடுவோம்."

"அப்பறம் வேற என்ன வேணும் சொல்லு. எதுவா இருந்தாலும் கேளு. எத்தனை வருஷம் ஆசை தெரியுமா. அது கைகூடி வந்து இருக்குனு நெனைக்கும் போதே அப்டி இருக்கு. சொல்லு என்ன வேணும் உனக்கு."

"எத்தனை வருசம் ஆசை மாமா, எதுமேல ஆசை, என்ன கை கூடி வந்திருக்கு."

"உன் மேல தான். நீ தாவணி போட்ட காலத்துல இருந்து உன் மேல ஆசை. எல்லாம் இப்போ தானே கை கூடி இருக்கு. தெரியாத மாதிரியே கேக்குற."

"இல்ல மாமா, நான் கூட என் மேல உங்க அதிகாரத்தை நிலை நிறுத்திக்கிற தான் என்ன கட்டிக்க நெனைக்கிறீங்கன்னு நெனச்சேன். இப்போதான் நீங்க சொல்லி தான், என் மேல உங்களுக்கு ஆசைனே தெரியுது மாமா."

"என்ன புள்ள, பேச்சுல ஒரு நக்கல் தெரியுது. நானும் வந்ததுல இருந்து பாக்குறேன். லந்தாவே பேசிக்கிட்டு இருக்க."என்றவன், உடனே அங்கிருந்தபடியே "அத்த... மாமா..."என்று சத்தமாய் கத்த, பதறிப்போய் ஓடி வந்தனர் இருவரும். வந்தவர்களிடம்

"என்ன ஏன் அழகி இப்டி ஒரு மாதிரி பேசுறா. எதுவும் சொன்னீங்களா நீங்க அவள. நல்லா சொல்றேன் கேட்டுக்கோங்க அவ என் பொண்டாட்டி!! ஆக போறவ, தென்னரசனோட சொத்து அவ, எதுக்காகவும் அவ கலங்கவோ, வருத்தப்படவோ கூடாது. சந்தோசமா சிரிச்ச முகமா இருக்கனும் அதுக்கு நீங்கதான் பொறுப்பு. அடுத்த தடவ நான் இங்கே வரும்போது இவ இப்டி இருக்க கூடாது."என்றவன் இரண்டு எட்டு முன்னே வைத்து பின் திரும்பி, நான் அடுத்து எப்போ நான் வருவேன்னு எனக்கே தெரியாது. இதுக்கு அப்பறம் எப்போ வேணும்னாலும் நான் வருவேன்."என்று முகத்தில் கடுமை கூட்டி சொன்னவன். அடுத்த நொடியே அதை முற்றாக மாற்றி, "முத்தழகி நான் வறேன். உன்ன இப்டி பாக்குறது இதுதான் கடைசியா இருக்கனும். நீ என் பொறுப்பு ஆகிட்ட. நான் சொல்ற மாதிரி தான் இருக்கணும்."என்று முகத்தில் காட்டும் பாவனைக்கும், பேசும் வார்த்தைக்கும் சம்பந்தம் இல்லாமல், சிரித்து கொண்டே மிரட்டி சென்றான். அழகியின் பெற்றோருக்கே புரியவில்லை, இவன் நல்லவனா கெட்டவனா என்று. ஆனால் ஒன்று மட்டும் அழகிக்கு புரிந்தது. அவளை சுற்றி கட்டப்பட்டிருந்த பொம்மலாட்ட

கயிறு இப்போது அவள் பெற்றோரிடம் இருந்து, தென்னரசு கைகளுக்கு போய்விட்டது என்று. ஆனால் அதை நினைத்து பெரிய அதிர்ச்சியெல்லாம் இல்லை அவளுக்கு. இதெல்லாம் அவள் ஏற்கனவே எதிர்பார்த்திருந்தது தான்.

ஆட்டுவிக்க படுவதுதான்
முடிவென்றால்...
ஆட்டுவிப்பவன் யாரானால்
எனக்கென்ன...
ஆட்டுவிப்பவன் என்னை
ஆட்டிவைக்க, ஆட்டத்தின்
பெயரென்னவோ பொம்மலாட்டம்!!!

என்று அவள் மனம் அது சலித்து கொண்டே நேரம் போக..

விடிந்த பொழுதும், மடிந்து போய், இரவும் தன் பணி தொடங்க, வேப்ப மரத்தடியில், வெள்ளிகளை வேடிக்கை பார்த்தபடி அண்ணார்ந்திருந்த அழகி அவள் தோளில், நட்பு கரம் ஒன்று உரச, உரசலின் நொடியே உணர்ந்தாள்.அது அவளின் உயிரானாவளின் கரம் தான் என்று.. உரசிய கை பிடித்து முகம் தன்னை அதில் புதைத்து, விம்மி விசும்பி, , தான் உதிர்த்த வார்த்தை அதை நினைத்து வெம்பி வெதும்பி அவள் கலங்க..

"என்னை விட புண்பட்டது உன் மனம் என்று நான் அறிவேன் உயிரே. உன் வாய் உதிர்த்த வார்த்தைகள் அது உனதில்லை என்றும் அறிவேன். அதில் உள்ள உள்ளார்த்தமும் நான் அறிவேன். நீயே நினைத்தாலும் உன்னால் என்னை விலக்க முடியாது. துன்பம் துறந்து, இயல் நிலை வந்துவிடு, உன் துன்பம் காணும் சக்தி எல்லாம் எனக்கில்லை, என்று தோழிகள் இருவரும் வாய் திறவாமல் கண்களின் கண்ணீர் மூலம் உணர்வுகளை கடத்த, அப்படியே உறங்கியும் போயினர்.

அதிகாலை நேரம், பறவைகளின் சத்தம் மெலிதாய் ஒலிக்க தொடங்க, "அழகி... அழகி..."என்ற மெல்லிய குரல் அவள் செவிகளை தீண்ட, மெல்லமாய் தன் மேல் இருந்த ராஜியின் கையை அவள் உசும்பாமல் மெதுவாய் எடுத்து விட்டவள், எழுந்து பார்க்க, அந்த இருளில் எதுவும், யாரும் அவள் கண்களுக்கு தெரியவில்லை. ஆனாலும் தூக்கம் களைந்துவிட்டது. அதனால் கிணற்றுமேட்டுக்கு சென்றவள் வாளியில் இருந்த தண்ணீரில் முகம் கழுவிவிட்டு, கருவேல மரத்தை

பார்க்க, அங்கு அவளின் சிட்டு இல்லாமல் போக, அப்போதுதான் உணர்ந்தாள் விடியலுக்கு இன்னும் நேரம் உள்ளதென்று..

அட என்ன இது என்று அவள் திரும்பி வர, வேகமாய் அவள் கைகளை ஒரு வலிய கரம் பிடித்து நிறுத்த, அந்தநேரம் அவளுக்கு தென்னரசின் வார்த்தைகள் காதினுள் ஒலித்தது, எப்போ வேணும்னாலும் நான் வருவேன் என்று, அதை நினைத்து பதறியவள், வேகமாய் திரும்ப, அங்கே அந்த மங்கிய இருளில் இன்பரசன் முகம் தெரிய, பதற்றம் எல்லாம் வடிந்து, நின்ற ரத்த ஓட்டம் அது சீறி பாய, புத்தம் புது புத்துணர்ச்சி கிடைத்தவளாய், "மாமா"என்று அவனின் நெஞ்சில் தஞ்சம் கொள்ள, வாஞ்சையாய் அவள் கேசத்தை அவன் வருட நொடிகள் கரைந்து நிமிடங்கள் ஓடியது.

அப்படியே அவன் மீது சாய்ந்திருந்தவளுக்கு ஏதோ தோன்ற, வேகமாய் நிமிர்ந்து, அவன் முகம் பார்த்து, "அட போ மாமா, எப்பவும் இதே வேலை உனக்கு. நேர்ல பாத்தா சின்ன பிள்ளைன்னு சொல்றது, யாரோ மாதிரி போறது. கனவுல மட்டும் கையை பிடிக்கிறது, கட்டி பிடிக்கிறது, போ மாமா, என்னால முடியல, ஒண்ணு ஒட்டுமொத்தமா நெருங்கி வா, இல்ல ஒரேயடியா விலகி போ... இப்டி சித்ரவதை பண்ணாத.."என்று அவனை அனைத்திருந்த கைகளை விலக்கி விட்டு அவனை விட்டு செல்ல முயல, அவள் கைகள் அவனின் கைகளிலேயே இருக்க, அதை அவள் வசம் இழுக்க அவள் எவ்வளவு முயன்றும் கைகளும் அவளை போலவே அவன் வசம் சிக்கி கொண்டிருந்தது. விட்டு வெளியேறி வர மனமில்லாமல்.

13

குருவிகள்

இன்பரசன் வந்திருப்பது வழக்கம் போல கனவு தான் என்று, நினைத்-தவள், கனவில் மட்டும் காதலிக்கும் அவன் மீது கோபம் கொண்டு, அவனை விட்டு விலகி ஓட முயற்சிக்க, அவள் கைகள் அவனிடம் சிக்கி தடுக்க, எதுவும் புரியாமல் மீண்டும் கைகளை இழுக்க அவள் முயற்சிக்க,

"அழகி,...என்ன தூக்கத்துல உளறிக்கிட்டு இருக்கன்னு பாத்தா, தூக்கத்துல இப்டி சண்டையும் போடுற. கண்ண முழிச்சு பாரு, நான் இன்பரசன் தான்."என்ற அவனது குரலில், நடப்பது அனைத்தும் உண்மை தான் கனவில்லை என்று உணர்ந்தவள், வெட்கம், தயக்கம், பயம் எல்லாம், ஒண்ணுசேர அமைதியாய் தலையை கவிழ்ந்து நின்றாள்.

அவள் அப்படியே நிற்க, "என்ன இவ்ளோ நேரம் பேசிக்கிட்டே தூக்கம், இப்போ நின்னுகிட்டே தூக்கமா. நான் என்ன பாடுபட்டு உன்-கிட்ட பேசனும்னு வந்தா, நீ என்ன தூங்கிக்கிட்டே இருக்க. சரி போ... போய் தூங்கு, அப்பறமா வயகாட்டுக்கு வா, பேசணும்."என்று சொல்லி அவள் கையை அவன் விடுவிக்க.

"அய்யோ மாமா, நான் தூங்கல, உன்னய இப்போ இங்க எதிர்பாக்-கலையா அதான் கொஞ்சம் ஆச்சர்யமாவும் அதிர்ச்சியாவும் இருந்தது. வேற ஒண்ணும் இல்ல, சொல்லு மாமா என்ன பேசணும்."என்றாள்.

"என்ன நடக்குது அழகி. தென்னரசு கூட உனக்கு பேசி முடிச்சு அடுத்த மாசம் கல்யாணம்னு சொல்றாங்கிய,"

"ஆமா மாமா, அப்படித்தான் முடிவு பண்ணி இருக்காங்க. இதுல உனக்கு என்ன மாமா பிரச்சனை, நீ ஏன் இம்புட்டு பதட்டமா இருக்க."

"நான் ஏன் பதட்டமா இருக்கேனா...? புரியல, என்ன தான் நெனச்சுட்டு இருக்க நீ, உன்மேல எனக்கு எந்த அக்கறையும் இல்லன்னு நெனைக்கிறயா.... உன் விருப்பத்தோட இந்த கல்யாணம் நடந்தா ஓகே. ஆனா அது அப்டி இல்லன்னு தெரிஞ்ச அப்பறம் பதட்டமா ஆகாம எப்டி இருக்க சொல்ற.."

"பதட்டம் ஆகி என்ன மாமா செய்ய போற. நீ என்ன கட்டிக்க போறீயா..?"

"பைத்தியம் மாதிரி பேசாத அழகி. விளையாடுற நேரமா இது. சீரியஸா பேசு. நான் முன்னாடியே அத்த மாமாகிட்ட பேசலாம்னு பாத்தேன். நேத்து கூட சுசைட்டில மாமாவ பாத்தேன். அவர் கிட்ட பேசலாம்னு போனேன். ஆனா மாமா என்கிட்ட ஏதோ மாதிரி பட்டும் படாம பேசிட்டு போயிட்டாரு, அதுக்கு அப்பறம் அவரே போயி அப்பாகிட்ட நான் இந்த விஷயத்துல இருந்து ஒதுங்கியே இருக்கணும்னு சொல்லிட்டு வந்து இருக்கார். ஆனா ஏன் அவர் அப்படி சொல்லணும். எனக்கு ஒண்ணுமே புரியல அழகி. அதான் நேரடியா வந்தா உன்கிட்ட பேச முடியாதுன்னு இப்டி உன்ன பாக்க வந்தேன். நான் என்ன பண்ணனும் அழகி. சொல்லேன் யாருக்கிட்ட பேசணும். என்ன பண்ணனும் சொல்லு, எதுவா இருந்தாலும் செய்றேன்."

"உண்மையா நான் எது சொன்னாலும் செய்வியா மாமா."

"ஏன் அழகி இவ்ளோ சந்தேகம். நிச்சயம் எதுவா இருந்தாலும் செய்வேன்."

"இல்ல மாமா நான் எது சொன்னாலும், விளையாட்டுக்கு சொல்றேன்னே சொல்வியே அதான் கேட்டேன்."

"அழகி... நான் எவளோ முக்கியமா, பேசிட்டு இருக்கேன். நீ நக்கலாவே பேசிட்டு இருக்க."

"நக்கல் எல்லாம் இல்ல மாமா. உன்கிட்ட போய் நான் நக்கல் பண்ணுவனா. துன்பம் வரும் வேளையிலே சிரிங்க, அப்டின்னு வள்ளுவர் சொன்னத வாழ்க்கையில கொண்டு வர ஒரு சின்ன முன்னோட்டம் மாமா."

"போதும் உன் விளக்கம். வள்ளுவர் சொன்னத்துக்காக மட்டும் எல்லாமே சரி ஆகிடாது. சூழலும், சுற்றமும் மாறும் போது, அர்த்தமும்,

மாறும். இப்போ இந்த சூழலுக்கு இது கொஞ்சமும் பொருந்தாது. இப்போ சரியான முடிவை எடுக்கலன்னா வாழ்க்கை மொத்தமும் துன்பமா கூட போகலாம். ஒண்ணு தென்னரச மனசார ஏத்துக்கோ. இல்லனா உங்க அம்மா அப்பாவ எதிர்த்து நில்லு எனக்கு இந்த கல்யாணம் வேணாம்னு. இப்டி விதியேனு ஒரு வாழ்கைக்குள்ள போகாத அழகி."

"கண்டிப்பா மாமா நீயே சொல்லிட்டல, அப்டியே செஞ்சுடுறேன்."

"சத்தியமா கோபம் வருது அழகி. எனக்கு ஏனோ உன் பேச்சுல வழக்கமா தெரியுற அந்த ஒட்டுதல் தெரியல. வித்தியாசமா இருக்கு. நீயெல்லாம் பேசாத போடான்னு சொல்ற மாதிரி இருக்கு. சரி நான் போறேன். எப்போ எதுனாலும் தயங்காம என்ன நீ கூப்புடு. உன் குரலுக்கு ஓடி வருவேன் நான். நீ கூப்பிட்டாலும் இல்லனாலும் உனக்காக நான் வந்து நிப்பேன். வறேன் அழகி"என்று சொல்லி அவன் அங்கிருந்து கிளம்பியவன்.

"மாமா"என்ற குரலில் நின்றான்.

"மாமா, அன்னைக்கு ஒரு வாக்கு குடுத்த ஞாபகம் இருக்கா. நான் என்ன சொன்னாலும் செய்வேன்னு."

"அன்னைக்கு குடுத்ததும் ஞாபகம் இருக்கு. இன்னைக்கும் சொல்றேன். நீ என்ன சொன்னாலும் செய்றேன்."

"அது போதும் மாமா."

"அப்போ சொல்லு. என்ன செய்யணும்."

"சொல்றேன் மாமா, நிச்சயம் சொல்றேன். நேரம் வரும்போது சொல்றேன்."என்ற அழகியின் வார்த்தையில் மேலும் கோபம் வர இன்பரசன் வேகமாய் அங்கிருந்து சென்றுவிட்டான்.

அழகி எழுந்த போதே முழித்து விட்ட ராஜியோ, இதையெல்லாம் இதுவரை அமைதியாய் கேட்டு கொண்டிருந்தவள், இன்பா சென்றதும் வேகமாய் வந்து "அழகி என்னடி, எவளோ அருமையான சந்தர்ப்பம், இப்போ சொல்லி மாமாவுக்கு உன் மனச புரிய வச்சு இருக்கலாமே. நான் மாமாவ இங்க இப்போ பாத்ததும் என்ன என்னமோ நெனசேன்டி. போ அழகி இப்போ நீ நடந்துகிட்டது சுத்த முட்டாள் தனம்.

"அப்டியே இருக்கட்டும் மொசக்குட்டி, அதுதான் அவருக்கு நல்லது. வா போய் தூக்கத்தை தொடருவோம்."

"அழகி இப்போ எனக்கு கொலைவெறி வருது. என்ன பொண்ணோ நீ. நான் போறேண்டி"என்று சொல்லி ராஜி சென்றுவிட, அழகி அங்-

கேயே இருளில் அமர்ந்து விடியலுக்காய் காத்திருக்க தொடங்கினாள்.

விடியலும் வந்தது. ஜெயகொடியும், விருமுவும் எழுந்து வேலைகளை தொடர்ந்து கொண்டிருக்க. "அப்பா,"என்று அழைத்தாள் அழகி.

ஜெயகொடியும், விருமுவும் அமைதியாய் வந்து நின்றனர். "நேத்து ஏன் மதி மாமாவ போய் பாத்தீங்க."என்று நேரடியாய் கேட்டாள் அழகி.

"அவன் மகன் ஏன் என்ன பாத்தான். அதான் நான் அவன் அப்பன பாத்தேன்."ஜெயகொடியும் வீராப்பாய் பதில் சொன்னார்.

"உங்கள பாத்து என்னப்பா கேட்டாரு. உங்க மகள பொண்ணு கேட்டாரா."

"அழகி உனக்கு நாக்கு நீளுது இப்போ எல்லாம். நான் உங்க அப்பன் அத மறந்துடாத."

"நான் மறக்கற மாதிரி நீங்க செஞ்சிடாதீங்க. இந்த நிமிஷம் வரைக்கும் உங்களுக்காக தான் நான் எல்லாத்தையும் பொறுத்து கிட்டு அமைதியா இருக்கேன். நீங்களும் அதே மாதிரி இருக்கனும். அதுதானே ஒப்பந்தம். ஒப்பந்தத்தை நீங்க மீறினா, நானும் என் ஒப்பந்தத்தை மீறிடுவேன்."என்றவள் அதற்குமேல் பேசாமல் அங்கு இருந்து சென்றுவிட்டாள்.

ஜெயகொடியும், விருமுவும் ஒருவரை ஒருவர் பார்த்து கொண்டு, அமைதியாய் இருந்தனர்.

நாட்கள் கடந்தது, கல்யாண வேலைகள் மும்முரமாய் நடந்து கொண்டிருந்தது. தெய்வா ராஜி எவ்வளவு சொல்லியும் அழகி, அமைதியாய் தன்னை இந்த திருமண வேளைகளில் ஈடுபடுத்தி கொண்டாள். தென்னரசு வீட்டிற்கு வந்து செல்வதை வழக்கமா கொண்டிருந்தான். அழகியை வெளியில் அனுப்ப முடிந்தவரை அவள் அறியாமல் தடை போட்டனர். ஆனால் அனைத்தையும் அவள் அறிந்தே இருந்தாள். ஆனாலும் அமைதியாய் இருந்தாள். அவளது பள்ளிக்கு கூட சென்று வர முடியாமல். ராஜியையே கவனித்து கொள்ள சொல்லி இருந்தாள். இன்பாவிடம் எந்த தொடர்பும் இல்லாமல் போனது. அழகி அதை தவிர்கிறாள் என்று தெரிந்தே அவனும் முயற்சி செய்யாமல் இருந்தான்.

இதற்கிடையில் தென்னரசுவின் அம்மா, மாமியார் பதவியை அழகியிடம் தினம் தினம் நிலை நாட்டி கொண்டிருந்தார். ஒருபக்கம் தேர்தல் வேறு நெருக்கத்தில் இருப்பதால், கல்யாண வேலை கட்சி மாநாடு போல, மிகையாய் நடந்து கொண்டிருந்தது. கல்யாணத்தின் ஒவ்வொரு

அசைவும் பெரிதாய் பேசப்பட்டது. அன்றும் அப்படியே கல்யாணத்திற்கான வேண்டுதலாய் குலதெய்வம் கோவிலில் கிடா விருந்து ஏற்பாடு செய்யப்பட்டிருந்தது. பொதுவாக கல்யாணம் முடிந்த பின்னர்தான் வேண்டுதல் நிறைவேற்றப்படும், அதுவும் கிடா விருந்து நிச்சயம் கல்யாணத்திற்கு பிறகே நடக்கும்.

வழக்கத்திற்கு மாறாக இன்று இந்த விருந்து நடக்க காரணம் உண்டு. தென்னரசு, என்னதான் சுயேட்சையாக தேர்தலில் நின்றாலும். ஒரு பெரிய கட்சியின் பினாமியாகவே செயல்பட்டான். அந்த கட்சி அந்த பகுதியில் நின்றாள் வெற்றி கொஞ்சம் சந்தேகம் தான் என்பதால் தான். ஜாதி ஓட்டுகளை கவர்ந்திழுக்க தென்னரஸை தங்கள் பினாமியாக நிறுத்தி உள்ளது. அந்த கட்சிக்கு தன் படை பலத்தை காட்டவே வழக்கத்திற்கு மாறான இந்த கிடா விருந்து. தென்னரசின் பெற்றோருக்கும் கூட இதில் விருப்பம் இல்லை. இதை ஒரு சகுன குறையாகவே பார்த்தனர். ஆனாலும் தென்னரசு கேட்கவில்லை. இதோ இன்று கோவிலில் ஆறு ஊர் அங்காளி பங்காளி அனைவரும் கூடி இருந்தனர். அதுவும் போக. மாமன் மச்சான் ஊரான பணியான் மக்களும் அங்கேயே இருந்தனர். சொந்தபந்தங்கள் தாண்டி. நட்பு, பழக்கம், கட்சிக்காரர்கள் என்று கிட்டத்தட்ட கல்யாணத்திற்கு ஒரு முன்னோட்டம் போல இருந்தது அந்த விழா. ஆனால் அழகி மட்டும் அங்கு இல்லை.

கல்யாண பெண்ணிற்கு கண் பட்டுவிடும். என்று அவளை வீட்டிலேயே இருக்கும்படி செய்தனர்.

கிடா விருந்திற்கு, எழுபது ஆடுகள் தயாராகி கொண்டிருக்க, அது போக, பலிக்காக கிட்டத்தட்ட ஆளுயர கிடாய்கள் இரண்டு நிற்க. தென்னரசின் தாய் மாமனான ஜெயகொடி கையில் இரண்டடி அருவாளை ஏந்தி நிற்க. கிடாயின் தலையில் மஞ்சள் தண்ணீரை ஊற்ற அவைகள் தலையை சிலுப்ப, சாமியே சம்மதம் குடுத்து விட்டது என்று அவர்களே ஒரு முடிவுக்கு வந்து கிடாய்களை ஜெயகொடி பலியிட, ஜெயகொடி மேல் மஞ்சள் தண்ணீரை ஊற்றி சடங்கை நிறைவு செய்தனர்.

(இதற்கு மேல் விளக்கமா சொன்னாள் கேட்க சிலருக்கு பிடிக்காமல் போகும். ஆனாலு சின்ன சின்னதாய் இதில் நிறைய சடங்குகளும், முறைகளும், அதற்கான காரணங்களும் சொல்ல படுவது உண்டு. கிடாயை வெட்டிய பின் வெட்டியர் மீது மஞ்சள் தண்ணீர் ஊற்றுவது

கூட அவரின் அந்த செயலின் விளைவை புனித படுத்த தான் என்று ஒரு சொல் உண்டு)

அதன்பின் தடப்புடலாய் விருந்து தயாராகியது. ஒருபக்கம் மது ஆறாய், கடலாய் ஓட, மதுப்பிரியர்கள் அதில் மிதந்து கொண்டிருந்தனர். அடி தடி சண்டை. கொஞ்சல் கெஞ்சல், உறவு பகை எல்லாம் அரங்கேறிக்கொண்டிருக்க. அங்கு வந்தார் அந்த பெரிய கட்சியின் தற்போதைய MLA..

அவர் அங்கு வர, அவருக்கு தனியாக சிறப்பு கவனிப்பு அரங்கேற, அவரும் எல்லாம் முடித்து, தென்னரசின் படை பலம் பார்த்து முழு திருத்தியுடன் அவர் அங்கிருந்து கிளம்புகையில், ஒரு பெருங்கூட்டம் பைக்குகளிலும், ஆட்டோக்களிலும், சில கார்களிலும் வந்து, அந்த MLA விற்கு எதிராய் கோசமிட்டது. கிட்டதட்ட அவரை முற்றுகையிட்டது. அதில் முன் வரிசையில் முதலாய் இருந்தான் நம் இன்பரசன்.

அவரும் சுற்றி இருக்கும் மக்கள் கூட்டத்தை மனதில் வைத்து, நல்லவர் போல பொறுமையாய் அவர்களை எதிர்கொண்டு கொண்டிருந்தார். தென்னரசு முகம் கோபத்தில் கனன்று கொண்டிருந்தது. இன்பரசனை பார்வையாலேயே எரித்து விடும் படி பார்த்து கொண்டிருந்தான்.

தன்னோடு இருந்த கூட்டத்தை அமைதிபடுத்திய இன்பரசன், பேச தொடங்கினான். "எந்த அடிப்படையில எங்க ஊர் நெல் கொள்முதல் குடோன மதுரைக்கு மாத்துறீங்க, இந்த சுற்று வட்டாரத்தில கிட்டதட்ட பதிமூணு ஊருக்கு சேத்து இருந்ததே ஒரே ஒரு குடோன், அதையும் மதுரைக்கு மாத்தினா, எங்க சுத்து பட்டு எல்லா விவசாயியும் எங்க போவோம். ஏற்கனவே நெல் வந்து பத்து நாளுக்கு அப்பறம் தான் அளவைக்கு போகுது (எடை போட்டு அரசாங்கம் வாங்கும் நிகழ்வு தான் அளவை) அப்படி இருக்கும்போது இப்டி பதினெட்டு கிலோமீட்டர் தாண்டி எடுத்துட்டு போயி, அங்க மாசகணக்குள காத்துகிட்டு இருந்து எப்டி நாங்க பொழைக்கிரது. அளவைக்கு மாசகணக்கு ஆகும்னா, நாங்க அம்புட்டு நாளும் அங்கேயே காவ காத்துகிட்டே கெடக்கணும். இதுக்கு இடையில மழை வந்தா நெல்லு பூராம் வீணாகி போகவும் வாய்ப்பிருக்கு. என்னதான் நெனச்சுக்கிட்டு இருக்கீங்க. விவசாயி, விவசாயம் எல்லாம் உங்களுக்கு அம்புட்டு எளக்காரமா போச்சுல, அதெல்லாம் இனி நடக்காது. நீங்கதான MLA உங்கள மீறி எதுவும் நடந்து இருக்க வாய்ப்பில்லை, எங்களுக்கு சரியான பதில் வேணும். பதில்

என்ன பதில் தீர்வு வேணும். ஒரு தீர்வு தெரியாம இங்க இருந்து யாரும் நகர முடியாது."என்று இன்பரசன் சொல்ல. ஆமா யாரும் நகர முடியாது, என்று உடன் இருந்தவர்களும் ஒருமித்த குரலில் கத்த.

"இன்பரசா நீ பண்றது கொஞ்சம் கூட நல்லாவே இல்ல. என் வீட்டு விசேஷத்துக்கு வந்திருக்காரு அண்ணன். அவர இங்க வச்சு இப்டி பண்றது நல்லா இல்ல."என்றான் தென்னரசு பல்லை கடித்து கொண்டு. இதுதான் முதல் முறை இருவரும் நேருக்கு நேர் மோதி கொள்வது. இன்பரசனும் சளைக்காமல் பதில் சொன்னான்.

"தென்னரசு இது உன் வீட்டு விசேஷமா இல்லையான்னு எல்லாம் எனக்கு பிரச்சினை இல்ல. இப்போ இவர்தான் இந்த தொகுதி MLA. இவர அவரோட எடத்துக்கு போனா சந்திக்க முடியல. அதான் அவர் நம்ம இடத்துக்கு வந்தப்போ பாத்து எங்க கேள்வியை கேக்குறோம். இதுல நீ பேசவேண்டிய அவசியம் இல்ல."என்று

"நான் ஏன் பேச கூடாது. பேசுவேன், நான்தான்டா இந்த ஊருக்கு ஒன்னொன்னும் பாத்து பாத்து செய்யுறேன். என்கிட்ட இல்ல ஒரு பிரச்சனைனும் போது நீங்க வந்து இருக்கணும். அதவிட்டுட்டு வீட்டு விசேஷத்துக்கு வந்தவர்கிட்ட வம்பு பண்றது தான் உன் வீரமா."என்ற தென்னரசிடம்

"என்னடா நீ முந்திகிறியா இந்த கேள்வியை நாங்க கேக்கனும். எல்லாம் தெரிஞ்சும் அமைதியா இருக்கியே நீயெல்லாம் நாளைக்கு MLA ஆகி என்னத்த கிளிக்க போறேன்னு. அப்டி கேக்காம விட்டதுக்கு எங்கள கேள்வி கேக்குறியா நீ."என்ற இன்பரசனின் பேச்சில் கோபம் உச்சிக்கு ஏற. அவனின் சட்டையை பிடித்து தென்னரசு அடிக்க பாய, அவனை தடுக்கும் பொருட்டு இன்பரசனும் பதிலுக்கு சண்டையிட. "ரெண்டுபேரும் அமைதியா இருங்க"என்று MLA கத்தியத்தில் ஒருத்தரை ஒருத்தர் விட்டு விலகி நிற்க. அவரே பேசினார்.

"இன்பரசு என்ன வேணும் உங்களுக்கு, நெல் குடோன் எங்கேயும் போகாது. யாரோ தப்பா சொல்லி இருக்காங்க. இடம் பற்றாக்குறை காரணமா வெறும் பரிசீலனைல மட்டும் தான் இருக்கு அந்த விஷயம். உங்க பகுதி மக்கள் எதிர்ப்ப சொல்லிடீங்கள இனி இது நடக்காது. எல்லாரும் போகலாம்."என்று அவர் சொல்ல

"உங்க வார்த்தையில எங்களுக்கு நம்பிக்கை இல்ல. எழுத்து மூலமா உறுதி குடுங்க."என்று அவன் விடாபிடியாய் இருக்க. அதற்குள் பத்தி-

ரிக்கை காரர்களுக்கு விஷயம் தெரிந்து அவர்களும் வர வேறு வழியின்றி அவரும் எழுத்து மூலம் உறுதி கொடுத்தார். எல்லாம் முடிந்து போகும் முன் இன்பரசன் "இது இப்போ இருக்கிற MLA க்கு மட்டும் இல்ல. இனி யார் அந்த இடத்துக்கு வந்தாலும் இதான் நடக்கும்."என்று சொல்லிவிட்டு செல்ல. அங்கிருந்த அனைவரும் விசேஷம் பத்தின பேச்சை விட்டுவிட்டு இதையே பேசிக்கொண்டு போக. தென்னரசு கொதித்து போனான். அந்த கோபத்தை அப்படியே அங்கிருந்த, ஜெயகொடியின் மீது காட்டினான்.

நேராய் அவரிடம் சென்றவன், "எல்லாம் உங்களால தான். அவன் எதை எதையோ மனசுல வச்சுக்கிட்டு தான் இங்க வந்து இப்டி பிரச்சினை பண்ணிட்டு போறான். நாளைக்கு கல்யாணத்திலேயும் வந்து இப்டி தான் பண்ண போறான். அப்படி மட்டும் நடக்கட்டும் அன்னைக்கு ஒரு கொலை விழும். ஒண்ணு அவன் சாகனும் இல்ல நான் சாகனும். அதானே உங்க எல்லாருக்கும் விருப்பம்."என்று கத்தியவன் அங்கிருந்து சென்றுவிட. அதே கோபத்தில் அங்கிருந்து புறப்பட்ட ஜெயகொடி நேராய் சென்றது மதியழகனை தேடி தான்.

அவர் எங்கோ சென்றுவிட்டு வீட்டிற்கு வந்து கொண்டிருக்கையில் வழியிலேயே அவரை வழிமறித்த ஜெயகொடி, "என்னையா பிள்ளைய பெத்து வளத்து வச்சிருக்க, ஊருக்கும் அடங்காம, வீட்டுக்கும் அடங்காம. அவன் எப்படியோ எக்கேடோ கெட்டு போகட்டும் ஆனா என் மக வாழ்க்கையில ஏன் குறுக்க வறான். என் மருமகன் கிட்ட ஏன் வம்புக்கு போறான். நல்லா சொல்லிட்டேன் மதியழகா, மச்சான்னு பெரிய மரியாதை இருக்கு உங்க மேல. ஆனா உங்க மகன் கெடுத்துட்டுவான் போல. இதுக்கு அப்பறம் என் மக விஷயத்துல அவன் உள்ள வந்தான். அவன் உசுருக்கு நான் பொறுப்பிள்ளை, என் மருமகன் என்ன வேணும்னாலும் செய்வான்."என்று அவர் சொல்லி முடிக்கும் முன்னே.

"போதும் நிறுத்து. என்ன போனா போகுதுன்னு ஒதுங்கி போனா ரொம்ப பேசுற, என் மகன உன் மருமகன் என்ன வேணும்னாலும் பண்ணுவனா.. பண்ண சொல்லு, சொல்லித்தான் பாறேன். என் மகன் என்ன சொம்பை னு நெனச்சியா, என் வார்த்தைக்கு கட்டுப்பட்டு அமைதியா பொறுமையா இருக்கான். உன் மருமகன் என் மவன் கிட்ட மோதினான் அவன் சங்க அறுத்து போட்டுட்டு போய்ட்டே இருப்பான். ஆமா என்ன மருமகன் மருமகன் னு ஓவரா உருகுற, இன்னும் கல்யாணம் முடியல

என்ன, ஞாபகம் இருக்கட்டும். வேணாம்னு போறோம். சீண்டாத, அப்-பறம் தூக்கிட்டு போய் தாலியை கட்டுடா மகனேன்னு சொல்லி, என் வீட்டுக்கு மருமகளா கூட்டிட்டு வந்துட்டே இருப்பேன். ஜாக்கிரதையா இரு."என்றவர் தோளில் இருந்த துண்டை உதறி போட்டிக்கொண்டே வீட்டை நோக்கி போய்க்கொண்டே இருந்தார்.

வீட்டிற்கு வந்த ஜெயகொடி, முகம் கருத்துப்போய் அமைதியாய் வேப்பமரத்தடியில் கட்டிலில் அமர. விஷயம் ஏற்கனவே கேள்விப்பட்-டிருந்த, விருமு அழுதுகொண்டே வந்தவர். "என்னங்க நமக்கு மட்-டும் ஏன் இந்த நிலைமை. அவளுக்கு ஒரு நல்லது நடக்கும்னு தான நேனச்சோம். அதுக்கா இவ்ளோ அவமானம். இன்னும் ஒரு வாரத்-துல கல்யாணத்த வச்சுக்கிட்டு இப்டி பிரச்சனை வருதே."என்று அவர் சொல்லி அழுதுக் கொண்டிருக்கும் போதே அங்கு வந்த ஜெயகொ-டியின் ஒன்றுவிட்ட அக்கா, "அதுக்குதாண்டி சொல்றது, ஆட்டத்தை கொறைக்கணும்னு. ஊற கூட்டி இங்க பாரு எங்க பகுமானத்தன்னு படம் போட்டு காமிச்சா, இப்படித்தான் ஒரு கண்ணு இல்லனாலும் ஒரு கொல்லி கண்ணு பட்டு பூராம் பொசுங்கி போகும்னு. இப்பக்-கூட ஒண்ணும் கேட்டு போகல, இதுக்குமேலயாவதும் ஒழிச்சு மறச்சு வச்சு செய்ங்க. எங்க என் அழகிய."என்று அவர் கேட்டுக்கொண்டிருந்த அதேநேரம், வயகாட்டில் இருந்த அழகியிடம் நடந்த அத்தனையையும் ஒப்புவித்து கொண்டிருந்தான் அவளின் மாணவன் ஒருவன். அத்தனை-யையும் கேட்டவள். கோபம் கொந்தளிக்க, வீட்டை நோக்கி வேகமாக சென்றாள்.

எதிரில் மதியழகனும் வயகாட்டிற்கு வந்து கொண்டிருக்க அவரை கொஞ்சமும் கவனிக்காமல் செல்லும் அவளின் வேகத்தை கவனித்து, அழகியின் குணம் இதுவல்ல. இப்படியெல்லாம் கண்ணு மண்ணு தெரி-யாம அவ நடக்க மாட்டாலே என்று யோசித்த அவர். "அம்மா முத்து... அம்மாடி..."என்று அழைக்க, அவளுக்கு அதுவும் காதில் விழாமல் போக, அவளின் எதிரில் வந்த ஒருவர் அவளை நிறுத்தி சொன்ன பிறகே திரும்பி பார்த்தவள். "மாமா..."என்று அவர் அருகில் வந்தாள். வந்தவள் அவரை ஏறிட்டு பார்க்க தயங்கி நிற்க, அவள் முகம் அப்பட்-டமாய் காட்டியது அவளுக்குள் இருக்கும் குற்றவுணர்வை, அதை மிக-சரியாய் புரிந்த மதியழகனும்,

"என்னம்மா ஏன் இப்படி, எதிர்ல வர ஆள கூட பாக்க முடியாத அளவுக்கு அப்டி என்ன ரோசனை (யோசனை)."என்று அவர் கேட்டதும்.

"அப்படியெல்லாம் ஏதும் இல்ல மாமா."என்று அவள் சொல்ல அதற்கு மாறாய் அவள் கண்கள் கட்டி வைத்திருந்த கண்ணீரை எல்லாம் கொட்டி தீர்த்தது. இப்படி நடு வழியில் நின்று அவள் அப்படி கலங்குவது அவர் மனதை கலங்கடிக்க, துடிதுடித்து போனவர்.

"அம்மாடி அழுகாதடா... பொம்பள பிள்ளைங்க மனம் நொந்து அழுதா வீடு விருத்தி ஆகாது. அழுகாத முத்து."என்றவர் "இங்க வாமா"என்று ஊரணி ஓரம் இருந்த ஆலமரத்தடிக்கு கூட்டி சென்று, விழுதுகளின் நடுவே அமர்ந்து கொண்டு அவளையும் அமர சொல்ல, அவரின் கீழ் பக்கத்தில் அமர்ந்து கொண்டாள் அவள்.

பொதுவாக படங்களிலும், கதைகளிலும் போல, நமக்குள் நம் குடும்பங்களுக்குள் ஆறுதலுக்காக கட்டி அணைத்து கொள்வதெல்லாம் கிடையாது. கிராமங்களில் இன்னும் அப்டி ஒரு ஆறுதலான அணைப்பு கணவன் மனைவிக்கு இடையில் கூட பெரும்பாலும் இருப்பதில்லை. கணவன் மனைவிக்குள்ளேயே இப்படி என்றால், அப்பா பிள்ளை, அம்மா பிள்ளை, அண்ணன் தங்கைகள், எல்லாம் இன்னும் அதிகம். அதிகபட்ச ஆறுதல் மொழி, தோளில் தட்டி கொடுப்பதுதான். அதற்கும் மேல், நான் இருக்கிறேன் கவலைப்படாதே என்று சொல்வதன் வெளிப்பாடு, தலையில் கைவைத்து வருடி கொடுப்பதாக தான் இருக்கும். மதியழகனும் அதையே செய்தார். தனக்கு கீழே அமர்ந்திருக்கும் அழகியின் தலையை அவர் வாஞ்சையாய் வருட, அதில் ஆயிரம் ஆயிரம் ஆறுதல் மொழி உணர்ந்தவள், தான் இளைப்பாற இந்த ஆலமரம் தான் சரி என்று நினைத்தவள், அவர் மடியிலேயே புதைந்து தேக்கி வைத்த கண்ணீரை எல்லாம் கொட்டி தீர்த்தாள். அவரும் அவள் அழுது முடிக்கும் வரை அப்படியே அவள் தலையில் வருடி கொண்டு மட்டுமே இருந்தார். அழுது முடித்த அவள். கண்களை துடைத்து கொண்டு.

"மாமா அப்பா பேசினத்துக்கு நான் மன்னிப்பு கேட்கிறேன் மாமா. மன்னிச்சிடுங்க."என்று கை எடுத்து கும்பிட்டு கேட்க.

"கிறுக்கு பிள்ளையா நீ. அவன் யாரு என் மச்சினன் தான. அவன் பேசிட்டு போறான்மா, அதுக்கெல்லாம் நீ ஏன் மன்னிப்பு கேக்குற. அம்புட்டு பெரிய மனுஷியா நீ. உங்க அப்பனுக்காக மன்னிப்பு எல்லாம்

கேக்குற. நான் மட்டும் என்ன சும்மாவா இருந்தேன். பதிலுக்கு நானும் தான பேசிட்டேன். என்ன இருந்தாலும் நானும் அப்டி பேசி இருக்க கூடாதுன்னு இப்ப தோணுது. நான் பேசினதும் தப்பு தான்."என்றவரிடம்.

"நீங்க பேசினதுல எத மாமா தப்புன்னு சொல்றீங்க, என்னய உங்க வீட்டு மருமகளா கூட்டிட்டு வருவேன்னு சொன்னீங்களே அதையா"என்று அவள் கேட்க.

"ஆமா முத்து, என்ன இருந்தாலும் ஒரு பரிசம் போட்ட பிள்ளைய அப்டி சொல்லி இருக்க கூடாதுல."என்று அவர் சொல்ல.

"மாமா அப்போ என் மனசு முக்கியம் இல்லையா மாமா. என் மனச விடுங்க, தென்னரசு மாமா வீட்ல நான் நல்லா இருப்பேன்னு உங்களுக்கு தோணுதா மாமா. அங்க நான் எப்டி இருப்பேன்னு தெரிஞ்சும் எதுவும் கேக்க மாட்டீங்கள, உங்களுக்கு உங்க வீராப்பும் மரியாதையும் தான் முக்கியம். எனக்காக எங்க அப்பாகிட்ட பேசினா அது போயிடும் அப்டிதான மாமா."என்று அவள் கேட்டதும்.

"என்ன பிள்ளை இப்டி பேசிபுட்ட பொசுக்குன்னு, உனக்கு மேல என்ன இருக்கு. அப்டி எதுவுமே இல்ல முத்து, உனக்கு விருப்பம் இல்லன்னு எனக்கு தெரியாது. இப்போ சொல்லு நான் போய் உங்க அப்பன்கிட்ட பேசட்டுமா. எனக்கு நீதான் முக்கியம். உனக்கு முன்னாடி என் வீராப்பு பெருசு இல்ல. சொல்லுமா பேசட்டுமா, என்ன பேசணும் என் பிள்ளை முத்தழகிக்கு இந்த கல்யாணம் வேணாம்டா மச்சான்னு பேசுறேன். வா போவோம்"என்று அவர் சொல்ல.

"இல்ல மாமா, அப்டி பேச கூடாது. அழகிக்கு என் மகன் இன்பரசன தான் கட்டி வைக்கணும். அழகி என் வீட்டு மருமகனு சொல்லணும். முடியுமா மாமா,"என்று அவள் சொன்னதும், உறைந்து விட்டார் மதியழகன்

14

குருவிகள்

"அழகிக்கு என் மகன் இன்பரசன தான் கட்டி வைக்கணும். அழகி என் வீட்டு மருமகனு சொல்லணும். முடியுமா மாமா,"என்று அவள் சொன்னதும், உறைந்து விட்டார் மதியழகன்."

அவர் அப்படியே உறைந்திருக்க, "என்ன மாமா, அதிர்ச்சியா இருக்கா, நான் ஏதும் தப்பா சொல்லிட்டேனா."என்ற வார்த்தைகளை அவர் முகத்தை ஆர்வமாய் பார்த்தபடி அவள் கேட்க.

"தப்பா கேக்கல முத்து. தப்பான நேரத்தில கேட்டுட்ட. இத நீ முன்னாடியே சொல்லி இருந்திருக்கலாம். இப்போ இத நீ சொல்லியும் என்னால எதுவும் செய்ய முடியாத நிலமைல இருக்கேன் நான். உனக்காக உன் அப்பன என்னால எதிர்க்க முடியும், இந்த கல்யாணத்த நிப்பாட்ட முடியும். ஆனா என் மகனுக்காக நான் இது எதையும் செய்ய முடியாது. அது காலா காலத்துக்கும் அழியா பழியா போயிடும்.

ஏம்மா இப்டி பண்ணுனீங்க. இன்பமும் சரி, நீயும் சரி ஒரு வார்த்தை கூட சொல்லலையே, இப்போ தென்னரசுக்கு பேசி முடிச்சு, கல்யாண தேதி முடிவு பண்ணின பெறகு, நான் போய் இன்பத்துக்கு கட்டி குடுங்கன்னு கேட்டா எல்லாமே தப்பா போயிடும் முத்து. இது சரி இல்ல. வேணாம்மா

"எனக்கு தெரியும் மாமா. இது சரி வராதுன்னு. இருந்தாலும் அன்னைக்கே கேட்டு இருக்கலாமேன்னு நாளைக்கு நெனச்சுட கூடாது இல்லையா, அதான் கேட்டுட்டேன். அப்பறம் மாமா, இன்பா மாமாவுக்கு இதுல எந்த சம்பந்தமும் இல்ல. அவருக்கு நான் அவர விரும்புறேன்னு

கூட தெரியாது."

"முத்தழகி, என்னமா சொல்ற."

"ஆமா மாமா, அவருக்கு எதுவும் தெரியாது. கடைசி வரை தெரியவே வேணாம். நான் போறேன் மாமா."என்று சொல்லிவிட்டு அவள் சென்றுவிட, இதயம் அறுபடும் வலியை உணர்ந்தார் அவர். இதுபோன்ற ஒரு சூழலை அவர் கனவிலும் நினைக்கவில்லை. அவருக்கும் அழகியை தன் மருமகளாக ஆக்க ஆழ் மனதில் எண்ணம் உள்ளது தான். அதுதான் அவள் அப்பாவுடன் சண்டையிடும் போது வாயில் வந்த சபதத்தின் காரணம். அவரது எண்ணம் தான் அவரது அந்த வார்த்தைகள். ஆனாலும் இன்று இந்த சூழலில் அதை அவர் செய்ய விரும்பவில்லை. ஆனாலும் மனம் வலிப்பதையும் தடுக்க முடியவில்லை. அதன்பின் வீட்டிற்கு வந்த அவர், அமைதியாக திண்ணையில் போடப்பட்டிருந்த கட்டிலில் சோர்ந்து அமர்ந்திருக்க. இந்திராணி தான் அவரின் சோகம் ஜெயகொடியின் பேச்சினால் என்று நினைத்து கொண்டு, அழுகையும் புலம்பலுமாய் வேலைகளை தொடர்ந்தார்.

அழகி, மனதில் இருந்த கோபத்தை எல்லாம் மனத்திற்குள்ளே புதைத்து கொண்டு, அமைதியாய் வீட்டிற்குள் நுழைந்தாள். எதிரில் வந்த ஜெயகொடியை ஆயிரம் அர்த்தங்கள் நிறைந்த ஒற்றை பார்வை மட்டுமே பார்த்துவிட்டு அவள் தன் அறைக்கு சென்றுவிட. ஜெயகொடி தான் அவளுக்கு சொல்ல பதிலேதும் இல்லாமல் அங்கிருந்து சென்றுவிட்டார்.

விஷயம் கேள்விப்பட்டு வந்த ராஜி, அழகியிடம் வந்து விசாரிக்க, அழகி விரக்தி சிரிப்பை தாண்டி பதில் ஏதும் பேசவில்லை. அப்போது பேச்சு வாக்கில் ராஜி ஒரு கேள்வி கேட்டாள்.

"ஆமா அழகி தென்னரசு மாமாவுக்கு எப்டி இன்பா மாமாவ நீ விரும்புற விஷயம் தெரியும்"என்று. அந்த கேள்வியில் ஏதோ ஒன்று அழகியை உறுத்த,

"என்ன சொல்ற ராஜி, தென்னரசு மாமாவுக்கு என்ன தெரியும்ங்கிற. நான் விரும்பும் விஷயம் இன்பா மாமாவுக்கே தெரியாது. அப்பறம் எப்டி அவருக்கு தெரிஞ்சிருக்கும்."என்று இவளும் கேட்டாள்.

"அதேதான் அழகி எனக்கும் ஒரே சந்தேகமா இருக்கு."

"அவருக்கு தெரியும்னு நீ எப்டி ராஜிமா சொல்ற."

"அவர் தான் அழகி, கோவில்ல அப்டி பேசி இருக்காரு. இன்பரசன் வேணும்னே தான் இப்டி பிரச்சினை பண்றான். நாளைக்கி கல்யாணத்து-லேயும் வந்து பிரச்சினை பண்ண போறான். அப்டீன்னு பேசி இருக்காரு அழகி."

"ராஜி எனக்கு ஏதோ தப்பா படுதுடி, இதுல நமக்கு தெரியாம ஏதோ இருக்கு."என்று சொல்லிக்கொண்டிருக்கும் போதே, அங்கு வந்த விருமு,

"அடியே ராஜலட்சுமி, எப்போ பாத்தாலும் இங்க என்னடி வேலை உனக்கு. அவளுக்கு கல்யாணம் ஆக போகுது. அவ புருஷன் வீட்டுக்-கும் இப்டி எப்போ பாத்தாலும் போவியா நீ. போடி உங்க ஆத்தாகாரி கூப்புட்றா ஓடி போ."என்று ராஜியை விரட்ட.

"சின்னம்மா வேணாம் போயிரு, என்னய பேச வைக்காத. என்ன நீ, ரொம்ப வெறட்ர, உன் வீட்டுக்கு கஞ்சிக்கு செத்தா வந்து கெடகாங்யா. இந்தா இருக்காளே இவளுக்காக தான் உன்கிட்ட இம்புட்டு ஏச்சும் பேச்-சும் வாங்கிக்கிட்டு வந்து நிக்க வேண்டி இருக்கு. புருஷன் வீட்டுக்கு கூடவே போவியானு கேக்குறையே. பதில் சொல்லவா, ஒருவேளை என் அழகிக்கு என் அருகாமை தேவப்பட்டா, அவ புருஷன் வீட்டுக்கு ஆடு மாடு மேய்க்கிற வேலைகாரியா கூட போவேன். நீ போவியா. அழகி மேல உன்னைவிட எனக்கு தான் பாசமும், உரிமையும் கூடுதல். இதை நீயே ஒத்துகிட்டு தான் ஆகணும். மொத உன் புள்ளையை நம்பு, அப்ப-றமா என்ன சந்தேகப்படு. அவ பாத்து உன்ன மீறி போகணும்னு நெனச்-சிருந்தா ஆயிரம் வழி இருக்கு. நானே அனுப்பி வச்சிருந்திருப்பேன். ஆனா பைத்தியம் அப்பேன் ஆத்தான்னு, உங்கள நெனச்சுகிட்டு இங்-கேயே கெடக்கு. நான் இல்ல,... ஊரே வந்து சொன்னாலும் அசைய மாட்டா. ஆனா ஒண்ணு, நீங்க நெனச்சா முடியும். அவள இப்டி கட்டி போட்ட நீங்கதான், அவ கட்ட அவுத்தும் விட போறீங்க. இது நடக்கல என் பேரு ராஜி இல்ல."என்று பேசிக்கொண்டே ராஜி கோபமாய் சென்-றுவிட, அழகியை நேருக்கு நேர் எதிர் கொள்ள முடியாமல் அங்கிருந்து சென்றுவிட்டார் விருமு.

இங்கே இன்பரசன் வீட்டிற்கு வந்தவன், திண்ணையில் சோர்ந்து போய் அமர்ந்திருக்கும் மதியழகனை பார்த்து "அப்பா என்னாச்சுப்பா, ஏன் இப்படி உக்காந்திருக்கீங்க. வாங்க உள்ள போகலாம்."என்று சொல்ல,

"எல்லாம் உங்க அயித்த புருஷன் நால தாண்டா இன்பம். உங்க அப்பன அம்புட்டு பேர் முன்னாடி ரோட்ல வச்சு அப்டி பேசிட்டு போயி-டாப்ளயா."என்று புடவை முந்தியை இழுத்து மூக்கை சிந்தியபடி இந்தி-ராணி சொல்ல.

"அவர் ஏன் ப்பா உங்ககிட்ட சண்டை போட்டாரு, அவருக்கும் நமக்கும் என்ன இருக்கு."என்றவனிடம்.

"இன்னைக்கு கோவில்ல போய் பிரச்சினை பண்ணுனியாமே இன்பா. அதான் உன் மகன் ஏன் என் மருமகன் கூட பிரச்சனைக்கு வறான். என் மக பொழப்புல ஏன் மண்ண அள்ளி போட்றான். அப்டீன்னு சத்தம் போட்டுட்டு போனாருடா."என்று உள்ளிருந்து வந்த தெய்வா சொல்ல.

"ஏய் தெய்வா, நான் நெல் குடோன் காக போனென்டா.. அதுவும் MLA வ தாண்டா பாக்க போனேன். தென்னரசு கூட நான் பிரச்சி-னைக்கே போகலடா. அதுவும் இல்லாம இதுக்கும் அழகிக்கும் என்னடா சம்பந்தம். இல்ல இத இப்டியே விட முடியாது. வேணாம் வேணாம்னு ஒதுங்கி போனா, வேணும்னே அவங்க பிரச்சனைக்கு வராங்க. அப்டியே பிரச்சினை பண்ணனும்னாலும் என்கூட தான பண்ணனும். ஏன் அப்-பாவ அவங்க இழுக்கணும். அப்பா இருங்க நான் போய் நேர்ல இதுக்கு ஒரு முடிவு கட்டிட்டு வறேன்."என்று கிளம்பியவனை அவர்கள் எவ்வ-ளவு தடுத்தும் கேட்காமல், நேராய் ஜெயகொடியின் வீட்டிற்கு வந்துவிட்-டான்.

வந்தவன் வெளியில் நின்று எதுவும் பேசாமல், உள்ளே வந்தவன். "அத்த, மாமா"என்று வேறு வழியில்லாமல் அந்த உறவை சொல்லி அழைப்பது போல் வெறுப்பாய் அழைத்தான். "ஜெயகொடி, விருமுவின் காதுகளை அந்த சத்தம் சேரும் முன், அழகியின் காதுகளை போய் சேர்ந்தது.

அது அவன் தான் என்று மூளை உணர்ந்த நொடி, அவள் கால்கள் சக்கரம் கட்டி சுழல தொடங்க. அதற்கு கடிவாளம் இட்டுக்கொண்டு, அங்கேயே நின்றுவிட்டாள்.

சத்தம் கேட்டு, வந்த ஜெயகொடியும், விருமுவும் இன்பரசனை அங்கு கண்டு அதிர்ச்சியில் நிற்க.

"உங்கக்கிட்ட பேசணும் மாமா, இப்டியே இங்கேயே நின்னுதான் பேசனும்னாலும் நான் தயார் தான். இல்ல உள்ள போய் நமக்குள்ள பேசிக்கணும்னாலும் சரி தான் மாமா."என்று அவன் சொல்ல.

"உள்ள வா.."என்று சொல்லிவிட்டு அவனுக்கு முன்னே இருவரும் சென்றனர்.

"என்ன பேசணும், நீ என்கிட்ட பேச என்ன இருக்கு."

"அப்பா கிட்ட ஏன் பிரச்சனை பண்ணுனீங்க. உங்களுக்கு என்ன கேக்கணுமோ, என்ன சொல்லனுமோ என்கிட்ட நேரடியாவே பேசுங்க. நானே பதில் சொல்றேன்."

"உன்கிட்ட பேச என்ன இருக்கு. எல்லாம் உங்க அப்பாரு கிட்ட பேசியாச்சு."

"அப்டி என்ன உங்களுக்கு என்கூட விரோதம். எனக்கு கொஞ்சம் கூட புரியவே இல்ல. எனக்கு தெரிஞ்சு நான் ஒரு ரெண்டு நிமிஷம் உங்ககிட்ட நின்னு கூட பேசுனது இல்ல. ஒரு இடத்திலேயும் மரியாதை கொறச்சலா நடத்தினதும் இல்ல. அப்பறம் ஏன் இந்த விரோதம். இந்த விரோதம் இன்னைக்கு நேத்து இல்ல, பல வருசமாவே இருக்கு. நான் காலேஜ் படிக்கும் போதே, ஒருநாள் நீங்களே வந்தீங்க, என்ன ஏதுன்னு சொல்லாம, நீ இந்த ஊர்லயே இருக்க கூடாது ஊர விட்டே போய்டுன்னு சொல்லி மெரட்டுநீங்க, நானும் வேற வேற பிரச்சனைல அப்போ இதபத்தி யோசிக்காம விட்டுட்டேன். இப்போ சொல்லுங்க, என்ன காரணம் எதுக்கு அன்னைக்கு அப்டி சொன்னீங்க. இன்னைக்கு என்னய சொல்லி ஏன் எங்க அப்பாவ அவமான படுத்துநீங்க. சொல்லுங்க"என்று அவன் சொன்ன கடைசி சொல்லுங்க, அதில் இருந்த மிரட்டல் தொனியில் இருவரும் மிரட்சியாய் பார்த்தனர், இன்பரசனை.

"என்னப்பா வீடேறி வந்து மெரட்டுறீயா, ஆம்பள புள்ள இல்லாத வீடுன்னு எளக்காரமா போச்சா, இரு என் மருமகன வர சொல்றேன்."என்று விருமு சொல்ல, அதுவரை அறைக்குள்ளே பொறுமையாய் இருந்தவள் வெளியே வந்து.

"அம்மா அநியாயம் பண்ணாதமா, போதும் பேசாம போய்டு."என்றவள், "மாமா நீ போய்டு, இவங்களுக்காக நான் மன்னிப்பு கேட்கிறேன். நீ போ மாமா. பெரிய மாமாவ பாத்து ஏற்கனவே நான் மன்னிப்பு கேட்டுட்டேன். இந்த எல்லா பிரச்சனைக்கும் நான்தான் காரணம். நான் பண்ணின தப்புக்கு ஒரு தப்பும் செய்யாம நீயும் மாமாவும் ரொம்ப அவமான பட்டுடீங்க. என்ன மன்னிச்சுடு மாமா,"என்று அவன் காலிலே இவள் விழ போக,

"என்ன பண்ற அழகி, லூஸா நீ"என்று அவளை தடுத்து விட்டான் இன்பரசன்.

"நீ போ மாமா, இனி நீ இருக்குற திசை பக்கம் கூட இவங்க வர மாட்டாங்க, போ மாமா."என்று அவள் கலங்கிய கண்களுடன் சொல்ல. அமைதியாய் அங்கிருந்து சென்று விட்டான் அவன்.

அவன் சென்றதும், அழகி அவள் அப்பாவிடம் "அப்பா என்னதான் வேணும் உங்களுக்கு, நான்தான் அவ்வளவு உறுதியா உங்களுக்கு வாக்கு குடுத்து இருக்கேனே. அவருக்கு எதுவும் தெரியாதுன்னு உங்க-ளுக்கும் நல்லாவே தெரியும். ஆனா ஏன் ப்பா தெரிஞ்சும் இப்டி பண்-றீங்க."என்றவள் அதற்குமேல் பேசாமல் அறைக்குள் சென்றுவிட்டாள்.

வீடுகளும் வீட்டில் இருக்கும் மனிதர்களும் இறுக்கம் கூடி, இருளில் மூழ்கி இருந்தனர் இரு வீட்டிலும், இரவு சூழ்ந்து, நிலா கூட ஒளி இழந்து அன்று தேய்ந்து போய் இருக்கும் இடம் தெரியாமல் இருந்தது அழகி அவளை போல. இங்கே இப்படி இருக்க.

இன்பரசன் அழகி வீட்டிற்கு வந்து போன செய்தி தென்னரசு காது-களை எட்ட, கோபத்தில் காதுகள் கூட சிவந்திருந்தது அவனிற்கு. எப்-போதும் இது போன்ற சூழல்களில் கோபம் இன்பரசன் பக்கம் தான் திரும்பும் தென்னரசிற்கு. ஆனால் இம்முறை கோபத்தின் முழு வீச்சும் அழகி பக்கம் திரும்பியது.

இனி என்ன நடந்தாலும், அவள் தனக்கு தான், அதை யாரும் மாற்ற முடியாது என்ற எண்ணம் அவளின் மீதிருந்த முக்கியத்துவத்தை வெகுவாய் குறைந்திருந்தது.

வேகமாய் கிளம்பியன், இரவு நேரம் என்றும் பார்க்காமல் அழகி வீட்டிற்கு வந்தான். அந்த நேரத்தில் அவனை யாரும் எதிர்பார்த்திருக்க வில்லை. அந்த அதிர்ச்சியிடனே "வாங்க மருமகனே என்ன இந்நே-ரத்துல."என்று அவர்கள் பேசுவதை கூட கேட்காதவன் நேராய் அழகி-யின் அறைக்கு சென்று, கதவுகளை தட்ட, அவளும் திறந்தாள். திறந்த உடன்.

"என்ன நெனச்சுக்கிட்டு இருக்க நீ, பயமே இல்லையா உனக்கு. நீ எனக்கு வாக்கப்பட போற, ஞாபகம் இருக்கா. அதவிட்டுட்டு மதியா-னம் அவங்க அப்பன பாத்து உறவு கொண்டாட்டிட்டு வர, சாயங்கா-லம் அவன் வந்து உன்ன பாத்துட்டு போறான். என்ன பாத்தா எப்டி தெரியுது. மொத மொத அவன் பின்னாடி நீ போறேன்னு தெரிஞ்ச

அன்னைக்கே அவன ஊர விட்டி வெரட்டின கையோட உன்னயும் ரெண்டு போட்டு வீட்டுக்குள்ளேயே உக்கார வச்சிருந்தா இத்தனை வருஷம் கழிச்சும், அவன் பின்னாடி போய் இருக்க மாட்டியில நீயி. இப்பவும் ஒண்ணும் கெட்டு போகல, இன்னும் நாலு நாள் இருக்கு கல்யாணத்துக்கு, அது வரைக்கும் நீ இந்த ரூம விட்டு வெளிய போகவே கூடாது. நாலு நாளைக்கு அப்பறம் என் வீட்டுக்கு வா, அப்பறம் எப்டி நீ போறேன்னு நான் பாத்துகிறேன்."என்றவன் அப்படியே திரும்பி, மிரண்டு போய் நின்றிருபவர்களிடம் "உங்க ரெண்டுபேருக்கும் சொல்லிட்டேன், இவ இந்த ரூம விட்டு வெளியே போனா, என்ன நடக்கும்னு எனக்கே தெரியாது. அத்த மாமான்னு கூட பாக்க மாட்டேன். பாத்துக்கோங்க."என்று சொல்லி ரூமையும் பூட்டிவிட்டு சாவியை அவர்களிடமே குடுத்தும் விட்டு அங்கிருந்து சென்றுவிட்டான்.

அவன் சென்றும் வெகு நேரம் உள்ளே அவளும், வெளியே இவர்களும் அப்படியே அமைதியாய் இருக்க. இரவும் கழிந்து விடியலும் வந்தது. அறைக்குள்ளியிருந்து கதவு தட்டப்பட, கணவன் மனைவி இருவரும், என்னதான் செய்வதென்று புரியாமல் முழிக்க, "நான் கொல்லைக்கு போகணும்(பாத்ரூம்) கதவ தெறங்க."என்று அவள் கத்த கதவை திறந்தார் விருமு. கதவு திறந்ததும் அவர்கள் முகத்தை கூட பார்க்காமல் கொல்லைக்கு போய் வந்தவள் மீண்டும் அறைக்குள்ளேயே சென்று அமர்ந்து கொண்டாள்.

மீண்டும் கதவு பூட்டப்படவில்லை, விருமு வேக வேகமாய் சமைத்து கையில் தட்டுடன் அழகி அறைக்கு சென்று அவளுக்கு உணவு குடுக்க. அதை வாங்கி உண்ட படியே, "அவன் சொன்னான்னு நீங்களும் ஒரு ராத்திரி பூராம் என்னய பூட்டி வச்சுடிங்கள, உங்க பாசம் அம்புட்டு தான் இல்ல"என்றவள் அதற்கு மேல் பேசாமல் முழுதாய் உண்டு முடித்து, கையை கழுவி மீண்டும் அப்படியே அமர்ந்துகொண்டாள். இரவு தென்னரசு வந்ததும், நடந்த களேபரமும் முழுதாய் இல்லையென்றாலும் அரசல் புரசலாய் ஊருக்குள் கசிய, ஆளாளுக்கு கையும் காலும் வைத்து பேச தொடங்கினர். நேற்று அவ்வளவு கோபமாய் சென்ற ராஜியும் விஷயம் கேள்விப்பட்டு மீண்டும் அழகியை தேடி ஓடி வர.

தோழிகள் இருவரும் கண்ணீர் விடுவதை தவிர வேறொன்றும் செய்ய முடியவில்லை. அழகியை பார்த்துவிட்டு, அங்கிருந்து கிளம்பியவள், ஒரு முடிவுடன் இன்பாவை பார்க்க புறப்பட்டாள்.

இன்பா தோட்டத்திலேயே இருக்க, அவனிடம் சென்றவள் நடந்த அனைத்தையும் சொல்ல, கொதித்து போனவன் "இந்த அழகியை என்ன சொல்றது நம்ம, இவ்ளோ நடந்த பிறகும் ஏன் இப்டி அமைதியா இருக்கா. அப்டி என்ன பாசம். அதே பாசம் அவங்களுக்கு இல்லையே, அப்பறம் என்ன. நம்மள அழிச்சு தான் நம்ம பாசத்தை கட்டணும்னா அப்டி ஒரு பாசத்தை காட்ட வேண்டியதே இல்ல, நம்மமேல பாசம் காட்டாத ஒருத்தர் மேல பாசம் வைக்கிறது தான் மிகப்பெரிய முட்டாள் தனம். அழகியும் அததான் பண்ணிக்கிட்டு இருக்கா."என்றவனிடம்.

"போதும் மாமா, பேச்செல்லாம் போதும். சில சத்தியங்களுக்கு கட்டுப்பட்டு எதுவும் சொல்ல முடியாம இருக்கேன் நான். இப்போ நீங்க அழகி விஷயத்துல உதவி பண்ணுவீங்களா மாட்டீங்களா, அதுமட்டும் சொல்லுங்க."என்று பட்டென்று பேசினால் ராஜி.

"என்ன கேள்வி ராஜி, நான்தான் ஆரம்பத்தில இருந்தே அத தானே சொல்லிக்கிட்டு இருக்கேன். அவதானமா எதுவும் சொல்ல மாட்டேன்கிறா, வேணாம்னு விட்டுட்டு வான்னு சொன்னா ஒத்துக்க மாட்டேங்குறா"

"இப்பவும் அவ ஒத்துக்க மாட்டா மாமா, நாங்க என்ன சொன்னாலும் அவ ஒத்துக்க மாட்டா. ஆனா நீ சொன்னா ஒத்துப்பா, சொல்ற விதமா சொன்னா நிச்சயம் ஒத்துப்பா, எப்டியாவதும் அவள அந்த வீட்ல இருந்து வெளில கொண்டு வந்துட்டா போதும், அப்பறம் மெட்ராஸ்ல பழைய வேலைக்கே போக சொல்லிட்டு எல்லாம் சரியான அப்பறம் இங்க வர வகிச்சுக்கலாம். இல்ல என்னமோ பண்ணிக்கலாம். ஆனா இப்போ இந்த கல்யாணம் நடக்க கூடாது. இன்னைக்கே இவ்ளோ டார்ச்சல் பண்ற தென்னரசு கல்யாணம் ஆகிட்டா என்ன என்ன பண்ணுவானோ, என் அழகிக்கு அதுமாதிரி எதுவும் நடக்க கூடாது. உன்ன கெஞ்சி கேக்குறேன். ஏதாவது பண்ணு மாமா."

"அவ எனக்கும் உயிர் தான் ராஜி, உன்ன மாதிரி தான் நானும் அவள நெனச்சு வேதனை பட்டுக்கிட்டு இருக்கேன். நீ சொல்றதும் சரிதான். இதுக்கு மேல இந்த கல்யாணம் நடந்தா அழகிக்கு அது நரகமா தான் இருக்கும். இது நடக்க கூடாது. நீ போ நான் பாத்துகிறேன்."என்று சொல்லி அனுப்பி வைத்தவன், நேராய் மகளிர் காவல்நிலையம் சென்று, போலீஸ் இன்ஸ்பெக்டர் வளர்மதியுடன், மேலும் இரண்டு போலீஸையும் கூட்டிக்கொண்டு அழகி வீட்டிற்கு சென்றான்.

இன்பரசன் போலீஸுடன் அங்கு வர, மொத்த ஊரும் கூடிவிட்டது. ஜெயகொடியும், விருமுவும் ஒன்றும் புரியாமல் முழிக்க.

"எங்க உங்க பொண்ணு, வீட்டுக்குள்ள அடைச்சு வச்சிருக்கீங்க-ளாமே, கம்ப்ளைன்ட் வந்திருக்கு."என்ற வளர்மதியிடம்

"இல்லமா யாரோ தப்பா சொல்லி இருக்காங்க, நாங்க ஏன் எங்க பிள்ளைய அடைச்சு வைக்க போறோம். இவன் தான் எங்க பொண்ணு கல்யாணத்தை நிறுத்த ஏதோ சதி பண்றான்."என்று விருமு சொல்ல.

"உள்ள வாங்க அத உங்க பொண்ணுகிட்டயே கேட்டுக்கி-றோம்."என்று சொல்லி உள்ளே நுழைந்து இருந்த மற்ற அறைகளை பார்த்து கொண்டே வந்தவர்கள், சாத்தியிருந்த ஒரு அறையின் முன் நின்று கதவை தட்ட, அழகி தான் கதவை திறந்தாள். அதற்குள் அங்கு வந்த விருமு, "பாருங்கம்மா பூட்டியா வச்சிருக்கோம். எல்லாம் பொய்-யிமா."என்று புலம்ப.

"மேடம் பூட்டி தான் வச்சிருந்தாங்க. காலைல தான் தெறந்து விட்-டாங்க. நான் பாத்தேன்."என்று ராஜி ஓடி வந்து சொல்ல,

"என்னமா என்ன நடக்குது, யார் சொல்றது உண்மை. உனக்கு நடக்குற கல்யாண ஏற்பாட்ல உனக்கு விருப்பம் இல்லயாமே. அப்-டியா"என்று வளர்மதி அழகியிடம் கேட்க. அவள் பதில் பேசாமல் நிற்க.

"அழகி இதுக்கு அப்புறமும் நீ பேசலன்னா யாராலயும் உன்ன காப்-பாத்த முடியாது. போதும் கூண்டு எல்லாம் உடச்சுக்கிட்டு வெளில வா, பறவைகள் படைக்கப்பட்டதே பறக்க தான். அதோட சிறக உடைச்ச பிறகு அதுக்கு என்ன வாழ்க்கை இருக்கு சொல்லு. உன் சிறக உடைக்க விடாம நாங்க போராட முடியாது. புரிஞ்சுக்கோ. பேசு."என்று இன்பர-சன் சொல்ல.

"எல்லாம் உன்னால தாண்டா, என் பொண்ணு வாழ்க்கையை அழிச்சவனே, உன்னால தான் நேத்து மருமகன் அப்டி பண்ணிட்டு போனாரு, நீ மட்டும் இல்லனா இந்நேரம் குடும்பம் குட்டின்னு என் பொண்ணு நிம்மதியா வாழ்ந்திருப்பா. இத்தனை வருசம் கழிச்சு இன்-னைக்கு தான் அவளுக்கு ஒரு நல்லது நடக்குது. இப்பவும் வந்து குறுக்க நிக்கிறியே, வெளங்குவியா நீயி, நாசமா போய்டுவ, நல்லாவே இருக்க மாட்டடா நீ..."என்று விருமு இன்பரசன் சட்டையை பிடித்து உலுக்க.

"ஆமா மேடம் எனக்கு இந்த கல்யாணத்துல விருப்பம் இல்ல. எனக்கு இந்த கல்யாணம் வேணாம்."என்று சத்தமாய் ஜெயகொடியை பார்த்தபடியே அழகி சொல்ல. மயான அமைதி நிலவியது.

"ஏன் இந்த கல்யாணம் வேணாம்ங்கிற, வேற யாரையும் விரும்புரியா நீ."என்று வளர்மதி கேட்க

"ஆமா.."என்று அழகி சொன்னதும்.

"பொய்மா பொய் சொல்றா, எல்லாரும் சேர்ந்து என் பொண்ணு வாழ்க்கையை இப்டி நாசமாக்கிடாங்கியலே"என்று விருமு கதற.

"யார்மா அந்த பையன் அவன வர சொல்லு. பேசி ஒரு முடிவுக்கு வரனும்."என்று வளர்மதி கேட்க

ராஜி, இன்பரசன், விஷயம் கேள்விப்பட்டு ஓடி வந்த தெய்வா என அனைவரும் திகிலில் இருக்க. "இன்பா மாமா தான்."என்று அழகி கையை இன்பாவை நோக்கி நீட்ட, அதிர்ச்சியிலும் அதிர்ச்சியில் கண்கள் வெளிவர முழித்தான் இன்பரசன்.

"நெனச்சேன் அவன் கெடந்து துடிச்சப்போவே நெனச்சேன். எப்பா முன்னாடி வா நீ, இம்புட்டு சொன்ன நீ இத ஏன் சொல்லல. என்ன ரெண்டுபேரும் விரும்புறீங்க தான."என்று கேட்க.

"ஆமா மேடம் ரெண்டுபேரும் விரும்புறாங்க."என்று ராஜியும் சொல்ல.

"இங்க பாருங்க, ரெண்டு பேரும் விரும்புறாங்க. ரெண்டுபேரும் மேஜர். இதுக்குமேல நீங்க வேற யாரையும் கட்டிக்க சொல்லி அந்த பிள்ளைய கட்டாயப்படுத்த கூடாது. நல்ல நாள் பாத்து ரெண்டு வீடும் பேசி ஒரு முடிவுக்கு வறீங்களா. இல்ல இப்போ இங்கேயே நாங்க ஒரு முடிவுக்கு வரட்டுமா."என்று அழகியின் பெற்றோரை பார்த்து, வளர்மதி கேட்டதும். அவர்களுக்கு முன்னே முந்தி கொண்டு.

"மேடம் இன்னைக்கே ஒரு முடிவுக்கு வாங்க மேடம். விட்டா எதாவதும் பண்ணிடுவாங்க மேடம்."என்று ராஜி சொல்ல.

"ராஜி என்ன பண்ற."என்று இன்பரசன் முறைக்க.

"என்ன நீ ஏன் அவள மொறைக்கிற. என்ன கழட்டி விட பிளான் ஏதும் போட்டுருக்கியா நீ. இது வேலைக்காகாது. வாங்க வண்டியில ஏறுங்க."என்று அனைவரையும் ஏற்றி கொண்டு நேராய் மதுரை கமிஷனர் அலுவலகம் வந்து சேர்ந்தார் வளர்மதி. அங்கு வைத்து பல கட்ட பேச்சு வார்த்தைக்கு பின்.

"இல்ல இவங்கிய சரிப்பட்டு வர மாட்டாங்கிய, எப்பா ஏட்டு நீ இந்தா இந்த பயல கூட்டிட்டு போயி ரெண்டு மாலை வாங்கிட்டு வா."என்று தெய்வாவை கை காட்டி போலீஸ் சொல்ல, அவனும் உடனே அவருடன் சென்று மாலையுடன் வந்தான்.

"அழகி வேணாமடி, வீட்டுக்கு போய்டுவோம்டி."என்று விருமு புலம்ப,

"எம்மா சும்மா இருக்க மாட்டியா நீ. இங்க வந்து அழுது பொலம்புறியே. ஒருத்தன் உன் வீட்க்குள்ளேயே வந்து உன் கண்ணு முன்னாடியே உன் பொண்ண ரூமுக்குள்ள பூட்டி அந்த சாவியை உன்கிட்டயே குடுத்து இருக்கானே, அப்போ ஏன் அமைதியா இருந்த. இன்னைக்கு உன் வீட்ல உன் கண்ணு முன்னாடியே இப்டி பண்றவன், நாளைக்கு அவன் வீட்டுக்கு அவன் பொண்டாட்டியா போன பிறகு என்ன வேணும்னாலும் செய்வானே. உன் பிள்ளைக்கு எது ஆனாலும் உனக்கு பரவாயில்லயா சொல்லு." என்று கேள்வி கேட்க, அவரிடம் பதில் ஏதும் இல்லை.

ஜெயகொடி அதுவரை ஒரு வார்த்தையும் பேச வில்லை. இப்போதுதான் பேசினார். "மேடம் நீங்க புதுசுன்னு நெனைக்கிறேன். அதான் இப்டி எல்லாம் பண்றீங்க, என் மருமகன் யாருன்னு தெரிஞ்சா இப்டி நீங்க பண்ண மாடீங்க. என்று தென்னரசை பற்றி விளக்கமாய் அவர் கூற, அனைத்தையும் பொறுமையாய் கேட்டு முடித்த வளர்மதி,

"முடிஞ்சதா...? சொல்லிடீங்களா...? அப்பறம் நான் ஒண்ணும் புதுசு இல்ல, இங்க பதினஞ்சு வருஷம் சர்வீஸ். அதுவும் போக மிஸ்டர் தென்னரசு பாண்டியன் யாருன்னும் எனக்கு நல்லா தெரியும். அவர் என்ன புடுங்குவார்னு நானும் பாக்குறேன். இப்போ நீங்க ஓரமா நில்லுங்க."என்று சொல்லிவிட்டு

பின் இன்பரசனை அழைத்து, மாலையை மாத்திகோங்க. அப்டியே நேரா போயி ரெஜிஸ்டர் ஆபீஸ்ல பதிஞ்சுடுவோம். ஐடி ப்ரூப் எல்லாம் குடுத்துடுங்க. ஒரு மாசம் கழிச்சி முழுசா பார்மாலிட்டி எல்லாம் முடிஞ்சு உங்க கல்யாணம் முழுசா முடிஞ்சுடும். சரியா, இந்தா மாலையை அந்த பிள்ளை கழுத்துல போடு."என்று அவர் சொல்ல.

"மேடம் ஒரே ஒரு நிமிஷம் நான் அந்த பிள்ளைக்கிட்ட பேசணும் ப்ளீஸ் மேடம்."என்று இன்பரசன் கேட்க. சரியென்று அவரும் சொல்ல. அழகியை தனியே அழைத்து சென்றான் அவன்.

15

குருவிகள்

போலீஸ் இன்ஸ்பெக்டர் வளர்மதியிடம், அனுமதி வாங்கி அழகியை அழைத்துக்கொண்டு தனியே பேச சென்றான் இன்பரசன்.

தனியே வந்தவன் அழகியிடம் அழகி இப்போ இங்க என்ன நடக்குதுன்னு உனக்கு புரியுதா, எனக்கு ஒண்ணுமே புரியல. இப்போ என்ன நடக்குதோ இது நடந்தே தீரனும்னு நினைக்கிறியா. நானும் நீயும் ஒருத்தரை ஒருத்தர் விரும்புறோம்னு ஏன் பொய் சொன்ன. நீ சொன்ன பொய் எங்க கூட்டிட்டு வந்து நிக்க வச்சிருக்கு பாரு. இப்பவும் கூட ஒண்ணும் இல்ல, இன்ஸ்பெக்டர்கிட்ட எதையாவதும் சொல்லி சமாளிப்போம். நீ திரும்ப ஊருக்கு எல்லாம் வர வேண்டாம். சென்னைக்கு போ, அங்க உனக்கு எல்லா ஏற்பாடுகளும், வசதிகளும் என் பிரெண்ட்ஸ் கிட்ட சொல்லி பண்றேன். நீ அங்க போய் நிம்மதியா இரு அழகி. ஒருநாள் எல்லாம் மாறும் அப்போ நீ திருப்ப இங்க வந்துடலாம் எல்லாமே சரியா போயிடும்.

அப்டி இல்லாம ஏதோ ஒரு கட்டாயத்துக்காக இப்போ நீ என்ன கல்யாணம் பண்ணிக்கிட்டா, எல்லாமே நம்ம திட்டம்னு ஆகிடும். வேணும்னே பண்ணின மாதிரி இருக்கும். உண்மையா நீயும் நானும் விரும்பி, அத மறச்சு தென்னரச ஏமாத்திட்டோம்னு எல்லாரும் நெனச்சுப்பாங்க. உங்க அம்மா அப்பா, எங்க வீட்ல எல்லாரும், மொத்த ஊரும் காலத்துக்கும் உன்ன பேசி பேசியே கொன்னுட்டுவாங்க அழகி, எந்த தப்பும் பண்ணாம குற்றவாளி ஆகிடுவ. இங்க குற்றவாளி உன் குடும்பம் தான். நீ அதுல பாதிக்கப்பட்டவ. ஆனா இப்போ இந்த கல்-

யாணம் நடந்தா மொத்த குற்றமும் உன் மேல விழுந்து தீரா பழிதான் கிடைக்கும் அழகி. நல்லா யோசி, உணர்ச்சிவசப்பட்டு எடுக்கிற பல முடிவுகள் காலத்துக்கும் நம்மள கலங்க வச்சுடலாம். அதையெல்லாம் விட முக்கியமான ஒண்ணு, கல்யாணம் ஒண்ணும் விளையாட்டு இல்ல, சூழ்நிலைக்கு ஏத்த மாதிரி, தற்காலிக முடிவுகளை எல்லாம் அதுல எடுக்க முடியாது. ஒரு வாட்டி எடுத்த முடிவு எடுத்தது தான்.நல்லா யோசி"

"பேசட்டும் மாமா, யாரும் எண்ணமும் பேசட்டும், பெத்தவங்களே நம்பிக்கை வைக்காம கொன்னுட்டாங்க. அவங்களுக்கு அவங்க பெத்த பொண்ண விட நெறய விஷயம் முக்கியமா போச்சு. அப்பறம் ஊர் என்ன ஊர் மாமா. எனக்கு யாரபத்தியும் கவலை இல்ல. என்னால ஊர விட்டு எல்லாம் போக முடியாது மாமா. என் கனவு லட்சியம் எல்லாம் என் ஊர் சார்ந்து தான் இருக்கு. நான் உருவாக்கின என் உலகம் இங்கதான் இருக்கு, அத விட்டுட்டு எல்லாம் எங்கேயும் போக முடியாது. அப்பறம் நான் தற்காலிக முடிவு எல்லாம் எடுக்கல. கல்யாணத்தோட அர்த்தமும், முக்கியத்துவமும் புரிஞ்சுதான் இந்த முடிவை எடுத்து இருக்கேன்."

"இதுக்கு ஒரே வழி நம்ம கல்யாணம் மட்டும் தானா அழகி."

"ஆமா மாமா, இது மட்டும் தான் ஒரே வழி,"

"இதுல நானும் சம்மந்த பட்டிருக்கேன், எனக்கு என்ன விருப்பம்னு ஒண்ணு இருக்கே."

"ஏன் மாமா, என்ன கல்யாணம் பண்ணிக்க மாட்டியா, நான் உனக்கு பொருத்தமா இருக்க மாட்டேனா."

"அழகி, இங்க பொருத்தம் பாக்கிற சூழ்நிலை இல்ல. நான் அதுக்கெல்லாம் தயாரா இல்ல, நான் கல்யாணத்த பத்தி எல்லாம் யோசிக்க கூட இல்ல."

"இனி யோசி மாமா. இப்போ யோசி,.... இல்ல இல்ல ரொம்ப எல்லாம் யோசிக்க வேணாம். ரொம்ப யோசிச்சா ஒரு முடிவுக்கு வர முடியாது."

"அழகி உனக்கு புரியல. இது நம்ம ரெண்டுபேருக்கும் தண்டனையா போயிடலாம். வேணாம்னு சொல்லிடு."

"மாமா நீ எனக்கு ஒரு வாக்கு குடுத்து இருக்க ஞாபகம் இருக்கா."

"அழகி........"

"அதேதான் மாமா, இப்போ எனக்கு அந்த வாக்கை நிறைவேத்து, என் கழுத்துல தாலி கட்டு, அதுக்குமேல எதையும் நான் உன்கிட்ட இருந்து எதிர்பாக்கல."என்று இவர்கள் பேசிக்கொண்டிருக்கும் போதே,

"இன்னைக்கு பூராம் போதுமா பேச, இல்லனா இப்போ போய்ட்டு ஒரு ஒரு மாசம் கழிச்சு பேசி முடிச்சு வறீங்களா, இங்க அவன் அவன் என்ன பிரச்சினைல இருகாங்கிய, அட வாங்க ரெண்டுபேரும், விட்டா பேசிக்கிட்டே இருப்பீங்க போல, எப்பவும் ரொம்ப பேசினா எந்த முடிவுக்கும் வர முடியாது. போதும் பேசின வரைக்கும் வாங்க வாங்க."என்று வளர்மதி அழைக்க.

"போலாம் மாமா, நான் சொன்னது தான். இப்போதைக்கு உன் பொண்டாட்டிங்கிற ஒரு அடையாளம் மட்டும் போதும் எனக்கு. நீ வேற ஒண்ணும் செய்ய வேணாம். இவ்ளோ நாள் நீ சொன்ன மாதிரி என் மேல உண்மையா நீ பாசமும் அன்பும் வச்சிருந்தனா, இத மட்டும் எனக்கு செய்."என்று சொல்லிவிட்டு அவள் முன்னே செல்ல. இறுகிய முகத்துடன் பின்னே சென்றான் இன்பரசன்.

கையில் மாலையுடன் இருவரும் எதிர் எதிரே நின்று மாலையை மாத்த போக, தென்னரசும் அவன் பின்னே மதியழகன் மற்றும் இந்திராணியும் வந்தனர். அவர்களை கண்டதும் மாலையை மாற்ற போன அவன் கைகள் கீழிறங்க, "மாப்பிள்ள சார், என்ன கை கீழ இறங்குது. தூக்கின கை தூக்கினது தான், ம்ம் மாலையை போடுங்க, அதான் ஆசீர்வாதம் பண்ண அப்பா அம்மா அண்ணன் எல்லாரும் வந்தாச்சே."என்ற வளர்மதியின் பேச்சில், கோபம் ஏற,

"யாருக்கு யார் அண்ணன். என்னமா நடக்குது இங்க. இவ எனக்கு நிச்சயம் பண்ணின பொண்ணு. நீங்க எப்டி அவளுக்கு அவன் கூட கல்யாணம் பண்ணி வைக்க முடியும். யார் குடுத்தாங்க உங்களுக்கு அந்த உரிமையை."என்று தென்னரசு கத்த,

"சட்டம் தான் தம்பி, நம்ம அரசியல் அமைப்பு சட்டம் இருக்கே அது குடுத்த உரிமை தான். அவளுக்கு அவ விரும்பின வாழ்க்கையை வாழ முழு உரிமை இருக்குனு சட்டம் சொல்லுது. அதே மாதிரி அதுக்கு தடையா யாராவது வந்து, கட்டாய கல்யாணம் பண்ண முயற்சி பண்ணினா, அவங்கள தூக்கி உள்ள போடவும் சட்டம் சொல்லுது, அவன் எந்த கொம்பனா இருந்தாலும், அவன தூக்கி வைக்க முடியும், தம்பிக்கு புரியும்னு நெனைக்கிறேன்."என்றவர் இன்பரசன் பக்கம் திரும்பி-

யவர் "என்ன நீ அப்போ அப்போ ஸ்ட்ரக் ஆகி நின்னுடுற, போடு மாலையை"என்று அரட்ட, அவன் பெற்றோர் முகத்தை பார்க்க. மதியழகன் அவன் பார்வையை தவிர்க்க தன் பார்வையை தாழ்த்தி கொண்டார். இந்திராணியோ கண்களில் பயமா, தயக்கமா, ஏமாற்றமா, மகிழ்ச்சியா என்று உணர முடியாத உணர்வுடன் புடவை முந்தானையை வாயில் வைத்து நின்றுகொண்டிருக்க.

"எம்மோ... நீ ஏன் இப்டி கலங்குற. உன் மகன் நல்லா இருப்பாப்ள, சந்தோசமா ஆசீர்வாதம் பண்ணு."என்று வளர்மதி சொல்ல. இந்திராணியும் கண்களால் ஒரு நொடி மகிழ்ச்சியை காட்ட,

இன்பரசன் மாலையை அழகிக்கு போட்டுவிட்டான். அழகியும் இன்பரசன் கழுத்தில் மாலையை போட, வளர்மதி எடுத்து கொடுத்த, சொக்கரும் மீனாட்சியும் தம்பதி சகிதமாய் வீற்றிருந்த தாலியை அவள் கழுத்தில் கட்டி தன் வாழ்க்கையின் மீதியாய் அவளை ஆக்கி கொண்டான் அவன். அழகிக்கோ, கண்கள் கலங்கவில்லை, இல்லை இல்லை கலங்க அவள் விடவில்லை, இந்த நிமிஷம் இந்த நொடி, அது தரும் உணர்வு அவை எதையும் நொடி பொழுதும் தவிர்க்காமல் நினைவு பெட்டகத்தில் சேர்க்க வேண்டி ஒவ்வொன்றையும், அனுபவித்து கொண்டிருந்தாள்.

இருமனம் இணைய வேண்டிய திருமணம் இங்கே, ஒரு மனதின் வெறுப்பை கூட்டி இருக்க, காலம் அது வெறுப்பையும் வெறுமையாக்கி, வாழ்வை செம்மையாக்கும் என்று நம்பி தன் தோழியின் வாழ்வை எண்ணி பூரித்து கொண்டிருந்தாள் ராஜி,

பால்ய பருவ தோழி, ஆசிரியை போன்றவள், தன்னை அவளுக்கு நிகராக நினைப்பவள் உடன்பிறப்புக்கும் மேலானவள், அவளே இன்று தன் அண்ணன் மனைவியாக, தனக்கு அண்ணியாக, தன் குடும்பத்தில் ஒருத்தியாக வந்துவிட்டதை எண்ணி தெய்வாவும் சிலாகித்து கொண்டிருந்தான்.

அந்த நேரம் அடிபட்ட பாம்பாய், உச்சகட்ட அவமானத்தை சுமந்தவனாய், தீராபழியை தனக்குள் சுமந்த ராஜ நாகமாய் தனக்குள் விஷத்தை சுரக்க தொடங்கி இருந்தான் தென்னரசு. அவனது வஞ்சம் அவனை நிலை குழைய செய்ய துவங்கியது. அவனுக்கு அவமானம் கண்ணை மறைக்கும் அளவிற்கு இருந்தது. அங்கே அவனால் ஒரு நொடி கூட நிற்க முடியாமல் வேகமாய் தன் காரை எடுத்துக்கொண்டு எங்கோ சென்றுவிட்டான் அவன்.

இன்பரசன், முத்தழகி கல்யாண விஷயம் ஊருக்குள் தெரிந்து ஊரே ஒரே கலவரமாய் கொந்தளித்து கொண்டிருந்தது. தென்னரசுக்கு இருந்த ஆதரவாளர்கள், குடும்பத்தினர் என ஒட்டுமொத்த ஜனங்களும் இருவரையும் கொலைவெறி யுடன் எதிர்த்தனர். இன்பரசனிற்கு ஆதரவாய் சில சொந்தபந்தங்களும், இயக்க நண்பர்களும் இருந்தனர்.

தென்னரசு சார்பில் இருப்பவர்கள் இருவரையும் ஊருக்குள் நுழையவே கூடாது என்று எதிர்த்தனர். அதெப்படினு நாங்க பாக்குறோம் என்று, இன்பரசன் சார்பில் இவர்களும் முழு மூச்சாய் நிற்க. அந்த கலவரத்திற்கு நடுவே இப்போது ஊருக்குள் போக வேண்டாம், என்று எவ்வளவு சொல்லியும் கேட்காமல் தம்பதி சகிதமாய் வந்து நின்றனர் இன்பரசனும் முத்தழகியும்.

இருவரையும் பார்த்ததும், ஊரே கொந்தளித்து கலவரத்திற்கு தயாராக, தன் படை சூழ அங்கு வந்தார் வளர்மதி, அவர் அப்படி அங்கு வர, பிரச்சினை அவர் பக்கம் திரும்பியது. "இதென்ன ஊர் பிரச்சினையா, நீங்க ஏன் இதுல வறீங்க. இது எங்க குடும்ப பிரச்சினை நாங்க பாத்துகிறோம். நீங்க போகலாம்."என ஊர்க்காரர்கள் வளர்மதியை விரட்ட.

"ஊர் பிரச்சினை, குடும்ப பிரச்சனை எதுவா வேணும்னாலும் வச்சுக்கோங்க. இவங்களுக்கு போலீஸ் பாதுகாப்பு குடுக்க சொல்லி ஆர்டர் இருக்கு, நாங்க கொடுப்போம். நீங்க அதை தடுக்க முடியாது. எல்லாரும் போய் அவங்க அவங்க வேலையை பாருங்க போங்க."என்ற அவர் பேச்சை எல்லாம் அவர்கள் கேட்கவில்லை. ஆனாலும் இன்பரசன் பக்கம் அவர்களை நெருங்க விடாமல் அரனாய் காத்து நின்றார் வளர்மதி. அப்போது அங்கு வந்த தென்னரசின் அப்பா நடராஜன்,

"எல்லாரும் போங்கப்பா... இது எங்க குடும்ப பிரச்சினை நாங்க பேசிக்கிறோம் போங்க. நேரம் வரும்போது பாத்துக்குவோம்"என்று சொன்ன ஒரு சொல்லில் கலைந்து சென்றனர். அவர்கள் எல்லாம் போன பிறகு, வளர்மதியிடம் வந்தவர். "என்ன போலீஸ்காரம்மா, எத்தனை நாளைக்கு நீ இப்டியே பொத்தி பொத்தி வச்சிருப்ப, இந்த ஊருக்குள்ள தான இருக்கணும். இந்த ஊரு மட்டும் இல்ல இந்த மதுரை ஜில்லா மொத்தமும், எங்க போனாலும் விரட்டி விரட்டி வெட்டி வீசுவோம். பொணம் கூட கைக்கு கிடைக்காது. என்னைக்கா இருந்தாலும் ரெண்டுபேரும் காணா பொணம் தான்."என்று நடராஜன் சொல்ல.

மதியழகனும், இந்திராணியும் நடு நடுங்கி போயினர். இன்பரசன் எந்த சலனமுமின்றி நின்றிருந்தான். அழகி முதல் முறையாக, தவறான முடிவை எடுத்து விட்டோமோ என்று இன்பரசனுக்காக நினைக்க தொடங்கினாள். வளர்மதியோ,

"மனுசனாயா நீங்க எல்லாம். மிருகங்க கூட கூட உங்கள எல்லாம் ஒப்பிட முடியாது. நீ இவங்கள காணா பொணம் ஆக்குவியா, அதுக்கு முன்னாடி, உன்ண களி திண்ண வச்சுடுவேன் நானு."என்று சொல்லி தன் போனில் இருந்த ரெகார்டை போட்டு காட்ட, அதில் நடராஜன் பேசியவை தெளிவாக பதியப்பட்டிருந்தது. அதை முழுவதும் போட்டு காட்டி விட்டு பின் "இவங்க ரெண்டு பேருக்கும் எது ஆனாலும் அதுக்கு முழு பொறுப்பும் நீங்க தான். அப்பறம் உங்க பையன் பெரிய அரசியல்-வாதி ஆகணும்னு தான உங்க ஆசை, நான் மட்டும் இந்த ஆடியோவ நேரம் பாத்து ரிலீஸ் பண்ணுனேன்னு வைங்க, அம்புட்டும் புட்டுகிட்டு போயிடும், நீங்க விவரமான ஆளு உங்களுக்கு புரியும்னு நெனைக்-கிறேன்."என்றவர், இன்பரசனை வீட்டிற்க்கு போக சொல்லி, அவரும் உடன் சென்று வீட்டில் பத்திரமாய் விட்டுட்டு, தைரியம் சொல்லி, அதோடு கவனமாய் இக்கும்படியும் சொல்லி அங்கிருந்து கிளம்பி சென்-றார்.

வீட்டு திண்ணையில் மதியழகன், அவருக்கு கீழ் வாசற்படியில் தெய்வா, அவனுக்கு பின் உள் திண்ணையில் இன்பரசன், அதை தாண்டி நடு வீட்டில் முத்தழகி, சமையர்கட்டில் இந்திராணி, வீட்டுக்கு வெளியே என்ன நடக்கிறது, என்ன நடந்தது என்று முழுதாய் அறியும் ஆவலில் அக்கம் பக்கத்தினர், இப்படியே உலகம் ஸ்தம்பித்தது போல ஒரு அங்குலம் அசையாமல் இவர்கள் இருக்க, நேரம் அப்படியே கடக்க, இருள் சூழ தொடங்கி இருந்தது.

இந்த கலவரத்தில் ராஜியை கவனிக்க மறந்து போய் இருந்தனர். தெய்வா தான் முதலில் தெளிந்து, வீட்டின் பின்புறம் சென்று, முகம் கழுவி வந்தவன், இந்திராணியிடம் சென்று,

"அம்மா, என்ன நீ, இப்டியே இருந்தா எப்டி, போ மா, அப்பாவ சாப்பிட கூப்டு,"என்றான்

"சாப்பிட எப்டி கூப்புற்றது, இனிமேதான் சோறே ஆக்கணும்(செய்ய-ணும்)."

"அப்போ மொத, அழகியை கூப்டுமா, சோறாக்க சொல்லு."

"தெய்வம், என்னடா சொல்ற, இங்க என்ன நடந்துகிட்டு இருக்கு, நீ என்னடா செய்ய சொல்ற."

"இங்க என்ன நடக்குது. எல்லாம் நல்லா தான் நடக்குது. உனக்கும் அழகிய பிடிக்கும் தான,"

"அவளுக்கென்ன டா, அவ மருமாகளா வரணும்னு எம்புட்டு நாள் நெனச்சு உருகி இருக்கேன் தெரியுமா. ஆனா உங்க பெரியப்பன் பேசி-னது நெஞ்சுக்குள்ள படக்கு படக்குனு அடிச்சுகிருக்கு தெய்வம்."

"அம்மா அவர் அவ்ளோ பெரிய ஆள் எல்லாம் இல்லாம, நீ அதெல்லாம் நினைக்காத, நீ மட்டும் இப்ப எல்லாத்தையும் சரி பண்ணு, எல்லாம் சரி ஆகும். அப்படியும் உனக்கு பயம் போகலன்னா, கொஞ்-சநாளைக்கு அப்பறம் ரெண்டுபேரையும் மெட்ராஸ்க்கு அனுப்பி வச்சுடு-வோம். அப்போ அவங்கய நம்ம பேச்ச கேக்கணும்னா, இப்போ அவங்-கியல நம்ம கைக்குள்ள போட்டுகனும். போ மா, போய் அழகிய வர சொல்லு."

"அதென்னடா அழகி, மதினிண்டு சொல்லு. அதான் உங்க அண்-ணன் பொண்டாட்டி ஆகிட்டாள, மரியாதையா பேசணும் சொல்லி-புட்டேன்."என்றவர். "அடியே முத்தழகி, என்ன அப்டியே உக்காந்-துகிருக்கவ, எந்திரிச்சு போய் மூஞ்சிய கழுவிக்கிட்டு வா, எல்லாம் சாப்பிடாம இருக்காக, நான் அடுப்புல ஒலையை வைக்கிறேன், அரி-சியை அரிச்சு போடு. எவன் எங்கிட்டு இருந்து சண்டைக்கு வந்தாலும் சமாளிக்கணும்ல, தெம்பு வேணாமா, வா ஆத்தா வா..."என்று அவர் சொல்ல.

சாட்டையில் இருந்து, சுத்தி விட்ட பம்பரமாய், சுழன்று, முகம் கழுவி வந்தவள், அடுப்பங்கரையில் தன் இருப்பை காட்ட தொடங்கி-னாள்.

இன்பரசனை பார்க்க அவன் நண்பர்கள் வர, அவர்களுடன் அவன் வெளியே சென்றுவிட்டான். அவன் செல்லும்போது, இல்லாத தெய்-வாவை கூப்பிட்டு "தெய்வம் அவனை ரொம்ப தூரம் போக வேணாம்னு சொல்லு. எதுவா இருந்தாலும், வீட்டுக்கு பின்னாடி இல்லனா உள்ள போய் பேச சொல்லு."என்று சொல்ல.

"வீட்டுக்கு பின்னாடி தான்பா இருக்கேன்"என்று சொல்லி சென்றான் இன்பரசன்.

தெய்வாவிற்கு ராஜியை பற்றியே ஏதோ தவிப்பாய் இருக்க, ராஜியை பார்த்தே தீரவேண்டும் என்று அவளை பார்க்க கிளம்பினான். ராஜியின் வீட்டு பின்புறம், மாட்டு கொட்டகை பக்கம் சென்றவன், அங்கேயே காத்திருந்தான். நேரடியாய் சென்று இப்போது பார்ப்பது சரியாய் இருக்-காது என்று நினைத்து அங்கேயே அவன் காத்திருக்க அவனை ஏமாற்-றாது அவளும் வந்தாள். வந்தவள் வைக்க படப்பில் (சேமித்து வைக்-கப்பட்டிருக்கும் வைக்கோலை தான் வைக்க படப்பு என்று சொல்வர்) இருந்து வைக்கோலை உருவி மாட்டுக்கு போட்டுவிட்டு, தொட்டியில் இருந்த தண்ணீரை குடத்தில் நிரப்பி, குழுதானி பானையில் ஊற்றி மாட்டுக்கு தண்ணீர் காட்டினாள். அவள் இத்தனையும் முடிக்கும் வரை பொறுமையாய் காத்திருந்தவன், "ராஜி..."என்று கூப்பிட, வேகமாய் திரும்பியவள் கண்ணுக்கு இருட்டில் இருந்த அவன் புலப்படாமல் போக, குரல் வந்த திசை நோக்கி தேடி நடக்க துவங்கியவள் கொட்டத்தை தாண்டி, இறங்கி நடக்க, செருப்பு போடாத அவள் காலில் காய்ந்து கொட்டியிருந்த கருவேல முள் காலை பதம் பார்த்தது,

"ஸ்ஸ்ஸா"என்று கத்தியவள், முள்ளை பிடிங்கி போட்டுவிட்டு மேலும் தேட தொடங்க, "இருடி, வறேன், இருட்டுக்குள்ள நீ பாட்டுக்கு வந்து-கிட்டே இருக்க."என்றவன் அங்கு வந்து நிற்க.

"வழக்கத்திற்கு மாறாக எந்த துடுக்கு தனமும் இல்லாமல், வழக்க-மான துருத்துருப்பும் இல்லாமல், என்ன தெய்வா இந்நேரத்துல இங்க வந்திருக்க. மாமாவும் அழகியும் என்ன பண்றாங்க. மாமாவும் அத்தை-யும் சண்டை போட்டங்களா, அவங்க கூட பேசினாங்களா,"என்று கேள்-விக்கு மேல் கேள்வி கேட்டுக்கொண்டே போக.

"இரு தெய்வமே, எம்புட்டு கேள்வி கேக்குற. எல்லாத்துக்கும் நான் பதில் சொல்றேன், அதுக்கு முன்னாடி நீ சொல்லு, வீட்ல என்ன சொன்னாங்கிய. உன்னைய தான பேசியே கொன்றுபாங்கிய. எல்லாம் உன்னால தான்னு சொன்னாங்கியலா. நான் அங்க நடந்த கலவரத்துல உண்ணய கவனிக்க மறந்துட்டேண்டி, சாரிடி."என்று அவன் சொல்ல.

அவனை கட்டி கொண்டு, "தெய்வா, என்னய என்ன என்னமோ சொல்லிடாங்கியடா, நான் என் அழகிய... மாமாவுக்கு... என்னய எப்டி தெய்வா அப்டி சொல்லலாம். நான் அப்டி பட்ட ஆளாடா."என்று அவள் குலுங்கி குலுங்கி அழுக.

"ராஜி, அழுகாதடி, எனக்கு தெரியும் இதுதான் நடந்திருக்கும்னு தெரியும். அதான் என் மனசு கெடந்து அடிச்சுகிச்சு.அதான் இந்நேரம் வந்தேன். நீ ஏண்டி இதுக்கு எல்லாம் அழுகிற. சொல்றவங்கிய சொல்லிட்டு போகட்டும். அதெல்லாம் நீ ஏண்டி எடுத்துகிற,"என்றவனிடம்,

"யாரோ சொல்லல தெய்வா, அம்மாவும் அப்பாவுமே சொல்றாங்கியடா... அதாண்டா தாங்கவே முடியல."என்றவளை என்ன சொல்லி சமாதான படுத்த என்று தெரியாதவன். அவள் அழுக தோள் கொடுப்பதை தவிர வேறேதும் செய்ய முடியாமல் நின்றிருந்தான். அந்நேரம் வீட்டிற்குள் இருந்து, "என்னடி அவள கெனக்கா, நீயும் ஓடி போயிட்டியா என்ன. நான் முன்னாடி போறேன் நீ பின்னாடியே வான்னு சொல்லிட்டு போனாலா, இல்ல மானம் ரோஷம் வந்து கெணத்துல கிணத்துல விழுந்துடியா."என்ற அவளின் அம்மா குரல் கேட்டதும். "நான் போறேன் தெய்வா"என்று சொல்லி கிளம்பியவளை கை பிடித்து நிறுத்தியவன்.

"யார் என்ன சொன்னாலும், நெனச்சாலும், நீ யாருன்னு உனக்கு தெரியும், எனக்கும் தெரியும்டி, எதையும் யோசிக்காத. எதையும் மண்டையில ஏத்திக்காதா. சரியா..."என்று சொல்ல. புன்னக்கையை மட்டுமே பதிலாய் சொல்லி அங்கிருந்து சென்றுவிட்டாள் ராஜி.

16

குருவிகள்

ராஜியை பார்த்துவிட்டு, தெய்வா வீட்டிற்கு வந்து சேர்ந்தான். அப்போது அழகி ஏதோ குழப்பமாய் இருப்பது போல இருக்க. அவள் அருகில் சென்றவன் "என்ன அழகி நின்னுகிட்டே தூக்கமா."என்று கேட்க,

"விளையாடாத தெய்வா, ராஜிய நீ பாத்தியா, போலீஸ் ஸ்டேஷன் ல நடந்த கலவரத்துல அவள கவனிக்காமா இருந்துட்டேன். இங்க வந்து இவ்ளோ நேரமாச்சு இன்னமும் அவ வரல. இவ்ளோ நேரம் அவ வரலன்னா, நிச்சயம் ஏதோ பிரச்சனை தான். அவள நெனச்சு ரொம்ப கவலையா இருக்கு தெய்வா."என்று புலம்பியவளிடம்.

"இப்போதான் அந்த வாயாடிய பாத்துட்டு வறேன். நல்லா தான் இருக்கா. என்ன அவ அப்பனும் அம்மாவும் கொஞ்சம் வஞ்சுபுட்-டாய்ங்க போல, ஆனா நம்மாளு அதுக்கெல்லாம் அசையறவளா சொல்லு, நான் போனப்போ நல்லா தின்னுபுட்டு மாட்டுக்கு தண்ணி காட்டிட்டு இருந்தா சும்மா ஒரு, ஒரு வாரம் பத்து நாள் நல்ல புள்ள மாதிரி அமைதியா இருந்துட்டு அப்பறம் இங்கதான் சுத்திட்டு இருக்க போரா, நீ அவள பத்தி ஏதும் கவலைப்படாத அழகி"என்று உண்-மையை மறைத்து அழகி கவலைப்பட வேண்டாம் என்று சொன்னவன்

"சாப்பாடு ரெடியா..."என்று கேட்டுக்கொண்டே பாத்திரங்களை திறந்து பார்க்க, சமையல் எல்லாம் முடிந்திருந்தது. ஆனாலும் யாரும் சாப்பிட தயாராய் இல்லை. பின் தெய்வா தான் ஒரு வழியாய் பேசி பேசி, மதியழகனையும், இந்திராணியையும் சாப்பிட வைத்தான். அது-வரையிலும் இன்பரசன் வரவே இல்லை. தெய்வா போய் அழைத்-

தும் வருவதாக சொல்லி அனுப்பிவிட்டு, தன் நண்பர்களுடன் அவன் பேச்சை தொடர, இது வேலைக்காகாது என்று நினைத்த தெய்வா. அழகிக்கும் தனக்கும் சாப்பாடு எடுத்து வந்தவன்.

"அழகி வா, சாப்பிடுவோம். ரொம்ப பசிக்குது."என்றழைக்க.

"மாமா வந்துரட்டும் தெய்வா, நான் அப்பறம் சாப்பிடறேன். நீ சாப்டு."என்று சொல்ல.

"புருஷன் பாசம் எல்லாம் அப்பறம் காட்டிகலாம். இப்போ இருக்குற சூழலுக்கு அவன் வந்து உன்கூட உக்காந்து சாப்பிட போரானா, இல்லல. அப்பறம் என்ன, வா வந்து சாப்பிடு. அவன் வந்து எதாவதும் சொல்லி நீ மனசு கஷ்டப்பட்டு அப்பறம் சாப்பிடாம பட்டினியா தான் தூங்கனும். அதுனால இப்போ வா சாப்பிட்டுட்டு தெம்பா சமாளிப்போம், உன் புருஷன் கொம்பேறி மூக்கன."என்றவன் விட்டால் ஊட்டி விட்டுவிடுவான் போல இருக்க. அழகியும் அவனுடன் சேர்ந்தே சாப்பிட அமர, இந்திராணியும் பரிமாறிய படி அங்கேயே அமர்ந்து விட்டார்.

அந்நேரம் கையில் பெரிய பையுடன் உள்ளே வந்த இன்பரசன், இவர்கள் பக்கம் கூட திரும்பாமல் தன் அறைக்கு சென்றுவிட, அதை பார்த்து அழகி சாப்பிடாமல் முழிக்க.

"என்ன அவன் வந்து ஊட்டி விடனுமா,"என்ற தெய்வாவை அவள் முறைக்க,

"அப்பறம் என்ன என்ன லுக்கு, ஒழுங்கா சாப்டு அழகி."என்ற தெய்வாவின் தலையிலேயே ஒரு கொட்டு வைத்த இந்திராணி.

"அழகின்னு சொல்லாதனு சொன்னேன்ல, திரும்பவும் அப்டியே சொல்ற, மதினி னு சொல்லு தெய்வம்."என்று கட்டளையிட.

"இருபது வருஷத்துக்கும் மேல பழக்கம் ஆகிடுச்சுமா, ஒரே நாள்ல எப்டி மாறும் சொல்லு."என்றவனிடம்,

"மாறும் தெய்வம் எங்களுக்கு மாறலயா சொல்லு, கல்யாணம் ஆன உடனே எங்க குடும்பமே வேறொன்னா மாறும் போது கூட நாங்க எங்கள அதுக்கு மாத்திக்கிடலையா. இந்தா உன் மதினி இருக்காளே அவ கழுத்துல உங்க அண்ணன் தாலி கட்டி முழுசா அரை நாள் ஆகல. அவகிட்ட கேளு எது உன் வீடுன்னு, இந்த வூட்ட தான் சொல்லுவா. அந்த மாற்றத்தை ஏத்துகிற சக்திதான் இயற்கையா மனுஷனுக்கு கிடைச்ச பெரிய வரம், பொண்ணோ ஆணோ பச்சோந்தி மாதிரி தான், மாற வேண்டிய இடத்துல மாறிதான் ஆகணும். அதுதான் வாழ்க்கையை

வாழ மனுஷனுக்கு இருக்க வேண்டிய முக்கியமான தகுதி. மாற்றம் ஒண்ணும் தப்பு இல்ல. மாற்றம் மொத கஷ்டமா இருக்கும், சில நேரம் கொஞ்சம் கொழப்பமா கூட இருக்கும், ஆனா கடைசியில அதுதான் தெய்வம் அழகா இருக்கும். நீயும் மாறிடு. இன்னொருதடவ அவள அழகி னு கூப்ட்ட அம்புட்டுத்தான் சொல்லிபுட்டேன்."என்றவர் அங்கிருந்து எழுந்து சென்றுவிட.

"மதினி ... என் அழகி மதினி, கடைசியில என்னையும் மதினி னு கூப்பிட வச்சுடுவாங்கிய போலயே எங்க அம்மா இம்புட்டு பேசுமா....."என்று தனக்குள்ளே அவன் பேசிக்கொண்டிருக்க,

"தெய்வா..... என்னடா கனவுக்குள்ள போய்ட்டியா."என்று அழகி கேட்டதும்,

"நான் பேசுறது இருக்கட்டும். சாப்பிட்டு முடிச்சாச்சுல நீ போ, போய் அந்த கொம்பேறி மூக்கன சாப்பிட கூட்டிட்டு வா, வரானானு பாப்போம்."என்று தெய்வா சொன்னதும்,

"அதான் தெய்வா பயமா இருக்கு, மாமா திட்டிடுச்சுன்னா என்னடா பண்றது."என்றவளிடம்

"அதுக்கெல்லாம் பயந்தா முடியுமா. வாழ்க்கைன்னா சில அடிகள் விழ தான் செய்யும் போ போ...."என்று என்னதான் அவன் விளையாட்டாய் சொன்னாலும். அவன் உள்பட அனைவரும் நெஞ்சிலும் ஒரு பிரளயமே நடந்துகொண்டிருந்தது.

இன்பரசனின் அறை, இப்போது அவளுக்கும் அதுதான் அறை. உரிமையோடு, உள்ளம் நிறைந்த பூரிப்போடு வைத்திருக்க வேண்டிய தன் முதல் அடியை அந்த அறைக்குள், மனம் பூராவும் பயத்துடனும், படப்படப்புடனும், எடுத்து வைத்து உள்ளே சென்றாள். அந்த ஊரில் சில வீடுகளில் மட்டுமே படுக்கைஅறையுடன் கூடிய குளியலறையும் இருக்கும். இன்பரசன் அறையிலும் குளியலறை இருந்தது, உள்ளே வந்த அழகியின் கண்களுக்கு அவன் புலப்படவில்லை, அறையை சுற்றி சுற்றி அவனை தேட, குளியலறை உள்ளிருந்து வந்தவன், அங்கு அவள் இருப்பதையே பொருட்படுத்தாமல் சட்டையை கழற்றி ஆணியில் மாட்டிவிட்டு, துண்டை எடுத்து முகம் துடைத்தவன் அதே துண்டை தோளில் போட்டபடி, வெளியே வந்தவன், "அம்மா"என்றழைக்க, இந்திராணி அங்கில்லை. பின் அவனே அடுப்பங்கரைக்குள் சென்றவன் தட்டில் சாப்பாடை போட்டு கொண்டு வந்து அமர்ந்து சாப்பிட தொடங்க. இதை

எல்லாம் அமைதியாய் பார்த்து கொண்டிருந்த அழகிக்கோ அவளிடம் அவன் பேசவில்லை என்றாலும் அவன் சாப்பிட்டு விட்டான் என்பதே மகிழ்ச்சியை குடுக்க. தெய்வாவிற்கோ பயம் அதிகமானது. காரணம் அவனிற்கு நன்றாக தெரியும், தன் அண்ணனின் உச்சப்பட்ச கோபத்தின் வெளிப்பாடு தான் இந்த அசுர அமைதி என்று. இந்த அமைதியை உடைப்பது அவ்வளவு சுலபமாக இருக்க போவதில்லை என்றும். இன்பரசனின் இந்த அமைதி அவனுக்குள் பீதியை உண்டாக்க, சாப்பிட்டு முடித்த இன்பரசன் மீண்டும் தன் அறைக்குள் சென்றுவிட, மீண்டும் அந்த அறைக்குள் போக அழகி தயங்கி நிற்க.

அவள் அங்கு நிற்பதை பார்த்து கொண்டே தன் அறைக்குள் சென்ற மதியழகன், இந்திராணியை அழைத்து, "அந்த பிள்ளையை உள்ள போய் தூங்க சொல்லு"என்று சொல்ல.

"அவ தயங்கி தயங்கி நிக்கிறா, அதான் நான் என்கூட தூங்க வச்சுக்கலாம்னு நெனச்சேன்"என்று ராணி(இந்திராணி) சொல்ல,

"இன்னைக்கு தயக்கமா இருக்குனு உன்கூட வச்சுகிட்டா என்னைக்கு தான் எல்லாம் சரி ஆகுறது. எதையும் தேவையில்லாம பழக்க படுத்தி, அப்பறமா அத மாத்த சங்கட பட்டு இது எல்லாம் தேவையே இல்ல. அங்கேயே போய் தூங்க சொல்லு."

"இல்ல இன்பம் என்னமோ ஒரு மாதிரி இருக்கான். அழகி பிள்ளையும் இன்னும் படப்படப்பா தான் இருக்கு"

"அதுக்கு நம்ம என்ன பண்ண முடியும். அவக வாழ்க்கை, அவக முடிவு, நல்லது கெட்டத சேர்ந்தே கடந்து வரட்டும்."

"இல்லைங்க இருந்தாலும்..."

"ராணி... சொல்றேன்ல, புரிஞ்சுகிட்டு செய்."என்ற மதியழகன் சொல்லிற்கு மறுப்பில்லாமல் ராணியும் சென்று, அழகியை அறைக்குள் சென்று தூங்க சொல்லிவிட்டு சென்றுவிட. தெய்வாவும் வந்து,

"இங்க பாரு அழகி, உனக்கு மட்டும் தான் தெரியும் இந்த கல்யாணத்துல இன்பாவுக்கு விருப்பம் இல்லன்னு, அம்மா அப்பாவுக்கு தெரியாது.கடைசி வரைக்கும் அத காப்பாத்து. போ போய் தூங்கு. ஆமா உனக்கு ட்ரெஸ் எல்லாம் வேணும்ல, மாத்திக்க எதுவும் இருக்காது தான, பாரேன் நான் ஒரு பைத்தியம் சுத்தமா மறந்துட்டேன். இன்னைக்கு ஒரு நாள் அட்ஜஸ் பண்ணிக்கோ, காலைல மொத வேலை இதுதான்."என்று சொல்ல.

"இல்ல தெய்வா, ட்ரெஸ் இருக்கு உங்க அண்ணன் அவர் பிரெண்ட்ஸ் கிட்ட சொல்லி வாங்கி வச்சிருக்காரு."என்றவளிடம்

"பார்ரா இதெல்லாம் நடக்குதா, அப்போ அங்கேயும் ஏதோ இருக்கு, இருக்கட்டும் இருக்கட்டும்."

"போ தெய்வா கிண்டல் பண்ணாத, நீ இன்னும் தூங்கலயா,"

"தூங்கதான் போறேன்."

"எங்க"

"மெத்துல (மாடியில்)"

"மெத்துலயா,"

"அதுதான் எங்க சொர்க்கம், அங்கதான் நானும் அண்ணனும் எப்பவும் தூங்குவோம். சரி நீ போ நேரமாச்சு."என்றவன் மெத்து படிக்கட்டில் ஏறி செல்ல, தங்கள் அறைக்குள் அழகி நுழைய, அவள் நுழைந்த அடுத்த நொடி, இன்பரசன் வெளியே வந்து அதே மெத்து படிகளில் ஏறி மேலே சென்றுவிட்டான்.

அவன் நாலு வார்த்தை திட்டி இருந்தால் கூட அழகி பெரிதாய் வருந்தி இருக்க மாட்டாள். இப்போது அவன் அடித்தாலும் கூட வாங்கி இருப்பாள். காரணம் எல்லாவற்றிற்கும் காரணம் இவள் தான். ஆனால் அவனின் இந்த புறக்கணிப்பு அதுதான், அவளால் தங்க முடியவில்லை. இருந்தாலும் காலம் அத்தனையையும் மாற்றும் என்ற நம்பிக்கையில் உறங்க சென்றாள்.

இன்பரசனின் அறை, அந்த அறை முழுவதும் அவன் வாசனை, அவன் படித்த புத்தகங்கள், அவனை உரசிய உடைகள், அவன் கலைத்து போட்ட படுக்கை, என அத்தனையும் அவன் அங்கு இருப்பதை போல் அவளுக்குணர்த்த, அதுவே போதும் என பனிப்பாறைகளின் நடுவே குளிர்காயும் நிலவை போல சுகமாய் உறங்கி போனாள் அவனின் அவள்.

நொடிக்கு நொடி
மூச்சுக்காற்றாய் ...
என் இதயத்தை
உரசி போன...
உன் நினைவுகள்
அனைத்தும் சேர்த்து,
முத்துகளாய் அதை கோர்த்து,

அழகாய் நான் வார்த்த
மாலையொன்று உன்
கழுத்தை சேர காத்திருக்க.
இறுதியில் உன் கழுத்தை
சேரும்போது ஏனோ அது
எருக்கம் பூவாய் மாறி போனது...
எருக்கம் பூவும் சிறக்குமே
பிள்ளையாரை சேரும் போது,
என் காதலும் சிறக்கும் தான்
நீ அதை ஏற்கும் போது...
என்றது அவள் ஆழ் மனம்...!!!

இன்பரசன் மேலே வந்து வழக்கம் போல உறங்க, அவனின் நிலை உணர்ந்து, காயப்படுத்தும் மனம் இல்லாமல் கேள்வி ஏதும் கேட்காமல் அமைதியாய் இருந்துவிட்டான் தெய்வா.

காலை பொழுது, வழக்கமாய் சிட்டுக்குருவியின் சேதி கேட்டே விடியும் அழகிக்கு, கடந்த சில நாட்களாக நடந்த பல பிரச்சனைகளில் அதெல்லாம் கிடைக்காமல் போக, இன்று ஏனோ மனம் முழுவதும் சிட்டுக்குருவியின் நினைவே வர, அதேபோல் இன்பரசன் வீட்டிலும் இருக்கும் கிணற்றடியில் வந்து சுற்றி முற்றி பார்த்து கொண்டிருந்தாள். அவளது சிட்டு அங்கு வரவில்லை. அழகிக்கு சிட்டு நாளின் முதல் தரிசனம் என்றால், சிட்டுவிற்கு அடுத்த தரிசனம் அவளின் மொசக்குட்டி ராஜி தான், இன்று அவளும் அங்கு வர வாய்ப்பில்லை. இந்த இரண்டும் காலையிலேயே அவளுக்கு சோர்வை தந்தாலும், அதையும் கடந்து கடமை உணர்ந்து தன் புகுந்த வீட்டில் தன் கடமை தொடங்கினாள் அவள்.மற்றவர்களும் அவர் அவற்கான வேலைகளை பார்க்க ஆளுக்கொரு திசையில் ஓடி கொண்டிருந்தனர். முடிந்தவரை ஒருவரை ஒருவர் தவிர்த்து கொண்டே இருந்தனர். இப்படியே நாட்கள் நகர்ந்து ஒரு வாரம் ஆகி இருந்தது. இன்பரசனும் அழகியும் ஒரு வார்த்தை கூட பேசிக்கொள்ள வில்லை. வீட்டில் யாரும் இருவரையும் ஒரு கேள்வியும் கேட்கவும் இல்லை. ராஜியும் வீட்டை விட்டு வெளியே வரவில்லை, தெய்வா அவளை பார்க்க எவ்வளவு முயன்றும் முடியவில்லை. அனைவருக்குள்ளும் இருக்கும், பிரச்சினைகளும் மனஸ்தாபங்களும் முடிக்கப்படாமல் மூடி வைக்க பட்டு கொண்டே தொடர்ந்தது...

குளம் ஒன்று குழம்பினால்
தானே மீனை பிடிக்க முடியும்,
இங்கே குழம்பிய மனங்கள் எல்லாம், குட்டைகளை போல,
தேக்கி வைத்து கொண்டிருந்தன
தீர்க்கப்படாத குழப்பங்களை...

மாலை நேரம் அழகி வீட்டிற்குள் ஏதோ செய்து கொண்டிருக்க, இன்பரசன் அவன் அறையில் இருக்க, வேகமாய் வந்தான் இன்பரசனின் நண்பன். வந்தவன் அழகியை கண்டதும்.

"மதினி, மதினி... என்று சத்தமாய் பதற்றமாய் அழைக்க.

உள்ளிருந்து வேகமாய் வந்தவள். "வாங்க,"என்று அழைத்தாலும் அவன் யாரென்று தெரியாமல் முழிக்க,

"மதினி இன்பரசன் அண்ணன் இல்லையா, எங்க அவரு."என்று கேட்டதும்.

"உள்ளதான் இருக்காரு, இருங்க கூப்பிடுறேன்."என்றவள் அவன் தன்னுடன் பேசுவதில்லை என்பதை எல்லாம் வந்தவன் முகத்தில் இருந்த பதற்றத்தில் மறந்திருந்தால். அறைக்குள் சென்று

"மாமா, உங்கள தேடி யாரோ வந்திருக்காங்க,"என்று சொல்ல. அவளுக்கு பதிலேதும் சொல்லாமல் கட்டிலில் இருந்து எழுந்தவன் வெளியே வந்து அங்கு நின்றிருப்பவனை கண்டு.

"என்ன ஆனந்தா என்ன ஆச்சு, ஏன் இம்புட்டு பதட்டமா இருக்க."என்று கேட்டதும்.

"அண்ணன் தென்னரசு அண்ணனுக்கு ஆக்சிடெண்ட் ஆகிட்டுச்சாம், ரொம்ப சீரியஸா இருக்காராம். உசுருக்கு உத்திரவாதம் இல்லன்னு சொல்றாங்க, ஒரு வாரமும் எல்லாரும் அவர தேடிக்கிருந்தாங்கன்னேன் நேத்து தான் கொடைக்கானல்ல இருக்காருன்னு தெரிஞ்சு கூட்டிட்டு வந்தங்களாம். வந்ததுல இருந்து ஒரே சரக்காம். நெதானம் இல்லாம அப்டியே கார எடுத்துட்டு போய், லாரில விட்ருக்காராம்ண்ணேன். கார் அப்பளமா நொறுங்கி போச்சாம். இவருக்கும் நல்ல அடியாம். பூராப்பேரும் உங்க மேல கொலைவெறில இருக்காய்ங்கண்ணேன். நீங்க பேசாம கொஞ்சநாளைக்கு வெளியூருக்கு போயிடுங்க."என்று மூச்சுவிடாமல் சொல்லி முடித்தான் ஆனந்தன்.

ஆனந்தன் பேசிக்கொண்டிருக்கும் போதே அங்கு வந்திருந்த, மதியழகனும் இந்திராணியும், இதைகேட்டு அதிர்ச்சியில் நின்றிருந்தனர்.

இன்பரசன் அமைதியாய் சில நிமிடங்கள் இருந்தவன், "எந்த ஆஸ்பத்திரியில வச்சிருக்காங்க ஆனந்தா"என்று கேட்டதும்

"ஏன் நீ போய் பாக்க போறீயா....."என்று இன்பரசனிடம் கோபமாய் கேட்ட மதியழகன், "ஆனந்தா அதெல்லாம் நீ சொல்ல வேணாம். நான் பாத்துகிறேன் ரொம்ப நன்றியா, இம்புட்டு தூரம் வந்து சொன்னதுக்கு. வேற எதுனாலும் ஒரு எட்டு வந்து சொல்லிட்டு போயா."என்று சொல்ல.

"இதெல்லாம் நீங்க சொல்லனுமாப்பா, நான் எதுனாலும் சொல்றேன்பா, வறேன்ப்பா, கொஞ்சம் பாத்துக்கங்கப்பா, நீங்களும் எதுனாலும் ஒரு வார்த்தை சொல்லிவிடுங்க."என்று சொல்லிவிட்டு சென்றுவிட்டான்.

பின் இன்பரசன் அங்கிருந்தபடியே மற்ற நபர்களுடன் பேசி முழு விவரமும் தெரிந்து கொண்டவன், சட்டையை மாற்றிக்கொண்டு வெளியே கிளம்ப, "எங்க போகனுமாம், உன் பிள்ளைக்கிட்ட கேளு ராணி."என்றார் மதியழகன்.

"அம்மா ஒரு அரைமணி நேரத்தில வந்துற்றேன். இன்னும் எத்தனை நாளுக்கு தான் வீட்டுக்குள்ளேயே இருக்க முடியும்"இது இன்பரசன்.

"இருக்கணும் இருந்துதான் ஆகணும். வராத நோய் வந்தா குடிக்காத மருந்த குடிச்சு தான் ஆகணும். பிரச்சினை பெருசு அப்போ தீர்வுக்கான நேரமும் வழியும் பெருசா தான் இருக்கும். அதுவரையிலும் பொறுமையா இருந்துதான் ஆகணும்."இது மதியழகன்.

"ஓடி ஒளிய நான் என்ன தப்பு பண்ணினேன்."

"தப்பு பண்ணினவன் தான் ஓடி ஒளிவான்னு யார் சொன்னது., எதையும் இழக்க விரும்பாதவனும் ஓடி ஒளிவான். அது வீரமா இல்லாம போனாலும், அந்த விவேகம் தான் எல்லாத்தையும் காப்பாத்தும்னா விவேகமா தான் நடந்துகனும். ஒருத்தன் நல்லவனோ கெட்டவனோ நம்மனால அவமானப்பட்டு, அடிபட்ட பாம்பா நிக்கிறான், நம்ம அவன சீண்டாம விட்டாலே அவன் சரி ஆகிடுவான். அத விட்டிட்டு சீண்டிக்கிட்டே இருந்தா நல்லா இருக்காது. பிரச்சினையை முடிக்க பாக்கணுமே தவிர ஓரம்(உரம்) போட்டு வளக்க பாக்க கூடாது."

"உள்ளயே உக்காந்துகிட்டு இருந்தா எந்த தீர்வும் வராதுப்பா."

"இறங்கி போராட இது ஒண்ணும் நாட்டுக்கு நாட்டுக்கும் வந்த சண்டை இல்ல. இது குடும்ப பகை, இங்க பொறுத்து தான் போகணும். இழப்பு எந்த பக்கம் இருந்தாலும் நஷ்டம் எல்லாருக்கும் தான்."

"என்னால யாரும் எதையும் இழக்க வேணாம்ப்பா, நானே சந்திச்-சுக்கிறேன் எல்லாத்தையும், என்னய என் வழியில விட்ருங்க."

"விட்ரனுமா..... என்ன பேசுற இன்பம், நாங்க இழக்க கூடாதுன்னு நெனைக்கிறதே உன்னைய தான். உன்னைய போக விட்டுட்டு."

"அப்பா நான் பாத்துகிறேன் ப்பா....."

"முத்தழகி, இதுக்குமேல அவனுக்கும் எனக்கும் எந்த பேச்சும் இல்ல. அவன உள்ள போக சொல்லு."என்று மதியழகன் கத்த, இன்-பரசனும் உள்ளே சென்றுவிட. "முத்தழகி எனக்கு நீ என்ன செய்-வியோ தெரியாது, இன்பமும் நீயும் கொஞ்ச நாளைக்கு இங்க இருக்க கூடாது. இதெல்லாம் நடக்கும்னு தான் நான் அன்னைக்கு வேணாம்-னேன். ஆனா உங்க இஷ்டத்துக்கு செஞ்சீங்க, அது இப்போ விஷ்வ-ரூபம் எடுத்து நிக்குது. நான் எதையும் யாரையும் இழக்க தயாரா இல்ல. அவன இங்க இருந்து தூரமா கூட்டிட்டு போய்டு,"என்றவர் அதற்கு-மேல் அங்கிருக்க முடியாமல் வெளியே சென்றுவிட, ராணியோ அழுது புலம்பி கொண்டே பின் பக்கம் சென்றுவிட, இன்பரசனை நெருங்கும் சக்தி இல்லாமல் நொந்துபோய் நின்று கொண்டிருந்தாள் அழகி.

அவள் அப்படியே என்ன செய்வதென்று யோசித்து யோசித்து என்ன ஆனாலும் பேசியே தீரவேண்டும் என்று முடிவெடுத்தவளாய் அறையை நோக்கி செல்ல.

"அழகி... அழகி..."என்று அழைத்தபடி தெய்வா வந்தான்.

"என்ன தெய்வா, தென்னரசு மாமாவுக்கு ஆக்சிடெண்ட் ஆன விஷயம் தான, தெரியும்டா இப்போதான் இங்க ஒரு கலவரமே நடந்து முடிஞ்சுச்சு."என்று சோர்வாய் சொல்லியவளிடம்

"அழகி... ராஜி... நம்ம ராஜி..."என்றவன் அதற்குமேல் பேசாமல் தரையில் மண்டியிட்டு அழ தொடங்க.

"தெய்வா... ராஜிக்கு என்ன ஆச்சு... என்னடா தெய்வா முழுசா சொல்லுடா..."என்று அவளும் பதறி அழுக... பதில் சொல்ல முடியாமல் அவன் அழுதுகொண்டே இருக்க. அவன் அழுகுரல் கேட்டு வெளியே வந்த இன்பரசன் அதிர்ந்து போய்.

"தெய்வா என்னடா ஏண்டா அழுகுற. அப்பா எங்க, அவருக்கு ஒண்ணும் இல்லல, அம்மா... அழகி அம்மா எங்க."என்று அனைத்-தையும் மறந்து அவளிடம் கேட்க.

"அவங்க இங்க தான் மாமா இருக்காங்க. நல்லா இருக்காங்க, ராஜிக்கு தான் என்னமோ ஆகிடுச்சு."என்று சொல்லி அழகியும் அழுக.

"ராஜிக்கா... ராஜிக்கு என்னடா ஆச்சு... சொல்லுடா சாகடிக்காம சொல்லுடா தெய்வா"என்று இன்பரசன் கத்த.

"ராஜிக்கு கல்யாணம் முடிஞ்சு போச்சுடா இன்பா... அவளுக்கு தண்டனை குடுக்குறதா நெனச்சு எவனுக்கோ பிடிச்சு கட்டி வச்சுடாங்கியாடா இன்பா..."என்றவனின் வார்த்தைகளை கிரகிக்க முடியாமல் இன்பரசன், முத்தழகி இருவரும் ஸ்தம்பித்து நின்றனர்.

17

குருவிகள்

"ராஜிக்கு கல்யாணம் பண்ணி வச்சுட்டாங்க இன்பா"என்ற தெய்வாவின் வார்த்தையை கிரகிக்க முடியாமல் இன்பரசனும் அழகியும் செயலற்று சில நொடிகள் நின்றாலும், உடனே சுதாரித்து கொண்டு,

"பைத்தியமா தெய்வா நீ, என்ன சொல்லிட்டு இருக்க, நம்ம ராஜிக்கு கல்யாணம் ஆகிட்டுச்சா, வாய்ப்பே இல்ல விளையாடாத தெய்வா"என்றான் இன்பரசன்.

"டேய் இன்பா நான் எவ்ளோ பதட்டமா சொல்லிட்டு இருக்கேன், நீ நம்பாம பேசுற, "என்று மேலும் கோப்பட்டவனிடம்.

"தெய்வா இங்கப்பாரேன் ஒரு நிமிஷம் அமைதியாகு, இரு தண்ணி எடுத்துட்டு வறேன் குடி,"என்று சொல்லி ஓடி சென்று தண்ணீர் எடுத்து வந்து அவன் கையில் கொடுத்து விட்டு, "குடி தெய்வா, நிதானத்துக்கு வா... அப்பறம் சொல்லு என்ன நடந்தது, யார் இப்டி சொன்னதுன்னு, அப்போதான எதாவதும் பண்ண முடியும் கோபத்துனால ஒண்ணும் ஆக போறது இல்ல"என்று அழகி சொல்லவும். அந்த தண்ணீரை வாங்கி குடித்தவன் கண்களை மூடி திறக்க,

"சொல்லு தெய்வா யார் என்ன சொன்னாங்க, எதை வச்சு இப்டி நீ சொல்ற"என்ற இன்பரசனிடமும், அழகியிடமும் நடந்ததை சொன்னான் தெய்வா.

"உங்க கல்யாணத்தன்னைக்கு தான் நான் ராஜியை கடைசியா பாத்தது. அதுக்கு அப்பறம் எவ்வளவோ முயற்சி பண்ணியும் பாக்க முடியலடா.. அத பத்தி இன்னைக்கு பிரெண்ட்ஸ் கிட்ட சொல்லிட்டு இருந்-

தேன், அப்போதான் ராஜிக்கு பக்கத்து வீட்ல என் பிரெண்ட் குணா இருக்கான்னே அவன் சொன்னான். ராஜியை யாரோ மூணுநாள் முன்னாடி வந்து பொண்ணு பாத்துட்டு போய் இருக்காங்க, இவனுக்கே அந்த விஷயம் நேத்து தான் தெரியுமாம். இன்னைக்கு காலைல மீனாட்சிஅம்மன் கோவிலில கல்யாணம்னு நேத்து அவங்க அப்பா யார்கிட்டயோ போன்ல பேசிக்கிட்டு இருந்திருக்காரு. இன்னைக்கு காலைல அஞ்சு மணி முகூர்த்தமா இன்பா, குணா அத சொன்னதும், பதறிபோய் நான் நேரா கோயிலுக்கு போனேண்டா அங்க யாருமே இல்ல. நம்ம பிஸ்கெட் தாத்தா மூலமா தான் மாப்பிள்ளை வீடு வந்திருக்குனு தெரிஞ்சது. அவருக்கு போன் பண்ணி என்ன ஏதுன்னு கேட்டேன், கல்யாணம் மீனாட்சி அம்மன் கோயில்ல இல்ல பாண்டி கோயில்லன்னு சொன்னாரு. அதோட கல்யாணம் முடிஞ்சு பொண்ணும் பையனும் ஊருக்கே போய்ட்டாங்க, ரெண்டுனாள்ள ஒரிசா போக போறாங்கனு வேற சொன்னாரு இன்பா.. போச்சுடா எல்லாம் போச்சு. ராஜி நம்மள விட்டுட்டு போய்ட்டாடா, நம்ம அவள விட்டுட்டோம் இன்பா..."என்று தெய்வா அழுது புலம்ப

"வாய்ப்பே இல்லை, நிச்சயம் வாய்ப்பே இல்ல, அவ ராஜி அழகி இல்ல. எந்த சூழ்நிலையிலயும் இது நடந்திருக்காது. என் ராஜி இத நடக்க விட்டுருக்க மாட்டா, அவளுக்கு தெரியும் இப்டி நடந்தா, குற்றவுணர்ச்சியில நான் செத்தே போவன்னு அவளுக்கு நல்லா தெரியும். எனக்காகவாவதும் அவ இத நடக்க விட்ருக்க மாட்டா. ஏதோ தப்பு நடந்திருக்கு தெய்வா, வா போகலாம், நேர்ல போய் பாத்தா எல்லாம் தெளிவாகிடும். எனக்கு இப்போவே ராஜியை பாத்தாகனும். பாத்தே ஆகணும் நீ வரியா நான் போகவா..."என்று சொல்லி அழகி கிளம்ப,

"தெய்வா கொஞ்சம் நிக்க சொல்லுடா, எடுத்தோம் கவுத்தோம்னு எல்லாம் இருக்க முடியாது. நிக்க சொல்லு"என்று தெய்வா மூலம் அழகியிடம் சொன்னவன். யாருக்கோ அழைத்து பேசிவிட்டு வந்து, "வாங்க போகலாம்"என்று இருவரையும் அழைத்து கொண்டு ராஜியின் வீட்டிற்கு செல்ல, அங்கு யாருமில்லை. போகும் வழியில் எல்லாம் தொடர்ந்து யார் யாருக்கோ அழைத்து கேட்டும் எந்த தகவலும் கிடைக்க வில்லை, பிஸ்கட் தாத்தாவையும் தொடர்பு கொள்ள முடியாமல் போக, நேராய் கோவிலுக்கே சென்று விசாரிக்கலாம் என்று பாண்டி கோவிலுக்கு வண்டியை செலுத்தினான்.

ஒரு அரை மணி நேரத்தில் கோவிலை அடைந்தவர்கள் அங்கு சென்று கோவில் நிவாகத்தினரிடம் விசாரிக்க, "ஆமாங்க ஒரு கல்யா-ணம் காலைல நடந்துச்சு, மாப்பிள்ளை கூட மிலிட்டரி கார பையன், பொண்ணு பணியான் கார பொண்ணு. அப்படித்தான் ரெஜிஸ்டர் பண்ணி இருந்தாங்க, ஆமா..... கல்யாணம் முடிஞ்சு இந்நேரம் ஊருக்கே போய் இருப்பாகளே, ஏதோ பையன் ரெண்டுநாளைகுள்ள வெளியூர் போக-ணும்னு சொன்னாக அதான் எல்லாம் அவசர அவசரமா பண்ணி கொடுத்தோம். நீங்க ஏன் இம்புட்டு கேள்வி கேக்குறீங்க"என்று அங்கி-ருந்தவர் பதிலளிக்க. இருந்த கொஞ்ச நம்பிக்கையும் போனது இன்பர-சனிற்கு. இதுவரை கட்டுப்பாட்டில் இருந்த கண்ணீர் துளிகள் இமையை உடைத்து கொண்டு கொட்டியது. ராஜியின் துரு துரு பேச்சும், ஒரு நிமிடமும் ஒரு இடத்தில் நிற்காத முட்டை கண்ணும், அவள் குழந்தை தனமும், இன்பா மாமா என்ற அவள் குரலும் மூளைக்குள் சுழன்று சுழன்று கிறுக்கு பிடிக்க வைத்தது அவனை. அன்பான ஒரு தங்கையை இழந்தது போன்று உணர்ந்தான் அவன். அப்படியே மண்டியிட்டு அவன் உடைந்து அழுக.

"மாமா ஏன் நீ இப்போ இப்டி பண்ற. அவளுக்கு கல்யாணம் ஆகி இருக்காது. ஆனா வேற என்னமோ ஆகி இருக்கு. அத நம்மாதான் கண்டுபிடிக்கணும் இப்போ நீ இப்டி பண்ணாத மாமா. எந்திரி"என்ற அழகியிடம்.

"பைத்தியமா நீ, அதான் நேரடியா கேட்டோமே கல்யாணம் முடிஞ்-சுருச்சு."என்றான் இன்பரசன்.

"நான் ஒத்துக்க மாட்டேன். கல்யாணம் நடக்க வாய்ப்பே இல்ல. வாய்ப்பே இல்ல, வாய்ப்பே இல்ல. என்னால என் ராஜி வாழ்க்கை கெட்டு போக வாய்ப்பே இல்ல, இல்ல இல்ல"என்று தன்னை மீறி கத்தி கதறிய அழகியை கோவிலே வேடிக்கை பார்த்தது.

"அழகி... கொஞ்சம் அமைதியா இரு, ஏண்டி இப்டி பண்ற. அமை-தியா இருடி."என்று இன்பரசன் அவளை கட்டுப்படுத்த எவ்வளவு முயன்றும் அவள் அமைதி அடைவதாய் இல்லை. அப்படி கத்தி கொண்டிருந்தவள் திடீர் என்று அங்கிருந்து எதையோ பார்த்து எழுந்து ஓட, அவள் பின்னே இவர்கள் இருவரும், "நில்லு அழகி நில்லு"என்று ஓட. அழகி போய் ஒரு இடத்தில் நின்றாள். அங்கு அவள் முன் நின்-றிருந்தார் அந்த பிஸ்கட் தாத்தா. அவரிடம் போய்

"தாத்தா... தாத்தா... ராஜி எங்க...என்ன ஆச்சு. அவகிட்ட பேசணும் அவ எங்க தாத்தா..."என்று அழகி அழுகையும் விசும்பலுமாக கேட்க.

"அவ போய்ட்டா, அம்புட்டு தான் அவ போய்ட்டா... எல்லாம் உன்னால தான், நீ தான் காரணம். போ இங்க இருந்து போயிடு, உன்ன வளத்த வளர்ப்புக்கு நீ பண்ணிட்டு போன துரோகத்துக்கு எந்த மூஞ்சிய வச்சுக்கிட்டு வந்து என்கிட்ட பேசுற. நீ பண்ணிட்டு போனது, இன்னைக்கு அவளுக்கும் வெனையா போச்சு...எல்லாம் போச்சு... போ..."என்று அவர் சொல்ல, அப்படியே உடைந்து போனவள், மண்டியிட்டு அவரிடம் பேசிக்கொண்டிருந்த படியே அப்படியே விழுக போக, அவளை தாங்கி பிடித்த இன்பரசன், "தெய்வா இங்க வா"என்று அழைத்து அவனிடம் அவளை பிடிக்க சொன்னவன். பிஸ்கட் தாத்தாவிடம் சென்று பொறுமையாய்

"நாங்க பண்ணினது தப்பு தான். அதுக்கு எங்கமேல நீங்க எம்புட்டு வேணும்னாலும் கோப்படுங்க, அடிங்க, வையுங்க, என்ன வேணுனாலும் செய்ங்க. ஆனா இப்போ ராஜி எங்க, கல்யாணம் முடிஞ்சு போச்சுன்னு சொன்னாங்க, உண்மையா கல்யாணம் முடிஞ்சு போச்சா. மாப்பிள்ளை எந்த ஊரு, அத மட்டும் சொல்லுங்க தாத்தா கெஞ்சி கேட்கிறேன்."என்று அவர் காலடியில் அமர்ந்து கேட்க

"கல்யாணம் எல்லாம் முடிஞ்சு எல்லாம் திருப்பரங்குன்றம் போய்ட்டாங்க. மாப்பிள்ளை என் தம்பி பேரன் தான். மிலிட்டரி காரன்."என்று அவர் சொன்னதும்.

"திருப்பரங்குன்றத்துல எங்க, தாத்தா"என்றான் தெய்வா...

"உனக்கு ஏண்டா அது. அவக எங்கேயோ இருந்துட்டு போறாக, நீ ஏன் அத கேக்குறவன்."என்று அவர் கேட்க.

"ஒரே ஒரு தடவ ராஜியை பாக்கணும் தாத்தா"என்று குரல் கம்ம சொன்ன தெய்வாவை பார்த்து.

"என்னடா நடிக்கிறீங்களா...நீங்களே ஒழிச்சு வச்சுட்டு, இங்க வந்து தேடுற மாதிரி நாடகமா போட்றீங்களா. அவ எங்க இங்க இருக்கா. அவ எங்க இருக்கான்னு தெரியாம தான் அவ அப்பனும் ஆத்தாளும் தேடிகிருக்காங்கிய. அவங்கய கையில சிக்கிடாதீங்க. உங்கமேல தான் கேஸ் குடுக்க போறோம்னு சொல்லிட்டு போனாக, போங்க சூதானமா போய் இருங்க."என்ற தாத்தாவின் பேச்சில் இருந்து ஒன்று மட்டுமே புரிந்தது,

ராஜிக்கு கல்யாணம் ஆகவில்லை, அது மட்டுமே போதும் என்றிருந்தது மூவருக்கும்.

"என்ன தாத்தா சொல்றீங்க, கல்யாணம் அப்போ யாருக்கு முடிஞ்சது, என்னதான் நடந்துச்சு"என்ற இன்பரசனிடம்.

"ராஜி காலைல இங்க தான் எங்க கூடத்தான் இருந்தா, முகூர்த்தத்துக்கு முன்னாடி கோயில சுத்த போனவ ஆளே காணோம். கடைசியில என் மக பிள்ளை பேத்தி ஒருப்பிள்ளை கல்யாணத்துக்கு வந்திருந்துச்சு, என் பேரனுக்கு முறை பொண்ணு தான். அவனும் ரெண்டுநாளுல ஊருக்கு போகணும், இம்புட்டு தூரம் வந்து கல்யாணம் நின்னு போனா அவமானம்னு அந்த பிள்ளை கூட கல்யாணம் முடிச்சு கூட்டிகிட்டு போய்ட்டாக. ஆனா ஒண்ணு இந்த பாவம் எல்லாம் சும்மா விடாதுடா உங்கள. ஒரு ஆம்பளய இத்தனை பேர் முன்னாடி அவமான படுத்தர பாவம் எல்லாம் பொல்லாதது. அனுபவிப்பீங்க...."என்று அவர் சாபமிட

"யோவ் தாத்தா.... வயசுல பெரியவர்னு பாக்குறேன், இல்ல மரியாதை மலையேறி இருக்கும். அதென்ன ஆம்பளைங்க பாவம். உண்மைதான் கல்யாண மேடையிலே வந்து கல்யாணம் நின்னு போனா அவமானம் தான். ஆனா ஏன் நின்னு போகுது. ஆம்பள புள்ள மேல இம்புட்டு கவலைப்பட்ற நீ, அந்த பொம்பள பிள்ளைய பத்தி யோசிச்சியா, அவுக பாவம் உன்ன பிடிச்சா பரவாயில்லயா, அந்த பிள்ளை விருப்பத்த கேட்டு ஏற்பாடு பண்ணி இருந்தா, ஏன்யா இப்படியெல்லாம் பண்ண போறாங்க. இரு மொத அவள தேடி எங்க இருக்கா, எப்டி இருக்கான்னு தெரிஞ்சுகிறேன், அப்பறம் இருக்கு, உனக்கு எங்க மாமன் அயித்த, அந்த அவசர மாப்பிள்ளை எல்லாருக்கும். இருக்குடி இருக்கு."என்ற தெய்வா,

"இன்பா வா நம்ம வளர்மதி மேடம்ம போய் பாப்போம். அவங்க மட்டும் தான் இப்போ நமக்கு உதவி பண்ண முடியும்."என்று சொல்ல.

"நான் வீட்ல இருக்குறப்போவே அவங்களுக்கு தகவல் சொல்லிட்டேன் தெய்வா, அவங்க திருச்சி வரைக்கும் போய் இருக்கங்களாம். வந்துட்டே இருக்கங்களாம். அதுவரையிலும் வேற இன்ஸ்பெக்டர அனுப்பி வைக்கிறேன்னு சொன்னாங்க. நான்தான் நாங்க போய் பாத்துட்டு சொல்றோம்ன்னு சொல்லி இருந்தேன். இரு இப்போ ராஜிக்கு கல்யாணம் ஆகல, அவ கல்யாணம் வேணாம்னு எங்கேயோ போய்ட்டான்னு சொல்றேன்."என்றவன் வளர்மதிக்கு அழைத்து விஷயத்தை

சொல்ல.

"நான் மதுரையை நெருங்கிட்டேன் இன்பரசன், ஒரு ஒரு மணி நேரத்துல வந்துடுவேன். எங்க ஆளுங்ககிட்ட சொல்லிட்டேன், அவங்க தேட ஆரம்பிச்சுட்டாங்க. நீங்களும் உங்களுக்கு தெரிஞ்ச இடத்துல எல்லாம் தேடுங்க, விசாரிங்க."என்று சொல்ல.

இன்பா ஒரு பக்கம், தெய்வாவும் அழகியும் ஒரு பக்கம் என்று, தெரிந்தவர்கள், நண்பர்கள், படித்த பள்ளி, கல்லூரி, வழக்கமாக போகும் கோவில், மற்ற இடங்கள் என நாளா பக்கமும் தேட தொடங்கினர். இதற்கு இடையில், ராஜியின் பெற்றோர் குடுத்த ஆள் கடத்தல் வழக்கில் விசாரணைக்கு வர சொல்லி ஒரு பக்கம் அழைப்பு வர, வளர்மதி மூலம் அதை தள்ளி போட்டுவிட்டு தேட தொடங்கினர்.

வளர்மதியின் கார் வரும்வழியில் பழுதாகி நின்று, பின் சரி செய்து அவர் வந்து சேர, மேலும் தாமதமாகி போக, மதியம் மூன்று மணி அளவில் தான் அவர் ஸ்டேஷன் வந்து சேர்ந்தார்.

அவர் உள்ளே நுழைந்து புரியாமல் நின்றிருக்க, அடுத்த நொடியே, இன்பரசனின் அழைப்பு வந்தது.

"சொல்லுங்க இன்பரசன்"

"மேடம் வந்துடீங்களா? நாங்க எல்லா இடமும் தேடிட்டோம் எங்கேயும் அவ இல்ல, என்ன பண்றதுன்னே தெரியல மேடம். ரொம்ப பயமா இருக்கு."

"தேடினது போதும், மூணு பேரும் உடனே ஸ்டேஷனுக்கு வாங்க இன்பரசன்."என்று சொல்லி போனை அவர் வைத்துவிட, அடுத்த அரைமணி நேரத்தில் அங்கு வந்து சேர்ந்தனர் மூவரும்.

"மேடம் காலைல இருந்து உங்களுக்காக தான் காத்துகிட்டு இருந்தோம். நீங்க என்னன்னா நீங்களும் தேடாம, எங்களையும் தேட வேணாம்னு சொல்லிட்டு இப்டி உக்காந்து இருக்கீங்களே, என் ராஜி எங்க போனா என்ன ஆனான்னு தெரியாம நொடிக்கு நொடி செத்துகிட்டு இருக்கோம் மேடம்."என்ற அழகியை பார்த்து, கண்களை மூடி திறந்து அமைதியா இருமா என்பது போல் வளர்மதி சைகை செய்ய, அமைதியான அழகி மேலும் அவர் கண் சாடை பக்கவாட்டில் பார்க்க சொல்ல, அவளும் பார்க்க, ராஜியின் பெற்றோர் அமர்ந்திருந்தனர்.

அவர்களை பார்த்ததும், இவங்க இங்க இருக்காங்கன்னா அப்போ இவங்க கம்பப்ளைன்ட் காகா தான் எங்கள இங்க வர சொன்னீங்களா

மேடம். எங்கள விசாரிக்கணுமா என்ன விசாரிக்க போறீங்க, நாங்களே எங்க ராஜியை ஒழிச்சு வச்சுருக்கோம்னா, எங்கள பாத்தா அப்டியா தெரியுது. காலைல இருந்து பைத்தியம் பிடிச்சா மாதிரி சுத்திட்டு இருக்-கோம். அவ எங்க இருக்கா, எப்டி இருக்கா, எப்போ அவள பாப்-போம்னு தவிச்சு போய் கெடக்கோம் மேடம். ப்ளீஸ் மேடம் வாங்க போய் தேடுவோம், எதாவதும் பண்ணுங்க மேடம், ப்ளீஸ்"என்று ஆத்திரமும், ஆற்றாமையுமாய் கதறி தவித்த அழகியை ஆதரவாய் அணைத்து கொண்ட, இன்பரசன்,

"சாரி மேடம், ராஜியை காணோம்ங்கிற பயத்துல பதட்டத்தில தான் அப்டி பேசிட்டா, எதாவதும் பண்ணுங்க மேடம். நீங்க நெனச்சா கண்டிப்பா கண்டுபிடிக்க முடியும்."என்று அவன் பேசிக்கொண்டிருக்கும் போதே, வளர்மதி அங்கிருந்த கான்ஸ்டபிளிடம் கண்ணை காட்ட, அவர் உள்ளே இருப்பவரிடம் கண்ணை காட்ட, அந்த அறையை திறந்து கொண்டு கலைந்து போன கல்யாண கோலத்தில் வந்து நின்றாள் ராஜி.

ராஜியை அங்கு பார்த்ததும், போன உயிர் வந்தது போல உணர்ந்-தனர் மூவரும்.

அழகி ஓடி சென்று எலும்பு கூட வலிக்கும் அளவு கட்டி அணைத்து, கண்ணீரால் குளிக்க வைத்தவள், ஒரு நொடி விலகி நின்று, கை எடுத்து கும்பிட்டு, உனக்கு மட்டும் இந்த கல்யாணம் நடந்து இருந்திருந்தா நான் செத்தே போய் இருப்பேன் மொசக்குட்டி.... நீதாண்டி என்ன பெத்த ஆத்தா இப்போ, ஒவ்வொரு காலகட்டத்திலேயும் எனக்-காக யோசிக்கிற, எனக்காக வாழ்ற ஒரு உயிர் நீ மட்டும் தாண்டி, எவ்வளவு நன்றி கடன நான் தீர்க்க போறேனோ தெரியல, அடுத்த ஜென்மம்னு ஒண்ணு இருந்தா, எனக்கு பொண்ணா வந்து நீ பொறக்-கணும், ஒரு பொண்ண எப்டி வளக்கணுமோ அப்டி நான் உன்னை வளக்கணும் அது தான் ராஜிமா, நான் உன் நன்றி கடன தீர்க்க ஒரே வழி,"என்று அப்படியே கீழே அமர்ந்து அழுபவளை, ராஜியும் கீழிறங்கி கட்டிக்கொண்டு ஒருவரை ஒருவர் ஆற்றியும் தேற்றியும் கொண்டனர்.

அவர்களின் அந்த நட்பு ராஜியின் பெற்றோரை கோபத்தின் உச்-சிக்கே கூட்டி சென்றது, இருக்குமிடம் கருதி இதுவரை பொறுமையாய் இருந்த அவர்களின் பொறுமையை இந்த பாசபோராட்டம் தகர்த்தெரிய,

"அடியே ராஜி, இன்னும் இவ நடிப்ப நம்பிட்டு இருக்கியா நீ, உன்ன வச்சு அவ நல்லா இருக்கா, நீதாண்டி மோசம் போய் நிக்கிற, உன்னால

எங்க மானம் மரியாதை எல்லாம் போச்சு."என்று அவளின் அம்மா அவளை அடிக்க பாய,

குறுக்கே புகுந்து அவரை தடுத்து இன்பரசன், "என்ன பண்ணிட்டு இருக்கீங்க, தப்பு பண்ணினது நீங்கதான். எதுக்கு இந்த அவசர கல்யாணம். யாரு என்னனு தெரியாத ஒருத்தன் கூட இப்டி ஒரு கல்யாணம் தேவையா, இதே கல்யாணத்தை பொறுமையா அவ விருப்பப்படி பண்ணி இருந்தா பிரச்சினையே இல்ல, அதவிட்டுட்டு ஏதோ திருட்டு தனம் பண்றது மாதிரி ஏன் இந்த ஏற்பாடு."என்ற இன்பாவிடம்.

"எங்க பிள்ளைக்கு நாங்க ஏற்பாடு பண்றோம். நீ ஏன் அத கேள்வி கேக்குற. நாங்க பாத்த மாப்பிள்ளை க்கு என்ன கொறச்சல், அவன் கூட வாழ முடியாதுன்னு சொல்ல என்ன இருக்கு."என்றார் ராஜியின் அம்மா.

"யார் கூட வாழ முடியுமோ அவங்க கூட வாழ்றது வாழ்க்கை இல்ல, யார் இல்லாம வாழவே முடியாதோ அவங்க கூட வாழ்றது தான் வாழ்க்கை."என்ற தெய்வானை முறைத்த இன்பா.

"அவன விடுங்க அத்த, முடிஞ்சது முடிஞ்சு போச்சு, எல்லாத்தையும் விட்டுட்டு, ராஜியை வீட்டுக்கு கூட்டிட்டு போங்க, கொஞ்ச நாள் போகட்டும் எல்லாம் சரி ஆகும். அப்பறம் எல்லாமே உங்க விருப்பப்படி நடக்கும்."என்று சொல்ல.

வளர்மதி ராஜியியை பார்க்க, அவளின் பயம் முகத்தில் அப்பட்டமாய் தெரிய,

"அம்மா ராஜி, இங்க வா, எல்லாரும் பேசிக்கிட்டே இருக்காங்க நீ சொல்லு, என்ன தான் செய்யணும் நான். உனக்கு என்ன வேணும். இந்த கல்யாண ஏற்பாடு உனக்கு பிடிக்கல சரி விடு அது முடிஞ்சு போச்சு. வேற ஏதும் எண்ணம் இருக்கா, எதுவா இருந்தாலும் சொல்லு."என்று அவர் கேட்க.

"மேடம் என்ன நீங்க, அவங்கள மாதிரியே கேக்கிறீங்களே, எனக்கு இந்த திடீர் திருட்டு கல்யாணம் கூட பிரச்சினை இல்ல. அதுக்கான காரணம் தான் பிரச்சினை. நான் ஏன் இவ்ளோ பெரிய தண்டனை அனுபவிக்கனும். அப்டி எந்த தப்பும் நான் செய்யலயே, செய்யாத தப்புக்கு நான் ஏன் தண்டனை..... முடியாது மேடம். அதான் கோயில்ல இருந்து இங்க வந்துட்டேன். மத்தபடி வேற எதுவும் இல்ல. அப்டியே எதுவும் இருந்தாலும் அத எங்க அம்மா அப்பாகிட்ட நேரடியா சொல்-

விடுவேன் மேடம். அவங்ககிட்ட பேச எனக்கு எந்த தயக்கமும் பிரச்சி-னையும் இல்ல."என்றவள் அப்படியே அவள் அப்பா முன் சென்று,

"அப்பா, ஒரு வாரமாவே நான் எவ்வளவோ பேச முயற்சி பண்ணி-னேன், நீங்க காது குடுத்து கேக்கவே இல்ல. நான் நீங்க என்ன சொன்-னாலும் கேப்பேன்ப்பா, ஆனா அது உங்க விருப்பம் ஆசையா இருந்தா மட்டும். எனக்கு அது செய்யாத தப்புக்கு தண்டனையா இருந்தா ஒரு-நாளும் ஒத்துக்க மாட்டேன். அதேமாதிரி எனக்கு எந்த விருப்பம் இருந்-தாலும் அதையும் நேரடியா உங்ககிட்டேயே சொல்லுவேன். அதுனால வேற யார் சொல்றதையும் கேட்டு மனச கெடுத்துக்க வேணாம். எனக்கு அழகி ரொம்ப முக்கியம் அவள என்னைக்கும் நான் விட்டுகுடுக்க முடி-யாது. வாங்க நம்ம வீட்டுக்கு போவோம்"என்று சொல்ல. அவளின் பெற்றோர் மட்டுமின்றி இன்பரசன், அழகி, தெய்வா, ஏன் வளர்மதி கூட அட என்ன பொண்ணுடா இவ என்பது போல பார்த்தனர்.

"ராஜி நீ கிரேட், அன்னைக்கும் சரி, இன்னைக்கும் சரி உங்க நட்ப பாத்து பூரிச்சு போய்ட்டேன். என்னைக்கும் இப்டியே இருங்க.அப்பறம் இந்தா இது என் நம்பர் எப்போ உனக்கு எந்த உதவி வேணும்னாலும் என்ன கூப்பிடலாம். என் விருப்பமான பொண்ணாகிட்ட நீ. போய்ட்டு வா. தைரியமா போ. எப்பவும் இப்டியே தைரியமா இரு."என்ற வளர்-மதி. அவளின் பெற்றோரிடம் சென்று,

"பெத்த புள்ளைங்க நம்ம முன்னாடி பாசத்தோட நிக்கனும். பயத்-தோட நிக்க கூடாது. உலகத்தோட போராடி சமாளிக்க தைரியத்த நம்ம குடுக்கணும், அதவிட்டுட்டு நம்மள சமாளிக்க தைரியத்த தேடி திரி-யிற நிலமைல நம்ம அவங்கள நிக்க வைக்க கூடாது. கையில இருக்-குற வைரத்த கல்லுன்னு தூக்கி போட்டா கூட பரவாயில்லை, கற்-கண்டு மாதிரி கடிச்சு திண்ணுடாதீங்க, அப்பறம் அது குடலை அறுத்து கொன்னு போட்டுடும். கூட்டிட்டு போங்க"என்று சொல்லி அனுப்பி வைத்தார்.

ராஜி பெற்றோருடன் கிளம்பிவிட, அவள் ஒருமுறை கூட தன்னை பார்க்கவோ, தன்னிடம் பேசவோ இல்லையே, நான் அவளுக்காக இப்டி தவிச்சு போய் இருக்கேன், ஆனா அவ இப்டி கண்டும் காணாம போறாலே, ஒரே ஒரு பார்வை பாத்திருந்தா கூட போதுமே. தெய்வா தெய்வா னு சுத்தி சுத்தி வருவா, இன்னைக்கு ஏன் இப்படி போறா. ஒருவேளை என்ன தவிர்கிறாளா, ஆனா ஏன், அய்யோ ஏண்டி ராஜி,

இப்டி கொல்லுற, என்று மனதிற்குள்ளேயே ஒரு போராட்டம் நடத்தி கொண்டிருந்தான் தெய்வா.

18

குருவிகள்

ராஜி ஒரு பார்வை கூட தன்னை பார்க்காமல் இப்படி ஏங்கவிட்டு செல்கிறாளே என்று, சோகமாய் நின்றிருந்த தெய்வாவை அழகி கவனித்து விட்டாள். ஆனாலும் ஒன்றும் பேசாமல் "தெய்வா வீட்டுக்கு போகலாம், அத்தையும் மாமாவும் என்னமோ ஏதோனு பயந்துட்டு இருப்பாங்க. நேர்ல போய் எல்லாத்தையும் சொல்லுவோம்."என்று சொல்லி அழைக்க,

"தெய்வா நீங்க வீட்டுக்கு போங்க, நான் ஒரு இடத்துக்கு போய்ட்டு வறேன்,"என்று சொல்லி இன்பரசன் கிளம்ப.

"மாமா எங்க போறன்னு கேக்க கூடாது. ஆனாலும் இப்போ சொல்லு எங்க போற நீ. மாமா சொன்னார் இல்ல வெளியே எங்கேயும் கொஞ்சநாள் போக வேண்டாம்னு."என்றவளிடம் ஏதும் பேசாமல்

"தெய்வா, என்ன யாரும் கட்டுப்படுத்த முடியாது, அம்மா அப்பாவோட கட்டுப்பாட்டையே ஒத்துக்காதவன் நான். அவங்க அன்ப மீற முடியாம தான் பல நேரங்கள்ல பொறுமையா இருக்க வேண்டி இருக்கு. போதும் அவங்களோட நிறுத்திக்குவோம். புதுசா யாரும் அந்த இடத்துக்கு வர வேண்டாம், என் வழி வேற. பயந்து பயந்து ஒழிஞ்சு வாழ்றது எல்லாம் எனக்கு பொருந்தாது."என்று கோபமாய் சொல்லிவிட்டு அந்த நேரம் அங்கு வரவழைக்கப்பட்ட அவன் நண்பனுடம் கிளம்பி சென்றுவிட்டான் இன்பரசன்.

இன்பரசனின் வார்த்தைகள் அழகியின் நெஞ்சை நெறிஞ்சி முள்ளாய் குத்த, அந்த வலியின் வெளிப்பாடாய் அவள் கண்கள் கலங்க,

"அழகி.... பாத்தியா நீயும் சாதாரண பொண்டாட்டி மாதிரி நடந்து-கிற. விடு இப்போ சூழ்நிலை சரி இல்ல, அவன் கொஞ்சம் கொஞ்சமா மனசு மாறட்டும் நம்ம அதுக்கான நேரத்தை அவனுக்கு கொடுப்போம். உடனே எல்லாம் மாறிடாது வா வீட்டுக்கு போவோம்."என்று அழகியை அழைத்து கொண்டு புறப்பட்டான் தெய்வா... வெளியில் அவன் அழகிக்கு ஆறுதல் சொன்னாலும், இன்பரசன் இவ்வளவு கடுமையாய் நடந்து கொள்வது அவனுக்கும் கவலையாய் தான் இருந்தது.

இருவரும் வீடு வந்து சேர, இவர்களை எதிர்பார்த்து காத்திருந்தனர் மதியழகனும் இந்திராணியும். அவர்களிடம் நடந்த அனைத்தையும் சொல்லிமுடிக்க.

"பரவாயில்லயே ராஜி துரு துருன்னு சின்ன பிள்ளை மாதிரி இருந்-தாலும் நேரம் வரும்போது சரியான மாற்றம் வந்திருக்கு அவளுக்குள்ள. இதுதான் பொம்பள பிள்ளைகளுக்கே உள்ள தனி சிறப்பு இல்ல."என்று இருவரும் மெச்சிக்கொண்டனர்.

"ஆமா தெய்வம்... இன்பத்தை எங்கடா காணோம் ,"என்று ராணி கேட்க, அப்போதுதான் மதியழகனும் கவனித்தார் இன்பரசன் வராததை. "என்னமா எங்க அவன,"என்று அவரும் பதற்றமாய் கேட்க.

இருவரும் பதில் சொல்லாமல் நிற்க. புரிந்துகொண்ட மதியழகன், "சரி உள்ள போங்க, அவன் பக்கம் அவன் பாக்குறான். நம்ம கவலை புரிஞ்சுக்க மனசு இல்ல அவனுக்கு. அவனும் ஒருநாள் அப்பனா ஆவான் அப்போ புரியும். ஊருக்கே ரொம்ப நல்ல புள்ளையா இருக்க தெரிஞ்சவனுக்கு, இந்த அப்பனுக்கு நல்ல புள்ளையா இருக்க தோணல."என்று ஏதேதோ வார்த்தைகளை மனதில் இருந்து கொட்டியப்-படி சென்று படுத்துக்கொள்ள. தெய்வா அழகி இருவரும் என்ன சொல்-வதென்று புரியாமல் வருத்தத்துடன் வேலையை கவனிக்க சென்றனர்.

இன்பரசன் தங்கள் இயக்கத்தின் அலுவலகத்திற்கு தான் வந்திருந்-தான். ஆனால் அவன் போக நினைத்தது தென்னரசை பார்க்கத்தான். ஆனால் அவனை பைக்கில் அழைத்து வந்த, அவன் அண்ணனாய் மதிக்கும் இயக்க நண்பன் சிவபாண்டி விடாபிடியாய் மறுத்து இப்போது இங்கு கூட்டி வந்து நிறுத்தி இருக்கிறார்.

"சிவா அண்ணன் ஏன் நீங்களும் புரிஞ்சுகாம பேசறீங்க, நான் ஒரு எட்டு தென்னரச பாத்துட்டு வரேனே,"என்றான் இன்பரசன்

"இன்பா வேணாம்யா, சொன்னா கேளு, என்ன நீ ஏன் இப்டி பண்ற, இப்போ நீயி அங்க போனா என்ன நடக்கும்னு உனக்கு நல்லா தெரியும். அப்டியும் ஏன் போகணும்னு துடிக்கிற,"என்றார் சிவா.

"அண்ணன் தென்னரசுக்கு இப்டி ஆனதுக்கு முழு காரணம் நாங்க தான். அதுனால அவங்கய கொலைவெறில இருகாங்கிய, எண்ணவேணும்னாலும் செய்வாங்கிய. இப்போ அவங்கய கோபம் முழுசும் அழகி பிள்ள மேல தான் இருக்கு. அதான் அத மாத்தனும். இப்போ நான் அவங்கய முன்னாடி போய் நின்னா கோபம் பூராம் என் பக்கம் திரும்பிடும். அதுக்குத்தான் அண்ணன்"என்ற இன்பரசனை பார்த்து

"பைத்தியமா இன்பா நீனு. அவங்கய கோபம் உம்மேல இருந்தா என்ன, உன் பொஞ்சாதி மேல இருந்தா என்ன ரெண்டும் ஒண்ணு தான. ரெண்டுபேருக்கும் எதுவும் ஆக கூடாது. அதுக்கு வழிய தேடாம, என்னென்னவோ தப்பு தப்பா யோசிச்சுக்கிட்டு இருக்க. இல்ல தெரியாமத்தேன் கேக்குறேன், உன்னைய அவங்கய எதாவதும் பண்ணினா அந்த பிள்ளை ரொம்ப நிம்மதியா இருக்குமா சொல்லு. நம்மனாலத்தேன் அவருக்கு இப்டி னு இன்னும் வெசனப்பட்டு போகுமே தவிர வேற ஒண்ணும் நடக்காது. அதுவும் போக குடும்பம் குடும்பமா போகணும்னா, ஒருத்தருக்கு ஒருத்தர் தியாகம் பண்ணனும்னு அவசியம் இல்ல, புரிஞ்சுகிட்டு வாழ்ந்தா போதும். அதுனால முட்டாள் தனமா யோசிக்காம புத்திசாலி தனமா பொழைக்கிற வழிய பாருடா தம்பி."என்றார் சிவா அண்ணன்.இன்பரசனிடம் பதில் இல்லை.

"என்னடா தம்பி, அண்ணன் ஏதும் தப்பா சொல்லிபுட்டேனோ"

"என்ன அண்ணன் அப்படியெல்லாம் இல்ல என்னமோ பல பல யோசனைண்ணேன்."என்றவனிடம்

"டேய் தம்பி, எனக்கு எல்லாம் தெரியும்டா, ஒண்ணே ஒண்ணு சொல்றேன். கேட்டுட்டு வீட்டுக்கு கெளம்பு. ஒருத்தர் அவங்க வாழ்க்கையில ஒரு தடவ ஏதோ ஒரு தப்பு பண்ணிடாங்கன்னா, அவங்க தப்பானவங்கனு அர்த்தம் இல்ல. சில முடிவுகள் நமக்கு தப்பாவும், அதே முடிவு, மத்த சிலருக்கு அதுதான் ஒரே வழியா கூட இருந்திருக்கலாம். ஒருத்தர் ஒரு தடவ தப்பு பண்ணிட்டா, அவங்க வாழ்க்கை பூராம் அதுக்கு தண்டனை அனுபவிக்கணும்னு அவசியம் இல்ல. சில நேரங்களில் சில மனிதர்கள், சில முடிவுகள், சில விளைவுகள், அம்புட்டுத்தேன்டா தம்பி வாழ்க்கை. போ வீட்டுக்கு போ, இருட்டி போச்சு. எல்-

லாரும் பதறி போய் இருப்பாக."என்றவர். பின் "இருடா தம்பி நானே உன்னய வீட்ல விட்டுறேன்."என்று அவரே அழைத்து கொண்டுபோய் வீட்டிலும் விட்டுவிட்டு தான் கிளம்பினார்.

இன்பா வீட்டிற்குள் நுழைய, அவனை கண்டதும் தான் நிம்மதி மூச்சு விட்டுக்கொண்டார் மதியழகன், ஆனாலும் ஏதும் பேசாமல், ராணியையும் ஏதும் பேச வேண்டாம் என்றும் கண்சாடை காட்ட அவரும் அமைதியாகிவிட்டார்.

அறைக்குள் சென்று இன்பரசன் முகம் கழுவி வர, அழகி சாப்பாடை எடுத்து வைக்க அமைதியாய் உண்டு முடித்து அறைக்குள் எழுந்து சென்றுவிட்டான். அழகியும் அவன் பின்னாலே போனவள், மெத்துக்கு தூங்க கிளம்பியவனை வழி மறித்து நிற்க. அவளை நிமிர்ந்தும் பார்க்காமல் அவனும் அப்படியே நிற்க.

"மாமா என்னய நாலு திட்டு கூட திட்டு. அடிக்க கூட செய் மாமா. இப்டி யாரோ மாதிரி ஒதுங்கி ஒதுங்கி போகாத மாமா. எனக்கு கஷ்டமா இருக்கு."என்ற அழகியிடம்.

"வழிய விடு, எனக்கு தூக்கம் வருது."என்று மட்டும் எங்கோ பார்த்தபடி அவன் சொல்ல. மேலும் சில நிமிடங்கள் அவளும் அவனும் அசையாமல் அப்படியே நிற்க, கடைசியில் விட்டு குடுத்தது அழகி தான். அவள் விலகி நிற்க பின் அவன் சென்றுவிட, மற்றுமொரு இறுக்கமான இரவாய் கடந்தது அன்றைய இரவு.

மறுநாள் அதிகாலை வழக்கம் போல பொழுதும் விடிய, அவர் அவர் தன் வேலைகள் தொடங்க, தெய்வா தோட்டத்தின் மோட்டார் அறையிலேயே இரவு தண்ணீர் பாய்ச்சி முடித்து அசந்து தூங்கிகொண்டிருந்தவன். திடீர் என்று போடப்பட்ட மோட்டார் ஓட தொடங்கி தண்ணீர் பாய அந்த சத்தத்தில் முழித்தவன், கண்களை கசக்கி கொண்டு முழித்தவுடன் பார்த்தது. எதிரில் தண்ணீர் வாய்க்காலை மடைமாற்றி கொண்டிருந்த ராஜியை தான்.

அவளை அங்கு அந்த நேரத்தில் எதிர்பார்க்காதவன், மகிழ்ச்சியுடன் அவள் அருகில் சென்று, "வாயாடி, என்னடி காலைலயே பயங்கரமான தரிசனம் எல்லாம் குடுக்குற. அதிசயமா இருக்கே"என்றான்

"தண்ணீ பாச்சுறதுல என்ன அதிசயம். பேசனும்னு பேசாத."என்று எங்கோ பார்த்தபடி அவள் பதில் சொல்ல.

"என்னடி பேச்செல்லாம் வித்தியாசமா இருக்கு. என்ன கோபம் நான் என்னடி பண்ணுனேன்."என்றான்.

"நான் யார்மேலயும் கோபமா இல்ல. எனக்கென்ன கோபம்"என்று மீண்டும் அதே போல் அவள் பதில் சொல்லிவிட்டு அவள் அங்கிருந்து மோட்டார் ரூம் வந்து மோட்டாரை நிறுத்திவிட்டு திரும்ப, அவள் பின்னாலே வந்து கொண்டிருந்தவனை இடிப்பது போல் அவள் நிற்க. அதை சரியா பயன்படுத்தி, அப்படியே அவளை சுற்றி வளைத்து மோட்டார் அறையின் சுவற்றிலேயே நிற்க வைத்து, அவன் மூச்சு காற்று அவள் மீதும். அவள் மூச்சு இவன் மீதும் படும் அளவிற்கு நெருங்கி நிறுத்தியவன், "என்னடி உன் பிரச்சினை, நேத்தும் அப்படித்தான் நீ எங்கே போன, என்ன ஆனன்னு தெரியாம செத்து போய் வந்து நிக்கிறேன். திரும்பி கூட பாக்காம போய்ட்டே இருக்க. இன்னைக்கு இங்க இந்த நேரத்துல பாத்ததும் என்னய தான் பாக்க வந்திருக்க போலன்னு அம்புட்டு சந்தோசமா வந்து பேசினா என்னடி ரொம்ப பண்ற."என்று கேட்க.

"என்னய ஏன் நீ தேடின, நான் எப்படியோ போறேன், உனக்கென்ன."

"எனக்கென்னவா..... சரிதான் எனக்கென்ன.... சரி போ.... ஓடி போய்டு..... மூஞ்சியில முழிக்காம ஓடி போயிடு."

"நான் போகணும்னா, அதுக்கு நீ என்னய மொத விடனும். தள்ளி நில்லு நான் போகணும்"

"என்னடி திமிரா, அதென்ன கைய விடு, நான் போகணும், ஏன் மாமான்னு சொல்ல மாட்டியா, இத்தனை நாளும் அப்டிதான சொல்லுவ, இப்போ மட்டும் என்ன, மாமான்னு இல்லனாலும் தெய்வான்னு சொல்லுடி,"

""முடியாது... என் கையை விடு, விட போறீயா இல்லையா."

"விட முடியாதுடி, என்ன கத்தி ஊர கூட்ட போறீயா, கத்துடி எல்லாரும் வரட்டும் கத்துடி. நானும் பாக்குறேன். என்னதான் நடக்குதுன்னு"

"அதானே உனக்கு என்ன, பாதிப்பு எல்லாம் எனக்கு தான, நீ இந்த ராஜி இல்லனா வேறொருத்தினு போய்ட்டே இருப்ப. என்னபத்தி உனக்கென்ன கவலை."என்று அவள் சொன்னதும் அப்படியே பதில் பேசாமல் அவன் விலகி சென்றுவிட. அவளும் ஒரே ஓட்டமாய் வீடு போய் சேர்ந்தாள்.

ராஜியின் இந்த மாற்றத்திற்கான காரணம் புரியாமல் குழப்பத்துடன் நின்றிருந்தான் தெய்வா....

அதேநேரம், தென்னரசு அங்கு மருத்துவமனையில் மயக்கம் கலைந்து கண் முழித்திருக்கிறான். என்ன நடந்தது எங்கிருக்கிறோம் என்று உணரமுடியாமல் அவன் தவிக்க.

"அப்பா அரசா.... ஒண்ணும் இல்லையா, உனக்கு ஒண்ணும் இல்ல. நல்லாத்தேன் இருக்க. பதட்டப்படாம இரு"என்று கண்களில் கண்ணீ-ரும், மகிழ்ச்சியும் கலந்திருக்க கூறினார் தென்னரசின் அம்மா.

"அம்மா எனக்கு என்னாச்சு, ஆக்சிடெண்ட் ஆகிட்டுச்சா, என் கார் எங்க. எத்தனை நாளா இங்க இருக்கேன். எலெக்சன் முடிஞ்சி-ருச்சா..."என்று ஒவ்வொரு கேள்விக்கும் பதற்றம் கூட்டியபடியே அவன் கேட்க.

"அதெல்லாம் எதுவும் இல்ல ராசா, நேத்துத்தேன் ஆக்சிடெண்ட் ஆச்சு. ஒரு நாள்த்தேன் ஆகுது. பதட்டப்படாத. கொஞ்சம் பொறுத்திரு. ஒரு உங்க அப்பார கூடியாறேன்."என்று அவர் வெளியில் வந்து நடரா-ஜனை அழைக்க, அதற்குள் டாக்டரும் வந்துவிட, வந்தவர் தென்னரசை பரிசோதித்து பிரச்சினை ஒன்றும் இல்லை. ஒரு வாரத்தில் வீட்டிற்கு சென்றுவிடலாம் என்று கூறிவிட்டு செல்ல. சற்றே நிம்மதி அடைந்தார் நடராஜன்.

அப்போது அங்கு தென்னரசை நலம் விசாரிக்க வந்த, அந்த ஆளுங்கட்சி MLA, "எப்டி இருக்கீங்க தென்னரசு. கொஞ்சம் கவனமா இருந்திருக்கலாமே."என்று கூற.

"இல்லண்ணேன் தெரியாம வண்டிய விட்டுட்டேன்."என்று தென்னரசு சொல்ல.

"நான் வண்டிய சொல்லல. பொண்ண சொன்னேன். உங்க கல்யாண விஷயத்துல கொஞ்சம் கவனமா இருந்திருக்கலாம். உங்களுக்கு ரொம்ப இறங்குமுகமா போச்சு இந்த விஷயம். குறஞ்சபட்சம் ஸ்டேஷன் வரைக்கும் போகாம பாத்திருந்திருக்கணும். இப்போ பாருங்க மேலிடத்-தில பேச்சு வார்த்தை ஆரம்பிச்சிருக்கு. இந்த எலெக்சன்ல எங்க கட்சி உங்கள சப்போர்ட் பண்ணலாமா வேணாமான்னு. ஆனா அதெல்லாம் நீங்க யோசிக்க வேணாம்.என்னால என்ன முடியுமோ அத நான் கண்-டிப்பா பன்றேன். என் சப்போர்ட் உங்களுக்கு தான் வரட்டுமா."என்று சொல்லிவிட்டு அவர் சென்றுவிட.

எரியும் நெருப்பில், எண்ணையை கொஞ்சம் ஊற்றினால் நெருப்பு எப்படி கொழுந்துவிட்டு எரியுமோ அப்படி எரிந்தது தென்னரசின் நெஞ்சம். அந்த நெருப்பின் கனல். கோபத்தையும், வஞ்சத்தையும், பலியுணர்ச்சியையும் உரமிட்டு உருவாக்கி கொண்டிருந்தது அவனிற்குள். அந்த வஞ்ச நெருப்பினுள் இன்னும் சற்று எண்ணையை ஊற்ற தொடங்கினார் தென்னரசின் அம்மா.

19

குருவிகள்

ஆஸ்பத்திரியில் கண் முழித்த தென்னரசனிடம் MLA ஒரு பக்கம் நெருப்பை எறியவிட்டு செல்ல, அந்த நெருப்பில் சிறப்பாய் நெய்யை வார்த்தார் தென்னரசின் அம்மா.

"அவளை சும்மா விட கூடாது அரசா, அமுக்குனி மாதிரி, கல்யாண வேலை ஒன்னொண்ணுலயும் இருந்துட்டு நேரம் வந்ததும் அந்த போலீஸ் காரிய வச்சு காரியம் சாதிச்சிட்டு போய்ட்டா.... அந்த வெறும்பய தான் வேணும்னு அவன் பின்னாடி போறதுன்னு முடிவு பண்ணினவ, எல்லா ஏற்பாடும் பண்றதுக்கு முன்னாடியே போயி இருக்க வேண்டியது தான,"என்று அவர் பேசிக்கொண்டே இருக்க,

"அறிவு இருக்கா உனக்கு. என்ன பேச்சு பேசுற, அவ எப்போ போனங்கிறது தான் பிரச்சனையா, அவ எப்டி போகலாம். இப்போ அப்போ எப்பவும் அவ அவன் பின்னாடி போய் இருக்க கூடாது. பள்ளி கூடத்தில படிக்கிற காலத்துல இருந்து அவகிட்ட அவன நெருங்க விடாம பொத்தி பொத்தி பாதுகாப்பா வச்சிருந்தேன், எல்லாம் ஒரே நாளுல மாறி போச்சு. உள்ளுக்குள்ள தீயா எரியுது. போயிடுமா எதாவதும் பேசி என்னய கொலைகாரனா மாத்திடாத."என்று தன்னை மீறி கோபத்தில் கத்திய தென்னரசை பார்த்து அவனின் அம்மா வாயடைத்து போய் நிற்க.

"தென்னரசு என்னடா, அப்போ இதுக்கு அப்பறம் என்ன பண்ண போற, அவன்கிட்ட இருந்து வெட்டி விட்டுட்டு அவள கூட்டிட்டு வந்து குடும்பம் நடத்த போறீயா, சொல்லு அரசா...."என்று நடராஜன் சொல்லி

முடிக்கும் முன்னாடியே.

"என்ன பேச்சு பேசறீங்க. உங்க ரெண்டுபேருக்கும் அறிவு அடமானம் போய்டுச்சா, அறிவுகெட்ட தனமா பேசறீங்க. அப்பா அம்மாவா போய்-டீங்க, இல்ல தென்னரச மிருகமா தான் பாத்திருப்பீங்க. அடுத்தவன் பொண்டாட்டிய நான் ஏன் கூட்டிட்டு வரணும். தென்னரசு உங்களுக்கு எல்லாம் அம்புட்டு ஈஸியா போனேனா.... நான் தென்னரசு பாண்டியன். என்ன பாத்தா எச்ச பய மாதிரி இருக்கா.... நான் அவமேல ஆசைப்-பட்டது அப்போ. அவ என் அயித்த மகளா இருந்தப்போ. இப்போ அவன் அடுத்தவன் பொண்டாட்டி. அதுவும் என் தம்பி பொண்டாட்டி. பிடிச்சாலும் பிடிக்கலன்னாலும், ஒத்துகிட்டாலும் இல்லனாலும் அதுதான் உண்மை. இன்னொரு தடவ இப்டி என் முன்னாடியோ பின்னாடியோ பேசிக்கிட்டு திரியாதீங்க, ஒரு நேரத்த போல ஒரு நேரம் இருக்க மாட்-டேன்."என்று அவன் கொந்தளிக்க.

"என்னது தம்பி பொண்டாட்டியா. என்னடா புதுசா சொந்தமெல்லாம் கொண்டாடுற. பாசம் பொங்குதா...."என்றார் நடராஜன்.

"பாசமும் இல்ல ஒரு மண்ணும் இல்ல. நான் சொன்னாலும் இல்-லனாலும் பொறந்த பொறப்பு இல்லன்னு போகாதுல. அதத்தான் சொன்-னேன்."

"அப்போ எல்லாத்தையும் மறந்துட்டு நல்லா இருங்கன்னு ஆசீர்வா-தம் பண்ண போறயா அரசா....."

"என்ன பாத்தா எப்டி இருக்கு. சொம்ப மாதிரி இருக்கா. அதுங்க-நாள நான் இழந்தது அதிகம். எல்லாத்துக்கும் சேத்து நின்னு நிறுத்தி, பொறுமையா பொறுத்து, சங்கறுக்க போறேன். ஒவ்வொரு நாளும் செத்து செத்து பொழைக்கணும் ரெண்டுபேரும். வாழும்போதே நரகத்த அனுப-விக்க வைக்கிறேன். அப்போ தெரியும் அவங்கியலுக்கு இந்த தென்னரசு யாருன்னு."

"எல்லாம் இருக்கட்டும். இதுங்கள எப்பவும் பாத்துக்கலாம் எலெக்சன மறந்துடாத அரசா. அதுதான் முக்கியம்."

"எனக்கு ரெண்டுமே முக்கியம். நான் பாத்துகிறேன். இங்க இருந்து நான் போகணும். என்ன இதெல்லாம் கையில வயறு, தலையில கட்டு, காலுள கட்டு. எல்லாத்தையும் கழட்ட சொல்லுங்க. நான் வீட்டுக்கு போகணும். நெறய வேலை இருக்கு."என்று கத்த தொடங்க.

"எப்பா அரசா, கொஞ்சம் பொறுமையா இரு, செத்து பொலச்சு வந்திருக்க, ஒரு ரெண்டுநாளைக்கு பொறுத்திரேன்"என்று அவனின் அம்மா கெஞ்சி நிற்க. அப்படியே பல்லை கடித்து கொண்டு அமைதியானான் தென்னரசு.

****

வாரங்கள் உருண்டோடி முழுதாய் ஒரு மாதம் நகர்ந்து இருந்தது. தென்னரசு நன்றாக தேறி இருந்தான். எலெக்சன் பிரச்சாரம் சூடு பிடிக்க தொடங்கி இருக்க. தென்னரசு மும்முரமாக பிரச்சாரத்தில் இறங்கி இருந்தான். இன்பரசன் அழகி நடுவே இடைவெளி சற்றும் குறையாமல் தொடர்ந்து கொண்டிருந்தது. தெய்வாவிடம் ராஜி ஆடும் கண்ணாமூச்சி ஆட்டமும் சிறப்பாய் போய் கொண்டிருந்தது. அழகி பள்ளியை கவனிக்க தொடங்கி இருந்தாள். ராஜியும் அழகி உடனே இருந்தாள்.

ராஜியின் பெற்றோர் சற்றே மனம் மாறி இருந்தனர். ராஜியின் மேல் நம்பிக்கை கொஞ்சம் பிறந்திருந்தது. அவளை கட்டுப்படுத்தும் முயற்சியை கைவிட்டனர். சில நேரங்களில் நாம் காயப்படுத்த வேண்டாம் என்று பொறுத்து போவதை விட, எதிர்ப்பை தெரிவித்து நம் நிலையை தெரியப்படுத்தியும் அவர்களின் தவறை புரிய வைக்க முடியும் என்று, அனைவருக்கும் ராஜி புரியவைத்திருந்தாள் தன் செயல் மூலம்.

அன்று இன்பரசன் யாருடனோ போனில் தீவிரமாய் பேசிக்கொண்டிருந்தான். அவன் பேச்சில் கோபம் தெறித்தது. இன்பரசன் எப்போதும் இப்படி கோபப்பட்டு பேசுபவன் இல்லையே, என்று இதையெல்லாம் தெய்வாவும் அழகியும் அவர்கள் வேலைகளுடனே கவனத்து கொண்டே இருந்தனர். இன்பரசன் பேசி முடித்து வரவும்.

"என்ன இன்பா, ஏன் இம்புட்டு கோபமா பேசிகிட்டு இருந்த. என்ன பிரச்சனை. ஏதும் பெரிய பிரச்சனையா"என்றான் தெய்வா.

"பெரிய பிரச்சனை தான் தெய்வா. ஆனா யாருக்கும் புரியல. எல்லாமே அலட்சியமா போச்சு... எல்லாருக்கும்."

"என்ன அலட்சியமா போச்சு. யாருக்கு இன்பா."

"எல்லாம் நம்ம அரசாங்கத்துக்கு தான்."

"அட அது தெரிஞ்சது தான. இப்போ புதுசா வருத்தப்பட என்ன இருக்கு."

"நம்ம பகுதி நெல் கொள்முதல் நிலையத்துல அறுவடை முடிஞ்சு நெல் போயி நாப்பது நாள் ஆகுது. இன்னும் அளவைக்கு போகல.

எல்லாரும் அங்கேயே கெடையா கெடக்குறாக. ஏண்டா இப்டி பண்றீங்க, கொள்முதல் நிலையத்த தொறந்து நெல்ல எடுத்து எடைய போட்டு கணக்க முடிங்கன்னு சொன்னா. என்ன தெரியுமா சொல்றாங்கிய தெய்வா."

"என்ன சொல்லி இருப்பாங்கிய, அரசு ஆணை வரணும். அது வராம பண்ண மாட்டோம்னு சொல்லி இருபாங்கிய, இது என்ன புதுசா இன்பா, எப்பவும் அப்டிதான சொல்றாங்கிய."

"அதெல்லாம் போன வருஷம், இந்த வருஷம் சொல்ற காரணம் தான் அல்டிமேட் தெய்வா. எந்த அரசாங்கமும் இப்டி ஒரு காரணம் சொல்ல முடியாது."

"அப்டி என்ன சொன்னாங்ய."

"மம்ம்ம் சாக்கு பை இல்லையாம். சாக்கு பைய்க்கு விட்ட டெண்டர்ல பிரச்சினையாம். அதுனால சாக்கு பை வரலையாம். சாக்கு பை வராதனால நெல் கொள்முதல் பண்ணலயாம் எப்டி."

"அட கொலைகார பாவிகளா.... ஊர்ல தெருவுல குழாயில தண்ணீ வரலன்னா கூட, பாதிக்கப்பட்றது விவசாயி தான்டா. எவன் என்ன ஊழல் பண்ணினாலும் கடைசியில அதுல நஷ்டபட்டு நிக்கிறவன் விவசாயி தான். என்னமோ இன்பா, இந்த கோணி சாக்கு டெண்டர் பிரச்சனை எனக்கு முன்னடியே தெரியும். அப்போ நான் ரெண்டு அரசியல்வாதிகளுக்குள்ள நடக்குற அதிகார போட்டின்னு தான் நெனச்சேன். ஆனா அதுவும் இங்க வந்து நம்ம வயித்துல அடிக்கும்னு நான் எதிர்பார்க்கவே இல்ல. ரொம்ப கோபம் கோபமா வருது இன்பா."

"பொறுக்க முடியல தெய்வா, அதான் இன்னைக்கு சாயந்திரம் ஒரு போராட்டம் முடிவு பண்ணி இருக்கோம். நம்மூர் விவசாயிகள் மட்டும் இல்ல. பக்கத்து மாவட்டத்தில இருந்தும் வறாங்க. பெரிய அளவுல நடக்க போகுது. சரி நானும் கிளம்புறேன். எப்படியும் நைட் நான் வர முடியாதுன்னு நெனைக்கிறேன். பாத்துக்க தெய்வா..."என்றான் இன்பரசன்.

இவ்வளவு நேரம் உள்ளிருந்து அத்தனையும் கேட்டு கொண்டிருந்த மதியழகனும் இந்திராணியும் அங்கு வந்து, "இன்பம் நீ இன்னைக்கு போக வேண்டாம். என்னமோ தப்பா படுது. உனக்கும் கல்யாணம் ஆகிடுச்சு. உன்ன நம்பி ஒரு பிள்ளை இருக்கு. உனக்காக ஊரையே எதிர்த்துகிட்டு நிக்குது. இதுக்கு அப்பறமும் போராட்டம் அது இதுன்னு சுத்து-

றது நல்லதுக்கு இல்ல. எங்கேயும் போகாம போய் பொழப்ப பாரு."என்று சொல்ல.

இன்பரசன் பதில் சொல்லும் முன்னே... "இல்ல மாமா, அவர் போகட்டும். இன்பா மாமானாலே இப்டிதான்னு ஒரு நம்பிக்கை உருவாகி இருக்கு. அதுதான் அவர் அடையாளம். ஊருக்காக போராட நினைக்கிற அவர் மனசு தான் மாமா அவர் அடையாளம். அத அழிக்க வேணாம் மாமா. அவர் போகட்டும். நானும் அததான் விரும்புறேன்"என்ற அழகியை கோபமாக முறைத்த மதியழகன்,

"போதும் நீங்க ரெண்டு பேரும் சேர்ந்து பண்ணினது எல்லாம். அந்த தீயே இன்னும் அணையல. ஒவ்வொரு நாளும் அத நெனச்சு நெனச்சே உயிர் போய்ட்டு இருக்கு. உசுரு பொழச்சு வந்தவன் தாம் தூம்னு கத்தி கதறி, ரெண்டு அடி அடிச்சிருந்தா கூட ஆறி போய் இருக்கும் மனசு. அவன் கிணத்துல போட்ட கல்லு மாதிரி கெடக்கயான். எப்போ என்ன பண்ணலாம், என்ன வாய்ப்பு வரும்னு கழுகு மாதிரி காத்து கெடக்கிறயான். அப்படிபட்டவன்கிட்ட நீங்களே போயி வழி காமிக்க நெனைக்கிறீங்க. போதும் எங்க உசுர இப்டி பதற வைக்காம இருங்க."என்றார் மதியழகன்.

"மாமா என்னய மன்னிச்சுடுங்க... அப்டீன்னு ஒரு வார்த்தையில மன்னிப்பு கேக்க முடியாது. அவ்ளோ பெரிய தப்பு நான் பண்ணினது. ஆனா நான் வேணும்னே பண்ணல மாமா. இவ்ளோ நேரம் நீங்க பெரிய இவன்னு சொல்லிக்கிட்டு இருந்தீங்களே அவர் ஒண்ணும் அவளோ பெரிய ஆள் எல்லாம் இல்ல மாமா. அவருக்கு மூளை முழுசா வேலை செஞ்சிருந்தா, எங்க கல்யாணம் இப்டி நடந்திருக்கவே முடியாது. அவருக்கு தான் நான்னு ஊரே சேந்து பேசி முடிச்சு பத்திரிகை அடிச்ச பிறகும் கூட கொஞ்சமும் நம்பிக்கை இல்லாம, அவரோட ஆணாதிக்கத்த என்கிட்ட காமிச்சு அவரே எல்லாத்தையும் கெடுத்துகிட்டாரு. அன்னைக்கு அவர் என்னய ரூமுக்குள்ள வச்சு பூட்டிட்டு போகுறதுக்கு முன்னாடி வரைக்கும், நானும் எல்லாத்துக்கும் தயாரா தான் இருந்தேன். இதுதான் நமக்கான விதினு நெனச்சு. ஆனா அதுக்கு அப்பறம் , நான் தென்னரசு மாமாவ கல்யாணம் பண்ணிக்க ஒரு நூல் அளவுக்கும் கூட வாய்ப்பில்லாம போச்சு. எப்படியும் அந்த கல்யாணம் நடந்திருக்காது. ஆனா அதுக்கு வேற திட்டம் இருந்துச்சு என்கிட்ட. ஆனா அதுக்குள்ள இன்பா மாமாவ கொண்டு வந்தது தென்னரசு மாமா

தான். அவர் மட்டும் என் தன்மானத்தோட, சுயமரியாதையோட விளையாடமா இருந்திருந்தா இது நடந்திருக்கவே நடந்திருக்காது. ஆத்துல மூழ்கி போனவன் கைக்கு கெடச்ச கொடி மாதிரி தான் நான் இன்பா மாமா எனக்கு. அப்டி தான் நான் மாமாகிட்ட வந்து சேர்ந்தேன். இன்னும் நெறய நெறய இருக்கு மாமா சொல்றதுக்கு, ஆனா சொல்லி புரியவைக்க எனக்கு மனசு இல்ல. யார் புரிஞ்சுக்கணுமோ அவங்களே புரிஞ்சுக்க தயாரா இல்ல. நானே குற்றவாளியாவே இருந்துட்டு போறேன். மானை வேட்டையாடின புலி குற்றவாளி தான். மானோட கண்ணோட்டத்தில இருந்து பாத்தா. ஆனா அந்த புலியோட இடத்தில இருந்து பாத்தா தான் புரியும் அதுதான் அதோட தர்மம்னு. ஆனா நான் இங்கே யாரையும் வேட்டையாடல. என்னய வேட்டையாட விடாம காப்பத்திக்கிட்டேன் அவ்ளோதான். எனக்கு இதுதான் மாமா தர்மம். எனக்காக நீங்க இன்பா மாமாவ தடுக்க வேணாம். அவர் அவருக்கு பிடிச்சா மாதிரி இருக்கட்டும். இதுக்கு முன்னாடி எப்டி இருந்தாரோ அப்டியே...."என்று சொன்னவள் அதற்கு மேல் அங்கே நிற்காமல் அவளது பள்ளிக்கு சென்றுவிட்டாள் அழகி.

"என்னமோ செய்ங்க எப்படியோ போங்க. இங்க மாற்றம் தேவன்னு தெரியுது. ஆனா யாருக்கிட்ட தேவன்னு தான் புரியல."என்று துண்டை உதறி தோளில் போட்டுகொண்டு மதியழகனும் கிளம்பி விட்டார். கொஞ்சநேரம் அங்கேயே அமைதியாக நின்றிருந்த இன்பா கிளம்பி போராட்ட களத்திற்கு சென்றுவிட, தெய்வாவும் பின் கிளம்பி வயகாட்டிற்கு சென்றான்.

அழகியின் பள்ளி.... பன்னிரண்டாவது மாணவர்களின் இறுதி தேர்வுக்கான முன்னேற்பாடு தீவிரமாய் நடந்து கொண்டிருக்க, அழகியும் மும்முரமாய் குறிப்புகள் குடுத்து கொண்டிருந்தாள். அப்போது சலசலப்பு கொஞ்சம் கொஞ்சமாய் ஆரம்பித்து, அதிகமாய் கேட்க தேர்தல் பிரச்சாரம் என்று தெளிவாய் புரிந்தது அழகிக்கு. ஆனாலும் அதற்கு எதுவும் செயலாற்றாமல் அமைதியாய் வேலையை தொடர்ந்து கொண்டிருக்க. சத்தம் இப்போது அருகாமையில் கேட்க தொடங்கி அருகில் கேட்டது.... அவளுக்கு பின்னாலயே கேட்டது. அவளும் திரும்பி பார்க்க.

தென்னரசு மற்றும் அவன் ஆதரவாளர்களுடன் அங்கு வந்திருக்க. அழகி எழுந்து அவர்களிடம் செல்லும் முன். அவனே சிலரை மட்டும் தன்னுடன் அழைத்து கொண்டு, உள்ளே நுழைந்தான். இதே வழக்க-

மான நாள், வந்திருப்பது வேறு ஆள் என்றால், உள்ளே கால் எடுத்து வைத்திருக்கவே அனுமதித்திருக்க மாட்டாள் அழகி, பள்ளி கூடத்திற்குள் அரசியல் வாதிகளின் ஆதிக்கம் அறவே ஆகாதது என்று ஆணித்தரமாக நினைப்பவள் அவள். ஆனால் இன்று இருக்கும் நிலையில் அப்படி சொல்லி, பகையை பெருக்க வேண்டாம் என்று அமைதி காத்தாள் அவள். தென்னரசு உள்ளே வந்தும் அவள் அப்படியே அமைதியாய் இருக்க

"வணக்கம் டீச்சரம்மா... எப்டி இருக்கீங்க."என்றான்.

"நல்லா இருக்கேன்...."என்று முழுங்கி முழுங்கி சொல்லி முடித்தால். அழகி தென்னரசிடம் அதிகமாய் பேசியதில்லை என்றாலும், பேசும் போதெல்லாம் மாமா மாமா என்று மரியாதையுடன் பேசியே பழகியவள் இப்போது முறையிட்டு பேசி முடிந்த உறவை, உயிர்கொள்ள செய்ய வேண்டாமே என்று, மொட்டையாக பேச முட்டி மோதி கொண்டிருந்தாள்.

"நல்லா••• இருக்கீங்களா. மகிழ்ச்சி, பாப்போம் எவ்ளோ நாளைக்குன்னு. அப்பறம் வந்த விஷயத்தை பேசுவோம். நான்தான் அடுத்த MLA இந்த தொகுதிக்கு. நீங்க ஒரு கல்வி நிறுவனத்தோட முதலாளி. எப்படியும் என் உதவி••• அதாவது, உங்க பள்ளி சார்ந்து என் உதவி தேவைப்படலாம்,... இல்ல கண்டிப்பா தேவை படும். அப்படி தேவைப்படும்போது, நிச்சயம் உங்களுக்கு உதவி பண்ண நான் தயாரா இருப்பேன். அத சொல்லிட்டு போகத்தான் வந்தேன். வரட்டுமா..."என்றவன் அங்கிருந்து கிளம்ப. அழகிக்கு உள்ளுக்குள் ஏதோ ஒன்று உரைத்தது. பின் நீண்ட மூச்சை இழுத்துவிட்டு கொண்டு, அனைத்திற்கும் தான் தயார் என்பது போல், புன்னகையை சிந்தி வேலையை தொடர்ந்தாள்.

வயக்காட்டில், நெல் பயிர்கள் விளைந்து நெல் மணிகளின் பாரம் தாங்க முடியாமல் தலை கவிழ்ந்து, மெல்லிய தென்றல் காற்றில் நிறைமாத கர்ப்பிணி மெதுவாய் நடப்பதை போல் ஊசலாடி கொண்டிருந்தது. வரப்பில் அமர்ந்து, கன்னத்தில் கைகளை வைத்து கொண்டு, ராஜி அதை ரசித்து கொண்டிருக்க. தெய்வாவும் அந்த வழிதான் வந்து கொண்டிருந்தான்.

அது செல்ல பொன்னி ரக நெற்பயிர் என்பதால் சற்றே உயரம், அதனால் ராஜி அங்கு அமர்ந்திருப்பது அவனுக்கு தெரியவில்லை, அவளும் அவனை கவனிக்கவில்லை. அருகே வந்தபிறகு தான் வளை-

வில் அவள் அமர்ந்திருப்பதை பார்த்தவன். பதுங்கி பதுங்கி மெதுவாய் சென்று, "பே..."என்று காதருகில் கத்த, பதறி போய் தடுமாறி வயலுக்குள்ளே விழுந்தாள் ராஜி. விழுந்து எழுந்தவள்.

"எரும மாடே, அறிவு கெட்ட கொரில்லாவே, பக்கி பயலே, முண்ட கண்ணா, கருவாயா... பண்ணி பயலே, அறிவு இருக்கா இல்லையா... ஏண்டா இப்டி பண்ணின."என்று வாய்க்கு வந்ததை எல்லாம் சொல்லி திட்டியவளை, அப்படியே வரப்பிலேயே அமர்த்தி, அவனும் அருகில் அமர்ந்து கொண்டு. அவள் தலையிலேயே ரெண்டு கொட்டு வைத்து.

"எம்புட்டு வாயி...வாயி... வாயி... இதான் சாக்குன்னு எம்புட்டு பேச்சுடி பேசுற. மனசுல இருந்ததெல்லாம் கொட்டிட்டல. சந்தோசமா இரு. இந்த தெய்வாவ வஞ்சா தான் மனசுல பாரம் குறையும்னா, இதுவும் பேசு இன்னமும் கூட பேசு. தெய்வா ஒரு தியாகினு சும்மாவா சொன்னாங்கய."என்ற தெய்வாவை பார்த்து.

"ஆமா நீ பெரிய தியாகி தான். அப்டியே இரு என்னய விடு நான் போறேன்."

"ஏய் என்னடி, இப்போதான நல்லா பேசின, திரும்ப ஏண்டி முருங்கமரம் ஏறுர."

"நான் என்ன விக்ரமாதித்தனோட வேதாளமா, முருங்கமரம் ஏற., வழிய விடு நான் போறேன்."

"அடியே மண்ட காயுது, வெறி ஏத்தாத, நான் மோசமானவன். மரியாதையா பழைய மாதிரி பேசிடு, இல்ல......"

"நான் ஏன் உன் கிட்ட பேசணும், நீயெல்லாம் பெரிய ஆளு, நான்லாம் சாதாரண பொண்ணு, என்கிட்ட நீ ஏன் பேசுற."

"ஆஹஹஹஹா கொல்றாளே, என்னதான் ராஜி உன் பிரச்சினை, சொல்லுடி, ஏன் இம்புட்டு கோவம், நான் என்னதான் பண்ணுனேன். இப்படியெல்லாம் பண்ணாதடி, கஷ்டமா இருக்கு. இந்த ஒரு மாசமும் எம்புட்டு வெறுப்பா இருந்துச்சு தெரியுமா. எதுவா இருந்தாலும் சொல்லு பேசி தீர்த்துப்போம். நாலு அடி வேணும்னாலும் அடி, வாங்கிக்கிறேன். ஆனா அதுக்கு அப்பறம் எப்பவும் போல பேசு. ப்ளீஸ் ராஜிமா."என்று விட்டால் காலிலே விழுந்து விடுவான் போல கெஞ்ச.

"நான் உன்கூட பேசுறத பாத்தா, யாராவதும் தப்பா நெனைக்க போறாங்க. உன் இமேஜ் போயிட போது. போயிடு."

"யார் பாத்தா எனக்கென்னடி. என்ன புதுசா இதெல்லாம் பேசுற. இதுக்கு முன்னாடி நீயும் நானும் பேசினதே இல்லையா. நடு மந்தைனு கூட பாக்காம ஓட ஓட விரட்டி அடிச்சதெல்லாம் மறந்து போச்சா. மாமா மாமா னு சுத்தி சுத்தி வந்ததெல்லாம் மறந்து போச்சா."

"அதான் சொல்றேன், நான் தெரியாம நம்ம மாமான்னு நெனச்சு உன்கிட்ட அனுமதி கூட வாங்காம அப்டி பண்ணிக்கிட்டு இருந்திருக்-கேன்.இனி அப்டி பண்ண மாட்டேன். மன்னிச்சுக்கோ"

"அடிச்சு கொல்ல போறேன் ராஜி, கடுப்பாகுது. என்கிட்ட பேச அனுமதி வாங்கனுமா. நான் என்னடி பண்ணுனேன். எதுவும் உன்னய கஷ்டப்படுத்திட்டேனாடி, எனக்கே தெரியல ராஜி. நான் என்னதாண்டி பண்ணினேன். சொல்லேன். உன் கால்ல கூட விழுகிறேன் தெய்வமே, பொண்டாட்டி காலுள்ள விழுகிறதுல புருசனுக்கு ஒரு கஷ்டமும் இல்ல. எந்திரிச்சு நில்லு பொத்துன்னு விழுந்து நாலு சுத்து கூட சுத்தி வறேன். என்னன்னு மட்டும் சொல்லு."என்று தெய்வா சொல்ல, திறந்த வாய் மூட கூட மறந்து, முட்டை கண்கள் இமை கிழித்து விழுந்தாலும் விழுந்து விடும் என்பது போல் அவனை அதிர்ச்சியாய் பார்த்தபடி உறைந்து போனால் ராஜி....

அவள் அப்படி நிற்பதை கண்ட பின்னே தான் தான் சொல்லிய வார்த்தையை யோசித்து பார்த்தவன், "சாரிடி, சாரி ஏதோ பேச்சு வாக்-குல சொல்லிட்டேன். அதுக்கும் கோவிச்சுக்காத. என்னதாண்டி பிரச்-சினை சொல்லேன்."என்று கெஞ்ச.

"ஓஹ்...அதானே பாத்தேன். பேச்சு வாக்குல தான் சொன்னியா. அப்போ மனசுல இருந்து வரல, வராது... உணக்கெல்லாம் வராதுடா, அதெப்படி வரும், மனுஷனுக்கு வரும், மண்ணாங்கட்டிக்கு வருமா. கல்-லுடா நீனு, சாதாரண கல்லு இல்ல குத்து கல்லு. போ அங்க போய் நடு காட்டுல உக்காந்துக்கோ. போ..., எங்க அயித்தயும் மாமனும் பிள்-ளைகள பெக்க சொன்னா ரெண்டு கருங்கல்ல பெத்து போட்ருக்குங்க, எல்லாம் விதி."என்று கத்தி கொண்டே அவனை விலக்கி விட்டு அவள் சென்றுவிட, அவனும் பின்னாலே ஓடினான்.

அவன் வருவது தெரிந்து முன்னே போனவள் நின்று திரும்பி, "தெய்வா நில்லு, சும்மா பின்னாடியே வந்து பேசு பேசுன்னு கெஞ்சாத, உன்ன கெஞ்ச வைக்கிறது என் நோக்கம் இல்ல. நீ இப்டி இருக்குறது எனக்கு தான் கஷ்டமா இருக்கு. ஆனா இதுக்கு காரணம் நீதான்.

நல்லா தான் நடந்துகிறன்னு நம்பி நெருங்கி வந்தா, யாரோ மாதிரி ஒரு வார்த்தையில ஒதுக்கி வச்சுட்ற. அன்னைக்கும் அப்படித்தான். என்னய பொண்ணு பாத்துட்டு போனாங்கன்னு சொல்ல உன்ன எதிர்பார்த்து காத்திருந்தேன். வீடு வரைக்கும் வந்த நீ, உள்ள வந்து என்ன பாக்க நெனைக்கல. ஒரு நாள் ரெண்டு நாள்னா பரவாயில்ல. ஒரு வாரம் கழிச்சும் உனக்கு அந்த எண்ணம் வரல. நீ வரவே இல்லனா இங்க பேச்சே இல்ல.உன்கிட்ட நான் எதையும் எதிர்பாக்க மாட்டேன். ஆனா வந்த, உரிமையா வர மனசு இல்லாம நீ யாரோ மாதிரி நடந்துகிட்டது எனக்கு பிடிக்கல தெய்வா. உன்ன தவிர வேற யார்கிட்டயும் இத நான் எதிர்பாக்கல, உனக்குள்ளேயும் இருக்கு, ஆனா அது புரயோசனம் இல்லாம இருக்கு. வெளிக்காட்ட உனக்கு தயக்கமா, பயமா, என்னனு எனக்கு தெரியல, ஆனா அப்டி தயங்கி தயங்கி ஒண்ணு எனக்கு வேண்டாம். கொஞ்சம் விட்ருந்தா என் வாழ்க்கையே திசை மாறி போயிருக்கும். இப்ப கூட ஒரு விஷயம் உள்ள இருந்து சொல்லிட்டு பின்வாங்குற. இதெல்லாம் எனக்கு ஒத்து வராது தெய்வா. அழகி மாதிரி பொறுமை எல்லாம் எனக்கில்லை. உங்க அண்ணனுக்கும் அவ மேல காதல் இருக்கு. அது தெரிஞ்சனால மட்டும் தான் அவ இந்த கல்யாணம் நடக்க சம்மதிச்சா, ஆனாலும் இன்னமும் அது உங்க அண்ணனுக்கே புரியல. இந்த மாதிரி இளவல் காத்த கிளி மாதிரி எல்லாம் என்னால இருக்க முடியாது. அதுக்கு நான் அவ்வையார் மாதிரி கூட இருந்துட்டு போயிடுவேன். என் பின்னாடி வராத தெய்வா. உன் வேலையை பாரு அவ்வளவு தான்."என்றவள் அங்கிருந்து சென்றுவிட, தெய்வா தான் அவள் பேச்சில் இருந்த உண்மை உணர்ந்து செயலற்று நின்றிருந்தான்.

20

குருவிகள்

ராஜி பேசிவிட்டு சென்றாலும், அவள் வார்த்தைகள் காதினுள் ஒலித்து கொண்டே தான் இருந்தது தெய்வாவிற்கு. அந்த எண்ணத்திலேயே வீட்டிற்கு சென்று திண்ணையிலேயே அமர்ந்து விட்டான்.

அவன் சோர்வாய் அமர்ந்திருப்பதை பார்த்த அழகி, அவளும் போய் அமர்ந்து கொண்டு, "என்ன தெய்வா, ஏன் ஒரு மாதிரி இருக்க. கொஞ்சநாளாவே நீ சரி இல்ல தெரியுமா. நானே பேசனும்னு நெனச்சேன். சொல்லு என்ன பிரச்சனை." என்றாள்

"இல்ல அழகி, எதுவும் இல்ல ஏதோ யோசனை வேற ஒண்ணும் இல்ல."

"அதான் அந்த யோசனை என்னன்னு தான் கேக்குறேன் தெய்வமே."

"எதுவும் இல்ல, உனக்கு வேலை இல்லையா உள்ள, போ போய் வேலைய பாரு. எங்க அம்மாவ சொல்லணும். மாமியார் மாதிரி நடக்க தெரியுதா பாரு. அதுபாட்டுக்கு இருக்கு. மருமகளை மெரட்டி வைக்க தெரியாம."

"செட் ஆகல... சுத்தமா செட் ஆகல. உனக்கு நடிக்க தெரியல தங்கம். ஏன் என்னைய விரட்டுறன்னு நான் சொல்லட்டுமா..."

"என்ன சொல்ல போற நீ."

"உண்மையை சொல்ல போறேன்."

"என்ன மேடம் உண்மை அது."

"ராஜி உன்னைய விரட்டி விட்ருப்பா, அதான் எங்க உண்மையை சொல்லிடப்போறேனோன்னு நீ என்னய விரட்டுற... சரிதானா"

"ஓய்... அவ என்னய என்ன வெரட்டுறது. உன் கற்பனை குதிரைய எல்லாம் கட்டுப்படுத்து, தாறுமாறா ஓடுது."

"ஓஹோ என் கற்பனை குதிரை தாறுமாறா ஓடுது. உன் யோசனை குதிரை ஓரமா உக்காந்திருக்கா... போ தெய்வா, என்கிட்ட என்ன தயக்கம் உனக்கு. சொல்லு என்னதான் பிரச்சினை."

"கொஞ்சம் பெரிய பிரச்சனை தான். நான் ராஜியை கட்டிக்கணும்னு நெனைக்கிறேன் அழகி."

"ஏய் தெய்வா என்னடா சொல்ற... பொசுக்குன்னு இப்டி சொல்லிட்ட."

"ரொம்ப நடிக்காத உனக்கு இது முன்னாடியே தெரியாதாக்கும்."

"ஹீ ஹீ அப்டி இல்ல. உங்களுக்குள்ள ஏதோ இருக்குன்னு தெரியும். ஆனா இப்டி பொசுக்குன்னு சொல்லுவனு யோசிக்கல தெய்வா. சந்தோசமா இருக்கு தெய்வா ரொம்ப சந்தோஷமா இருக்கு. அப்டியே குதிக்கணும் போல இருக்கு"

"அம்மா தாயே பழைய வீடு, இடிஞ்சு மண்டையிலேயே விழுந்துட போகுது. குதிக்க எல்லாம் வேணாம். அதுவும் இல்லாம இது நடக்குமான்னே தெரியல. அவ்ளோ சந்தோசம் எல்லாம் வேணாம்."

"அட என்ன பேச்சு இது. என் இப்டி நம்பிக்கை இல்லாம பேசுற."

"ஆமா அழகி. எனக்கு இந்த சண்டை, பகை, கோபம், சமாதானம் இதெல்லாம் ஒத்து வராது. வாழ்க்கையை நிம்மதியா வாழனும். ஏதோ அப்போ அப்போ சின்ன சின்ன பிரச்சினை வந்தா குடும்பமா சேர்ந்து சமாளிக்கலாம். அத விட்டுட்டு குடும்பம் ஆகிறதுக்கே பெரிய போராட்டமே பண்றது எல்லாம் யாருக்கும் நல்லா இருக்காது அழகி. ராஜி நிம்மதியா சந்தோசமா வாழனும், அவள நான் விரும்பி, அத பெத்தவங்கிய ஏத்துக்காம போயி, அவங்கியல சமாதான படுத்திட்டா பரவாயில்ல. அப்டி இல்லாம எதிர்த்து நின்னா, நின்னா என்ன, கண்டிப்பா எதிரா தான் நிப்பாங்கிய, அப்போ என்ன பண்ணுவேன் நான். அவள எனக்கு உறவாக்குறதுக்காகா ஏற்கனவே அவளுக்கு உறவா இருந்த எல்லாரையும் எதிரியாக்கிறது நல்லாவ இருக்கும் சொல்லு. அப்போவும் அவ சந்தோசமா இருக்க மாட்டா தான, உன்ன மாதிரியே."

"இங்க பாரு தெய்வா, எங்க வாழ்க்கை கூட நீ ஏன் உங்க வாழ்க்கையை சேர்த்து பாக்குற. எல்லார் வாழ்க்கையும் ஒரே மாதிரி இருக்காது. எது நிம்மதியான சந்தோஷமான வாழ்க்கை சொல்லு. மனசு விரும்பின ஒரு வாழ்க்கையை கஷ்டப்பட்டு எட்டி வச்சுட்டு வாழறதா. இல்லவே இல்ல, அதுல என்ன சுவாரஸ்யம் சொல்லு. பிடிச்ச வாழ்க்கைக்காக பிடிவாதம் பிடிச்சு வாழ்றது தான் தெய்வா சுவாரஸ்யமான வாழ்க்கை. ஒரு அம்பது அறுபது வருஷம் வாழ்ந்து முடிச்சு அக்கடான்னு உக்கார்ந்து யோசிக்கும் போது அசை போட்டு பாக்க எதுவுமே இல்லனா என்ன வாழ்க்கை வாழ்ந்து என்ன பயன் சொல்லு. ஏன் தெய்வா உன் வாழ்க்கை பூராம் உன்கூட வரபோற ஒருத்திகாக ரிஸ்க் எடுக்கலன்னா அப்பறம் என்னடா வாழ்ந்து என்ன பண்ண போற."

"அம்மா அழகி நீ இருக்கியே விட்டா ரொம்ப பேசுவ, இதெல்லாம் நான் முன்னாடி யோசிச்ச விஷயம். இப்போ எல்லாம் மாறி போச்சு. இப்போ அந்த வாயாடிய விட்ற மாதிரி ஐடியா இல்ல. என்னய ரொம்ப ஓட விட்டுட்டுடா உன் உடன்பிறப்பு, இருக்கு எல்லாத்துக்கும் சேத்து அவளுக்கு."

"பார்ரா என்ன பண்ணுவீங்க சாரு, அப்பறமும் நீ தான் ஓடனும் அப்பு... அவ டிசைன் அப்டி. என் மொசகுட்டிய ஓட விட ஒருத்தன் பொறக்கவே இல்ல பாத்துக்கோ."

"ரொம்ப பண்ணாத, விஷயத்துக்கு வருவோம், இப்போ என் அழகி மதினி என்ன பண்ணனும்னா, மதிப்பிற்குரிய மதியழகன் கிட்டயும், திருமதி இந்திராணி கிட்டயும் பேசி சம்மதிக்க வச்சு, அப்டியே தட்டும் தாம்பாலமுமா, ராஜி வீட்டுக்கு கூட்டிட்டு போவியாம். சீக்கிரமே எங்களுக்கு கல்யாணமும் பண்ணி வைப்பியாம். அப்போதான் நீ என் தங்க மதினி. சரியா"

"அட பாவி, எதுக்குடா இம்புட்டு அவரசம். இப்போதான விஷயத்தை என்கிட்டயே சொன்ன. அதுக்குள்ள கல்யாணமா கொல்ல போறேன் பாறேன்."

"உனக்கு ஒண்ணு தெரியுமா, ராஜிகிட்டயே நான் இன்னும் சொல்லல. அவளுக்கே தெரியாது."

"......."

"என்ன முழிக்கிற, லவ் வந்துச்சா கல்யாணம் பண்ணினோமா அப்படியே மஜாவா வாழ்ந்தோமானு போயிடனும்."

"அதாவது சார் நடிச்சா ஹீரோ தான். இந்த அண்ணன் தம்பி, அமெரிக்க மாப்பிள்ளை எல்லாம் பண்ண மாடீங்க அப்டிதான."

"அதேதான்... அதேதான்... இவ்ளோ நாள் ஏதோ ஒண்ணு மனசுக்குள்ள இருக்குன்னு எப்படியோ ஓடிட்டேன். இப்போதான் அது என்ன ஏதுன்னு தெரிஞ்சுடுச்சுச்சே, அப்பறம் ஏன் நேரத்த கடத்திக்கிட்டு. உங்கள மாதிரி எல்லாம் இல்லப்பா நானு"

"எடு வெளக்கமாத்த, பாவி பயலே எப்போ பாத்தாலும் எங்களையே கிண்டல் பண்ணிக்கிட்டு."என்று அழகி எந்திரிக்க, சிக்கினா செத்தோம்னு ஒரே ஓட்டமாய் ஓடியே விட்டான் தெய்வா.

அன்று இரவு இன்பரசன் வீட்டிற்கு வரவில்லை, போராட்ட களத்திலேயே இருந்து விட்டான். அந்த அந்த ஏரியா உள்ளூர் செய்திகளில் அந்த போராட்டம் மட்டுமே ஓடி கொண்டிருந்தது. அதில் இன்பரசன் பெயரும், அவனின் இயக்கத்தின் பெயரும் உச்சரிக்க பட்டு கொண்டே இருந்தது. இது முற்றிலும் வினோதமாய் இருந்தது. வேண்டுமென்றே இன்பரசனை முன்னிலை படுத்துவதாய் தோன்றியது, அவன் சார்ந்தோருக்கெல்லாம். அதையெல்லாம் பார்த்துவிட்டு மதியழகன் மிகுந்த கவலையில் உழன்று கொண்டிருந்தார். அழகியும் தெய்வாவும் முடிந்தவரை எவ்வளவோ சமாதானம் செய்ய முயன்றும் அவர் அப்படியே இருக்க, இரவும் முடிந்து மறுநாள் காலையும் விடிந்தது.

போராட்ட களத்தில், அப்படியே தூங்கிபோயி இருந்தனர் சிலர். இன்பரசனும் கூட, அப்போது யாரோ எழுப்ப எழுந்து அமர்ந்தவன் கண்களை கசக்கி பார்க்க, அனைவருக்கும் டீ வழங்கப்பட்டு கொண்டிருந்தது. யார் அது என்று அவன் யோசிக்கும் போதே,

"இந்தாங்க மாமா இஞ்சி டீ"என்று குரலும் கண் முன் டீ டம்ளருடன் ஒரு கையும் வர, நிமிர்ந்து பார்த்தான். அது அழகி தான். அழகியை அங்கு எதிர்பார்க்காதவன்.

"நீ என்ன பண்ற இங்க, இவ்ளோ காலைல எப்டி வந்த, ஏன் வந்த."என்று கேள்விகளை கேட்டு கொண்டே போக.

"சும்மாதான் மாமா, உங்க நண்பர்கள் எல்லாம் பாக்கணும்னு தோணிச்சு, இத விட்டா வேற சந்தர்ப்பம் கிடைக்காதில்லையா அதான் ஓடி வந்துட்டேன். தெய்வா கூடத்தான் வந்தேன்."என்று சொன்னவளை.

"நீ மொத இங்க இருந்து கிளம்பு, போ..."என்று விரட்டினான் இன்பரசன்.

"மாமா எனக்கும் இந்தமாதிரி போராட்டத்துல கலந்துகிடனும், நம்மலும் எதாவதும் சமூகம் சார்ந்து பண்ணனும்னு எவ்ளோ ஆசை தெரியுமா. இதுக்கு முன்னாடி கல்யாணம் ஆகாத பொண்ணு போக கூடாதுன்னு சொல்லி சொல்லியே வச்சுட்டாங்க. இப்போதான் எனக்கும் வாய்ப்பு கிடைச்சிருக்கு. சில சுதந்திரங்கள் எல்லாம் கல்யாணத்துக்கு அப்பறம் தான் மாமா கிடைக்குது பெண்களுக்கு"எனக்கு இப்போதான் கிடைச்சிருக்கு கலந்துகிறனே."

"ஒரு மண்ணும் வேணாம் இங்க இருந்து போன்னு சொன்னேன்."

"நீயும் அப்டிதான, உன் பொண்டாட்டி வீட்டோட பொண்டாட்டியா மட்டும் இருக்கணுமா அப்டிதானா மாமா."

"அரஞ்சுடுவேன் சொல்லிட்டேன், இங்க பாரு எவ்ளோ பொண்ணுங்க இருக்காங்க பாரு, பொண்ணுங்கன்னா எல்லாம் பொண்ணுங்க தான், அவங்கள வர ஒத்துகிட்டா, நீயும் வரலாம்னு தான் அர்த்தம். ஆனா இங்க பிரச்சினை வேற, ஏற்கனவே பூரா பேரும், உன்மேல கொலைவெறியா இருகாங்கிய, இங்க தென்னரசு ஆளுங்க தான் அதிகம். எப்படியும் இங்க பிரச்சினை வரும், அதுல எதாவதும் உனக்கு பிரச்சினை வரும் அழகி, சொல்றத கேளு கெளம்பு."

"டேய் அண்ணா, அம்புட்டு அக்கறையாடா. இம்புட்டு நாளும் எங்கடா வச்சிருந்த இத."என்றபடி தெய்வா அப்போது அங்கு வர, அதற்குள் அழகியை கண்டு அவன் இயக்க நண்பர்கள் அனைவரும் வந்து பேச தொடங்க, அதன்பின் இன்பரசனும் அழகியும் பேசிக்கொள்ள முடியவில்லை. அவன் நண்பர்களுக்கு இன்பரசன் மேல் இருக்கும் அன்பும் பாசமும் முழுதாய் இப்போது அழகிக்கு சொந்தமாகி போனது. அந்த அன்பு மழையில் வெகுவாய் நனைந்து கொண்டே அவனை சுற்றியே பார்வையை ஓட விட்டு கொண்டிருந்தாள் அழகி. சொல்லப்போனால் அவன் மீது காதல் கரைபுரண்டோடியது. அவளுக்கே கூட தோன்றியது...

என்ன வகை காதலோ... என் காதல்...
உலகமே வேண்டாம் என்று
உன் பின்னே வந்த போதும்...
அக்கறை மட்டுமே காட்டி...
அன்பை ஒளித்த கள்ளனே...
விவரம் தெரிந்த காலம் முதல்

உன் ஒற்றை காதல் பார்வைக்காக
உயிரையும் கொடுக்க
தயாராய் இருந்தபோதும்...
என்னை ஏறெடுத்தும் பார்க்காத
உன் மீது எனக்கிருக்கும்
இந்த காதல் என்ன வகை காதலோ...
முன்னொரு நாள்...
உருகி உருகி காதலித்தோரை
எல்லாம் பைத்தியம் என்றேன்...
நானே பைத்தியம் ஆவேன்
என்று அறியாமல்...
நான் கேட்டு நீ காட்டும்
காதல் தான் காதலா என்ன.
நீ மறைத்து நான் உணரும்
காதல் அது போதும் எனக்கு...
நான் உணர்ந்த காதல் அது
நீ உணரும் காலம் வரும்...
அதுவரை உலகத்தையே
இயக்கும் ஒருதலை
காதலாக இருந்து விட்டு போகட்டும்
என் காதல்...
என்ன வகை காதலோ என் காதல்...!!!

என்று அவள் கற்பனையில் இருக்க. "என்ன முத்தழகி கனவா... நாங்க எல்லாம் இருக்கோம். அப்பறமா உங்க ஆள் கூட டூயட் பாடுங்க."என்றாள், இன்பரசனை சகா என்று உரிமையோடு அழைக்கும் அவன் தோழி, ஆர்த்தி. "போங்க ஆர்த்தி என்ற அழகியோ அங்கிருந்து நகர்ந்து சென்றுவிட்டாள் வெட்கம் தாளாமல்.

அழகி அந்தப்பக்கம் சென்றதும், ஆர்த்தி இன்பரசனிடம், "சகா... உங்க மனைவி உங்களுக்கு பக்கா பொருத்தம் தான். எப்டி இந்தமாதிரி உங்க ஜோடி அமைஞ்சது. பெரிய விஷயம் தெரியுமா, கணவனும் மனைவியும் ஒரே வழி நடக்கிறதும், ஒரே சிந்தனையில் இருக்குறதும். செம்ம போங்க."என்று சொல்ல.

"என்ன ஆர்த்தி நீ, நானே என்ன நடக்க போகுதோன்னு இருக்கேன். அவ இங்க இருந்து போகுற வரைக்கும் எனக்கு நிம்மதியே இருக்க போறது இல்ல."என்று அவன் சொல்லிக்கொண்டிருக்கும் போதே, சர சரவென உள்ளூர் தொலைக்காட்சி மட்டுமே இருந்த களத்திற்குள் தேசிய தொலைக்காட்சியினர் வந்திரங்கினர். வந்தவர்கள் நேரே இன்பரசனை நோக்கி வந்து சரமாரியாக கேள்விகளை கேட்க தொடங்கினர்.

அவனும் அனைத்திற்கும் பொறுமையாக தெளிவாக பதில் சொல்லி கொண்டிருந்தான். அதேநேரம் பின்னால் சலசலப்பு கேட்க. அனைவர் கவனமும் அந்தபக்கம் திரும்ப, சிலர் அங்கிருக்கும் போலீசார், மற்றும் பத்திரிகையினர் மேல் தாக்குதல் நடத்தி கொண்டிருந்தனர். என்ன நடக்கிறது என்று அனைவரும் உணரும் முன், அப்படியே அந்த தாக்குதல் பெருகி கலவரமாய் மாறி இருந்தது.

கலவரம் அதிகமாக, போலீஸ் தடியடி நடத்த தொடங்கி அனைவரையும் கைது செய்து வண்டியில் ஏற்றினர். அந்த கலவரத்தின் நடுவே இன்பரசன் அழகியை பிடித்து தெய்வாவிடம் ஒப்படைத்து பத்திரமாக அனுப்பி வைத்தான். அனைத்தும் சில நிமிடங்களிலேயே நடந்து முடிந்தது. இன்பரசன் உள்பட நூறுக்கும் மேற்பட்டோர் கைது செய்யப்பட்டு ரிமாண்ட் செய்யப்பட்டனர். மற்றவர்கள் அருகில் இருந்த கல்யாண மண்டபத்தில் அடைக்கப்பட்டனர்.

கலவரத்தில் போலீசார் பலருக்கும் பலத்த அடி என்று ஊடகங்கள் செய்தி வெளியிட, அதில் கலவரத்தை தூண்டிய முக்கிய குற்றவாளியாக இன்பரசன் பெயரும் வெளியிடப்பட்டது. அவன் பேசிய வீடியோ மாற்றி மாற்றி ஒளிபரப்ப பட்டுக்கொண்டே இருந்தது. சாதாரண கலவர வழக்கு என்பதை தாண்டி, குண்டாஸ் வழக்கு பதியப்பட்டு பிணையிலும் வர முடியாத படி கைது செய்திருந்தனர் இன்பரசனை. அத்தனையும் திட்டமிடபட்டே நடத்த பட்டிருந்தது.

அத்தனையையும் பார்த்த மதியழகன், அழகியை பார்த்த பார்வை அதில் கத்தியின்றி ரத்தமின்றி கழுத்தருப்பட்ட நிலையை உணர்ந்தாள் அழகி. நீதான் அத்தனைக்கும் காரணம் என்று ஆணித்தரமாய் குற்றம் சாட்டியது அவரின் அந்த பார்வை...

அதேநேரம் அங்கு வேகமாய் பதற்றமாய் வந்த ஆர்த்தி, அழகியிடம் வந்து "முத்தழகி அரேஸ்ட் பண்ணின எல்லாரையும் கோர்ட்ல ப்ரொட்-

யூஸ் பண்ணி ரிமாண்ட் பண்ணும்போது சகாவ மட்டும் தனியா எங்கேயோ கூட்டிட்டு போயிடங்களாம். எங்க கூட்டிட்டு போனாங்கன்னு தெரியல. இயக்கத்தில இருந்த எல்லாரும் அரேஸ்ட் ஆகிட்டாங்க. என்ன பண்றதுன்னே தெரியல. எனக்கு ரொம்ப பயமா இருக்கு."என்று சொல்ல.

அழகி அப்படியே சிலையென உறைந்து போக, மதியழகனோ அப்படியே நெஞ்சை பிடித்து கொண்டு சரிந்து போனார்.

21

குருவிகள்

ஆர்த்தி சொன்ன விஷயம் கேட்டு, மதியழகன் நெஞ்சை பிடித்து கொண்டு கீழே விழ, அனைவரும் பதறி போயினர்.

"அப்பா..."என்று அலறிய தெய்வா, மருத்துவமனைக்கு செல்ல உடனடியாக காரை எடுக்க ஓடினான். அவன் ஓடுவதை பார்த்த மதியழகன், முயன்று கஷ்டப்பட்டு தெய்வத்த கூப்பிடு முத்து, எனக்கு ஒண்ணும் இல்ல, அவன கூப்பிடு. இன்பத்தை பாருங்க, அவனுக்கு என்ன ஆச்சுனு பாருங்க,"என்று அவர் சொல்லி முடிக்கும் முன்னே காரை தயாராய் வைத்து விட்டு வந்தவன் அவர் பேசுவதை எல்லாம் காதில் வாங்காமல் தூக்கிக்கொண்டு காரில் ஏற்ற, இந்திராணி அழகி, ஆர்த்தி மூவரும் அவர்களுடன் சென்றனர். இந்திராணி முடிந்தவரை அமைதியாக இருந்தார். சமநிலை கடைபிடிக்க முழு முயற்சியும் மேற்கொண்டு கண்ணீரை கூட கட்டி வைத்திருந்தார். எங்கே அழுதால் நம்பிக்கை குறைந்து விடுமோ என்று, மனம் இறுகி போனார் அவர்.

அடுத்த பத்து நிமிடத்தில் மருத்துவமனையில் அனுமதிக்க பட்டார் மதியழகன். உள்ளே அவருக்கு சிகிச்சை அளிக்கப்பட, வெளியே நால்வரும் யாரும் யாருக்கும் ஆறுதல் தேருதல் கூட சொல்ல மனமில்லாமல் பதறி கொண்டிருந்தனர்.

நேரம் கடந்து கொண்டே இருந்தது, அதற்குள் அந்த தாலுகா முழுவதும் ஊரடங்கு உத்தரவு போடப்பட்டதாக தெய்வாவிற்கு தகவல் வர, அதை அவன் அழகியிடமும் ஆர்த்தியிடமும் சொல்ல.

"என்ன தெய்வா சொல்ற ஊரடங்கா, என்ன அநியாயம் இது, ஊரடங்கு போட்ற அளவுக்கு என்ன பிரச்சனை இப்போ, இப்போ நடந்த கலவரம் ஊருக்குள்ள நம்ம அடிச்சுகிட்டதுனால இல்லையே. ஊருக்குள்ள பிரச்சினை வந்து அத கட்டுப்படுத்த முடியாம போனாலோ, இல்ல, இதுக்கு அப்பறம் பிரச்சினை வர வாய்ப்பு இருக்குனாலோ தான ஊரடங்கு போடணும். இங்க பிரச்சினை வேற தெய்வா, நம்ம உரிமைக்காக கூடவா கேள்வி கேட்க கூடாது. அதையும் மீறி கேட்டா பேசவே விடாம வாய முழுசா தச்சுருவங்களா... என்னடா அநியாயம் இது."என்று அழகி சொல்ல.

புரட்சித்தீ... பூக்கத்தான் முத்தழகி இதெல்லாம் நடக்குது. அடக்குமுறையும் ,

அநியாயமும்.. அளவை கடக்கும் போதெல்லாம், மக்கள் மனசில புரட்சி தீ பூக்குமாம்...இன்னைக்கும் அப்படித்தான், எல்லார் மனசிலயும் புரட்சி தீ... பூத்திருக்கு. நம்ம உரிமையையும், நம்ம உடமையையும் நம்ம அரசாங்கமே ,அபகரிக்கிறத பாக்கும்போதே பொங்கி எழுது. நாட்டின் உடமைகள் எல்லாம்,தன்னோட வருமானத்தில பெரும் பங்கை, வரியா செலுத்தி, நாட்டை தாங்கும் நம்மள மாதிரி சாமானியனுக்கு சொந்தமாகாம, யாரோ சில தனியாரின் கைகள்ல தாரை வார்த்து கொடுக்கப்படுட்றத பாக்கும் போது, பூத்த அந்த புரட்சி தீ பொங்கி எழுது... இறங்கி போராடினா தான், எதுவும் கிடைக்கும், அப்டீங்கிற நிலைமை உருவாக்கப்படுச்சு. இன்னைக்கோ, இறங்கி போராட கூட முடியாத நிலையும் உருவாக்கிடுச்சு, இதுக்கு முன்னாடியும் பல சாம்ராஜ்யங்கள் எல்லாம், இதவிட அடக்குமுறையையும், அநியாயங்களையும், பண்ணி, அது எல்லாம் மக்கள்வெகுண்டெழுந்து, புரட்சிசெஞ்சப்போ , அழிஞ்சு நாசமாகி போச்சு. திரும்ப அதேமாதிரி, அழிவுகள் நடக்குறதும், நடக்காததும் ஆட்சியாளர்களின்கைகள்ல இருக்கு. அதவிட அதிகமா, அவங்களை தேர்ந்தெடுக்குற நம்மகையில தான் இருக்கு... திரும்ப திரும்ப சொல்றது இதத்தான்.

தேர்தெடுக்க பட்டவன்
அயோக்கியன் என்றால்
தேர்ந்தெடுத்தவன்
முட்டாள்னு தான் அர்த்தம்...

நம்ம தேர்ந்தெடுத்த அயோக்கியர்களின் ஆட்டம் அரங்கேற்றம் ஆகுது. நிச்சயம் எல்லாம் ஒரு முடிவுக்கு வரும். வந்தே தீரும்."என்றாள் ஆர்த்தி.

"நீங்க சொல்றது ரொம்பவே உண்மை ஆர்த்தி, ஆனா இது ஊர் மக்களுக்கான அடக்குமுறை இல்ல. இது முழுக்க முழுக்க இன்பா-வுக்கானது. இது அவன சுத்தி நடக்குற சூழ்ச்சி ஆர்த்தி."என்றான் தெய்வா..

"என்ன சொல்றீங்க, புரியல தெய்வா"

"இன்னுமா புரியல ஆர்த்தி, இன்பா மாமாவுக்கு ஒரு பிரச்-சனைன்னா நிச்சயம் நம்ம ஒண்ணு கூடுவோம், பிரச்சினை பண்ணு-வோம், அதுக்கு அவங்க பதில் சொல்லியே ஆகணும்னு தெரியும். அதான் யாருக்கும் பேச கூட வாய்ப்பு இருக்க கூடாது, அதையும் மீறி எதாவதும் செஞ்சா அடக்கி வைக்க வசதியா இருக்கும்னு இந்த ஏற்-பாடு எல்லாம் நடந்திருக்கு."என்றாள் அழகி.

"முத்தழகி ஒரு தனி மனுசனுக்காக இப்டி ஒட்டு மொத்த ஊரையுமா கட்டி போடுவாங்க. அதெப்படி முடியும்."

"முடியும் ஆர்த்தி, ஒரு மனுசனுக்குள்ள அதிகார போதையும், பண பலமும், அகங்காரமும் அளவுக்கு அதிகமா இருக்கும்போது, அவனோட பலியுணர்ச்சி எந்த எல்லைக்கும் போகும். அதுவும் தென்னரசு ஏற்-கனவே ஒரு மிருகம், இப்போ இவ்ளோ பெரிய அவமானம் என் மூலமா நடந்திருக்கு அதனால இன்னும் மிருகமா மாறிட்டான். ஆனா அதுக்கு அவன் என்ன பழிவாங்கனும்னா கூட ஓகே தான். மாமாவ ஏன் இப்டி பண்றான்."என்ற அழகியிடம்,

"உன்ன பழிவாங்க தான் இன்பா மேல கை வச்சிருக்கான். உன்-னைய நேரடியா அடிக்கிறத விட இன்பாவ அடிக்கும்போது தான வலி அதிகமா இருக்கும் உனக்கு, அவன் சரியா தான் யோசிச்சு இருக்கான். நம்ம இப்போ என்ன பண்ண போறோம் அழகி. அத தான் யோசிக்-கனும். அதுக்கும் மேல, உண்மையாவே இதெல்லாம் தென்னரசு தான் பண்றானா, இல்ல வேற யாராவதா, அதையும் யோசிக்கணுமே."என்-றான் தெய்வா.

"நிச்சயம் இது தென்னரசு வேலை தான் தெய்வா, அவன தவிர வேற யாருக்கும் இதுக்கான அவசியம் இல்ல. அன்னைக்கே ஸ்கூலுக்கு வந்தவன் பொடி வச்சு பேசிட்டு போனான். உன் மகிழ்ச்சிய நான்

பாக்குறேன்னு, அப்பவே தெரியும் இவன் பெருசா ஏதோ பண்ண போரான்னு. ஆனா இப்டி நான் எதிர்பாக்கல. இப்போ மொத பெரிய மாமாவுக்கு உடம்பு சரி ஆகணும். அத்த தெம்பா இருக்குற மாதிரி இருக்காங்க. ஆனா உள்ளுக்குள்ள உடைஞ்சு போய் தான் இருக்காங்க. அவங்ககிட்ட போய் பேசு தெய்வா. நான் வளர்மதி மேடம்க்கு தகவல் சொல்லி அவங்க உதவிய கேக்குறேன்."என்று சொல்லிவிட்டு அழகி வளர்மதிக்கு அழைக்க, தெய்வா தன் அம்மாவிடம் சென்று அமர்ந்தவன் அவர் கைகளை தன் கைகளுக்குள் வைத்து கொண்டு, "அம்மா"என்று காற்று கூட அதிராமல் அழைக்க.

அவன் பக்கம் திரும்பியவர், மெல்லிய சிரிப்புடன், "ஒண்ணும் இல்ல தெய்வம், உங்க அப்பாருக்கு ஒண்ணும் ஆகாது. அம்புட்டு சீக்கிரம் என்னய தனியா விட்டுட்டு போகமாட்டாப்ள, நல்லதோ கெட்டதோ, எப்படியோ இன்பத்துக்கு கல்யாணம் முடிஞ்சு போச்சு, இனி உனக்கு ஒருத்திய கட்டி வைக்கணும். மருமகள்களுக்கு பேரு காலம் பாக்கணும், அப்பறம் பேரன் பேத்திய பாக்கணும், அதுகளுக்கு காது குத்தி, மொட்டை அடிச்சு, பேத்திக்கு, தலைக்கு தண்ணி ஊத்தி, பேரனுக்கு வண்டி வாசி வாங்கி கொடுத்து, அத்தனை பேரன் பேத்தியையும் படிக்க வச்சு, பேத்திக்கு மாப்பிள்ளை பாத்து, பேரனுக்கு பொண்ணு பாத்து, அதுக கல்யாணம், அதுக பிள்ளைக இப்டி எம்புட்டு இருக்கு இன்னமும், உங்க அப்பாருக்கு அம்புட்டு ஆசை இருக்குடா மனசுக்குள்ள, எப்போ பாத்தாலும் சொல்லிகிட்டே இருப்பாப்ள தெரியுமா. அதெல்லாம் பாக்காம என்னய ஒத்தையில விட்டுட்டு போயிருவாரா அவரு, அம்புட்டு கல்லு மனசா என்ன உங்க அப்பனுக்கு. ஒண்ணும் ஆகாது... ஒண்ணுமே ஆகாது"என்று சொல்லிக்கொண்டிருக்கும் போதே இந்திராணியின் கண்கள் தன்னை மீறி கலங்க, ஒருகட்டத்தில் அதற்குமேல் பேச முடியாமல் அவர் "வந்துடுவாருல தெய்வம்... வந்துடுவாருல..."என்று அவர் உடைந்து அழுக,

"அம்மா அப்பாவுக்கு ஒண்ணும் இல்லமா அழுகாதமா, அழுகாத..."என்று அவனும் கலங்க, வளர்மதியிடம் பேசி முடித்து அழகியும் வர, அதேநேரம் டாக்டரும் இவர்களை அழைத்திருந்தார். இவர்களும் பரிதவிப்புடன் சென்று பார்க்க,

"கவலைப்பட வேணாம் அவரு நல்லா இருக்காரு. அதிர்ச்சி நாள ஒரு மைல்ட் அட்டாக் வந்திருக்கு. இப்போ ஓகே தான். ஆனாலும்

ஒரு மூணு நாள் அப்செர்வேஷன்ல இருக்கட்டும். கண்ணு முழிக்கவும் பாருங்க."என்று சொல்ல, அதன் பின்னே தான் போன உயிர் வந்தது அவர்களுக்கு. அதன்பின் இந்திராணியை அழைத்து கொண்டு கேன்டீன் சென்று, சாப்பிட வைத்து, அவரை சமன் படுத்தி கொஞ்சம் ஓய்வெடுக்க வைத்து விட்டு, அதன்பின் தெய்வா அழகியிடம் வளர்மதியிடம் பேசியதை பற்றி விசாரித்தான். அந்த நேரம் ராஜி தெய்வாவின் நண்பன் குணாவுடன் அடித்து பிடித்து மருத்துவமனை வந்து சேர்ந்தாள்.

அவளை கண்டதும். "ஏய் ராஜி எப்டி வந்த, ஏன் இவ்ளோ ரிஸ்க் எடுத்து வந்த. போலீஸ் பாத்திருந்தா பிரச்சனை ஆகி இருக்கும்ல."என்று தெய்வா கேட்க.

"அதெப்படி மாமாவுக்கு இப்டி ஆகிடுச்சுன்னு தெரிஞ்சும் வராம இருப்பேன். போலீஸ் எல்லாம் சமாளிச்சாச்சு, குணா தான் கூட்டிட்டு வந்தான் அதெல்லாம் இருக்கட்டும், மாமா எப்டி இருக்காரு, அத்தைய எங்க."என்று பட படவென பொரிந்து தள்ளியவளிடம்,

"மாமா நல்லா இருக்காரு ராஜிமா, அத்த இப்போதான் கொஞ்சம் தூங்கட்டும்னு ரூம்ல விட்டுட்டு வந்தோம். ஆமா நீ வந்தது சித்தி, சித்தப்பாக்கு தெரியுமா. அவங்க எப்டி உன்ன இங்க வரவிட்டாங்க."என்றாள் அழகி.

"அவங்ககிட்ட சொல்லிட்டு தான் வந்தேன். அவங்க வரோம்னு சொன்னாங்க. ஆனா இப்போ சூழ்நிலை சரி இல்ல, அதான் நான் மட்டும் வந்தேன். இப்போ இந்த ஆராய்ச்சி தேவையா, இன்பா மாமாவ போய் பாத்தீங்களா, இல்லையா. அவர வெளிய கொண்டு வர ஏற்பாடு பண்ணியாச்சா."என்று ராஜி கேட்டதும், வளர்மதியிடம் பேசியதை பற்றி சொன்னாள் அழகி.

"வளர்மதி மேடம் கிட்ட பேசினேன். அவங்களுக்கு ட்ரான்ஸ்பெர் மெட்ராஸ்க்கு குடுத்து இருக்கங்களாம். அவங்க அது விஷயமா கொஞ்சம் அலஞ்சுகிட்டு இருக்கங்களாம். அந்த கேப்ல தான் எல்லாமே நடந்து இருக்கு. இப்போ கூட மேடம் தான் மெட்ராஸ்ல இருக்கங்களாம். பிளான் பண்ணி இந்த நேரம் அங்க அவங்க இருக்குற மாதிரி பண்ணி இருக்காங்க. ஆனாலும் மேடம் அவங்களுக்கு நம்பிக்கையான டிப்பார்ட்மெண்ட் ஆளுங்கிட்ட சொல்லி இருக்கங்களாம். சீக்கிரமே தகவல் சொல்றேன்னு சொன்னாங்க தெய்வா"

"அவங்க சொல்றப்போ சொல்லட்டும், அதுவரைக்கும் நம்ம சும்மா இருக்க முடியுமா என்ன. நம்மலும் தேடுவோம். கடத்துர ஒவ்வொரு நிமிசமும் இன்பாவுக்கு தான் ஆபத்து."என்றான் தெய்வா.

"நாம் சும்மா இல்ல தெய்வா, மாமாவ எங்க கொண்டு போய் இருகாணுங்கன்னு கண்டுபிடிச்சாச்சு. இன்னும் கொஞ்சம் நேரம் பொறு, எல்லாம் ஒரு முடிவுக்கு வரும்."என்று அழகி சொன்னதும்.

"என்ன சொல்ற, மாமா எங்க இருக்காரு, தெரியும்னா ஏன் இன்னும் காத்துகிருக்கணும். என்ன அழகி நடக்குது, ஒண்ணுமே புரியலடி."இது ராஜியின் குமுறல்.

"எல்லாம் சரியான நேரத்துக்கு தான் காத்திருக்க வேண்டி இருக்கு. செக்கானம் போலீஸ் ஸ்டேஷன்ல, நம்ம ஸ்கூல்ல படிச்ச பையன் கான்ஸ்டபிளா இருக்கான். அவன் மூலம் தான் சில விஷயம் எல்லாம் தெரிஞ்சது. மாமாவ அரஸ்ட் பண்ணின இன்ஸ்பெக்டருக்கு இவன் தான் ட்ரைவரா இருக்கான். இன்னும் ஒரு இடத்துல அவங்க மாமாவ கொண்டுபோய் வைக்கல, மதுரைக்குள்ளேயே தான் சுத்திட்டே இருக்கங்களாம். ஒரு இடத்துக்கு போய் சேரட்டும். அப்பறம் நம்ம முறைப்படி மாமாவ கூட்டிட்டு வருவோம். அப்டியே ஆதாரத்தோட சிலர் தோலையும் உரிக்க வேண்டி இருக்கு. அதுக்கு கொஞ்சம் பொறுமையா இருப்போம் ராஜி. என்ற அழகியிடம்,

"இதெல்லாம் எப்போ முத்தழகி பண்ணுனீங்க. நாங்களும் உங்கக்கூட தானே இருந்தோம்."என்றாள் ஆர்த்தி.

"மாமாவுக்கு ஒண்ணுனா, நான் எப்டி சும்மா இருக்க முடியும் ஆர்த்தி. பெரிய மாமாவுக்கு மட்டும் உடம்பு சரியா இருந்திருந்தா இந்நேரம், இன்பா மாமாவ கூட்டிட்டே வந்திருப்பேன். அந்த தென்னரச என்ன பண்ணணுமோ அத பண்ணி இருப்பேன். எவ்ளோ அகங்காரம் அவனுக்கு. இப்பவும் கூட ஒண்ணும் கெட்டு போகல, மாமாவுக்கு எதுவும் தப்பா நடக்காது. எல்லாம் நம்ம கட்டுப்பாட்டுல தான் இருக்கு "என்று அவள் சொல்லிக்கொண்டிருக்கும் போதே, ஒரு அழைப்பு வர, எடுத்து பேசினாள் அழகி. வளர்மதி தான் அழைத்திருந்தார்.

"முத்தழகி நான் வந்துட்டேன். டீடைல்ஸ்ஸூம் கிடைச்சது. நேரா நான் ஸ்பாட்டுக்கு போயிற்றேன். நீங்களும் வாங்க."என்று சொல்லிவிட்டு அவர் அழைப்பை துண்டிக்க.

அதன்பின், ஆர்த்தி, ராஜியை அங்கேயே இந்திராணிக்கு உதவியாய் விட்டுவிட்டு, தெய்வாவும் அழகியும் மட்டும் கிளம்பினர். போகும்வழியில் உள்ளூர் செய்தி ஊடகம் வேண்டாம் என்று, யாருக்கும் தெரிய கூடாது என, யோசித்து புதிதாய் ஒரு பத்திரிகையாளரை, அழகி தன் தோழி ஒருத்தி மூலம் வரவழைத்து, அவரையும் அழைத்துகொண்டு சென்றனர்.

மதுரை மாவட்ட எல்லையை தாண்டி, விரகனூர் சுற்று சாலையை கடந்து சென்று கொண்டிருந்தனர். பெரிய பெரிய மரக்கடைகளின் குடோன்கள் அந்த பகுதி முழுவதும் நிறைந்திருந்தது. பொதுவாக இடிக்கப்படும் அரசாங்க கட்டிடங்கள், பழங்கால கட்டிடங்களில் இருந்து எடுக்கப்படும் கதவுகள், ஜன்னல்கள், மேஜைகள் போன்ற மர பொருட்கள் நிறைந்திருக்கும் அந்த குடோன்களில். அப்படி ஒரு குடோன் அருகில் சென்று காரை நிறுத்தினான் தெய்வா, அந்த இடம் தான் அவர்கள் இலக்கு என்று காட்டியது, அந்த கான்ஸ்டபிள் அனுப்பிய கூகுள் வழிகாட்டியில்.

இருவரும் அங்கேயே சில நிமிடங்கள் காத்திருந்தனர். பின்னே வளர்மதியும் வந்து சேர்ந்தார். அதன்பின் ஒரு நொடியும் தாமதிக்காமல், உள்ளே சென்றனர். அங்கு அறைகள் அறைகளுக்குள் அறைகள், என தொடர்ந்து கொண்டே இருந்தது. அப்படியே தொடர்ந்து சென்றுகொண்டே இருக்க, அத்தனையும் ஒலி, ஒளியாக பதியப்பட்டு கொண்டே இருந்தது. ஒருகட்டத்தில் ஏதோ பேச்சு குரல் கேட்டது, அதன்பின் இவர்கள் நடையின் வேகத்தை குறைத்து மெதுவா செல்ல, அந்த குரல்கள் ஒரு அறைக்கு கூடிச்சென்றது. அங்கு ஆட்கள் இருப்பது உறுதியாய் தெரிந்ததும், வளர்மதி ஓங்கி கதவை உதைத்து உடைக்க போக. அதற்குள் உள்ளுக்குள் பொருட்கள் நொறுங்கும் சத்தம் பயங்கரமாய் கேட்டது. அந்த சத்தம் என்னவென்று இவர்கள் குழம்பி நிற்க. மேலும் மேலும் சத்தம் கேட்டுக்கொண்டே இருக்க. எங்கே இன்பரசனை தான் அடிக்கிறார்கள் என்று, தாமதிக்காது, கதவை உடைத்து இவர்கள் உள்ளே செல்ல, அங்கிருந்தவர்களை அடித்து துவைத்து கொண்டிருந்தான் இன்பரசன். உள்ளே சென்றதும் இவர்களும் சேர்ந்தே அங்கிருந்தவர்களை அடித்து, நொறுக்கி அனைவரையும் கைது செய்தனர்.

அதில் ஒருவர் கூட போலீசார் இல்லை, அனைவரும் கூலிப்படையை சேர்ந்தவர்கள் தான். வளர்மதி அவர்களை தான் வந்த காரில் ஏற்றி ரகசிய விசாரணை நடக்கும் இடத்திற்கு அழைத்து செல்ல

சொல்லி, தன் சகாகளிடம் சொல்லிவிட்டு, இன்பரசனிடம் வந்தார். வந்தவர்,

"இன்பரசன் நீங்க ஓகே தான. எதுவும் அடிப்பட்டிருக்கா."என கேட்க.

"இல்ல மேடம், நான் நல்லா தான் இருக்கேன். ஏற்கனவே இதெல்லாம் எதிர்பாத்து தான் இருந்தேன், அதான் முன்னெச்சரிக்கை யா இருந்தேன்."என்று சொல்ல.

"இன்பா ரொம்ப பயந்து போய்ட்டோம்டா, உசுரு பயம்னா என்னன்னு அவன் இன்னைக்கு காமிச்சுட்டான்டா, அவன சும்மா விடவே கூடாது இன்பா, விட கூடாது."என்று தன் அண்ணனை கட்டி கொண்டு, அழுது தீர்த்தான் தெய்வா.

இவை அனைத்தும் நடந்துகொண்டிருக்க, அழகி மட்டும் எதுவும் பேசவில்லை, இன்பா அருகில் கூட போகவில்லை. அப்படியே அமைதியாய் நிலையாய் நின்று கொண்டே இருக்க. அவள் போன் அலறியது. எடுத்து பேசினால் ராஜிதான் அழைத்திருந்தாள்.

"அழகி, மாமா கண்ணு முழிச்சுட்டாரு, நல்லா இருக்காரு. இங்க நெனச்சு கவலப்படாதீங்க. நீங்க இன்பா மாமாவ பாத்தீங்களா, அவர கூட்டிட்டு வறீங்களா, எப்டி இருக்காரு, என்ன தான் அழகி ஆச்சு."என்ற ராஜியிடம்.

"அவர் எங்கக்கூட தான் ராஜி இருக்காரு, நல்லா இருக்காரு. ஒண்ணும் பிரச்சனை இல்லை. நீ மாமாகிட்ட போன குடு, இன்பா மாமா அவர் கிட்ட பேசட்டும், பேசினா கொஞ்சம் தைரியமா இருப்பாரு."என்று அழகி சொல்ல.

"நேர்லயே போயி பாத்துக்கலாம் அழகி."என்றான் தெய்வா. இன்பரசனோ, "அப்பாவுக்கு என்னடா தெய்வா ஆச்சு."என்று பதற. ராஜியின் அழைப்பை துண்டித்து விட்டு, நடந்த அனைத்தையும் சொன்னாள் அழகி. அதையெல்லாம் கேட்டவன். "நான் உடனே அப்பாவ பாக்கணும். வாங்க போகலாம்."என அவசரப்படுத்த.

"இல்ல மாமா, இப்போ நீங்க அங்க போக கூடாது. மாமா இப்போ நல்லா இருக்காரு, அவருக்கு ஒண்ணும் இல்ல, நாங்க எல்லாம் இருக்கோமே பாத்துகிறோம். ஊர் இருக்குற நிலைமைக்கு, நீ அங்க போறது சரி வராது. இன்னைக்கு வெள்ளிக்கிழமை, சனி, ஞாயிறு கழிச்சு, திங்கள்கிழமை நேரா கோர்ட்ல போயி, நடந்ததை சொல்லி சரண்டர்

ஆகுறது தான் சரியா இருக்கும். அதுதான் நமக்கு பாதுகாப்பு."என்ற அழகியை முறைத்தவன்.

"எங்க அப்பா அங்க அப்டி இருக்கும்போது நான் ஓடி ஒழியனுமா. அதுக்கு நான் செத்தே போகலாம். நான் போறேன்."என்று அவன் கிளம்ப.

"நீ என்ன மாமா செத்து போறது. இப்போ மட்டும் நீ போன, நான் எப்பவும் திரும்பி ஊருக்குள்ள வரவே மாட்டேன். உயிரோட இருக்கேனா இல்லையான்னு கூட நீங்க யாரும் தெரிஞ்சுக்க முடியாது. நான் சும்மா சொல்லல, நிச்சயம் செய்வேன். இது என்னால ஆரம்பிச்ச பிரச்சினை, நானே சரி செய்றேன்."என்று அழகி சொன்னதும்.

பொறுமை இழந்தவன், அவள் கழுத்தை பிடித்து தள்ளி சுவற்றில் சென்று சாய்த்து, "என்ன நீயே சரி பண்றியா. எப்டி பண்ணுவ. சொல்லு எப்டி பண்ணுவ. வேணாம்டி வேணாம்டி னு அம்புட்டு தூரம் சொன்னது எல்லாம் எதுக்கு, இப்டி எல்லாம் நடக்கும்னு தான. இன்னைக்கு நேத்து இல்ல, அப்போவே தெரியும் இது இதுல தான் போய் முடியும்னு, அதுக்கு தான் அத்தனையையும் அடக்கிக்கிட்டு அமைதியா, திசை மாறி போனேன். முளைக்கிறதுக்கு முன்னாடியே முடிஞ்சு போச்சு. எல்லாம் யோசிச்சு தான், அன்னைக்கு போலீஸ் ஸ்டேஷன்ல வேணாம் வேணாம்னு சொன்னேன். அப்பவும் சொல்லு பேச்சு கேக்கல. இப்பவும் அன்னைக்கு போராட்டம் நடக்குறப்போ அவ்ளோ சொல்றேன், இங்க இருக்காத போய்டுனு அப்பவும் கேக்கல. இன்னைக்கு பாரு, எங்க வந்து நிக்கிறன்னு. என்ன பெரிய ஜான்சி ராணினு நெனப்பா உனக்கு. இருந்துட்டு போ... நீ ஜான்சி ராணியாவே இருந்துட்டு போ... ஆனா நான் இருக்கும்போது, நீ போய் பிரச்சனைல சிக்கி உனக்கு ஏதும் ஆச்சுன்னா, அப்பறம் நான் எதுக்கு இருக்கேன். நான் இருந்து என்ன பயன். எனக்கு ஒண்ணும் இந்த பிரச்சினை எல்லாம் புதுசு இல்ல. எல்லாம் தாண்டி தாண்டி தான் வந்திருக்கேன். நீ இதுல வராத. எனக்கு தெரியும், என்ன காப்பாத்திக்க.

உனக்குன்னு ஒரு லட்சியம் இருக்கு, உனக்கானது மட்டும் இல்ல அந்த லட்சியம், ஊருக்கானது, அடுத்த தலைமுறைக்கானது. அந்த பாதையில நீ பாதி தூரம் கடந்துட்ட, மீதியும் கடக்கணும். கடந்தே தீரணும். நீ கடந்தா தான், நம்ம ஊரும் ஒரு வெளிச்சத்துக்கு வரும். உன்மேல ரொம்ப பெரிய நம்பிக்கையும், எதிர்பார்ப்பும் வச்சுட்டேன், அத

மாத்திக்க முடியாது. நீ அத மட்டும் பாரு. இதெல்லாம் நான் பாத்துகிறேன். உசுருக்கு எல்லாம் பயந்து ஓட முடியாது. என்னய கொலைகாரனா ஆக்காத, அழகி சொல்லிட்டேன். மரியாதையா நீயும் இங்க இருந்து கௌம்பு, என்னையும் போக விடு."என்று சொல்லிவிட்டு அங்கிருந்து வேகமாய் கிளம்பி சென்றான் இன்பரசன்.

22

குருவிகள்

மனதில் இருந்ததை அவனே அறியாமல் கோபத்தில் பேசிவிட்டு அங்கிருந்து இன்பரசன் செல்ல. அதை அவள் அனுபவிக்க கூட முடியாமல் சதி செய்தது சூழல். அப்போது அவனை தடுப்பது மட்டுமே எண்ணமாய் இருக்க, மீண்டும் அவன் முன் ஓடி சென்று நின்ற அழகி.

"நீங்க போக முடியாது மாமா. போகவும் கூடாது. என்ன மீறி நீங்க போனா அப்பறம் நான் என்ன செய்யணும்னு கூட எனக்கு தெரியல மாமா. ஆனா இதே நிலமைல நீங்க இங்க இருந்து ஊருக்கு போனீங்கன்னா நிச்சயம் தப்பா தான் நடக்கும். வேணாம் மாமா ப்ளீஸ்."என்று அவள் கெஞ்ச.

"இன்பரசன் முத்தழகி சொல்றது தான் சரி. நீங்க ஒரு ரெண்டுநாள் பொறுமையா இருக்கலாமே. சமூகம் அப்டீன்கிறதே பல குடும்பங்கள் சேர்ந்தது தானே. உங்க குடும்பமும் அதுல தானே இருக்கு. நீங்க உங்க குடும்பத்துக்கு முக்கியம். புரிஞ்சுக்கோங்க. உங்க அப்பா கண் முழிச்சு பாக்கும் போது நீங்க பத்திரமா இருந்தா தான அவர் உடம்பும் மனசும் சரி ஆகும். ப்ளீஸ் புரிஞ்சுக்கோங்க. நீங்க அப்டீன்கிறது நாள தான் நான் இவ்ளோ பேசுறேன். என்னோட வீடு இங்க மேலூர்ல ஒண்ணு இருக்கு. காலியா தான் இருக்கு. எப்போவாவதும் நான் மட்டும் ரெஸ்ட் எடுக்கத்தான் அங்க போவேன். நீங்க அங்க போங்க. திங்கள்கிழமை நானே வந்து உங்கள கோர்ட்க்கு கூட்டிட்டு போறேன்."என்று வளர்மதியும் சொல்ல. இன்பரசன் அமைதியாயகவே இருந்தான்.

"இன்பா என்னடா, இத்தனைபேர் சொல்றோம். இன்னும் ஏண்டா இப்டி பண்ற. உனக்கு என்ன ஆச்சோன்னு நெனச்சு தாண்டா அப்பாவுக்கு முடியாம போச்சு. இப்போ நீ அவர பாக்குறத விட, அவர் கண் முழிக்கும் போது, அவர் உன்ன நல்லபடியா பாக்குறது தான் முக்கியம், போ இன்பா. இங்க நான் பாத்துகிறன்டா."என்றான் தெய்வாவும்.

"சரி... நான் ஊருக்கு வரல. போதுமா... ஆனா இதெல்லாம் ரொம்ப அவமானமா இருக்கு. என்னமோ செய்ங்க."என்று இன்பரசன் சொல்லிவிட, காரில் ஏறி புறப்பட்டனர் நால்வரும். அப்போதுதான் உடன் வந்திரிருந்த பத்திரிகை நண்பரின் ஞாபகம் வந்து, அவரை தேட. ஒரு ஓரமாக நின்றிருந்த அவர், "இங்கதாங்க இருக்கேன். ரொம்ப சீரியஸா பேசிக்கிட்டு இருந்தீங்க, அதான் தொந்தரவு பண்ண வேண்டாம்னு அமைதியா இருந்தேன்."என்று சொல்ல, "நல்லா இருந்தீங்க அமைதியா அப்டியே விட்டுட்டு போய் இருந்தா தெரிஞ்சிருக்கும்"என்று தெய்வா கிண்டலடிக்க. அவரையும் சேர்த்தே அழைத்து கொண்டு அங்கிருந்து புறப்பட்டனர்.

ஒத்தகடையை தாண்டி, மேலூர் உள்ளே நுழைந்ததும் சற்றே தனிமையான இடத்தில் இருந்தது அந்த வீடு. காரில் இருந்து இறங்கபோகையில், "மேடம் நானும் மாமா கூட இங்கேயே இருக்கேனே. தெய்வா நீ பாத்துப்பள மாமாவையும் அத்தயையும்."என்றாள் அழகி.

"நான் பாத்துப்பேன் அழகி. நீ சொல்றதும் நல்லது தான் நீ இன்பா கூடவே இரு."என்றான் தெய்வாவும்.

"ஏன் முத்தழகி திடீர்னு சொல்ற. எதுவும் காரணமா சொல்றியா."என்றார் வளர்மதி.

"இல்ல மேடம். எனக்கு மனசுக்கு இதுதான் சரின்னு பட்டுச்சு அதான் சொன்னேன். எனக்கு இல்லனா நிம்மதியாவே இருக்க முடியாது மேடம்."என்று அழகி சொன்னதும். அப்போ ஓகே முத்தழகி. ஒண்ணு பண்ணுங்க இந்த தம்பி இருக்காரே....."என்று யோசித்த வளர்மதி, உடன் வந்த அந்த பத்திரிகை தம்பியை அழைத்து.. "உன் பேரு என்ன தம்பி."என்று கேட்க.

"ரொம்ப சந்தோசம் மேடம், நீங்களாவது கேட்டீங்களே கடைசி வரைக்கும் என் பேரு தெரியாமவே போய்டுமோன்னு பயந்துட்டே இருந்தேன். சந்தோஷ்... என் பேரு சந்தோஷ் மேடம்."என்றான் அவன்.

"பேசாம நீயும் இவங்க கூட இங்கேயே இருந்துக்கோ சந்தோஷ். இன்னைக்கு எடுத்த வீடியோ புட்டேஜ் எல்லாம் அரேஞ்ச் பண்ணுப்பா. உனக்கும் இங்க இருக்குறது தான் பாதுகாப்பு. ஒகேதான இன்பரசன்."என்று வளர்மதி கேட்க.

"எனக்கு ஓகே மேடம்."என்றான் சந்தோஷ்.

"இன்பரசன் என்ன பதிலே காணோம்."

"ஓகே தான் மேடம். நான் என்ன சொல்றது. நீங்க எல்லாம் சொன்னா ஓகேதான்."என்றான் இன்பரசன் சோகமாக.

"சரி ஓகே எல்லாம் பேசியாச்சு. இந்தாங்க சாவி, நீங்க மூணுபேரும் உள்ள போங்க, உங்க மூணுபேருக்கும் நானும் தெய்வாவும் போயி நாங்களும் சாப்பிட்டுட்டு, உங்களுக்கும் சாப்பிட எதாவதும் வாங்கிட்டு வறோம்."என்றவர் சாவியை குடுத்துவிட்டு கிளம்பினார்.

"முத்தழகி கதவை திறக்க. மூவரும் உள்ளே சென்றனர். வீடு அழகாய், சுத்தமாய் இருந்தது. இப்பொழுது தான் பெயிண்ட்டிங் வேலை நடந்திருக்கும் போல, வாசனை நாசியை துளைத்தது. உள்ளே சென்று முகம் கழுவி கொண்டு வந்து அழகி வரவேற்பறையிலேயே அமர, சந்தோஸும் முகத்தை சட்டையிலேயே துடைத்து கொண்டு வந்தமர்ந்தான். இன்பரசன் மட்டும் தனியாய் ஜன்னலோரம் நின்று கொண்டிருந்தான். அழகி, மற்றும் இன்பாவை மாறி மாறி பார்த்த சந்தோஷ்,

"ஹாய் சிஸ்டர், என்ன உங்க ஆளு ரொம்பத்தான் சீன் போட்றாரு. என்னவாம் அவருக்கு."என்றான்.

"ஏய்..... யாரபாத்து சீன்னுன்னு சொல்ற. கொல்ல போறேன். அவர் இடத்துல இருந்து பாத்தாதான் உனக்கு புரியும். அவர் நல்லவர் சந்தோஷ், அப்படியெல்லாம் சொல்லாத."என்ற அழகியை வித்தியாசமாய் ஏற இறங்க பார்த்தவன்.

"என்ன சிஸ்டர் நீங்க வள்ளுவன் வாசகி காலத்துலயே இருக்கீங்களா. புருஷன விட்டுக்குடுக்காம பேசுறதா நெனப்பு. உங்கள எல்லாம் திருத்தவே முடியாது."என்றான்.

"கண்டிப்பா இல்ல சந்தோஷ், நான் அந்த வகை பொண்ணெல்லாம் கிடையாது. இன்னும் சொல்லனும்னா அவர் என் புருஷனா ஆகிட்டாருன்னு நான் இன்னும் உணரவே இல்ல."என்றவள், தங்கள் கல்யாணம் நடந்த சூழலையும், அதன் விளைவுகளையும் சொன்னவள், "இவ்ளோ நடந்தும் இன்ன வரைக்கும் யார்கிட்டையும் இது எல்லாம் அவ தான்

செஞ்சா, எனக்கு சம்பந்தம் இல்லன்னு ஒரு வார்த்தை அவர் சொல்லல தெரியுமா. ஏன் எங்க அத்த மாமா கூட, அவரும் நானும் சேர்ந்து தான் எங்க கல்யாணத்துக்கு காரணம்னு நெனச்சுட்டு இருக்காங்க. பெத்த அம்மா அப்பா, தப்பா நெனைக்கும் போது கூட அவர் என்னய விட்டு குடுக்கல சந்தோஷ். இப்பக்கூட அவர் எனக்காக தான் யோசிக்கிறாரு. எனக்கு எதுவும் ஆக கூடாதுன்னு தான் என்னய வெரட்டுறாரு. என்கிட்ட பாசம் காட்ட ஏதோ ஒரு தயக்கம் அவருக்கு. ஆனாலும் மனசு பூராம் என் மேல அவ்ளோ அன்பு பாசம் இருக்கு அவருக்கு. அதுனால இன்னொருதடவ என் மாமாவ தப்பா சொல்லாத, உண்மையா கொன்னுடுவேன்."என்று மிரட்டவும். கதவு தட்டப்படவும் சரியாய் இருந்தது.

அழகி கதவை திறக்க போக. "கொஞ்சம் நிக்கிறியா, முந்திரிகொட்டை மாதிரி எல்லாத்துக்கும் முந்திக்கிட்டு."என்ற இன்பரசனின் குரலில் அப்படியே அவள் நிற்க. அவனே போய் கதவை திறந்தான். அழகி அர்த்தமானா ஒரு பார்வை பார்த்தாள் சந்தோஷை.

இன்பரசன் கதவை திறக்க, வளர்மதியும், தெய்வாவும் தான் வந்திருந்தனர். உள்ளே வந்ததும். "வாங்க எல்லாரும் சாப்பிட்டுவோம். எனக்கும் பசிக்கிது. நேரமும் இல்ல. சீக்கிரம் சீக்கிரம்."என்று மறுக்க கூட நேரம் குடுக்காமல் அவசரப்படுத்தி தகவலாய் இல்லாமல், கட்டளையாய் அழைத்தார் வளர்மதி.

அவர்களும் உடனே வந்தமர்ந்தனர். சிலருக்கு மட்டும் இந்த சக்தி உண்டு. நம் வாழ்விலும் கூட சிலர் இருப்பார்கள். அன்பாய் பாசமாய், கெஞ்சலாய் எல்லாம் பேச மாட்டார்கள், ஆனாலும் அவர்களின் பேச்சில், நமக்கு அவர்கள், அவர்களை மறுக்கும் வாய்ப்பே குடுக்க மாட்டார்கள். நம்மை அறியாமலே நாமும் அவர்களிடம் அன்பால் கட்டுண்டு இருப்போம். வளர்மதியும் அப்படியே கட்டிபோட்டார் அனைவரையும். பின் சேர்ந்தே சாப்பிட்டு முடிக்க. பத்திரமாய் இருக்கும்படியும். நாளை தேவையான உடைகளை எடுத்து கொண்டு வருவதாகவும் சொல்லிவிட்டு இருவரும் கிளம்பினர்.

அவர்கள் கிளம்பியதும், கதைவை பூட்டிவிட்டு, அழகி அறைக்குள் சென்று தூங்க சென்றுவிட்டாள். இன்பரசனும் சந்தோஸூம் மட்டும் இருக்க. இருவரும் நீண்ட நேரம் பேசிக்கொள்ளவே இல்லை. சந்தோஷ் போனை நோண்டிக்கொண்டே இருந்தான். சந்தோஷ் ஜன்னல் வழியே வேடிக்கை மட்டுமே பார்த்து கொண்டிருந்தான். ஒரு கட்டத்தில், சந்-

தோஷ்.

"சார், இதுக்குமேல என்னால முடியாது. நானெல்லாம் தனியா இருந்தாலே சுவத்துகிட்ட எல்லாம் பேசுற ஆளு. ஆனா இங்க நீங்க இருக்கீங்க, ஆனா இப்டி அமைதியா இருக்கீங்க. முடியல சார். ஏதா-வதும் பேசலாமே."என்றான்.

"பேசுங்க சந்தோஷ். நான் உங்கள பேசக்கூடாதுன்னு எப்போ சொன்னேன்."என்றான் இன்பரசன்.

"பேசக்கூடாதுன்னு சொல்லல. ஆனாலும் என்னமோ உங்கள பாத்தா கொஞ்சம் டெரரா பீல் ஆகுதே."

"என்ன பாத்தா டெரர் மாதிரியா இருக்கு. அடேய் தம்பி ஏண்டா. நான் அவ்ளோ எல்லாம் கோபகாரன் இல்ல. எல்லாம் கொஞ்சனால நடக்குற விஷயங்கள் இப்டி கடுமையை கூட்டிக்கிட்டே இருக்கு. எனக்கே என்ன பிடிக்கல."

"ஆனா மத்த எல்லாருக்கும் உங்கள அவ்ளோ பிடிக்குது. அது போதுமே சந்தோசமா, இருக்கலாமே."

"என்னய யாருக்கு பிடிச்சுச்சு. நீ எப்போ அத பாத்த சந்தோஷா..."

"யாருக்கா... எல்லாருக்கும் தான். உங்க அப்பா உங்களுக்கு ஒரு பிரச்சினைனு தெரிஞ்சதும். ஹார்ட் அட்டாக் வந்து ஆஸ்பத்திரியில இருக்காரு. உங்க வைப் இருக்காங்களே அவங்க எல்லாம் ரொம்ப. நீங்க அவ்ளோ பேச்சு பேசி வெரட்டியும், உங்கள விட்டு ஒரு அடியும் விலகி போக மாட்டேங்குறாங்க. இங்க வரும்போது கூட நீங்க தனியா இருந்தா பீல் பண்ணுவீங்கன்னு அவங்களும் உங்கக்கூட இருக்க முடிவு பண்ணிட்டாங்க. அடுத்து உங்க தம்பி, நீங்க நல்லா இருக்கணும் உங்-களுக்கு எதுவும் ஆக கூடாதுன்னு இவ்ளோ சிக்கலான சூழலையும் சமாளிக்க தயாரா இருக்காரு. இவங்களுக்கு எல்லாம் மேல, வளர்மதி மேடம். அவங்க குணத்துக்கு எல்லாம் அவங்க இப்படியும் நடந்துபாங்-கன்னு நம்பவே முடியல. உங்களுக்கா உங்க வைப் யோசிச்சா அவங்க-ளுக்கும் சேத்து மேடம் யோசிக்கிறாங்க. எங்க சாப்பாடு வாங்கி குடுத்-துட்டு போய்ட்டா சாப்பிடாம போட்டுவீங்களோன்னு சேர்ந்து கூடவே உக்காந்து சாப்பிட்டுட்டு போறாங்க. சுகவாசி சார் நீங்க."என்று சந்-தோஷ் சொல்லிக்கொண்டிருக்க.

"இப் யூ லவ் லைஃப்,

லைஃப் வில் லவ் யூ பேக்.. சந்தோஷ்

(If you love life, life will love you back)

இதுதான் வாழ்க்கையின் சாராம்சம் சந்தோஷ். இன்னைக்கு நாங்க குடுக்குற அன்பும் லவ்வும் ரொம்ப குறைச்சல். அவர் எங்களுக்காக குடுத்தது ரொம்ப அதிகம். நீ அவர குழப்பாம, போய் தூங்கு போ.... இதோ பெட்ஷீட் வச்சிருக்கேன் பாரு. ஒண்ணு தான் இருக்கு அட்-ஜஸ்ட் பண்ணிக்கோ."என்றவள் அறைக்குள் சென்றுவிட்டாள்.

"நான் இதுக்கு மேல எதுவும் சொல்லல. அப்பறம் உங்க பொண்-டாட்டி அடிக்க வந்துடுவாங்க."என்று சொல்லிக்கொண்டே தூங்க சென்-றான் சந்தோஷ்.... மீண்டும் இன்பரசன் ஜன்னலை வெறிக்க. உள்ளே அவள் உடல் இங்கேயும், நினைப்பு முழுவதும் மதியழகன் இந்திரா-ணியை சுற்றிக்கொண்டே இருக்க, சிலையாய் அமர்ந்திருந்தாள். இங்கே நிலை இப்படி இருக்க.

அங்கே மருத்துவமனையில்.

ஆர்த்தி காலையில் வந்தால் போதும் என்று, ராஜி கிளம்ப சொல்ல, ஆர்த்தியும் வீட்டிற்கு கிளம்பி இருந்தாள். மதியழகனின் உடலில் நல்ல முன்னேற்றம் இருக்க. இந்திராணிக்கு உணவு வாங்கிகொண்டு வந்து ராஜி சாப்பிட வைத்து கொண்டிருக்க, தெய்வா வளர்மதியை விட்டு-விட்டு வந்து சேர்ந்தான். நடந்த அனைத்தையும் விளக்கமாக சொன்ன பிறகே இந்திராணி நிம்மதி அடைந்தார். பின் அவரை தூங்க சொல்-லிவிட்டு ராஜியை அழைத்து கொண்டு சாப்பிட ஹாஸ்பிடலை விட்டு வெளியே வந்தான் தெய்வா.

"ஏன் தெய்வா, வெளிய போறோம். ஹாஸ்பிடல் கேண்டீன்லயே சாப்பிட்டு இருக்கலாமே."என்றாள் ராஜி.

அதற்குள் ஒரு ஹோட்டல் அருகில் வந்துவிட, "வா உள்ள போகலாம்."என்று அழைத்து கொண்டு உள்ளே சென்றான் தெய்வா. உள்ளே ஓரிடத்தில் சென்று அமர்ந்தனர். தனி தனியாய் குடும்பங்களாய் அமர்ந்து சாப்பிட வசதியாய் இருந்தது அந்த ஹோட்டல். இவர்கள் அமர்ந்ததும், ஆர்டர் எடுக்க ஒருவர் வர, சாப்பிட சிலதை சொல்லி-விட்டு.

"ராஜி, உண்மைய சொல்லு. அத்தையும் மாமாவும் எப்டி உண்ண இங்க தனியா வரவிட்டாங்க. இவ்ளோ நேரம் ஆகியும் இங்கேயே இருக்க விட்டாங்க."என்றான் தெய்வா.

"அதான் சொன்னனே தெய்வா, சொல்லிட்டு தான் வந்தேன். அவங்களும் வர பாத்தாங்க..."என்று அவள் முடிக்கும் முன்னே..

"உண்மைய மட்டும் பேசு பாப்போம்."என்றான் அவன்.

"உண்மையாடா, இப்போ எல்லாம் அவங்க என்ன ஏதும் சொல்றது இல்ல. சொன்னேன் புரிஞ்சுகிட்டாங்க. நம்புடா எரும."என்றவள் "இரு இரு... ஏய் நான் உன்கூட பேசமாட்டேன்ல மறந்துட்டேன் பாறேன். ச்ச... மானங்கெட்ட மனசே இப்டி மறந்து போய்ட்டியே... ராஜி இப்டி ஆகிட்டயேடி... லூசு லூசு, பைத்தியமே. மர மண்டையே..."என்று ராஜி தன்னை தானே பாராட்டி கொண்டிருக்க.

"போதும் போதும் உணர்ச்சி வசப்பட்டு உண்மையை பூராம் சொல்லிட்ட தங்கம் போதும். ஆனாலும் இத்தாண்டி நல்லா இருக்கு. நீ திட்டினா கூட சுகமா தான் இருக்கு. ஆனா பேசாம போனாதான் தாங்கவே முடியல."என்று தெய்வா சொல்ல, அப்படியே அமைதி ஆகி போனால் ராஜி.

"அடியே பேசாம இருக்காதன்னு சொன்னது தான் குத்தமா போச்சா. இந்நேரம் வரைக்கும் நல்லதானே பேசிக்கிட்டு இருந்த. இவ்ளோ பிரச்சினையிலயும் உன்ன தான் மனசு தேடுது. நீ எப்டி வந்தயோ தெரியல. ஆனா நீ வந்தப்போ எப்டி இருந்துச்சு தெரியுமா. உன்கிட்ட ஒண்ணு சொல்லனும் ராஜி"என்று மெய் மறந்து பேசிக்கொண்டிருந்தவனை நிறுத்தி.

"போதும் ரொம்ப பேசாத, எப்போ பாத்தாலும் சென்டிமென்ட்டா பேச வேண்டியது அப்பறம் நம்ம கொஞ்சம் நம்பி இறங்கி போனா, சும்மா சொன்னேன்னு சொல்ல வேண்டியது. போடா டேய் எல்லாம் தெரியும். உன் சகவாசமே வேணாம்."என்று தெய்வாவிடம் சொன்னவள், "டேய் யார்ரா அவன் அங்க, சீக்கிரம் சோத்த கொண்டாங்கடா சட்டு புட்டுன்னு சாப்டுட்டு கெளம்பனும். விட்டா ஒருத்தன் பேசியே கொல்லுவான். இவன் எல்லாம் பேசினாலும் கடுப்பு, பேசலன்னாலும் கடுப்பு."என்று ஹோட்டல் ஆட்களிடம் கத்திய ராஜியை கொலைவெறியுடன் முறைத்தான் தெய்வா.

"என்ன மொறப்பு, உண்மைய சொன்னா கோவம் வருதோ, போடா மொக்க."என்றாள் அவள்.

"நான் மொக்கையா சரிதான் நான் மொக்கை தான். மேடம் ரொம்ப சார்ப்பு. ஒருத்தன் என்ன சொல்ல வரான்னே காதுல வாங்காம பேசுற நீ

ரொம்ப சார்ப்புடி.."என்று சொல்லிவிட்டு முகத்தை திருப்பி கொண்டான் அவன். அதற்குள் சப்பாடும் வந்துவிட, அவன் அப்பொழுதும் அப்படியே இருக்க.

"போதும் மூஞ்ச திருப்பு, ரொம்ப கேவலமா இருக்கு பாக்கவே முடியல. பசிக்குது சாப்பிடலாம் வா தெய்வா."என ராஜி சொன்னதும் அமைதியாய் அவன் சாப்பிட தொடங்க. இருவரும் சாப்பிட்டு முடித்து கிளம்புகையில்.

"தெய்வா என்ன சொல்ல வந்த நீ. சாரிடா சும்மா கிண்டலுக்காக பேசிட்டேன். சொல்லு என்ன சொல்ல வந்த."என்றாள் ராஜி கெ(கொ)ஞ்சலாக.

"எதுவும் இல்ல, வா போகலாம்."

"சொல்லு தெய்வா, கத்த விடாத, நீ இப்போ சொல்லலானா எனக்கு கஷ்டமா இருக்கும்டா."

"அப்போ கண்டிப்பா சொல்ல மாட்டேன். நல்லா கஷ்டப்படு."என்று சொல்லிவிட்டு அவன் முன்னே செல்ல, வாடிய முகத்துடன் ராஜியும் அவன் பின்னே சென்றாள்.

அங்கே அப்டி இருக்க, இங்கே வெகுநேரம் கழித்து தூங்க முயற்சி செய்யலாம் என இன்பரசன் அறைக்குள் நுழைய, அப்போதும் அழகி ஏதோ யோசனையில் இருக்க. பேச நினைத்து, அருகில் சென்றவன் பின் தயங்கி, சென்று படுத்து கொண்டான். நேரம் சென்றது அவள் அப்படியே அமர்ந்திருக்க. எழுந்தவன்.

"தூங்கலையா...."என்றான்.

"தூக்கம் வரலயே..."என்றாள் அவள்.

"படுத்தா தான் தூக்கம் வரும், உக்காந்துட்டே இருந்தா எப்டி வரும்."

"வரும்."

"என்னடி பிரச்சனை இப்போ உனக்கு, எல்லாத்துலயும் நீ சொன்னது தான நடக்குது. அப்பறம் ஏன் மூஞ்ச தூக்கி வச்சுட்டு இருக்க."

"இது ரெண்டாவது தடவ."என்றாள் சிரித்து கொண்டே

"என்னது.... ரெண்டாவது தடவ."

"நீ என்ன டி சொல்றது."

"........."

"இல்ல மாமா, எப்பவும் அழகி, அழகின்னு தான சொல்வ, இல்லனா வா மா போ மான்னு சொல்வ. ஆனா ரொம்ப கோவம் வந்தா மட்டும் ""டி""னு சொல்ற. இது கோவமா, இல்ல உரிமையா..."

"அதெல்லாம் எனக்கு தெரியாது. ஆனா அது நான் வேணும்னே சொல்லல. தெரியாம சொல்லிற்றேன். டி போட்டு பேசுறதுல எனக்கு விருப்பம் எல்லாம் இல்லை. என்ன மீறி வருது நான் மாத்திக்கிறேன்."

"நம்மள மீறி வறதுதான் காதல் மாமா. எனக்கு உன்மேல வந்த மாதிரி."

"இதுக்கும் அதுக்கும் என்ன சம்பந்தம்."

"இருக்கே. சம்பந்தம் இருக்கே. நான் உன்ன விரும்ப கூடாது, நெருங்க கூடாதுன்னு எவ்வளவு முயற்சி பண்ணினேன் தெரியுமா. ஆனா என்ன மீறி தான் எல்லாம் நடந்துச்சு. அன்னைக்கு கல்யாணம் அன்னைக்கு நீ வளர்மதி மேடமோட வந்து நிக்கிற நொடி வரைக்கும் உன்ன இப்டி கல்யாணம் பண்ணிக்கணும்னு ஒரு துளி யோசனை கூட இல்ல. என்னையும் மீறித்தான் உன்ன இழந்துட போறேன்னான்னு பயந்து அன்னைக்கு அப்டி நடந்துகிட்டேன். அதுக்கு அப்பறம் கூட ஆயிரம் தான் கல்யாணம் ஆகி இருந்தாலும் உன்கிட்ட எதையும் எதிர்பார்க்க கூடாது, உன் வழியில குறுக்க நிக்க கூடாதுன்னு தான் நெனைக்கிறேன். ஆனா பாரு இன்னைக்கு கூட என்ன மீறி, உனக்கு எதுவும் ஆக கூடாதுன்னு கட்டாயப்படுத்தி இங்க உக்கார வச்சு இருக்கேன். இப்பவும் மனசுல ஒரு எண்ணம், நீ ஏன் என்ன விட்டு விலகியே இருக்க நெனைக்கிறன்னு. உனக்கும் என்னய பிடிக்கும். அளவுகடந்த அன்பும் என்மேல உனக்கு இருக்கு. இன்னும் வெளிப்படையா சொல்லனும்னா உனக்கும் என் மேல அவ்ளோ காதல் இருக்கு. உன் கண்ணுல நான் நெறய தடவ அத பாத்திருக்கேன். அன்னைக்கு சந்திரன் கூட நான் பேசும்போது உன் மனசு பட்ட பாடு முகத்தில அப்பட்டமா தெரிஞ்சது. அடுத்து தென்னரசுக்கு பேசி முடிச்ச அன்னைக்கும் நீ பட்ட பாடு எனக்கு புரிஞ்சது. ஆனாலும் ஏன் இப்படி நெருங்கி வர தயங்குறன்னு கேக்கணும்னு தோணுது. ஆனாலும் என்ன மீறி ஒரு தயக்கம். ஒரே வார்த்தையில உன்னைய பிடிக்களன்னு சொல்லிடுவியோன்னு அதான் கேக்காம தயங்கி உக்காந்து இருக்கேன். நம்மள மீறி வரது தான் மாமா காதல். உன்ன மீறி ஒருநாள் சொல்லுவன்னு, என்ன மீறி வர துடிக்கிற மனசுகிட்ட சொல்லி அடக்கி வச்சுட்டு இருக்கேன்

மாமா நான்" என்றவளிடம் என்ன சொல்வதென்று புரியாமல் அமைதி-யாய் இருந்தான் இன்பரசன். மேலும் சில நிமிடங்கள் கடக்க...

"எதையும் யோசிக்காம தூங்கு அழகி."என்று மட்டும் அவன் சொல்ல. மறுப்பேதும் சொல்லாமல் அவளும் படுத்து கொள்ள. அவனும் அங்கேயே படுத்துக்கொண்டு, அவள்மீது கைபோட்டு அணைத்து கொள்ள, அடக்கி வைத்த அழுகையெல்லாம் மடை உடைத்து பொங்கி எழுந்தது காட்டாற்று வெள்ளமாய். அவனுக்கு எதிர்புரமாய் திரும்பி இருந்தவள் அவன் அணைத்த உடனே, சட்டென்று திரும்பி, அவன் நெஞ்சில் புதைந்து அழுது தீர்க்க, அவனோ இன்று கணவன் என்ற நிலை மாறி தாயாகி போனான் அவளுக்கு.

வசியகாரனடா நீ...
கணவன் என்றால்
கட்டியணைக்க
காமம் மட்டுமே காரணமாய்
இருக்க வேண்டுமா என்ன...
காமம் அற்ற தொடுதல் தான்....
பெண் மனதின் ஆழம் வரை
சென்றடைய ஆணிற்கு...
நேர் வழியாம்...
அதை நன்குணர்ந்தவன்
நீயடா...
காமம் தரும் காதல்
என்பது இச்சை தீரும்
கனம் வரைதான்..
ஆனால் காமம் துறந்த
காதல் அது...
கண் பார்த்து,
கை பிடித்து...
காயம் ஆற்றி...
கருத்தொற்று...
கயமம் அற்று...
கால் பற்றி...
கன பொழுதையும்

கவிதையாய் மாற்றும்
வல்லமையுடையது...
திருமணமான ஒவ்வொரு
பெண்ணின் உச்சக்கட்ட
ஆசையும் அதுதானே....
அந்த வகையில்
அதிர்ஷ்ட சாலி தான் நான்
நீ செய்யும் ஒவ்வொன்றும்
உனக்குள் என்னை
புதைத்து போகிறதே....
அதனால் தானே உன்பின்னே
நாய் குட்டியாய்
சொக்கி நிற்கிறேன் நான்...
போடா டேய்...
என் வசியகாரனடா நீ...

23

குருவிகள்

இன்பரசனும் அழகியும், ஒருவருக்கொருவர் ஆறுதலாய் மாறி, அரவணவணைப்பை அள்ளி வழங்க நிம்மதியாய் உறங்கி போயினர்.

இங்கு மருத்துவமனையிலும், மதியழகன் நிலை சற்றே தேறி இருக்க, ராஜியும், தெய்வாவும் கூட அமர்ந்தபிடியே சற்றே தூங்கி போயினர்.

அனைவரும் உறக்கத்தில் இருக்க. ஒரு ஜீவன் மட்டும் நிம்மதி இழந்து, பழி உணர்வை சுமந்து அலைந்து கொண்டிருந்தது. அந்த ஜீவன் தென்னரசன் தான். அவனது ஆட்களிடம் இருந்து எந்த தகவலும் வரவில்லை. மற்ற அதிகார வட்டத்தில் இருக்கும் அவன் விசுவாசிகளுக்கும் எதுவும் தெரியவில்லை என்றதுமே புரிந்து கொண்டான், ஏதோ தவறாய் தான் நினைத்ததுக்கு மாறாய் நடந்திருக்கிறது என்று. பொறுமை இழந்த அவன் ஒருகட்டத்தில் இன்பரசனை கொண்டு வைக்க சொன்ன அந்த மர குடோனுக்கே சென்றுவிட்டான். அங்கு இன்பரசனும் அவனது ஆட்களும் இல்லாமல் போக, மீண்டும் தோல்வியா, என்று வெறி பிடித்த மிருகமாய் மாறி இருந்தான். வீட்டிற்குள் குறுக்கும் நெடுக்கும் அவன் நடந்து கொண்டிருக்க. அந்த நேரம் அங்கு வந்த நடராஜன், தன் மகன் இப்படி நிம்மதி இன்றி தவிப்பதை பார்த்து,

"எப்பா அரசா...... ஏண்டாப்பா இப்டி இருக்க. போகட்டும் விட்டுடு, ரெண்டும் இந்த ஊருக்குள்லேயே இல்லாத அளவுக்கு நான் பாத்துகிறேன். நீ இத மறந்துடு. எலெக்சன் வேலைய கவனி. சீக்கிரம் உனக்கு நல்ல பொண்ணா பாத்து கல்யாணத்துக்கு ஏற்பாடு பன்றேன். நிம்மதியா இரு அரசா."என்று சொன்னதும்.

"இப்போ என்னப்பா சொல்ல வர நீ. அவன்கிட்ட நான் தோத்து போய்ட்டே இருக்கேன். அவன ஜெயிக்க முடியாது. அதுனால, சொம்ப மாதிரி ஓரமா போய் உக்காருன்னு சொல்றியா..."என்று அவன் கத்த.

"முட்டாபய மாதிரி பேசாத அரசா... எல்லாம் நம்ம கையை மீறி போயிடுச்சு. இப்போ அது நமக்கு அவ்ளோ முக்கியம் இல்ல. உன்னோட வாழ்க்கை வேற எதுவும் இல்லையா. ஆசைப்பட்ட பிள்ளைய கட்ட முடியாம போச்சு, வருத்தம் தான். கஷ்டம் தான். அதுவும் உனக்கு நடந்தது அவமானம் தான். ஆனா அதுக்குன்னு உன் வாழ்க்கை மொத்தமும் அப்டியே அத நெனச்சே போகனுமா. வேணாம் அரசா... வேணாம்."

"என்ன வேணாம். நீயும் தான அன்னைக்கு சொன்ன. அவனுங்கள உறுத்தெரியாம அழிக்கணும்னு. இப்போ ஏன் மாத்தி பேசுற. பயந்துட்டயா...."

"ஆமாடா பயம் தான். ரொம்ப பயம், எங்க நீ அழிஞ்சு போய்டுவியோன்னு பயம். ஒரு ஆம்பளயா, ஒரு தனி மனுசனா அன்னைக்கு பாத்தேன். பழிவாங்க மனசு துடிச்சுச்சு. இன்னைக்கு ஒரு அப்பனா பாக்குறேன். அதான் பயமா இருக்கு. இப்பவும் அவன் உன்ன என்ன பண்ணுவான்னு பயம் இல்ல. நீயே உன்ன அழிச்சுக்குவியோன்னு தான் பயம்."

"எனக்கு தெரியும் என்ன பண்ணனும்னு, நீங்க போய் உங்க வேலையை பாக்கலாம். அவன் எல்லாம் என் கால் தூசிக்கு சாமானம். அவனுக்கு எல்லாம் இவ்ளோ சீன் இல்ல. எனக்கு நேருக்கு நேரா நிக்க கூட தைரியம் இல்லாத பயந்தாங்கோழி அவன். பல வருஷத்துக்கு முன்னடியே என்ன பாத்து பயந்து ஓடிப்போனவன் அவன். நீ போ எனக்கு தெரியும் எவன என்ன பண்ணனும்னு."என்று தென்னரசு கத்த அமைதியாய் அங்கிருந்து வெளியேறினார் நடராஜன்.

அவர் அங்கிருந்து சென்றதும், தென்னரசன் அவனது ஆட்களுக்கு அழைத்து, இன்பரசனை தேட சொல்ல, அவர்களும் மதுரை ஜில்லா முழுவதும் தேட தொடங்கினர். இன்பரசன் சம்மந்த பட்ட ஒவ்வொரு இடத்திலும், தேடி தேடி அலைந்தனர். அப்படியே இரவும் கழிந்து விடியல் நேரம் நெருங்க, இன்பரசன் அழகி நல்ல உறக்கத்தில் இருக்க கதவு தட்டும் கேட்டு முழித்தனர். சந்தோஸிற்கு அந்த சத்தம் கேட்கவில்லை போலும் கொஞ்சமும் தூக்கம் கலையாமல் ஆழ்ந்து உறங்கியபடி இருந்-

தான்.

இன்பரசன் வந்து கதவை திறக்க, வளர்மதி தான் வந்திருந்தார். அவரை அங்கு கண்டதும், "மேடம் வாங்க, இவ்ளோ காலைல வந்திருக்கீங்க, ஏதும் பிரச்சினை இல்லையே."என்று கொஞ்சம் பதட்டமாக கேட்டவனிடம்,.

"பிரச்சினை இல்ல இன்பரசன். ஆனா உங்க அண்ணன் வெளில முழு மூச்சா உங்கள தேடிக்கிட்டு இருக்கான். எப்படியும் இன்னைக்கு நாளைக்குள்ள, உங்கள கண்டுபிடிக்க எல்லா முயற்சியும் பன்றான். திங்கள்கிழமை நீங்க கோர்ட்டுக்கு போய்ட்டா அவன் வேற பிளான் போட வேண்டி இருக்கும், ஒரேயடியா உங்கள கொன்ற முடியாதுல அதான் இவ்ளோ வேகம். இதுக்கு தான் அன்னைக்கு முத்தழகியும் நாங்களும் அவ்ளோ தூரம் சொன்னோம் நீங்க ஊருக்குள்ள வரவேண்டாம்னு. இப்போ நாங்க சொன்னது சரியா போச்சு பாத்தீங்களா,"என்றார் வளர்மதி.

"நீங்க சொன்னது சரிதான் மேடம் ஒத்துகிறேன். ஆனா நான் பிரச்சினையை நேரடியா சந்திக்காம இப்டி மறஞ்சு இருந்துகிட்டு, மத்த எல்லாரையும் பிரச்சனைகுள்ள விட்டுட்டு இருக்குறது எவ்ளோ கொடுமையா இருக்கு தெரியுமா. ஒருபக்கம் அம்மா அப்பா, தெய்வா. இங்க அழகி, அப்பறம் நீங்க. உங்களுக்கு இருக்குற ஆயிரம் வேலையில என்ன பாதுகாக்க நீங்க இவ்ளோ ரிஸ்க் எடுக்குறீங்க. கூட பொறந்த அக்கா மாதிரி. எனக்கு கஷ்டமா இருக்கு மேடம். உங்க எல்லாரையும் இப்டி ஒரு சூழ்நிலையில இருக்க வச்சுட்டேனேனு. இயக்கத்துல என்ன நடக்குதோ தெரியல. எல்லாரும் எப்டி இருக்காங்கன்னும் தெரியல. என்ன நெனச்சு வேற ரொம்ப கவலையா இருப்பாங்க. எல்லாம் தெரிஞ்சும் இப்டி செயலாற்ற முடியாம இருக்குறது வேதனையா இருக்கு மேடம். இப்டி எல்லாம் நடக்கும்னு தான். கல்யாணம் வேணாம்னு இருந்தேன். என்கூட இருக்குறவங்களுக்கு நிம்மதி இருக்காதுன்னு எனக்கு நல்லா தெரியும்."என்று அவன் வருத்தமாய் பேசிக்கொண்டிருக்க, உள்ளிருந்து வெளியே வந்த அழகி.

"மேடம் வாங்க,"என்று சொல்ல.

"என்ன அழகி நைட் தூங்குனீங்களா இல்லையா, கண்ணெல்லாம் செவந்து கெடக்கு"என்ற வளர்மதியிடம்.

"அய்யோ மேடம் நீங்க வேற நேத்து தான் ரொம்ப வருஷத்துக்கு அப்பறம் அவ்ளோ நிம்மதியா தூங்கினேன். இந்த வீடு எனக்கு ரொம்ப நிம்மதிய குடுத்துட்டுச்சு மேடம். எங்கேயும் கிடைக்காத சில பதில்கள் வார்த்தைகளா இல்லாம, உணர்வா கிடைச்சிருக்கு."என்று அழகி சொன்னதும். அவர் இன்பரசனை தான் பார்த்தார். இப்போ சொல்லு இன்பா உன்கூட இருந்தா தான் அவளுக்கு நிம்மதினு சொல்லாம சொல்லிட்டா, இதான் உனக்கு பதில். என்பது போல் இருந்தது அந்த பார்வை.

அந்த பார்வைக்கு பதில் சொல்ல முடியாமல் அவனும் தலையை தாழ்த்தி கொண்டான்.

"மேடம் ..... நான் உங்கள கண்டிப்பா மேடம்னு தான் கூப்பி-டனுமா..."என்றாள் அழகி. அவள் அப்படி கேட்க. "அப்டி எதுவும் சட்-டம் நிறைவேறி இருக்குற மாதிரி எனக்கு தெரியல முத்தழகி"என்றார் கிண்டலாக வளர்மதி.

"அதேதான் வளர் அக்கா, நானும் நெனச்சேன் உங்கள மேடம் னு கூப்ட்டா யாரோ மாதிரி இருக்கு. இப்போ தான் நல்லா இருக்கு."

"முத்தழகி இப்போதான் உன் புருஷன் என்ன அக்கான்னு சொன்-னாரு, நீயும் அக்கான்னு சொல்ற, எப்டி நான் ரெண்டுபேருக்கும் அக்-காவ இருக்க முடியும்."

"என்னைக்கா நீங்க, காந்தி எல்லாருக்கும் தாத்தா, நேரு எல்லா-ருக்கும் மாமா, பெரியார் எல்லாருக்கும் தந்தை அப்டி தான, அப்டி தான் நீங்களும் எங்க ரெண்டுபேருக்கும் அக்கா."

"இன்பரசன் நேத்து வரைக்கும் இங்க ஒரு உம்மனா மூஞ்சி பொண்ணு ஒண்ணு இருந்ததே. எப்போவும் அழுதுகிட்டு, மூஞ்சிய தொங்க போட்டுகிட்டே திரியுமே எங்க அந்த பொண்ண,"என அவர் தேடிவது போல் பாவனை செய்ய,

இன்பரசனே சிரித்து விட்டான். "அக்கா கிண்டல் பண்றீங்களா போங்க,"என்றவள் அங்கிருந்து நழுவி சென்றுவிட. இப்போது சீரியஸாக பேச தொடங்கினார் வளர்மதி.

"இன்பரசன் விளையாட்டு இல்ல. கொஞ்சம் சீரியஸா இருக்கணும். தென்னரசு பத்தி உங்களுக்கு என்ன தெரியும்னு எனக்கு தெரியாது. ஆனா அவன் லெவல் என்னனு எனக்கு நல்லாவே தெரியும். அவன் கொலைக்கும் அஞ்ச மாட்டான். இன்னும் ஒரு வாரத்துல வேட்புமனு

தாக்கல் இருக்கு. அதுவரை கொஞ்சம் கவனமா இருந்தா போதும். அப்பறமா எலெக்சன் முடியுற வரைக்கும் அவன் எதுவும் பண்ண முடியாது. பண்ண மாட்டான். நமக்கும் யோசிக்க நேரம் கிடைக்கும்."என்றவரிடம்.

"மேடம் நான் என்ன என் குடும்பத்த அவன்கிட்ட இருந்து எப்டி காப்பாத்தணும்னு இவ்ளோ நம்ம யோசிக்கிறோம், ஆனா அவன் எலெக்சன்ல நின்னு ஜெயிச்சிட்டா, இந்த மொத்த தொகுதி மக்களுக்கும் யார் பொறுப்பு. அதிகாரம் முழுசா அவன் கைக்கு போய்ட்டா அவன கட்டுப்படுத்த முடியுமா. உங்களயும் கூட அவன் விட்டு வைக்க மாட்டான். அவன் MLA ஆக கூடாது மேடம். இது சுயநலமா நான் சொல்லல. ஊருக்காக சொல்றேன். அவன் ஜெயிக்க கூடாது. திங்கள்கிழமைக்கு அப்பறம் இதான் என் முழுநேர வேலை. தகுதியான ஒருத்தன் தான் தலைமை பொறுப்புக்கு வரணும்."

"கரெக்ட் இன்பரசன், அதுதான் நடக்கணும், தென்னரசன் தகுதியான ஆள் இல்ல. அவன் எப்பவும் தொகுதி நல்லதுக்காக யோசிக்க மாட்டான். அதுவும் போக ஜாதி அரசியல் பண்றவன் அவன். நிச்சயம் நம்ம தடுக்கணும் இன்பரசன், அப்பறம் நான் வந்த விஷயத்தை மறந்துட்டேன். எனக்கு அன்னைக்கு போராட்டம் நடக்கும்போது என்ன என்ன நடந்தது, யார் யார் ஆரம்பத்துல இருந்து இருந்தீங்க அந்த தகவல் எல்லாம் வேணும் இன்பரசன். அப்பறம் உங்க இயக்கம் சார்பா கொஞ்சம் டிடெயில்ஸ் வேணும். யாராவதும் நம்பிக்கையான ரெண்டு பேர் இருந்தா வர சொல்லூன்களேன், இன்னும் கொஞ்சம் வலு கிடைக்கும் கேஸ்க்கு."என்றார்.

"நம்ம இயக்கத்துல இருக்குற எல்லாருமே நம்பிக்கையான ஆட்கள் தான் மேடம். நான் சிவா அண்ணாவயும், அருணையும் வர சொல்றேன். அவங்களுக்கு தான் எல்லா விஷயமும் நல்லா தெரியும்."என்றவன் தன் போன் இல்லை என்பதால், அழகியின் போனை வாங்கி சிவாவிற்கு அழைக்க. போனை எடுத்த சிவா..

"சொல்லுமா தங்கச்சி, எங்கடா இருக்கீங்க. பத்திரா இருக்கோம்னு உன் மெஸ்ஸேஜ் பாத்த பிறகு தான் எல்லாரும் நிம்மதியா இருந்தோம். அந்த கொம்பேறி மூக்கன் எப்டி அடங்கினான். ரொம்ப குதிச்சிருப்பானே."என்று சிவா பேசிக்கொண்டே போக.

"அண்ணன் பேசுரதே அந்த கொம்பேறி மூக்கன் தான்."என்று இன்பரசன் சொல்ல.

"டேய் தம்பி எப்படிடா இருக்க. அழகி பிள்ள ஏதோ பிரச்சினை, உங்க அண்ணன் காரன் கட்டம் கட்ட பாத்தான்னு மட்டும் சொல்லிச்சு. என்னடா பிரச்சினை எங்க இருக்கன்னு சொல்லு. அண்ணன் இருக்கும்போது நீ ஏண்டா எங்கெயோ தனியா இருக்கணும் சொல்லுடா தம்பி எங்க இருக்க."என்ற சிவாவிடம் இடத்தை சொல்லி, உடன் அருணையும் அழைத்து கொண்டு வர சொல்லி போனை வைத்தவன். அழகியை அழைக்க., அவன் அழைத்த காரணம் புரிந்த அவள்.

"இல்ல மாமா, அவங்க எல்லாம் நேத்தே பெயில் கெடச்சு வெளில வந்துட்டாங்க. எப்படியும் உங்கள நெனச்சு ரொம்ப கவலையா இருப்பாங்கன்னு தெரியும் அதான் மாமா நல்லா இருக்கோம்னு மட்டும் தகவல் சொன்னேன். உன் கிட்ட சொல்லலாம்னு பாத்தேன். எங்க சொன்னதும் உடனே அங்க போகணும்னு குதிப்பனு தான் சொல்லல."என்றவள் அங்கிருந்து நழுவி விட, அமைதியாய் சிரித்து கொண்டார் வளர்மதி, தூங்கி கொண்டிருந்த சந்தோஸும் எழுந்து, "நல்ல பேமிலி."என்றவன். கதவை திறந்து கொண்டு செருப்பை மாட்டியபடி, "நான் போய் பால், சீனி, டீத்தூள் எல்லாம் வாங்கிட்டு வறேன். டீ குடிக்காம தலைய வலிக்குது. அக்காக டீ போட தெரியும்ல"என்று கேட்க.

"சந்தோசா என்ன கேள்வி கேட்டுட்டடா நீ, நான் ஒரு புலி டா சமையல்ல."என்றாள் அழகி.

"அக்கா மொக்க போடாத டீ போடுவியா இல்லையா. சரி விடு நானே போட்டுகிறேன். போய்ட்டு வறேன்."என்று சொல்லி கிளம்ப.

"சந்தோசா ஒரு நிமிஷம்..."என்று அழகி அவனை நிறுத்த.

"அக்கா என்னை இங்க யாருக்கு தெரியும், நான் வெளில போனா எந்த பிரச்சனையும் இல்லக்கா."என்றான் சந்தோஷ்.

"அதெல்லாம் எனக்கு தெரியும் சந்தோசா. அது இல்ல விஷயம். பால் எல்லாம் வாங்கும்போது அப்டியே சாப்பாடு செய்ய கொஞ்சம் காய்கறியும் வாங்கிட்டு வா. அரிசி இங்கேயே இருக்கு. சமைக்கலாம்"என்று பணத்தை கையில் கொடுக்கவும்.

"வேற லெவல். நான்கூட தம்பி வெளிய போறானே பாவம்னு கூப்பிடறீங்கன்னு நெனச்சேன். உங்க அக்கறை எல்லாம் உங்க புருசனுக்கு

மட்டும் தான் போல, போங்க."என்றபடி அவன் கடைக்கு கிளம்ப.

"இப்போ சமையல் ரொம்ப முக்கியமா,"என்றான் இன்பரசன்.

"சாப்பாடு முக்கியம் மாமா. ஆமாதானக்கா எது எப்டினாலும் வயித்துக்கு வஞ்சகம் பண்ண கூடாது தான."என்று அவள் சொல்ல.

"அதென்னவோ உண்மைதான். ஆனாலும் அழகி இது பயங்கரமான மாற்றமா இருக்கு. அவன் சொன்ன மாதிரி வேற லெவல் தான்." என்று வளர்மதி சொல்ல, சிரித்து கொண்டே கிட்சனிற்குள் சென்று விட்டாள் அழகி.

வளர்மதிக்கு ஒரு போன் வர எடுத்து பேசியவர், நான் கொஞ்சம் போய்ட்டு ஒரு அரைமணி நேரத்துல வறேன். என்று சொல்லிவிட்டு கிளம்பி விட்டார். அதற்குள் சந்தோஷ் பொருட்களுடன் வர, சந்தோஸும் அழகியும் ஸ்ட்ராங்கான டீயை போட்டு குடித்துவிட்டு, சமையலை கவனித்தனர்.

சமையலறையில் ஏதோ குழப்பதுடனே அழகி இருக்க. "என்னக்கா ஏன் லூசு மாதிரி சுத்திட்டே இருக்க."என்றான் சந்தோஷ்.

"எனக்கு சமைக்க தெரியும் சந்தோசா, ஆனா அஞ்சு ஆறு பேருக்கு இங்க இருக்குறத வச்சு சமைக்க கொஞ்சம் கஷ்டமா இருக்குடா, பாத்திரம் எல்லாம் சின்னதா இருக்கு. பொருளும் கம்மியா இருக்கு. தேவையான மசாலா மத்த எல்லாம் நெறய இல்ல. என்ன பண்றதுன்னே தெரியல சந்தோசா. நான் வேற வீர ஆவேசமா சமைக்கிறேன்னு சொல்லிட்டேன்."என்று அவள் புலம்பி கொண்டிருக்கும் போதே, இன்பரசன் கிச்சனுக்குள் நுழைய, கதவை தட்டும் சத்தமும் கேட்க. கதவை திறந்தாள் அருணும், சிவாவும் வந்திருந்தனர். வந்தவர்களை வரவேற்று அமரவைத்து விட்டு, மீண்டும் வேலையை அழகி தொடர, அருண், சிவா, இன்பா மூவரும் கிச்சனுக்குள் சென்று, அழகியை தள்ளி நிற்க சொல்லிவிட்டு வேலையை பரபரவென செய்ய தொடங்கினர். அவர்கள் வேலை செய்யும் அழகை பார்த்தவளுக்கு அவ்வளவு ஆச்சர்யம்.

"என்னம்மா இப்டி பாக்குற."என்றான் சிவா.

"இல்லண்ணேன், இவ்ளோ நேரம் எம்புட்டு கொழம்பிபோய் இருந்தேன்னு எனக்கு தான் தெரியும். நீங்க இவ்ளோ அழகா செய்றீங்க எப்டி,"

"சொன்னான் உன் புருஷன். நீ புலம்பினத. எங்களுக்கு இதெல்லாம் ரொம்ப பழக்கம். இருக்குறத வச்சு சமாளிக்கிறது. அதுவும் இன்பா ரொம்ப சிறப்பா செய்வான். சர்வைவள் ஆப் த பிட்ட்ஸ்ட்மா நாங்க."என்று சொல்லி சிவா சிரிக்க.

"நானும் சீக்கிரமே மாறனும் அண்னேன். உங்க ஜோதியில ஐக்கியம் ஆகணும்."என்றவளிடம் அப்பறம் ஐக்கியம் ஆகலாம். இந்தா இந்த பாத்திரத்த கழுவி குடு."என்று இன்பா ஒரு சட்டியை குடுக்க. அப்படியே கலகலப்பாய் சமையல் முடிந்தது. அதற்குள் தெய்வா வீடியோ கால் மூலம் மதியழகனையும் இன்பாவிடம் பேச வைக்க, அவரும் நிம்மதியாய் இருந்தார்.

வளர்மதியும் வந்துவிட சேர்ந்தே சாப்பிட்டு முடித்தனர். பின் கேசுக்கு தேவையான தகவல்களை எல்லாம் தெளிவுபடுத்தி கொண்டு, வளர்மதி கிளம்ப, சந்தோஷ் சிவாவுடம் இருந்தும் சில வீடியோ புட்டேஜ் வாங்கி எல்லாம் ஒருங்கிணைத்தான். பின் சிவாவும், அருணும் கூட கிளம்பி-விட, சந்தோஸூம் போய் வருவதாக சொல்லி, அவர்களுடனே கிளம்பி-னான்.

இங்கே ராஜி விடிந்து இவ்வளவு நேரம் ஆகியும் வீட்டிற்கு கிளம்பா-மல் இருக்க, தெய்வா அவளிடம் சென்று "வீட்டுக்கு போகளையா"என்-றான்.

"நீ என்ன என்ன வெரட்ரதுலயே குறியா இருக்க. நீயா என்ன சுமந்துகிட்டு இருக்க. போயி வேலைய பாரு. தெய்வா"

"இதுவும் என் வேலை தான். நீ இருக்கன்னு நானும் அப்டியே விட முடியாது. எப்டி அத்தையும் மாமாவும் இவ்ளோ நேரம் அமைதியா இருக்காங்க. என்னமோ பிரச்சினை இருக்கு. சொல்லுடி என்ன பிரச்-சனை."

"எதுவும் இல்ல. வீட்டுக்கு போகணும் தான். ஆனா எப்டி போறது. அதான் ஊருக்குள்ள ஆட்டோ பஸ் எதுவும் போகலயே, அப்பறம் எப்டி எரும போறது."

"அதான் இப்போ பிரச்சினையா. வா நான் கூட்டிட்டு போறேன்."

"தெய்வா இங்க அத்த மாமாவ எப்டி தனியா விட்டுட்டு போறது."

"அதெல்லாம் அதுக்கு ஆள் வறாங்க. நீ கெளம்பு."

"யாருடா வராங்க. அழகியா"

"இல்ல சிவா அண்ணன் வராரு. அவர் பாத்துப்பாறு. நீ கௌம்பு, சாக்கு சொல்லாத."என்றவன் விடாமல் அவளை கூட்டிக்கொண்டு போக. அவளும் வேறு வழியில்லாமல் உடன் சென்றாள்.

மருத்துவமனையில் இருந்து கிளம்பி ஊர் எல்லைக்குள் நுழையும் போது, "தெய்வா கொஞ்சம் நில்லுடா,"என்று ராஜி சொல்ல. வண்டியை நிறுத்தினான் தெய்வா.

"என்னடி...."

"இல்ல உன்கிட்ட ஒரு பொய் சொல்லிட்டேன்."

"அதான் தெரியுமே. என்ன பொய்யி அது. அததானே கேட்டுகிட்டே இருக்கேன். என்ன அத்தையும் மாமாவும் சண்ட போட்டடங்களா, அவங்கள மீறித்தான் வந்த இல்ல."

"ஆமா தெய்வா. இப்போ நீ போனா திரும்ப வரவே கூடாதுன்னு சொன்னங்கடா."

"அப்பறம் ஏண்டி வந்த. யார் சொல்றதையும் கேக்க மாட்டியா நீ. ஏண்டி இப்டி பண்ற."

"என்ன தெய்வா நீயும் இப்டி சொல்ற. மாமாவுக்கு இப்டி இருக்கும்போது எப்டி நான் வராம இருக்குறது, சாதாரண நேரமா இருந்தா பரவாயில்ல. இன்பா மாமாவும் இங்க இல்லை, அவருக்கு என்ன ஆச்சுன்னு தெரியாம ஒருபக்கம், பெரிய மாமாவுக்கு ஒரு பக்கம் உடம்பு முடியாம, அத்தையும் பயந்து போய் இருக்கும். இப்டி இருக்கும்போது நீயும் அழகியும் தனியா என்னடா பண்ணுவீங்க, அதான் நான் வந்தேன். நீயும் ஏன் வந்தன்னு கேட்டா நான் ஏதோ தப்பு பண்ணிடனோன்னு இருக்கு தெய்வா,"என்றவள் கண் கலங்க.

"தங்கம் டி நீனு. உன்ன போய் யாராவதும் தப்புன்னு சொல்ல முடியுமா."என்றவனை பார்த்து.

"டேய் என்ன கலாய்க்கிரியா நீ."என்று அவள் கேட்க.

"ஏண்டி உன்ன பாராட்டினா உனக்கே பொறுக்கலையா... நம்ப முடியலையா. சரி அப்பறமா நீ நம்பிக்கோ. இப்போ வா வீட்டுக்கு போகலாம்."என்றான்.

"நான் உன்கூட இப்போ இப்டி வந்தேன்... வேற வெனையே வேணாம் ஆளாளுக்கு கண்ணு மூக்கு எல்லாம் வச்சு பேச ஆரம்பிச்சுவாங்கிய. நான் நடந்தே வரேன் நீ போ தெய்வா."என்றவளிடம்

"கண்ணு காது மூக்கு எல்லாம் தனி தனியா வச்சு அவங்க பேசினா எல்லாம் ஒண்ணா சேர்த்து புள்ளையா நம்ம பெத்துப்போம். இப்போ வண்டியில ஏறு வாயாடி,"என்றவன் வண்டியை ஸ்டார்ட் செய்ய. புரிந்தும் புரியாமலே அவன் பின்னே அமர்ந்து சென்றாள் அவள்.

அவள் சொன்னதுபோலவே, ஊர் மந்தையில் தொடங்கி ராஜி வீடு வரை அனைவரின் பார்வையும் இருவரையும் மொய்த்தது. அழகியின் அப்பா அம்மாவும் கூட இருவரையும் தான் முறைத்து கொண்டிருந்தனர்.

தெய்வா ராஜி வீட்டு வாசலில் வண்டியை நிறுத்த ஒரு கூட்டமே அங்கு கூடிவிட்டது.

"தெய்வம் என்னப்பா இன்பம் எங்க இருக்கையான், என்ன என்னவோ சொல்றாகளேப்பா, நல்லா இருக்கானுல, உங்க அப்பாரு எப்டி இருக்காரு. யாருக்கும் ஒண்ணும் சொல்லாம கொள்ளமா போய்டீக ஊர விட்டு யாரும் வெளிய போக கூடாதுன்னு வேற சொல்லிபுட்டாங்கிய, என்னதான் நடக்குது தெய்வம் நம்ம ஊருக்குள்ள."என்று அனைவரின் குரலாய் பிஸ்கட் தாத்தா கேட்க.

"என்ன நடக்குதுன்னு என்ன என் கிட்ட என் தாத்தா கேக்குற. உங்களுக்கு எல்லாம் தெரியாதுல, போ தாத்தா எல்லாரும் சேந்து ஒத்துக்கி வச்சுடீங்க, அப்பறம் ஏன் அக்கறை இருக்குற மாதிரி கேள்வி எல்லாம் கேக்குற. பேசாம போ."என்று தெய்வா சொல்ல. அனைவருக்குமே குற்றவுணர்வு தான். காரணம் எல்லாருக்கும் தெரியும் ஆனாலும் எதுவும் செய்யாமல் இருக்க வேண்டி இருக்கிறது, நடராஜனுக்காக.

அவர்களை கடந்து ராஜியை அழைத்து கொண்டு தெய்வா வீட்டிற்குள் சென்றான்.

வாசலிலேயே இருவரையும் பார்த்து விட்டு தான் ராஜியின் பெற்றோர் வீட்டிற்குள் சென்றுவிட்டனர். தெய்வா வீட்டிற்குள் வந்தும் அவர்கள் ஏதும் பேசாமல் இருக்க. தெய்வாவும் ராஜியை விட்டு விட்டு அமைதியாய் கிளம்ப,

"அவளுக்கு இங்க என்ன வேலை, நீயே கூட்டிட்டு போ, எங்களுக்கு பிள்ளையே பொறக்கலன்னு நெனச்சுகிறேன்."என்றார் ராஜியின் அம்மா.

"கொஞ்சநாள் மட்டும் பாத்துக்க அத்த, அப்பறம் நானே வந்து எப்டி கூட்டிட்டு போகனுமோ அப்டி கூட்டிட்டு போறேன் அவள. அப்பறம் நீயே கூப்பிட்டாலும் உன் வீட்டுக்கு அனுப்பாம பத்திரமா வசிக்கிறேன்

என் பொண்டாட்டிய."என்று தெய்வா சொல்ல. ராஜிக்கு ஆனந்தமும், ஆச்சர்யமும் தாங்க முடியவில்லை. என்ன செயலாற்ற என்று புரியாமல் தவித்து கொண்டிருந்தாள். அவள் அப்படி இருக்க.

"அப்போ உனக்காக தான் அன்னைக்கு கல்யாணத்துல இருந்து ஓடி போனா அப்டிதான. என்னமோ ரொம்ப நல்லவ மாதிரி பேசினா. உங்க அண்ணனும் அம்புட்டு பேசுனான்."என்று ராஜியின் அம்மா கேட்க.

"அத்த அன்னைக்கு அவ அப்டி செஞ்சது என்னால இல்ல. உங்களால. அந்த சூழ்நிலைக்கு கொண்டு போனது நீங்க. இப்போ நான் உங்ககிட்ட சொல்ற வரைக்கும் அவளுக்கே தெரியாது நான் இப்டி சொல்லுவேன்னு. ராஜியை நான் கட்டிக்க போறேன்னு ராஜிகிட்ட சொல்றதுக்கு முன்னடியே உங்ககிட்ட தான் சொல்லி இருக்கேன். அந்தவகையில பாத்தா உங்க பொண்ண பொண்ணு கேட்டுட்டு போறேன்னு வச்சுக்கோங்க. அப்பாவுக்கு சரி ஆகட்டும், குடும்பத்தோட வந்து பொண்ணு கேக்குறேன். ஆனா நீங்க குடுத்து தான் ஆகணும். உங்க பிள்ளைய நல்லா பத்திரமா வச்சு பாத்துப்பேன். நான் வரேன் அத்த. வரேன் மாமா. ஏய் வாயாடி வரேன். அதுவரைக்கும் வாய கொறச்சுகிட்டு, அத்த மாமா கிட்ட மரியாதையா நடந்துக்கோ புரியுதா. உன் சேட்டை எல்லாம் நம்ம வீட்டுக்கு வந்து பாத்துக்கோ. என்ன."என்றவன் அங்கிருந்து கிளம்பிவிட. ராஜிதான் அவள் பெற்றோரை எதிர்கொள்ள முடியாமல் தயங்கியபடி நின்றுகொண்டிருந்தாள்.

24

குருவிகள்

தெய்வா தன் மனதில் இருந்த ராஜியின் மீதான காதலை, அவளிடம் வெளிப்படுத்தும் முன்னே, அவள் பெற்றோரிடம் சொல்லிவிட்டு சென்று-விட, அதிர்ச்சியில் இருக்கும் தன் பெற்றோரை என்ன சொல்லி எதிர்-கொள்ள என்று புரியாமல் ராஜி பயந்து நின்றிருக்க,

"என்னடி என்ன பேசிட்டு போறான் அவன். இதெல்லாம் நடக்கும்னு தான் உனக்கு கல்யாணம் ஏற்பாடு பண்ணுனோம். அன்னைக்கு பெரிய இவ மாதிரி பேசிட்டு இப்டி பண்ணிட்டு வந்து நிக்கிறியேடி, இதுக்கு தான் ஊரே பொட்ட பிள்ளை ஒத்த பிள்ளையா இருக்கு, துணைக்கு ஒண்ணு வேணும்னு அம்புட்டு சொல்லியும், எங்களுக்கு நீ மட்டும் போதும்னு இருந்தோமா, பெத்த வயிறு எரியுதுடி..."என்று ஆத்திரத்தில் கத்தி கொண்டிருக்க.

"போதும் விடு, மலரு(ராஜியின் அம்மா பெயர் கொடிமலர்) ராஜி நீ போய் வேலைய பாரு."என்ற ராஜியின் அப்பாவின் பேச்சில் இருவருக்-கும் அதிர்ச்சி தான்.

"என்னங்க என்ன சொல்றீங்க. அவன் என்னமோ பேசிட்டு போறான். இவளும் கல்லு மாதிரி நிக்கிறா. நீங்களும் போண்ணு சொல்-றீங்க. புரிஞ்சுதான் பேசறீங்களா."என்றவரிடம்.

"புரிஞ்சு தான் சொல்றேன் மலரு. எல்லாம் நம்ம கைய மீறி போயி-டுச்சு. காலம் மாறி போச்சு, நம்மளும் மாறிதான் ஆகணும். இல்லனா இவங்க நம்மள மறந்தே போயிடுவாங்க. நம்ம மரியாதையை நம்ம காப்-பத்திப்போம். மதி மச்சான் சரி ஆகி வரட்டும், பேசி முடிக்கலாம்."என்று

ராஜியின் அப்பா சொல்ல.

"என்னங்க இப்டி பேசுறீங்க. அப்போ அவ இஷ்டத்துக்கு பண்ணுவா நம்ம அவ இழுப்புக்கு போகனுமா."

"போய்தான் ஆகணும். நீயும் நானும் இருந்தமாதிரியே இவங்களும் இருக்கணும்னு எதிர்பாக்க முடியாது. அவங்க நல்லா இருந்தா போதும்னு நெனச்சுக்க வேண்டியது தான்."

"இன்னைக்கு இப்டி பேசுற மனுஷன் அப்பறம் ஏன் முத்தழகினு வரப்போ வேற மாதிரி பேசினீங்க. உங்க அண்ணனை விட நீங்கதான ரொம்ப குதிச்சீங்க. இன்னைக்கு என்ன எல்லாம் வேற மாதிரி இருக்கு. அது அண்ணன் மக. இது உங்க மக அதான் எல்லாம் மாறி போச்சா"என்று கோபத்தில் தன்னை மறந்து மலர் பேசிவிட.

"என்ன பேசுறனு யோசிச்சு பேசு மலரு. முத்தழகி ராஜி ரெண்டும் என் பிள்ளைக தான். எந்த வித்தியாசமும் எனக்கு இல்ல. அன்னைக்கு முத்தழகி எதிரில இருந்தது இன்பரசன். இன்னைக்கு ராஜிக்கு எதிரில இருக்குறது தெய்வேந்திரன். ரெண்டுபேருக்கும் வித்தியாசம் இருக்கு. இன்னைக்கும் சொல்றேன் முத்தழகி என் மூத்த மக, அவ வாழ்க்கையில அவளே மண்ணை அள்ளி போட்டுகிட்டானு மனசு கிடந்து வெந்து போய்ட்டு தான் இருக்கு. ஆனா ராஜி நல்லா இருப்பா. தெய்வம் நல்லா பாத்துப்பான். அவன நம்பி கட்டி கொடுக்கலாம்."என்று அவர் சொல்ல.

"அப்பா என்ன சொல்றீங்க. தெய்வா நல்லவன்னா, இன்பா மாமாவும் நல்லவர் தான்பா. சொல்லபோனா இன்பா மாமா தான் ரொம்ப நல்லவரு. அவரை போய் அப்டி சொல்றீங்களேப்பா. பாத்துகிட்டே இருங்க, அழகி நல்லா இருப்பாப்பா. மாமா அவள தங்கமா பாத்துப்பாருப்பா."என்று ராஜி இன்பாவுக்கு வக்காலத்து வாங்க.

"இன்பரசன் அழகியை பாத்துக்க வாய்ப்பில்லை ராஜி. அழகி தான் அவன பாத்துக்கணும். இன்பரசன் நல்லவன்னு நீ சொன்ன இல்ல. அவன் நல்லவன் மட்டும் இல்ல. சொக்க தங்கம். ஊருக்கு ஒண்ணுனா மொத ஆளா வந்து நிப்பான். அந்தகாலத்துல நேதாஜி படைக்கு ஆள் சேத்தப்போ மட்டும் அவன் இருந்திருந்தா, அவன்தான் அந்த படைக்கு தளபதியா இருந்திருப்பான். இப்போ அவன் இந்த ஊரு, சமூகம் நியாயம்னு என்ன செய்யுறானோ அத விட நூறுமடங்கு இன்னமும் செய்யத்தான் போறான். ஆனா அவன் குடும்பத்துக்கு ஆக மாட்டான். சொக்க தங்கம் எல்லாம் நகைக்கு ஆகாதுமா. செம்பும் கொஞ்சம் கலந்தா மட்-

டும் தான் பயன்பாட்டுக்கு உதவும். இன்பரசன் ஊருக்கு பெருத்த உலகமரம். வீட்டு உத்திரத்துக்கு ஆக மாட்டான்."

"அப்பா இதெல்லாம் அநியாயம் தெரியுமா. ஒரு நல்ல மனுசன இப்படியா பேசுவீங்க. என்னப்பா ஆளாளுக்கு வீட்டுக்கு ஆக மாட்டான் வீட்டுக்கு ஆக மாட்டான்னு சொல்றீங்க. என்னப்பா அவரு வீட்டுக்கு ஆகாம போயிட்டாரு. அத்தயையும் மாமாவையும் நல்லா தான பாத்துகிறாரு. சம்பாரிக்காமவா இருக்காரு. விவசாயம் தான் பண்ணுவேன்னு சொல்லி அதுலயும் புதுசு புதுசா என்ன என்னமோ பண்ணி, ஊரோட சேத்து குடும்பத்தையும் தான முன்னுக்கு கொண்டுவாராரு. அழகி விஷயத்துலயும் அவர் அவள விட்டுகுடுக்கமா தன் மேல கெட்ட பேர் வந்தப்போவும், அமைதியா பழிய ஏத்துகிட்டாரு.. சும்மா பேசனும்னு பேசாதீங்கப்பா."

"உனக்கு புரியல ராஜி. இன்னைக்கு மதி மச்சானுக்கு முடியல. யார் பக்கத்துல இருந்து பாக்கறாங்க. அவனா பாத்துகிறான். இன்னைக்குன்னு இல்ல என்னைக்கும் அவன் பாத்துக்க மாட்டான். இதத்தான் அன்னைக்கே சொன்னோம் அவன்கிட்ட உன்னால முத்தழகிய பாத்துக்க முடியாது. உன்ன கட்டிக்கிட்டா அவதான் உன்ன பாத்துக்கணும். தினம் தினம் அவளும் உன்கூட சேந்து செத்து பொழைக்கணும்னு. அவன் புரிஞ்சுகிட்டான். நம்ம பிள்ளைக்கு தான் புரியாம போச்சு" என்றவரின் பேச்சு ராஜிக்கு பெரும் குழப்பத்தை உண்டாக்க.

"அப்பா என்ன சொன்னீங்க, இன்பா மாமாகிட்ட என்ன பேசுனீங்க, எப்போ பேசுனீங்க என்னத்த அவரு புரிஞ்சுகிட்டாரு."என்று அவள் கேட்க.

"அதெல்லாம் பழைய கதை இப்போ பேசி ஒண்ணும் ஆக போறது இல்ல. ரெண்டுபேரும் போய் பொழப்ப பாருங்க."என்று சொன்னவர் அங்கிருந்து சென்றுவிட்டார். ராஜிக்கு தான் மனம் படப்படத்தது என்னமோ நடந்திருக்கு, என்னவா இருக்கும். என்று யோசித்தவள். உடனே அழகிக்கு அழைக்க. போனை எடுத்த அழகி.

"சொல்லு மொசக்குட்டி, என்ன பண்ற, எங்க இருக்க."என்று கேட்க.

"நான் இப்போதான் அழகி வீட்டுக்கு வந்தேன். தெய்வா தான் கூட்டிட்டு வந்து வீட்ல விட்டுட்டு போனான்."என்றதும்.

"தெய்வா வீட்டுக்கே வந்தானா.... பிரச்சினை எதுவும் இல்ல தான ராஜிமா."என்று பதட்டமாய் அழகி கேட்க.

"ஒரு பிரச்சனையும் இல்ல. சொல்லபோனா ஒரு பெரிய தலை மொத்தமா தெய்வாகிட்ட விழுந்துடுச்சு. நான் இதெல்லாம் நேர்ல பாக்குறப்போ விளக்கமா சொல்றேன். இப்போ பேச வந்ததே வேற விஷயம், அத மொத கேளு. இன்பா மாமா பக்கத்துல இருக்கா."என்றாள் ராஜி

"ஆமா ராஜிமா, மாமா இங்கதான் இருக்கு. நாங்க ரெண்டுபேர் மட்டும் தான் இருக்கோம். சொல்லுமா எல்லாரும் நல்லா இருக்காங்க தான."என்று அழகி சொல்லி முடிக்கும் முன், "ராஜி...அப்பா நல்லாதான இருக்காரு. அம்மா என்ன பண்றாங்க"என்று இன்பரசன் பதற.

"மாமா. மாமா கொஞ்சம் பொறு ஒண்ணும் இல்ல எல்லாரும் நல்லா இருக்காங்க. சும்மா தான் அழகிக்கிட்ட பேசனும்னு போன் பண்ணுனேன். நீ பதற்ரத பாத்தா எனக்கு பயமா இருக்கு."என்றாள் ராஜி.

அதன்பின் இன்பரசன் அமைதியாய் இருந்துவிட, அழகி கொஞ்சம் தள்ளி வந்து, "சொல்லு ராஜிமா, என்ன சொல்ல வந்த."என்ற அழகியின் கேள்விக்கு சட்டன்று பதில் சொல்லாமல் ராஜி அமைதியாகவே இருக்க.

"இன்பா மாமா பத்தி தான ஏதோ சொல்ல வந்த, என்னனு சொல்லு, எதுவா இருந்தாலும் சொல்லு ராஜி நான் புரிஞ்சுப்பேன்."என்றாள் அழகி.

"அப்டி எதுவும் இல்ல அழகி. எனக்கே சரியா தெரியல அப்பறம் என்ன உன்கிட்ட நான் சொல்லனு தான் புரியல. ஆனா சொல்லாம இருக்கவும் முடியல."

"அப்டி என்ன விஷயம் சொன்னாதான தெரியும் ராஜிமா."

"இன்னைக்கு தெய்வா வீட்டுக்கு வந்தப்போ ஒண்ணு நடந்துச்சு அழகி."என்று ஆரம்பித்து தெய்வா வந்தது பேசியது என அனைத்தும் சொல்லிவிட.

"பார்ரா தெய்வா தெய்வா தான். அவன் வேற லெவல் போ... ரொம்ப சந்தோஷமா இருக்கு மொசக்குட்டி. சித்தி சித்தப்பா என்ன சொன்னாங்க. கோப்பட்டாங்களா..... இப்போவே உன்ன பாக்கணும்போல இருக்கு."என்று மகிழ்ச்சி பொங்க அழகி பேசிக்கொண்டே இருக்க.

"இருடி இரு... இப்போ விஷயம் அது இல்ல."

"அப்பறம் வேற என்ன விஷயம்."

"தெய்வா பேசிட்டு போனதுக்கு அப்பறம் நம்ம அப்பாரு ஒரு விளக்கம் கொடுத்தாரு பாரு அதான் விஷயம். வழக்கம் போல எங்க ஆத்தா கொடிமலர் கோஷம் போட தொடங்கிச்சு. அதுக்குள்ள உள்ள புகுந்து அப்பா தெய்வா நல்லவன் வல்லவன் அப்டி இப்டின்னு பேசிட்டாரு தெரியுமா."

"பார்ரா.... மருமகன் மேல அம்புட்டு பாசமா, இருக்கட்டும் இருக்கட்டும். அப்பறம் வேற என்ன சொன்னாரு."

"அவரு என்ன சொல்றது, எனக்கு சரியான கோபம் வந்துடுச்சு. தெய்வா நல்லவன்னா அப்போ இன்பா மாமா என்ன கெட்டவரா... அததான் நான் கேட்டேன். இல்ல இல்ல நான் கேக்குறதுக்குள்ள மலரே கேட்டுடுச்சு."

"இதெல்லாம் ரொம்ப அனியாயமா இல்ல உங்களுக்கு. அவருக்கு தெய்வாவ பிடிச்சிருக்கு இது நல்லதுதான. நீயாவயதும் ஒரு உறவுக்காக இன்னொரு உறவ இழக்காம இருக்க முடியுமே."என்று தான் அம்மா அப்பாவை நினைத்து வருத்தத்துடன் சொல்ல.

"அழகி நீ இப்படியெல்லாம் பேசினா எனக்கு கஷ்டமா இருக்கும். அப்பறம் சொல்ல வந்தத சொல்லமாட்டேன்."என்றாள் ராஜி.

"சரிடி தங்கம் நீ சொல்லு என்ன விஷயம், சித்தி அப்டி கேட்டதுக்கு மாமா என்ன சொன்னாரு."

"இன்பா மாமா ஊருக்கு தான் உதவுவாரு. வீட்டுக்கு ஆக மாட்டாரு அது இதுன்னு ரொம்ப பேசிட்டாரு அழகிமா."

"இது என்ன புதுசா ராஜி, எப்பவும் அப்பாவும், சித்தப்பாவும் சொல்றது தானே. இதுக்கு பதில் நானும் மாமாவும் வாழ்ந்து தான் சொல்லணும்."

"அய்யோ முழுசா கேளுடி, விஷயம் அதுவும் இல்ல."

"அப்டி என்னதாண்டி விஷயம், சொல்லி தொலை எருமை."

"இப்போ நம்மகிட்ட சொன்னமாதிரியே, இன்பா மாமா நல்ல குடும்பஸ்தனா இருக்காது, அது உண்ண கட்டிக்கிட்டா அது உண்ண பாத்துக்காது. நீதான் மாமாவ பாத்துக்கணும், அப்டி இப்டின்னு மாமா கிட்டயே பேசி இருக்காங்க அழகி."

"என்ன ராஜி சொல்ற. எனக்கு ஒண்ணுமே புரியல. யார் சொன்னங்களாம். நீ எப்டி இப்டி சொல்ற."

"அதான் சொன்னேனே, எனக்கே முழுசா தெரியாம எப்டி சொல்ற-துன்னு. என்னமோ நடந்திருக்கு, இன்பா மாமா அப்போ திடீர்னு மெட்-றாஸ்க்கு போனது, இப்போ இவ்ளோ தயங்குறது எல்லாத்துக்கும் பின்-னாடி, ஏதோ ஒண்ணு நடந்திருக்கு அழகி."

"என்னமோ புரியுற மாதிரி இருக்கு ராஜி, மனசு ஏதோ பாரமா ஆகுது. நான் அப்பறம் பேசுறேன்."என்றவள் போனை வைத்துவிட்டு நீண்ட நேரம் அப்படியே அமர்ந்திருக்க.

"இப்போ என்ன ஆச்சு. அப்போ அப்போ என் இப்டி ஸ்ட்ரக் ஆகி நின்னுட்ற நீ. என்ன சொன்னா வாயாடி, ஏதோ ரகசியம் எல்லாம் பேசு-னீங்க போல."என்று இன்பரசன் கேட்க.

"எல்லாமே ரகசியமா தான இருக்கு. நம்மதான் எல்லாம் நமக்கு தெரியும்னு நெனச்சுட்டு இருக்கோம். ஆனா நம்ம கூட இருக்குறவங்க, நமக்கு நெருக்கானவங்க, நம்ம நெருங்க நெனைக்கிறவங்க எல்லார்கிட்-டயும் ரகசியங்கள் இருந்துகிட்டு தான் இருக்கு."என்று தானாய் பேசிக்-கொண்டிருந்தவளிடம்.

"என்னடி என்ன என்னமோ பேசுற, என்னாச்சு. ராஜி எதுவும் சொன்னாலா. என்கிட்ட எதையும் மறைக்கிறயா அழகி."என்றான் இன்-பரசன்.

"இல்ல மாமா அதெல்லாம் ஒண்ணும் இல்ல. சும்மா அப்போ அப்போ கொஞ்சம் பைத்தியம் ஆகிடுவேன், அப்புறம் நானே சரியும் ஆகிடுவேன். நீ போ மாமா."

"போன்னா எங்க போக சொல்ற. இந்த வீட்டுக்குள்ள தான இருக்-கணும்."

"அப்டி ஒரு கட்டாயம் மட்டும் இல்லனா ஓடியே போய் இருப்பீங்க தான."

"என்ன சொல்ல வர அழகி."

"ஒண்ணும் இல்ல மாமா. நாளைக்கு கோர்ட்க்கு போயி பெயில் கிடைச்சதும் உங்களுக்கு நெறய வேலை இருக்குள அத சொன்னேன். வேற எதுவும் இல்ல."என்றவள் அங்கிருந்து நகர்ந்து கிட்சனிற்குள் சென்றுவிட, வழக்கத்திற்கு மாறான இந்த அழகியின் நடவடிக்கை குழப்-பாய் இருந்தது இன்பரசனிற்கு. அப்படியே நேரம் கழிய, நேற்றை போல் இல்லாமல் இன்றைய இரவு, இன்பரசன் அழகி இருவருக்குள்ளும் புதிய இடைவெளியில் நகர்ந்தது. அழகியை விட இன்பரசன் தான் இந்த

சூழலை வெறுத்திருந்தான். ஆனாலும் அதை அவளிடமே சொல்லி இடைவெளியை குறைக்கும் முயற்சியை செய்ய தயக்கம் மட்டும் இருந்துகொண்டே இருந்தது. அப்படியே அன்றைய இரவு முடிவுக்கு வர. காலையிலேயே பரபரப்பாய் இருந்தது வீடு.

வளர்மதி, சந்தோஷ், தெய்வா மூவரும் வந்து விட்டனர். கோர்ட்டில் பத்து மணிக்கு நீதிபதி ஆஜர் ஆக வேண்டும். அதற்கு தேவையான மற்ற வேலைகள் எல்லாம் முடிந்திருந்தது. மணி எட்டாகி இருக்க, அருணும், சிவாவும் கூட வந்திருந்தனர். பின் பேசி திட்டமிடல் எல்லாம் முடிந்து. ஒன்றாக செல்லவேண்டாம் என்று, வளர்மதி சந்தோஷ், தெய்வா, மூவரும் முன்னாடியே கோர்ட்டிற்கு செல்ல கிளம்புகையில், அழகியையும் இன்பரசன் போக சொல்ல, மறுப்பேதும் சொல்லாமல் அவளும் கிளம்பிவிட்டாள்.

அங்கிருந்து கிளம்பியவர்கள் கோர்ட்டிற்கு வந்துசேர, அங்கு இந்திராணி, மதியழகன், ராஜி, ஆர்த்தி அனைவரும் காத்திருந்தனர். அவர்களை அங்கு பார்த்ததும், அழகி சென்று.

"மாமா இப்போ நீங்க ஏன் இங்க வந்தீங்க, உடம்பு முடியாம ஏன் மாமா இப்டி கஷ்டப்படனும். அத்த நீங்களாவது சொல்ல வேணாமா."என்று கேட்டதும்.

"இன்பத்தை கண்ணால பாத்தாலே உங்க மாமனுக்கு பூரா பிரச்சினையும் காணாம போயிடும் அழகி. அவருக்கு நோவு உடம்புக்கு இல்ல. மனசுக்கு.... அதுக்கு மருந்து அவன் தான்."என்ற இந்திராணியின் பதிலில் மறுபேச்சு ஏதுமின்றி அமைதியாய் காத்திருக்க தொடங்கினாள் அழகி.

அதற்குள் இவர்கள் மொத்த குடும்பமும் அங்கிருக்கும் சேதி தென்னரசு காதிற்கு போக. அவன் இதை ஏற்கனவே எதிர்பார்த்தே இருக்க. அதிர்ச்சி ஏதும் இன்றி, அடுத்த கட்ட செயலுக்கு தயாராகினான்.

மணி பத்தை நெருங்கிய நேரம். நீதிபதியின் தனிப்பட்ட அறையில், அவர் இருக்க. இன்பரசன் நேராய் கோர்ட்டின் பின்வாசல் வழியே வரவழைக்கப்பட்டு ஆஜர்படுத்த பட்டான். அப்போது வளர்மதி நடந்தவை பற்றி சொல்ல. சந்தோஷ் வீடியோ ஆதாரங்களை காட்ட, சிவா கலவரத்தன்று நடந்தவை பற்றி சொல்ல. இன்பரசன் பெயிலில் விடுவிக்க பட்டான். அதோடு தென்னரசன் மீது விசாரணை நடத்தி வழக்கு பதியவும் போலீசுக்கு சிபாரிசு செய்யப்பட்டது. எல்லாம் முடிந்ததும். மதி-

யழகன் வந்திருப்பதை வளர்மதி சொல்ல. இன்பரசன் அங்கிருந்து வேகமாய் ஓடி மதியழகனிடம் வந்து சேர்ந்தான்.

இந்த இரண்டு நாட்கள் பல யுகங்கள் போல கடந்திருந்தது இன்பரசனிற்கு. அதுவும் மதியழகனை இந்த நிலையில் பிரிந்திருப்பது குற்றவுணர்வை குறைய விடாமல் இருக்க. மனது ரணமாகி கிடந்தது. அந்த ரணத்தோடு சோர்ந்து போய் அங்கிருந்த மரத்தடி பெஞ்சில் இரண்டு கைகளையும் ஊண்டி, கால்களை சோர்வாக தொங்க போட்டபடி தலையை கவிழ்த்து அமர்ந்திருந்த மதியழகன் முன் போய் நின்றான் இன்பரசன்.

மதியழகன் முன் வந்து நிற்கும் இன்பரசனின் மார்பிற்கு கீழ் மட்டுமே தெரிய, நிமிர்ந்து பார்த்த மதியழகன், "இன்பம்..... என் ராசா எப்டிப்பா இருக்க. உனக்கு என்ன ஆச்சு ஏதாச்சுன்னு தெரியாம உசுரே போச்சுயா....."என்று எழுந்து நிற்க முடியாமல் தடுமாற,

"அப்பா,.... என்று எழுந்து அவரை கட்டியணைத்து கொண்டு, அவர் தோளில் சாய்ந்து தன் பாரம் குறைத்து கொண்டான் அவன். இதற்கு முன் ஒருநாளும் இன்பரசனிடம் மதியழகன் இப்படி பேசியதும் இல்லை. இன்பரசன் தன் அப்பாவை இப்படி அணைத்து கொண்டதும் இல்லை. இன்றோ எல்லா தடுப்பு சுவர்களும் தன்னை தானே உடைத்து தந்தை மகனிற்கும் தடை போடாமல் தள்ளி நின்றது. இப்டியே நிமிடங்கள் சில கழிய. இந்திராணியும் வந்து தன் மகனை உச்சி முகர. அவ்வளவு அழகாய் நகர்ந்தது நொடிகள்... பின் இயக்க நண்பர்களும் வந்திருக்க, எங்கே இன்பரசனிடம் சென்றால் அதை பார்த்ததும் மதியழகனிற்கு மீண்டும் உடம்பு முடியாமல் போய்விடுமோ என்று தயங்கி அவர்கள் நிற்பதை பார்த்த மதியழகன். அவர்களையும் அழைக்க, அருகில் வந்தவர்கள், இன்பரசனை நலம் விசாரித்து முடிந்ததும், அவர்களிடம்...

"தம்பிகளா, கொஞ்சம் கவனமா இருங்கடா..... எதிரியா இருந்தா எதிர்த்து நிக்கலாம். ஆனா எதிரி எதிரியா எதிர்ல வந்து நிக்காம த்ரோகிங்களை முன்னாடி நிறுத்தி ஒழிஞ்சுகிறாங்கிய ரொம்ப கவனமா இருக்கணும். இத்தனை வருஷமும் இன்பம் சொன்னா கேக்கலன்னு தான் வேற வழி இல்லாம இன்பம் கூட இருந்தேன். ஆனா இப்போ அப்டி இல்ல. என்னைக்கு ஒரு மக்கள் போராட்டம் அதுல ஆள அனுப்பி குள்ளநரி தனம் பண்ணி கெடுத்தாங்கியலோ அப்போவே தெரிஞ்சுபோச்சு

அவங்கிய லட்சணம். என் மகன் அவன் ஒருத்தனை அழிக்க எம்புட்டு திட்டம், என்ன என்ன வேலையெல்லாம் பாத்திருக்கான் அவன். இவன மாதிரி ஆளுங்களை எல்லாம் வளர விட கூடாது. அவனுங்கள எதிர்க்க நீங்க தான் சரி, உங்கள மாதிரி ஆளுங்க இல்லனா இவனுங்களை எல்லாம் அடக்க முடியாது. நீங்க இறங்கி செய்யுங்கடா தம்பிகளா.... என்ன ஆனாலும் ஒரு கை பாத்துடுவோம். ஆனா ஒற்றுமையை மட்டும் விட்டு குடுத்துடாதீங்க..."என்று சொல்ல. அனைவருக்குமே அவ்வளவு மகிழ்ச்சி... அப்படியே சிறிது நேரம் பேசி விட்டு இன்பரசன் அழகி, இந்திராணி, மதியழகன், ஒரு காரில் கிளம்ப, வளர்மதியும் சந்தோஸும் கேஸ் விஷயமாக ஒன்றாய் சென்றுவிட, தெய்வா தான் ராஜியை கூட்டிக்கொண்டு வர வேண்டி இருந்தது. அப்போது இன்பரசன், இறங்கி "நான் உன்கூட வறேன் தெய்வா. ராஜி நீ கார்ல போ"என்று சொல்ல.

"இல்ல இன்பா... நம்ம ரெண்டுபேரும் தனியா வந்தா அப்பாகூட யார் வரது, நீ கார்லேயே வா... நான் ராஜியை வீட்ல விட்டுட்றேன்."என்று தெய்வா மறுக்க. அப்படியே கிளம்பினர்.

கார் முன்னே சென்றுவிட, தெய்வாவுடன் பைக்கில் கிளம்பிய ராஜி, எதுவுமே பேசாமல் அமைதியாகவே வர. ஒரு இடத்தில் தெய்வா வண்டியை நிறுத்த. "என்ன எதுக்கு வண்டியை நிறுத்தின"என்று கேட்ட ராஜியிடம்.

"இல்ல பின்னாடி நீ இருக்கியா இல்லையான்னு ஒரு சந்தேகம் அதான் நிறுத்தி பாக்கலாம்னு. தெய்வாவின் பதிலில் அவனை அவள் முறைக்க.

"அப்பறம் என்ன வாயாடி... ஒரு வார்த்தை கூட பேசாம அமுக்கினி மாதிரி வந்தா கடுப்பாகுமா இல்லையா...ஏண்டி பேசாம வந்த."என்றவனின் முகத்தை பார்க்காமல் எங்கோ பார்த்தபடி, "நேத்து ஏன் திடீர்னு அப்டி சொன்ன."என்றாள் ராஜி.

"என்ன சொன்னேன். எப்டி சொன்னேன்."

"தெய்வா நடிக்காதடா... நான் என்ன கேக்குறேன்னு உனக்கு நல்லா தெரியும். பதில் சொல்லு."

"ஏன் நான் சொல்ல கூடாதா. சொன்னது பிடிக்கலையா என்ன."

"அப்டி இல்ல..."

"அப்பறம்..."

"நான் என்ன என்னவோ நெனச்சு வச்சிருந்தேன். இப்டி வந்து சொல்லுவ. அப்டி வந்து சொல்லுவ. நான் கொஞ்சம் உன்னைய அலைய விடனும் இப்படியெல்லாம் நெனச்சிருந்தேன். ஆனா நீ இப்டி பொசுக்குன்னு சொல்லிட்டியா அதான்."

"அடியே இவளே... நல்லா சினிமா பாத்து கெட்டு போயிட்ட போ... உன் நெனப்பு இருக்கே அது கற்பனை, நான் சொன்னது எதார்த்தம். அதுவும் இல்லாம நான் உன்கிட்ட சொல்லத்தான் வந்தேன், அன்-னைக்கு ஹோட்டல்லயே நீதான் கேக்கவே இல்ல. அப்பறம் எப்போ நேரம் அமையுதோ அப்போ சொல்லுவோம்னு பாத்தேன். அதுக்குள்ள எங்க அத்த இருக்கே அது உன்ன ஒரு மாதிரி கொஞ்சம் நக்கலா பேசிச்சா அதான் உடனே சொல்லிட்டேன். நீ எனக்கு உரிமையானவ, அவங்க உன்ன எதுவும் சொல்ல கூடாதுன்னு மட்டும் தாண்டி தோணிச்சு அப்போ. நான் நீ என்ன நெனப்பன்னு கூட யோசிக்கல. அப்போ அந்த நொடி சொல்லணும்னு தோணிச்சு சொல்லிட்-டேன்."என்று அவன் சொல்ல.

"தெய்வா... உன்கிட்ட என்ன என்னவோ சொல்லனுன்னு தோணு-துடா... ஆனா என்னமோ பேசவே முடியல தெரியுமா... இங்க நிக்க வேணாம் நீ மொத வண்டியை எடு வீட்டுக்கு போவோம் வா..."என்று என்ன என்னவோ சொல்லி அவனை நேருக்கு நேராய் பார்ப்பதை தவிர்த்தபடி அவள் அவனை கிளம்ப சொல்ல.

"கிளம்புறேன் அதெல்லாம் விடு. இப்போ நீ என்ன பாத்து பேசுடி... ஏண்டி எங்க எங்கேயோ பாக்குற. கண்ணு ரெண்டும் ஏன் இப்படி கண்ணா பின்னான்னு சுத்துது... ஒரு இடத்தில நிக்காதோ..."என்று தெய்வா வேண்டுமென்றே விளையாட. ராஜி பதில் பேச முடியாமல் அப்படியே பார்வையை அவன் பக்கம் திருப்பாமல் சுழல விட.

"என்ன பேசு தங்கம் பேசு. நீதான் தைரியமான ஆள் ஆச்சே வாய திறந்தா மேடம் மூடவே மாட்டிங்களே இப்போ பேசுடி... இவ்ளோ நாளா இது தெரியாம போச்சே. ராஜிக்குள்ள இப்டி ஒருத்தி இருக்கான்னு தெரியாம போச்சே..."என்று தெய்வா மேலும் மேலும் அவளை வெறுப்-பேத்த. பொறுமை இழந்த அவள் பட்டென்று பார்வையை அவன் புறம் திருப்பி, சற்றே நெருங்கி நின்று.

"என்னடா ரொம்ப பேசுற, கொஞ்சம் அப்டியே லைட்டா வெக்கம் வந்துச்சு அத்துக்குன்னு ஓவரா பண்ணாத மகனே. இப்போ சொல்லு,

உன் கண்ண மட்டும் பாக்குறேன். என்ன சொல்லனுமோ சொல்லு. ஆனா ஒரு கண்டிஷன் நீயும் என்ன மட்டும் தான் பாக்கணும், ஒகேவா..."என்று கேட்டுக்கொண்டே அவள் நெருங்க.

படபடத்து போன தெய்வா "அம்மா தாயே தெரியாம கேட்டுட்டேன். நீ வண்டியில ஏறு, ஊர் போய் சேருவோம்... இது வேலைகாக்காது நீ வா..."என்று வேகமாய் வண்டியை எடுக்க. கள்ள சிரிப்பு சிரித்து கொண்டே அவன் பின் அமர்ந்தாள் அவள்.

தெய்வா ராஜிக்கு முன்னே இன்பா அழகி அனைவரும் வீடு வந்து சேர்ந்திருந்தனர். தெய்வா ராஜியை அவர்கள் வீட்டில் விட்டுவிட்டு வர. "வாங்க கொழுந்தனாரே... நாங்க வந்து அரநாள் ஆச்சு. எனக்கு தெரிஞ்சு நம்ம ஊர் ரோட்ல கார விட பைக்ல வேகமா வந்துடலாம். சார் எப்டி வண்டிய உருட்டிக்கிட்டே வந்தீங்களோ."என்று அழகி கேட்க. இன்பரசனும், மதியழகனும் ஒருமாதிரி தெய்வாவை சந்தேகமாக பார்த்துக்கொண்டே இல்லை இல்லை முறைத்து கொண்டே சென்றனர். அதைப்பார்த்து அழகி சிரிக்க, தெய்வா அவளிடம்.

"மதனியாரே... இதெல்லாம் நல்லாவே இல்ல. நம்ம எல்லாம் ஒரு கட்சி, கட்சிக்குள்ள உட்கட்சி பூசல்கள் இருக்கலாம். அத்துக்குன்னு இப்டி பொசுக்குன்னு சொந்த கட்சி காரங்கள மாட்டிவிட கூடாது. அதுவும் உங்க அன்பான, பாசமான, அழகான கொழுந்தனை இப்டி உங்க புருஷன் கொம்பேறி மூக்கன் கிட்டயும். உங்க மாமனார் P.S. வீரப்பா கிட்டயும் இப்டி மாட்டிவிடவே கூடாது. எதுவா இருந்தாலும் நமக்குள்ள தான் இருக்கணும். பேசி தீத்துப்போம் டீலா..."என்று சொல்ல.

"டீலும் இல்ல ஒரு மண்ணும் இல்ல. உன்கிட்ட நான் அப்பறம் பேசிக்கிறேன், பெரிய இவன்னு நெனப்பு, நேரடியா போய் அம்மா அப்பாகிட்டயே சொல்லுவாராம். பின்னாடி என்ன பிரச்சனை வரும், ராஜிக்கு வீட்ல என்ன சூழ்நிலை இருக்கும் எதையும் யோசிக்கிறது இல்ல. அதெல்லாம் விட என்கிட்ட ஒரு வார்த்தை கூட நீ சொல்லவே இல்லதான தெய்வா... போடா... என்கூட பேசவே பேசாத..."என்று இவள் சொல்லிக்கொண்டிருக்கும் போதே. அழகியின் போன் அலறியது. யாரென்று அவள் பார்க்க சிவாதான் அழைத்திருந்தான். போனை எடுத்தவள்

"சொல்லுங்கன்னா... வீட்டுக்கு வந்துட்டோம்."என்று சொல்ல.

"இல்லாம ஒரு சின்ன பிரச்சனை, இயக்கத்தோட ஆபிசுக்கு சீல் வச்சுட்டாங்க. ஏன்னு கேட்டா கலவரத்துக்கு முக்கிய காரணம் உங்க இயக்கம் தான் அப்டீன்னு சொல்றாங்க. ஆதான் இன்னைக்கு கோர்ட்ல எல்லாம் ஓரளவு சொல்லி யார் காரணம்னு நிரூபிச்சாச்சே. அப்பறமும் ஏன் இப்டி பன்றாங்கன்னு தெரியல. அதான் அண்ணன் இன்பாகிட்ட பேச சொன்னாரு. இன்பா இருக்கானாமா... இந்த நேரத்துல பேச எனக்கே கஷ்டமா தான் இருக்கு. ஆனா இயக்கம் ரொம்ப முக்கி-யம்மா... பலரோட ரத்ததுல உருவானது எங்க இயக்கம். எத்தனையோ பேர் என்ன என்னமோ இழந்து உருவாக்கினது. இதுவரைக்கும் நூத்துக்-கணக்கான போராட்டம் பண்ணி இருக்கோம். பெரிய பெரிய ஆளுங்கள எல்லாம் எதிர்த்து நின்னிருக்கோம். ஆனா இப்போ இந்த தடவ மாதிரி மோசமா நடந்தது இல்ல. எல்லாம் சூழ்ச்சி தான். கொஞ்சம் இன்பாவ பேச சொல்லுமா...."என்று சொல்லி சிவா போனை வைக்க. அழகி என்ன செய்வது என்று தெரியாமல் குழம்பி நின்றாள்.

25

குருவிகள்

சிவா அழகியிடம் இயக்கத்தின் கட்டிடம் சீல் வைக்கப்பட்ட விஷயத்தை சொல்லிவிட்டு போனை வைக்க. இப்போது இதை இன்பரசனிடம் சொல்லியே ஆக வேண்டும். ஆனால் சொல்லிய பின் நிச்சயம் அவன் அமைதியாய் இருக்க போவதில்லை, பின்விளைவுகளும் அவனை விட்டு வைக்க போவதில்லை. ஒன்று முடியும் முன் மற்றொன்றா.. என்று மனம் குழம்பி கிடக்க, இன்பரசனை தேடி சென்றாள் அழகி.

இன்பரசன் அவர்கள் அறையில் குளித்து முடித்து உடை மாற்றி தயாராகி கொண்டிருந்தான். எங்கே செல்ல போகிறான் என்ற சந்தேகத்தில்..

"மாமா எங்க கிளம்பிட்ட. இப்போதான வந்தோம். அதுக்குள்ள எங்க போற." என்று கேட்க.

"நெறய வேலை இருக்கு அழகி. ஒன்னொன்னும் சொல்ல முடியாது."என்றான் இன்பரசன்

"சிவா அண்ணன் போன் பண்ணி இருந்தாங்க மாமா"

"அப்டியா என்னவாம். என்ன சொன்னாரு. மொத என் போன் எங்கன்னு பாக்கணும். இல்லனா புதுசு வாங்கணும். போன் இல்லாம ஒண்ணும் பண்ணமுடியல."

"இந்தா மாமா என் போன் வச்சுக்கோ. புது போன் வாங்கிட்டு இத குடு மாமா."

"நீ ஒரு ஸ்கூல் நடத்துற உனக்கு அது ஞாபகம் இருக்கா. கொஞ்சமாவதும் பொறுப்பா பேசு. ஆமா நீ என்ன ஸ்கூல் பக்கமே போகாம

இருக்க. எலெக்சன் நேரம், பசங்களுக்கு பரீட்சை நேரம் எது முக்கியமோ அத கவனி அழகி. இப்போ நடக்குற இந்த பிரச்சினை எல்லாம் ஒரு நாள் முடிஞ்சுடும். முடியலனாலும் வாழ்க்கை போகத்தான் போகுது. இதுல மூழ்கி முக்கியத்த தொலைச்சுட கூடாது. வாழ்க்கையின் ஒவ்வொரு மாற்றமும் நம்மள மெருக்கேத்தனுமே தவிர, உருகி ஊத்த வைக்க கூடாது. கல்யாணம் ஆனா லட்சியம் மேல லட்சியம் குறஞ்சுடுமா என்ன. இப்போ சொல்றது தான், தினமும் காலைல எட்டு மணிக்கு நீ உன் ஸ்கூல்ல இருக்கணும். என்ன பத்தி நீ யோசிச்சது எல்லாம் போதும், எனக்கு என்ன பாத்துக்க முடியும். நீ உன் லட்சியம், கடமை அத கவனி."என்றவன் கிளம்பி வெளியே சென்றுவிட அழகி அங்கேயே யோசனையாய் இருக்க. திரும்பி வந்தவன்,

"சிவா அண்ணன் என்ன சொன்னாரு."என்று கேட்க.

"கொஞ்சம் பிரச்சினை, கலவரத்தை காரணம் காட்டி, இயக்க கட்டிடத்துக்கு சீல் வச்சுடங்களாம்."

"இது முன்னடியே நான் எதிர்பாத்தது தான், அவன் லெவல் அவ்ளோதான். சரி நான் பாத்துகிறேன், கலவரத்துல ஸ்கூல் பூட்டியே இருக்குல்ல ஆள வரச்சொல்லி சுத்தம் பண்ணு. அப்பறம் அந்த லைசென்ஸ் விஷயம் முடிஞ்சதா... அத என்னனு பாரு. இயக்க பிரச்சனை அத பாக்க நாங்க நெறய பேர் இருக்கோம். நீ கவலைப்பட வேணாம். சரி நான் கிளம்புறேன். அப்பாகிட்ட எதுவும் இதபத்தி சொல்லாத."என்று சொன்னவன் அங்கிருந்து கிளம்பிவிட. அழகியும் மதியழகனிடம் சொல்லிவிட்டு ஸ்கூலுக்கு சென்றாள்.

இன்பரசனுக்கு ஜாமீன் கிடைத்த அதே நேரம் தான் ஊரடங்கும் முடிவுக்கு வர. ஊர் கொஞ்சம் இயங்க தொடங்கி இருந்தது. அழகி ஆட்களை வரவழைத்து சுத்தம் செய்யும் வேலையை தொடங்கி விட்டுவிட்டு, மாணவர்களின் வீடுகளுக்கு சென்றாள். சென்று மீண்டும் ஸ்கூல் தொடங்கும் விஷயத்தை சொல்லி, மற்றவர்களிடமும் சொல்ல சொல்லி விட்டு. தாசில்தார் அலுவலகம் கிளம்பினாள். கிட்டத்தட்ட லைசென்ஸ் விஷயம் அனைத்தும் முடிந்துவிட்டது. தாசில்தார் தரப்பில் மட்டும் சின்ன ஒப்புதல் பாக்கி இருக்க. அதை பற்றி தெரிந்துகொள்ள கிளம்பினாள்.

தாசில்தார் அலுவலகம், முன்பு போல் இல்லாமல் மரியாதையாக மக்கள் நடத்தப்பட்டு கொண்டிருந்தனர். முழுவதும் மாறவில்லை என்-

றாலும் ஓரளவு மாற்றமே நம்பிக்கை அளிப்பதாய் இருந்தது. அதை கவனித்து கொண்டே அழகி தாசித்தாரை பார்க்க போக, அங்கு ஒரு முப்பது வயது மதிக்க தக்க பெண் அதிகாரி இருந்தார். அவர் மேஜை மீது "வைஷ்ணவி"என்று பெயற்பலகை இருந்தது. இவர்தான் இந்த மாற்றத்திற்கு காரணமோ என்று நினைத்து கொண்டாள் அழகி. ஆனாலும் கலவரத்திற்கு முதல் நாள் கூட பழைய தாசில்தார் இருக்க. திடீர் என எப்படி இவர் என்று யோசித்து கொண்டே நின்றிருக்க.

"எக்ஸ்க்யூஸ்மி மேம்.... என்ன விஷயம்."என்றார் வைஷ்ணவி.

"வணக்கம் மேடம். என் பேரு முத்தழகி. பணியான்ல இருந்து வறேன். சிகரம் ஸ்கூல் நடத்திக்கிட்டு இருக்கேன்.என் ஸ்கூலுக்கு லைசென்ஸ் விஷயமா சார பாக்க வந்தேன். நீங்க இங்க இருக்கவும் கொஞ்சம் குழப்பம் ஆகிட்டேன்."என்று அழகி சொல்ல.

"ஓஹ்... அது நீங்கதானா...! சார் சொன்னாரு மேடம் உங்கள பத்தி, உங்க ஸ்கூல் பத்தி எல்லாம். உங்க ஸ்கூல் விஷயமா எல்லாம் கிளியர். சாரே எல்லாம் பண்ணிட்டார். ஆனா அத பண்ண கூடாதுன்னு ரொம்பவே பொலிட்டிகள் பிரஷர் அவருக்கு. அதையும் மீறி அவர் பண்ணினதுனால தான் அவருக்கு ட்ரான்ஸ்பெர் குடுத்துட்டு. என்ன இங்க வர வச்சுட்டாங்க. இப்போ எனக்கு பிரஷர் குடுக்குறாங்க உங்க ஸ்கூல் க்கு ப்ராப்ளம் குடுக்க சொல்லி. ஆனா எனக்கு அந்த ஐடியா எதுவும் இல்ல. அதான் பேமிலிய கூட இன்னும் இங்க கூட்டிட்டு வரல. அடுத்த ட்ரான்ஸ்பெர்க்கு தயாரா இருக்குறேன்."என்று சொல்லி அவர் கண்சிமிட்டி சிரிக்க. அழகிக்கோ என்ன பேசுவதென்றே புரியவில்லை. முன்பின் தெரியாத போதும் தனக்காக இவர்கள் சந்திக்கும் பிரச்சினைக்கா வருந்துவதா இல்லை இன்னும் இவ்வளவையும் தாண்டியும் தன்னை பலி குடுத்தும் சமூகம் பற்றி சிந்திக்கும் மனிதர்கள் இருப்பதை நினைத்து பெருமை கொள்வதா என்று பேச்சற்று நின்றிருந்தாள் அழகி.

"முத்தழகி மேடம்... என்ன நீங்க அமைதியாவே இருக்கீங்க. பீல் பண்றீங்களா... அதெல்லாம் தேவைஇல்ல. போய் அடுத்தகட்ட வேலைகளை கவனிங்க."என்று வைஷ்ணவி சொல்ல.

"நன்றின்னு ஒரு வார்த்தையில சொல்ல முடியல மேடம். என்னைக்கும் உங்களையும் சாரயும் மறக்கவே மாட்டோம் நானும் என் ஸ்கூலும். ரொம்ப நன்றி மேடம்."என்றாள் அழகி.

"பாருங்கடா... கடமையை சரியா செய்யறதுக்கு எல்லாம் நன்றிக்கடன் செலுத்துற நிலைமையில இருக்கு நம்ம சொசைட்டி. இவ்ளோ எல்லாம் தேவை இல்ல முத்தழகி மேடம். இது எங்க கடமை. எங்களுக்குன்னு இல்ல யாருக்குமே தயவுசெஞ்சு நன்றிக்கடன் வச்சுக்காதீங்க. என்னைக்காவதும் ஒருநாள் அது உங்க வழியில குறுக்க முட்டுக்கட்டையா வந்து நிக்கலாம். உங்க ஸ்கூல் அது எலிஜிபில், ரொம்பவே தகுதியான ஸ்கூல், காரணமும் சரி, கட்டுமானமும் சரி எல்லாமே சரியா இருந்தது. அதனால நாங்க லைசென்ஸ்க்கு ப்ரோசீட் பண்ணினோம். அவ்ளோதான் எங்க கடமை முடிஞ்சது. இதுக்கு அப்பறம் எங்க ரோல் எதுவும் இல்ல. சோ நீங்க வாட் நெக்ஸ்ட் அப்டீன்னு யோசிங்க சிறப்பா செய்யுங்க. வாழ்த்துக்கள்."என்று சொல்லிவிட்டு அடுத்த வேலையை கவனிக்க தொடங்கி விட்டார் வைஷ்ணவி.

எதிர்காலத்தில் இதுபோன்ற அதிகாரிகளை தான் தான் தன் பள்ளி மூலம் உருவாக்க வேண்டும், என்று மனதில் உறுதிமொழி கொண்டு அங்கிருந்து கிளம்பினாள் அழகி.

இன்பரசன் நேராய் கோர்ட்டிற்கு வர, சிவா அருண் மற்ற அனைவரும் கூட அங்கே வந்துவிட, நீதிபதியின் நேரடி பார்வைக்கு இதை கொண்டு சென்று தற்காலிகமாம ஸ்டே ஆர்டர் வாங்கிவிட்டனர். ஆனாலும் முன்புபோல் தன்னிச்சையாக செயல்பட முடியாதபடி ஒரு கட்டுப்பாடு விதிக்கப்பட்டது. இத்தனை வருடம் எவ்வளவு பிரச்சனைகள், எத்தனை போராட்டங்கள், அத்தனையிலும் வெற்றி இல்லை என்றாலும் பல இடங்களில் அசாத்தியமான விஷங்களை கூட சாத்தியம் ஆக்கி இருந்தது அந்த இயக்கத்தின் இயக்கம்.

பல பல அரசியல் முதலைகள், பல தொழில்அதிபர்கள், ஊர் தாதாக்கள் என பலரையும், அடித்து துவைத்து நொறுக்கி கடந்த இந்த இயக்கம். இன்று ஒரு அரைகுறை அரசியல்வாதி அவனால் இப்படி ஆகிவிட்டதே என்று அனைவரும் வருந்தி நின்றனர்.

அனைவரையும் விட இன்பரசன் தான், மிகவும் வருந்தினான். தன் சொந்த காழ்ப்புணர்ச்சிக்காக தன் இயக்கம் இப்படி ஒரு பின்னடைவை சந்தித்து இருந்தது அவனை மிகவும் வேதனைக்கு உள்ளாக்கியது. எதாவதும் செய்தே தீரவேண்டும் என்று முடிவெடுத்தவனாய், அனைவரையும் அழைத்து, ஒரு யோசனையை சொன்னான் அவன்.

"நான் ஒரு யோசனை சொல்றேன் சரியா வருமானு பாருங்க. இப்போ நம்ம பண்ணுன அந்த நெல்கொள்முதல் போராட்டம் அப்டியேத்தான் இருக்கு. இன்னும் ஒரு முடிவும் எட்டப்படல. அதுக்கு நம்ம என் நாமளே ஒரு தீர்வை தேட கூடாது."என்ற இன்பரசனின் பேச்சை கேட்டு,

"புரியல இன்பம் என்ன சொல்ற."என்று மற்றவர்கள் கேட்க.

"நம்மளே ஏன் நெல் எல்லாம் கொள்முதல் பண்ண கூடாது."

"பண்ணி..."

"கொள்முதல் பண்ணி அத வியாபாரம் செஞ்சு, அப்டியே அத அவங்க கைலேயே கொடுக்கலாம்."

"இதெல்லாம் நடக்குமா..."

"அதுவா நடக்காது, நம்ம நடத்தனும். நடத்தி காட்டுவோம்"

"கஷ்டம் இன்பம்.."

"கண்டிப்பா கஷ்டம் தான். ரொம்ப கஷ்டம். நம்ம இயக்கம் என்னைக்கு கஷ்டம் இல்லாத ஒண்ண செஞ்சிருக்கு. இது நம்ம இயக்கத்துக்கு ஒரு பெரிய முன்னேற்றமா இருக்கும். நம்ம செய்வோம்."

"கண்டிப்பா செய்வோம் இன்பம். அடுத்து என்ன பண்ணனும்."

"இந்த முடிவை நம்ம இயக்கத்தோட எல்லா உறுப்பினர்களுக்கும் தெரியப்படுத்தனும். இயக்கம் தாண்டியும் நல்ல மனசு இருக்குற எல்லாரையும் சேர்க்கணும். மொத சாக்கு பைகள் எல்லாம் வேணும்.அதுக்கு டெண்டர் விடுவோம். அதுக்கு யார பாக்கணும்னு யோசிக்கிறேன். அத முடிச்சுட்டு அடுத்த வேலையை யோசிப்போம்."

"நாங்க இத எல்லாருக்கும் தெரியப்படுத்தர வேலைய கவனிக்கிறோம்."என்று சொல்லி கிளப்பினர். இன்பரசனும் சில வேலைகளை முடித்துவிட்டு வீட்டிற்கு வந்துசேர்ந்தான்.

மதியழகன் உறங்கி கொண்டிருந்தார். இந்திராணியும் தெய்வாவும் வயகாட்டிற்கு சென்றிருந்தனர். அழகி சமைத்து கொண்டிருந்தாள். இன்பரசனை பார்த்ததும். "மாமா என்ன ஆச்சு, எல்லாம் நல்லபடியா முடிஞ்சதா."என்றாள்.

இன்பரசனும் நடந்த விஷயத்தை சொல்ல. அவளும் வருத்தப்பட்டு பேச.

"வருத்தம் எல்லாம் தேவை இல்ல அழகி. அடுத்து என்னனு தான் போய்ட்டே இருக்கணும். அப்படித்தான் ஒரு முடிவு எடுத்து இருக்-

கோம்."என்று நெல்கொள்முதல் பற்றி சொல்ல.

"சூப்பர் மாமா... நல்ல முடிவு. கொஞ்சம் கஷ்டம் தான் ஆனா நம்ம பண்ணிட்டோம்னா எல்லாருக்கும் நல்ல முன்னுதாரணமா இருக்கும்."என்றாள்.

"கொஞ்சம் இல்ல ரொம்ப கஷ்டம் அழகி. சாக்கு டெண்டர் அரசாங்கத்துக்கே அவ்ளோ கஷ்டமா இருக்கும்போது நம்ம பண்றது பெரும் சவாலா இருக்கும். என்ன பண்ண போறேன்னு எந்த யோசனையும் இல்ல."

"நான் எனக்கு தோன்றத சொல்றேன். செட் ஆகுமான்னு பாரு மாமா. எப்பவும் பெரிய வேலைக்கு பெரிய ஆளுங்களை தான் தேடுறோம். அவங்களும் பெரிய லாபத்துக்காக பெரிய அளவுல லஞ்சமும் குடுக்குறாங்க, பெரிய அளவுல ஊழலும் பண்ணுறாங்க. நம்ம ஏன் சிறு வியாபாரிகளுக்கு வாய்ப்பு குடுக்க கூடாது. என்ன எல்லாரோட வேலையையும் ஒருங்கிணைக்கிறதும், பிரிச்சு வேலைகளை குடுக்குறதும் கொஞ்சம் சவாலா இருக்கும். ஆனா அத சரியா பண்ணிட்டா சரியா வரும்னு நெனைக்கிறேன். நீ யோசிச்சு பாரு மாமா."

"நீ சொல்றதும் சரியா வரும்னு தான் தோணுது அழகி. எந்த அளவுக்கு நடைமுறை படுத்த முடியும்னு தெரியல, ஆனா வழியே தெரியாம இருந்ததுக்கு ஒரு நம்பிக்கையான வழி கிடைச்சு இருக்கு. சூப்பர் மா..."

"ரொம்ப நாளைக்கு அப்பறம் பாராட்டி இருக்க மாமா. சந்தோசமா இருக்கு."

"ஆமா அழகி நம்ம சந்தோஷ் எங்க இருக்கான். அவன்கிட்ட சொல்லி மீடியாவுல விளம்பரம் பண்ணினா நல்லா இருக்கும் இல்ல."

"நான் நான் சந்தோசமா இருக்கேன்னு சொன்னேன் மாமா. அதபத்தி பேசுவன்னு பாத்தா, சந்தோஷ பத்தி பேசுற போ மாமா எப்பவும் இப்டி தான் பண்ற நீ..."

"நீ சந்தோசமா இருந்தா எனக்கும் சந்தோசம் தான் அழகி."

"அப்போ நமக்குள்ள சண்ட இல்லையா... எல்லாம் சரி ஆகிட்டுச்சா... உண்மையாவா..."

"நம்ம எப்போ சண்ட போட்டோம்."

"மாமா கிண்டல் பண்றியா.."

"சத்தியமா இல்லடி..."

"நம்ம கல்யாண விஷயத்தில நீ கோபமா இருந்தியே.."

"அது கோபம் இல்ல. ஆனா அது மாறல அப்டியே தான் இருக்கு இன்னமும். ஆனா அதுக்காக உன்கூட இருக்குற அழகான நட்பையும், உண்ணமாதிரி நல்ல தெளிவான ஆலோசகரையும் இழக்க விரும்பல அழகி. அழகிக்கு இருக்குற பல பரிமாணம் அதுல மனைவிக்கு மட்டும் என் மனசு தயாரா இல்ல போல. அதுக்காக மத்த எதையும் இழக்க கூடாதுன்னு நெனைக்கிறேன்."என்றவனின் பேச்சில் முகம் சோகமாக மாற

"கோபம் இல்லனா வேற என்ன மாமா அது. நான் உன்ன ஏமத்திட்டேன்னு நெனைக்கிறயா..."என்றாள் அழகி

"இல்ல, நிச்சயமா இல்ல. ஆனா ஏதோ ஒரு நெருடல். அத இப்போ பேசவேணாமே.. விட்டுடுவோம். நீ சொல்லு ஸ்கூல் விஷயம் என்ன ஆச்சு."என்ற இன்பரசனிடம்,

சோர்ந்த குரலில் நடந்த அனைத்தையும் சொல்ல. "வாழ்த்துக்கள் அழகி. நிச்சயமாக இத நம்ம கொண்டாடியே ஆகணும். நம்ம ஸ்கூல்ல ஒரு விழாவுக்கு ஏற்பாடு பண்ணு அழகி. எல்லாரையும் கூப்பிடுவோம், எப்போ சரியா இருக்கும்னு பாத்து முடிவு பண்ணு. அப்பறம் சந்தோஷ்க்கு போன் பண்ணி குடு நான் பேசுறேன்."என்று சொல்லிவிட்டு போனை வாங்கிக்கொண்டு சந்தோஷிடம் பேச சென்றுவிட்டான் இன்பரசன். அழகிதான் அந்த நெருடல் என்னவாக இருக்கும் என்று நினைத்து நினைத்து குழம்பி கொண்டிருந்தாள்.

தென்னரசு ஒரு பக்கம் தீவிரமாக இன்பரசன் சார்ந்த ஒவ்வொன்றையும் கவனித்து கொண்டே இருந்தான் கண்கொத்தி பாம்பாக, அவன் காதுகளுக்கு இன்பரசனின் இந்த முயற்சி பற்றி செய்தி நடராஜன் மூலம் போக.

"சரியா மாட்டி இருகான்பா அவன், பண்ணட்டும் இன்னும் கொஞ்சம் உள்ள போகட்டும். இப்போ நிறுத்தினா முயற்சி மட்டும் தான் முடங்கும். ஆனா நடுவழியில நிறுத்தினா எல்லாமே முடங்கும். அவன் ஆரம்பிக்கட்டும் நம்ம முடிப்போம்."என்றான் வஞ்சத்தோடு.

26

குருவிகள்

பணியான் கிராமத்தின் களத்துமேடு, ஊர் பெரியவர்கள் அங்கு கூடி இருக்க. இன்பரசன், அழகி, தெய்வா ராஜி, சிவா, அருண், உடன் மற்றும் பல இயக்க நண்பர்கள் அனைவரும் கூடி இருந்தனர். இன்பரசன் அவர்களிடம் தங்கள் திட்டத்தை பற்றி சொல்லி அவர்கள் கருத்தையும் கேட்டு பின் ஒரு முடிவுக்கு வரவே இந்த கூட்டம் ஏற்பாடு செய்யபட்டிருந்தது. இன்பரசன் அனைத்தையும் சொல்லி, நேத்து அழகி சொன்ன யோசனையையும் அவர்களிடம் சொல்லி முடிக்க,

ஊர் பழைய நாட்டாமை தங்கராசு "எப்பா மதியழகன் மகனே... என் பேராண்டி... நீ சொல்றத கேக்க நல்லாத்தேன் இருக்கு. ஆனா எனக்கு என்னமோ அது நடக்குற காரியமா தெரியல. சொல்லுக்கும் செயலுக்கும் கொள்ள வித்தியாசம் இருக்குயா. அரசாங்கம் நெல்ல எல்லாம் கொள்முதல் பண்ணுதுன்னா அது கதையே வேற, அதுக்குன்னு நிதி இருக்கு. அதுவும் நம்ம வரிப்பணம் அது. அப்டி இருக்கும்போதே ஆயிரம் பிரச்சினைக்கு அப்பறம் ஒண்ணும் பாதியுமாத்தேன் காசு கைக்கு வருது. அப்டி இருக்கும்போது நீ ஒரு தனி மனுசன் உன் கூட கொஞ்சம் இளவட்ட பிள்ளைக, நீங்க என்ன பண்ண முடியும். நம்ம ஊருக்குள்ள மட்டும் கொள்முதல் பண்ணி ஏவாரம் பாத்தா கூட எப்படியும் பல லட்சம் பணம் வேணும். இதுல நீ நம்ம ஜில்லா மொத்தமும் பண்ணணும்னு சொல்ற. அதுமட்டும் இல்ல நெல்ல பூராம் வாங்குற சரி, எங்க விப்ப, யார்கிட்ட விப்ப. அம்புட்டு விவசாயிகளையும் ஒண்ணா சேத்து, வியாபாரி மில்லுக்காரன் அம்புட்டு பயலையும் ஒண்ணா சேத்து,

இந்த காசு பூராம் திரும்ப உன் கைக்கி வந்து, அது நம்ம ஆளுகள வந்து சேருறது இருக்கே, அது ஒரு மறுபிறவி மாதிரி, ஒரு தாயி வயித்துல திரும்ப பெறந்து வரதுக்கு சாமானம். இந்த வியாபாரிக இருகாங்கியலே, அவங்கய தேவையே இருந்தா கூட எல்லாம் கூடி பேசி வேணும்னே உன்னைய ஒதுக்கி வச்சுப்புட்டு அவங்யளுக்குள்ள ஒண்ணாத்தேன் போவாங்கிய, அரசங்கத்த அம்புட்டு சீக்கிரம் நமக்காக எதுக்க மாட்டாங்கிய. புதுசா ஒருத்தன அம்புட்டு சீக்கிரம் வளர விட மாட்டாங்கிய ராசா... அரசாங்கமும் சரி அத இயக்குற அதிகாரிகளும் சரி, அவங்கியல மீறி உன்னைய அம்புட்டு சீக்கிரம் வளரவிட மாட்டாங்கிய. ஏதாச்சும் செய்யணும்னு நீ நினைக்கிறது சரிதான், ஆனா என்ன செய்யணும்னு யோசனை பண்ணி செய்யி ராசா..."என்று அவர் சொல்ல.

"எனக்கும் புரியுது சிய்யான்(பாட்டனார்) அரசாங்கம் செய்யுற ஒரு விஷயத்தை நம்ம செய்யுறது ரொம்ப கஷ்டம் தான். ஆனா நமக்கு வேற வழியில்லையே. இப்டியே வருசா வருஷம் வெள்ளாமையில பாதி வீணா போனா என்னதான் செய்யுறது சிய்யான்."என்றவனிடம்.

"என்ன செய்யுறதுனு எங்ககிட்ட என்னத்துக்கு கேக்குறவன், நாங்க பழைய கட்ட எனக்கு புதுசா நடக்குறது எதுவும் தெரியாது. ஆனா ஒண்ணு மட்டும் தான் சொல்லுவேன். ஒரு விசயம் சரி இல்லனா, தப்பா போகுதுன்னா அதத்தேன் சரி பண்ணனும், அதவிட்டுட்டு புதுசா ஒண்ண அதுவும் புரியாத ஒண்ண செய்ய கூடாது. அரசாங்கம் நமக்கு இத சும்மா செய்யல, அந்த காலத்துல இருந்து வரி குடுத்துட்டு இருக்கோம். இது நம்ம உரிமை, இத எந்த அரசாங்கமும் மறுக்க முடியாது. அதையும் மீறி மறுத்தா அரசாங்கத்தையே மாத்துங்கிறேன்... எங்க நம்ம இருந்தா எதையும் மாத்த முடியுமோ அங்க இருங்கங்கிறேன்."என்று தங்கராசின் வயதில் இருந்த அவர் நண்பரும் ஊரில் பெரிய பண்ணையகாரருமான செல்லத்துரை சொல்ல.

"புரியல சிய்யான், இப்போ நாங்க என்னதான் பண்ணனும்."என்ற இன்பரசை பார்த்து. "அட மக்கு அண்ணா... நீ எலெக்சன்ல நிக்கணும் நின்னு ஜெயிக்கணும் ஜெயிச்சு ஊருக்கு உருப்படியா இதெல்லாம் செய்யணும்னு, சொல்றாரு நம்ம சிய்யான்."என்றான் தெய்வா. அதைகேட்டதும் இன்பரசன் "நம்ம இயக்கம் மக்கள் பிரதிநிதி தான், பதவி ஆசை எல்லாம் இங்க யாருக்கும் இல்ல."என்று சொல்ல.

"அடேய் முட்டாபய மவனே, மக்கள் பிரதிநிதிங்கிறதுக்கு முழு அர்த்தமே உன் குரல் ஒய்யாராம ஓங்கி, ஒலிக்க வேண்டிய இடத்துல ஒலிக்கிறது தாண்டா. ஏன் அவன்கிட்டயும் இவன்கிட்டயும் போயி எங்-களுக்கு அத செய்ய்யுங்க, இத செய்யுங்கன்னு கூப்பாடு போடணும். அதான் என்ன செய்யணும்னு உனக்கே தெரியுதுல. அப்போ செய்யுற எடத்துக்கு போடா பேராண்டி. வெள்ளைக்காரன் கிட்ட நாடே அடிமை பட்டு கிடைந்தப்போ கூட, நம்ம ஊருகாரங்கிய மட்டும் தான் எதித்து நின்னோம் கடைசி வரைக்கும்.

நம்ம ஊருக்கு பணியான் அப்டீன்னு பேர் வந்ததே, வெள்ளைக்-காரனுக்கு பணிஞ்சே போகாத பணியாதா கூட்டம்னு சொல்லிகிட்டே இருக்கத்தேன். இன்னைக்குத்தேன் எல்லாம் மாறிபோயி, அவேன் அவேன் தேவைக்கு ஊரையே மாத்தி வச்சுறுகாங்கிய. மாற்றம் நம்ம-கிட்ட இருந்து தான் தொடங்கனும். தொடங்கி வையியா என்ன பெத்த ராசா...."என்றார் உடைந்த குரலில் தங்கராசு, அவர்மட்டும் இன்றி அங்-கிருந்த அனைவருமே அதையே சொல்ல, அதற்குமேல் என்ன பேச என்று புரியாமல் கூட்டத்தை முடித்துவிட்டு இன்பரசன் மட்டும் வீடு வந்து சேர்ந்தான்.

அன்று இரவு மெத்தில் இன்பரசன் மட்டும் தனியே அமர்ந்தபடி வானத்தை வெறித்து கொண்டிருந்தான். அதை கவனித்த தெய்வா அவனை தனியே இருக்கட்டும் என விட்டுவிட்டு தண்ணீர் பாய்ச்ச வயகாட்டிற்கு சென்றுவிட்டான்.

ஊரணியில் இன்று தெய்வா குடும்பத்தின் பாய்ச்சல் முறை, அதனால் தலையில் டார்ச் லைட்டை கட்டிக்கொண்டு, வேட்டியை மடித்து கட்டியபடி, வாய்க்கால்களை வெட்டி வழி மாற்றி மாற்றி விட்டு தண்ணீரை தன் வயலுக்கு அவன் பாய்ச்சிக்கொண்டிருக்க, திடீ-ரென்று கழுத்தில் ஏதோ ஊற, மெதுவாய் கழுத்தை தடவி விட்டு-விட்டு வேலையை தொடர்ந்தான். மீண்டும் ஏதோ ஊருவது போல் இருக்க, நிமிர்ந்து இடுப்பில் இருந்த துண்டை உதறி கழுத்தை துடைத்து கொண்டு, மீண்டும் வேலையை தொடர்ந்தான். இப்போது முழங்காலுக்கு கீழ் ஏதோ முணு முணு வென ஊற பதறி வாய்க்காலில் இருந்து தடு-மாறியபடி வரப்பின் மேல் அவன் எகிறி குதிக்க, பின்னிருந்து கையில் புல்லை வைத்து அவனை சுரண்டி கொண்டிருந்த ராஜி பொத்தென்று ஈரமான வயலிலேயே விழுந்துவிட்டாள். அவள் வயலில் விழுந்து

உருண்டு, சேரும் சகதியுமாக எழுந்து நிற்க, அந்த அரை இருட்டில் பூதம் போலவே தெரிய, தன் தலையில் இருந்த டார்ச் மூலம் நெருங்கி பார்த்துவிட்டு, "அடடே உண்மையான பூதம் தானா. நான்கூட யாரோனு நெனச்சேன்."என்ற தெய்வாவை கொலைவெறியுடன் முறைத்துக்கொண்டே,

"ஏண்டா எருமை என்ன பாத்தா பூதம் மாதிரி இருக்கா உனக்கு. ஒத்தையில தண்ணி பாச்சி கஷ்டப்படுறியே, பேயி பிசாசு, மோகினி ஏதாச்சும் பிடிக்க போகுதேனு, உதவியா இருக்கலாமேன்னு வந்தா, பூதமா நானு."என்றாள் ராஜி.

"உதவி பண்ண நீ வந்த..., இத நான் நம்பனும். ம்ம்ம் நம்பிட்டேன். உதவி பண்றவ ஏண்டி பின்னாடி வந்து சொரண்டுன. பேய் பிடிக்க கூடாது சொல்லிட்டு மோகினி பிசாசு நீ வந்து நிக்கிறியே, பிசாசே...சைட் அடிக்க வந்தேன்னு உண்மையை சொல்லுடி. அத விட்டுட்டு கதை கதையா சொல்லுறா..."என்றவனின் பேச்சில் கடுப்பானவள்

"ஓஹ்...ஹோ... டேய் எரும ஓவரா இல்ல உனக்கு. பெரிய இவனா நீ... சைட் அடிக்கிறாங்க சைட்... மன்மதனு மனசுல நெனப்பு, போடா"என்று அவள் சொல்ல.

"நான் மன்மதன் எல்லாம் இல்ல. ஆனா இந்த ரதிக்கு என்னைத்தான பிடிச்சிருக்கு. இந்த மாமன பாக்காம இருக்க முடியலையா தங்கம். அதான் உங்க அப்பன ஏமாத்திட்டு ஓடோடி வந்திட்டியாடி என் செல்லமே."என்று அவள் கன்னத்தை கிள்ளியபடி தெய்வா சொல்ல.

"போடா பைத்தியமே, உன்ன எல்லாம் பாவம் பாத்து வந்தேன் பாரு, என்ன சொல்லணும் போடா..."என்று சொல்லி அவள் விலகி போக.

"அடியே என் அத்த பெத்த வெத்தலையே, ஏண்டி கோவிச்சுகிற என் மூக்கழகி,"என்று அவளை கை வளைவுக்குள் கொண்டு வந்து மூக்கை பிடித்து ஆட்ட.

"மூக்க விடுடா, ரொம்ப கொஞ்சாத, நீயா எப்பவும் என்னய தேடி வந்துடாத என்ன. நானா வந்தா பேச்சு மட்டும் நல்லா வாழைப்பழம் மாதிரி பேசு. உன்ன எல்லாம் கட்டி என்ன பண்ண போறேன்னோ நான்."என்றவளிடம்.

"அதெல்லாம் நீ கவலைப்படாத, என்ன பண்ணனும்னு மாமனுக்கு நல்லா தெரியும். இப்போ ஏதோ என் மாமன் அதான் உங்க அப்பேன் பாவம், அவர பதற வைக்க வேணாமேன்னு பொறுமையா இருக்கேன்.

அதுக்குன்னு இந்த தெய்வாவ ரொம்ப லேசா நெனச்சுடாதடி என் வாயாடி..."என்றவனின் கை வளைவில் இருந்து விலகியவள்,

"எப்போ பாரு, வாயாடி, குந்தாணி, அது இது அப்டியே சொல்-றியே... ராஜலட்சுமி அதான் என் பேரு, அத சொல்லி ஒருநாளாவதும் கூப்பிட்றியாடா நீ."என்றாள் ராஜி.

"அதென்னவோ ராஜலட்சுமி அப்டீன்கிற பேருக்குள்ள எல்லாம் உன்ன பொருத்தி பாக்க முடியலடி. ராஜி கூட ஓகே தான். ஆனா வாயாடி... குந்தாணி இதெல்லாம் தான் உனக்கு பத்து பொருத்தமும் பக்காவா பொருந்துது. அதான் தங்கம் அப்டியே கூப்பிடுறேன்."என்ற-வனிடம்.

"அப்போ கல்யாணத்துக்கு அப்பறமும் அப்டியே தான் கூப்பிடுவியா தெய்வா"என்று அவள் கேட்க.

கல்யாணம் ஆனா என்ன...
கவனம் தவறும் அளவு
வயசானத்தான் என்ன...
கையும் வலுவிழந்து,
காலும் நிலைதடுமாறி...
பார்வை அது மங்கியும் போனாலும்...
என்னவளான உன்ன...
எப்பவும் என் மனம் போல தான்
கூப்பிடுவேன் நான்....
நான் தான் கொடுக்கனும்...
நீ தான் வாங்கணும்னு எல்லாம்
வரையறை ஒண்ணும் வகுக்காம ...
கரபுரண்டோடும் உன்
காதலை கணக்கில்லாம கொடுத்தவளே...
என்ன மாயம் தான் செஞ்ச நீ...
ஒன்னோட கண்சிமிட்டும்...
வித்தையில மயங்கி...
உன் முன்ன இன்னைக்கு மட்டுமில்ல
என்னைக்குமே
அடங்கி தான் போவேன்டி...
நான் ஒனக்குள்ள

அடங்கி தான் போவேன்டி...
ஒனக்குள்ள தொடங்கி
எனக்குள்ள நுழைஞ்சு
நமக்குள்ள வாழும்
நம்ம காதல் அது...
நெரம்பி வழியும்...
உன் கண்ணு
அத பாக்கும் போதெல்லாம்...
ஓம் பேர் மறந்து, எம் மனசு அது
என்னையே தொறந்து ஓலிக்கும்
சொல் தான்டி அது வாயாடி...
என்னைக்கும் நீ வாயாடி தான்டி
என் அழகு வாயாடி...

என்றவனின் பேச்சில் சொக்கித்தான் போய்விட்டாள், சொக்கனின் பேத்தி அவள்...

(பேச்சு வழக்கில் ஒரு கவிதை முயற்சி, கொஞ்சம் சிரமமா தான் இருக்கும் படிக்க, ஆனாலும் அவன் மொழியில சொன்னாதானே அவன் மனசு புரியும். கொஞ்சம் பொறுத்துக்கோங்க)

ராஜி அப்படியே தெய்வாவையே மிரட்சியுடன் பார்த்து கொண்டே நிற்க. அவள் நெற்றியில் முட்டியவன், "என்னடி என்ன ஆச்சு மோகினி பிசாசுக்கே மோகினி பிடிச்சு போச்சா என்ன, விபூதி அடிக்க, எல்லா-சாமி கோயிலுக்கு தான் கூட்டி போகனுமா...."என்றவனின் நெஞ்சத்தில் மஞ்சம் கொண்டு, கரைபுரண்டோடும் காதலை கட்டியணைத்து கொண்டிருந்தாள் அவள்....

இங்கே இன்பரசன் சாப்பிட கூட வராமல் இருக்க, அவனை தேடி அங்கு வந்த அழகி, "என்ன மாமா நட்சத்திரம் எத்தனை இருக்குனு எண்ணிக்கிட்டு இருக்கியா... இது இன்னைக்கு எல்லாம் முடியபோறது இல்ல. நான் வேணும்னா உதவி பண்ணட்டுமா..."என்றபடி அவன் அருகில் அமர.

"அது என்னவோ நான் எடுத்து வைக்கிற அடி எல்லாம் இப்படித்தான் முடியுது. முடிவே இல்லாம."என்றான் அவன் சோர்வாக.

"நம்ம வாழ்க்கையே முடிவில்லாதது தான் மாமா. எல்லாமே முடியனும்னு அவசியம் இல்ல, தொடரலாம் ஆனா சிறப்பா தொடரனும்."

"என்ன சொல்ல வர அழகி, நான் இப்போ இருக்குற மனநிலைக்கு எதையும் புரிஞ்சுகிட முடியாது அழகி, தெளிவா சொல்லு."

"தெளிவாவே சொல்றேன் மாமா. நீ ஏன் நம்ம தங்கராசு சியான் இன்னைக்கு சொன்னத யோசிக்க கூடாது."

"நேத்து வேற மாதிரி பேசிட்டு, ஏண்டி நீயே இப்போ மாத்தி பேசுற."

"மாத்தி பேசல மாமா, அவங்க சொல்றதும் சரியாதான் இருக்கு. அத்துக்குன்னு ஒரேயடியா இதை கைவிடனும்னு சொல்லல. கொஞ்சம் மாத்தி செய்வோம். அதேநேரம் நீ ஏன் மாமா எலெக்சன்ல நிக்க கூடாது."

"நாம் ஏன் எலெக்சன்ல நிக்கனும். எனக்கு அந்த ஆசை எல்லாம் இல்லமா..."

"அவசியம் இருக்கு மாமா. அந்த தென்னரச எதிர்க்க இப்போதைக்கு நம்ம ஊர்ல நீதான் இருக்க. நீயே தயங்கினா, அதிகாரமும் ஆட்சியும் அவன் கைக்கு போகும், பரவாயில்லயா."

"நான் மட்டும் தான்னு இருக்கா... என்ன,???? எவ்வளவோ பேர் இருக்காங்க அழகி, எனக்கு அவன் கூட எந்த பகையும் வேண்டாம்."

"என்ன மாமா வேற மாதிரி பேசுற, நீ இப்படியெல்லாம் பேச மாட்டியே. அது ஏன் மாமா தென்னரசுன்னு வந்தா மட்டும் ஒதுங்கியே போக பாக்குற. யாருக்காகவும் விட்டு கொடுக்க கூடாத எதையும் அவனுக்காக விட்டு கொடுக்க தயாரா இருக்கியே, என்ன தான் காரணம்."

"என்ன சொல்ற, நான் என்ன விட்டுக்குடுத்தேன், பிரச்சனை வேணாம்னு தாண்டி நெனைக்கிறேன்."

"பிரச்சனை வேணாம்னு நீ நெனைக்கிறாயா, இதெல்லாம் குழந்தை கூட நம்பாது. என்னைக்காவதும் ஒருநாள் சொல்லி தான மாமா ஆகணும். இப்போ சொல்லேன். என்னதான் இருக்கு உன் மனசுக்குள்ள, எனக்கு ஏதோ ஒண்ணு, அரையும் குறையுமா புரியுது, ஆனா அது எல்லாத்தையும் ஒண்ணு சேர்க்க முடியல. நானும் கிட்டத்தட்ட ஏழு வருசமா அந்த புதிர் புரியாமவே அலஞ்சுகிட்டு இருக்கேன். இன்னைக்கு எனக்கு தெரிஞ்சே ஆகணும் சொல்லு மாமா."

"என்ன அழகி என்ன என்னமோ சொல்ற, அப்டி எதுவும் இல்ல."

"எதுவும் இல்லையா, எங்க என் கண்ண பாத்து சொல்லு மாமா, எதுவும் இல்லன்னு. அன்னைக்கே காலேஜ் படிக்கும்போதே, மாமா சொல்லியும், அத்த சொல்லியும் கூட இந்த ஊரைவிட்டு போகமாட்-

டேன்னு சொன்ன நீ, அவன் சொன்ன வார்த்தைக்காக தான உன் மனசுல மொலைச்ச காதலை கொன்னுட்டு போன,"என்று அழகி கேட்-டதும், அதிர்ச்சியாய் அவன் அவளை பார்க்க.

"என்ன எனக்கு எப்படி தெரியும்னு பாக்குறியா, எல்லாம் தெரியும், சொல்லு மாமா ஏன்.... அவன் சொல்ற வார்த்தைக்கு அவ்ளோ முக்கி-யத்துவம் ஏன், நீ என்ன பாத்துகிட்டா என்ன, நான் உன்ன பாத்துகிட்டா என்ன, என்னதான் வித்தியாசம் இருக்கு. நீ இதெல்லாம் பாக்குற ஆள் இல்லன்னு எனக்கு தெரியும் மாமா. இந்த வார்த்தையை விட வேற ஏதோ ஒண்ணு இருக்கு என்ன அது, சொல்லு....."என்று பிடித்த பிடி-யில் அவள் உறுதியாய் நிற்க. என்ன சொல்வதென்று புரியாமல் தவித்து நின்றான் இன்பரசன்.

துளிர்த்த காதல் அது
தளிர் விடும் முன்னே...
சுழன்றடித்த சூறாவளி அதை
வேரோடு வெட்டி எறிய...
வெளியில் காட்டாத,
வேள்வியாய் என்னுள்
நான் புதைத்து கொண்ட
என் காதல்... அது
காலம் கடந்து சென்றாலும்
காட்டம் குறையாமல்
என்னுள் சண்டித்தனம்
தான் செய்கிறதே...
மறைத்து என்ன செய்ய,
மறக்க தான் முடியாமல்
மாட்டிக்கொண்டு நிற்கிறேனே
உன் முன்னாள் நான்...
வெளியில், துளியும் சிந்தாத
என் காதல் மழையில்
எப்படி நனைந்தாய் என்னவளே...
எப்படித்தான் நனைந்தாயோ...

என்று அவன் மனம் அது அவளை மானசீகமாக கேள்வி கேட்க, ஒருவேளை இதுவும் கூட அவளுக்கு கேட்டுவிடுமோ என்று அவன்

கற்பனையை கட்டுப்படுத்த முயலும் நேரம்,

"மாமா என்ன எப்டி எல்லாத்தையும் கண்டுபிடிச்சா இவன்னு தான யோசிக்கிற. அப்பறமா பொறுமையா கண்டுபிடி அத. இப்போ இதுக்கு பதில் சொல்லு, உன்ன விட்றதா இல்ல இன்னைக்கு."என்றதும்

"கீழ போ அழகி நான் கொஞ்சம் தனியா இருக்கணும், போ....."என்று வழக்கத்திற்கு மாறாக அவன் கத்த. அவள் நகர்வதாய் இல்லை. அவனும் என்ன சொல்லி திசை திருப்பியும் அவள் நகர்வதாய் இல்லை. கடைசியில் அவன் அங்கிருந்து செல்ல போக, அவன் குறுக்கே போய் கைகளை விரித்து நின்று மறித்து, ஒரு அடி நகர முடியாது. என்ன மாமா மாமான்னு சுத்தி சுத்தி வந்தா பூனைக்குட்டி மாதிரி நெனச்சுடீங்களா, அன்பு பாசம் காதல் எல்லாம் நெறய இருக்கு, அதெல்லாம் காப்பத்திக்க அதவிட வீரமும், திமிரும், கோபமும், பிடிவாதமும் அதிகமாவே இருக்கு. உங்களுக்கே இவ்ளோ வீம்புனா, எனக்கு எம்புட்டு இருக்கும். சொல்லிட்டு இங்க இருந்து போகலாம். இல்லனா இங்கேயே நில்லுங்க, நானும் பாக்குறேன் எம்புட்டு நேரம் நிக்க போறீங்கன்னு."என்று இத்தனை நாள் மாமா என்ற சொல்லை கூட அதிர சொல்லாத அழகி, நெஞ்சை நிமிர்த்தி, மிராட்டலாய் பேச, அதிர்ந்து போய் முழித்து கொண்டிருந்தான் இன்பரசன்.

27

குருவிகள்

"என்ன விஷயம்னு சொல்லாம ஒரு அடி நகர முடியாது மாமா", என்று பிடிவாதமாய் குறுக்கே நின்ற அழகியை பார்த்து ஒரு நிமிடம் அதிர்ச்சியானவன், பின் நம் நடவடிக்கையும் நம் மீதான அன்பும் தான் அவளை இப்படி பேச வைக்கிறது என்று உணர்ந்து, "அழகி புரிஞ்சுகோ, எல்லாத்துக்கும் காரணம் இருக்கணும்னு அவசியம் இல்ல,"என்றவனை பார்த்து,

"அதெப்படி காரணம் இல்லாம போகும். அப்டி காரணமே தெரியாம போகணும்னா ஒண்ணு, அளவுகடந்த அன்பா இருக்கணும், இல்ல அளவு கடந்த வெறுப்பாவோ பயமாவோ இருக்கணும். உங்களோடது இதுல என்னது."என்று கேட்டாள் அவள்.

"இது எதுவும் இல்ல, அது என்னமோ சின்ன வயசுல இருந்தே அப்டியே பழகிடுச்சு."

"அட மொக்க மாமா, நீ என்ன லூஸா, எது கேட்டாலும் நல்லா நெஞ்ச கொடையிர மாதிரியே பேசிட்டு இருக்க. என் கேள்வி ரொம்ப சிம்பிள், நீ ஏன் எப்பவும் அவன்கிட்ட விட்டுக்குடுத்து போற, இல்லனா சுத்தமா விட்டுட்டு போற. இதுக்கு மரியாதையா பதில் சொல்லு. எனக்-கும் ஒரு அளவு இருக்கு, என் பொறுமை எருமை மேல ஏறி போயிடும் போல இருக்கு. சொல்லிதொலை."என்று பொறிந்து அவள் தள்ளிவிட.

அவன் அதற்கு பிறகும் எதுவும் பேசாமலே நிற்க. தலைக்கு ஏறிய கோபத்தை கட்டுப்படுத்தி கொண்டு, "நான்தான் காரணமா மாமா,"என்று மட்டும் அவள் கேட்க.

அவளை நிமிர்ந்து முறைத்தவன். "ஆமாண்டி.... காலைல சேவல் கூவுரதுக்கும், கோழி கூவாததுக்கும் கூட நீதான் காரணம். நாள் விடியுறதுக்கும் நீதான் காரணம். நாள் முடியுறதுக்கும் நீதான் காரணம். ஏன் இந்த உலகத்துல எது நடந்தாலும் அதுக்கு நீதான் காரணம் போதுமா, அப்டி சொல்லணும்னு தான உனக்கு ஆச. பெரிய தியாகி இந்தம்மா..... இங்க பாரு அவன் வேணும்னா என்ன தம்பியா நெனைக்கமா இருக்கலாம். ஆனா அவன் எனக்கு அண்ணன்தான், நான் அப்படித்தான் நெனச்சுட்டு இருந்தேன். சின்ன வயசுல அவன்னா அவ்ளோ பிடிக்கும் எனக்கு. எல்லாரும் ஒரே வீட்ல இருந்தோம், நீயும் ராஜியும் அடிக்கடி வருவீங்க அப்போ எல்லாம்., தென்னரசு கொஞ்சம் கோவகாரனா இருப்பான், அப்போலாம் எப்பவும் என்ன வச்சு வச்சு அவன ஏதாவதும் சொல்லிகிட்டே இருப்பாங்க வீட்ல. நானும் ரொம்ப பெருமையா அவன மாட்டிவிட்டுட்டே இருப்பேன். நான் விளையாட்டா தான் செஞ்சேன். எல்லாரும் என்ன பாராட்றத்துல எனக்கு ஒரு சந்தோஷம். அவன் பக்கம் இருந்து நான் யோசிக்கவே இல்ல அந்த வயசுல. நீயும் எப்போ வந்தாலும் என்கூடவே தான் இருப்ப, எனக்கு தான் சப்போர்ட் பண்ணுவ. ராஜியும் அப்படித்தான்."என்று அவன் சொல்லிக்கொண்டிருக்கும் போதே, குறுக்கே மறித்து,

"மாமா என்ன இப்டி சொல்ற, அவர் அப்போ பத்தாவது படிச்சுட்டு இருந்தாரு, நீ ஒரு ஆறாவதுனு நெனைக்கிறேன், நானும் ராஜியும் ஒண்னாங்கிலாஸ் போய்ட்டு இருந்தோம், அவரு பெரியவரா இருந்தனால ஒரு மரியாதை இயற்கையா வந்துடுச்சு, அதுவும் போக எப்பவும் முறைச்சுடுகிட்டே தான் இருப்பாரு, மத்தபடி வேணும்னு எதுவும் செய்யல மாமா."என்றவளிடம்,

"நம்ம யாருமே வேணும்னு செய்யல, அது எல்லாம் சாதாரணமா நடந்தது தான். ஆனா அவனுக்கு தான் அது எல்லாம் பெருசா தெரிஞ்சு இருக்கு. உணர்ச்சிகளின் பலமே அதுதான், சரியா வழிநடத்தப்படாத உணர்ச்சி எந்த எல்லைக்கும் கூட்டி போகும், நடக்குற குற்றங்கள்ல பல உணர்ச்சிக்காக தானே நடக்குது, அப்படித்தான் தென்னரசும் இருந்தான். என்னாலேயே அத அப்போ புரிஞ்சுக்க முடியல. நடராஜன் பெரியப்பாவுக்கும், அப்பாவுக்கும் சண்ட வந்து நாங்க பிரிஞ்சு தனி வீட்டுக்கு போன அன்னைக்கு நான் தனியா வயகாட்டுல உக்காந்து அழுதுகிட்டு இருந்தேன், அப்போ தென்னரசு வந்தான். வந்தவன்

"என்னடா அழுகுரியா, நல்லா அழு எல்லாம் உன்னால தான். எப்பவும் நீதான் பெரிய ஆளா...... நான் என்ன உப்புக்கு சப்பானியா, எப்பவும் என்னய போட்டு குடுத்துட்டே இருப்பல நீ. உன்னால தான் நான் எல்லாருக்கும் பிடிக்காத பிள்ளையா ஆனேன். எங்க அப்பா உன்ன தூக்கி வச்சுகிட்டு, என்னய தூக்கி எரிஞ்சுட்டாரு, என்னால இதுக்குமேல பொருக்க முடியல, அதான் எங்க வீட்ல இருந்து உன்ன தொரத்தி விட்டேன். இனிமேல் என் வழியில வராத, வந்தா நான் மனுசனாவே இருக்க மாட்டேன். அப்டீன்னு சொல்லிட்டு போனான். அப்போதான் எனக்கு அவன் மனசு புரிஞ்சது. அதுல இருந்து எனக்கு ஒரு குற்றஉணர்ச்சி என்னால தான் அவன் இப்டி மாறுனான்னு அதான் அதுக்கு அப்பறம் எனக்கே தெரியாம நான் அவன் விஷயத்துல கொஞ்சம் ஒதுங்கி இருக்க ஆரம்பிச்சுட்டேன். திரும்ப இது ஆரம்பிச்ச இடம், நீ காலேஜ் சேர்ந்தப்போ தான்.

எனக்கு சின்ன வயசுல இருந்தே உண்ண பிடிக்கும் அழகி. ஆனாலும் அப்போ தான் பிடிக்கும் அப்டீன்கிறத தாண்டி ஒரு உணர்வு உன்ன பாக்கும்போதெல்லாம் உருவாச்சு, உன் மேல ஒரு பொசசிவ் பீல் அது அப்போ என்ன பாடா படுத்திச்சு தெரியுமா, உன்கூட நான் மட்டும் தான் இருக்கணும்னு தோணும். ராஜி உன்கூட இருந்தாலே உள்ளுக்குள்ள ஒரு புகைச்சல் இருக்கும். அப்டியே மனசெல்லாம் ரெக்க கட்டி பறந்துகிட்டு இருந்துச்சு. அதெல்லாம் என்னனு நான் புரிஞ்சு அடுத்த கட்டத்துக்கு போகிற அந்தநேரத்துல தான் அன்னைக்கு ஒரு நாள், தென்னரசும் நாகமலையான் மாமாவும் காலேஜுக்கே வந்தாங்க. வந்தவங்க நான் ஊறவிட்டே போகணும்னு சொல்லி மெரட்டுனாங்க, காரணம் என்னனு நான் கேட்டதுக்கு, எதுவும் சொல்லாம போன்னு சொன்னா போ.... அப்டீன்னு மட்டும் சொன்னாங்க. எனக்கு புரிஞ்சது அவங்க எதுக்கு சொல்றாங்கன்னு. நான் அவங்க மிரட்டலுக்கு எல்லாம் பயபடல,

ஒரு கட்டடத்துல இதான் காரணம் இதுக்கு தான் நீ போகணும்னு உடச்சே பேசிட்டாரு மாமா. என் மக அழகிக்கு நீ பொருத்தம் இல்லாதவன், அவள என்னைக்கும் நீ நல்லா பாத்துக்கவே முடியாது. அவதான் உன்ன காப்பாத்தணும்னுங்கிற சூழல் வரும் அப்டீன்னு, அது கஷ்டமாதான் இருந்தது, ஆனாலும் அதுக்காக எல்லாம் நான் ஊற விட்டு போகல. இப்போ எங்க அம்மாவுக்கு என்னால கஷ்டம்னா விட்டுட்டா போவேன் நான். அத சமாளிக்க தான பாப்பேன். அப்படித்தான் அன்-

னைக்கும் உறுதியா இருந்தேன். என் பொண்டாட்டிய பாத்துக்க எனக்கு தெரியும்னு கத்தனும் போல இருந்துச்சு.

ஆனா தென்னரசு, உன்னால தான் அப்பவும் நம்ம குடும்பம் பிரிஞ்-சது. இப்பவும் பிரிய போகுது, நான் முத்தழகிய எப்பவோ மனசார விரும்ப ஆரம்பிச்சுட்டேன். வீட்லயும் எனக்கும் அவளுக்கும் தான்னு பேசி முடிச்சுட்டாங்க நீ குறுக்க வராத வந்தா எல்லாத்தையும் அழிச்சு நாசாமாக்கிட்டுவேன், அப்டீன்னு சொல்லி மெரட்டுனான். அதேமாதிரி அதுக்கு அப்பறம் நீயும் ஒரு வாரம் காலேஜ்ஜுக்கும் வரல. என்ன ஆச்சுன்னு நான் பாக்க வந்தப்போ, எல்லாம் உன்னால தான், உன் விஷயத்த நான் வீட்ல சொல்லிட்டேன், அது தெரிஞ்சு தான் அவள காலேஜுக்கு அனுப்பல அப்டீன்னு சொன்னான் அவன். அதோட அவனுக்கும் உனக்கும் உடனே கல்யாண ஏற்பாடு நடக்குதுனும் சொன்-னான். நான் போய்ட்டா உன்னைய படிக்க விட்டுடுவேன் அப்டீன்னு சத்தியம் பண்ணினான். அப்போ இருந்த சூழலுக்கு எனக்கு அவன நம்-புறத தவிர வேற வழி இல்ல. அதுல தான் நான் என் உறுதிய கைவிட்-டுட்டேன். உன் லட்சியம் கனவு எல்லாம் தாண்டி, பொம்பள பிள்ளைக்கு படிப்பு முக்கியம், அதுவும் நம்ம ஊர் பிள்ளைகளுக்கு அது இன்னமும் கானல் நீரா தான் இருக்கு, நீதான் அவங்களுக்கு எல்லாம் வழிகாட்-டியா இருக்கணும்னு நெனச்ச, உன் படிப்பு என்னால நிக்க கூடாதுன்னு தான், நான் ஊறவிட்டே கெளம்பிட்டேன்.

அப்பறம் அப்டியே வருஷம் ஓடி போச்சு. அதுக்கு அப்பறம் கல்யா-ணம் காதல் எல்லாம் தோணவே இல்ல, உன்ன பாக்கும்போது மட்டும் ஏதோ ஒண்ணு உறுத்திக்கிட்டே இருக்கும். ஆனாலும் நீ இப்போ வந்து நிக்கிற தூரம், உன் ஸ்கூல் இதெல்லாம் பாக்கும்போது நான் பண்ணு-னது சரிதான் அப்டீன்னு தோணும். இப்டியே தூரமா இருந்து நட்போட வாழ்ந்து முடிச்சுடலாம்னு தான் நெனச்சிருந்தேன். ஆனா அதுக்கும் இடைஞ்சலா அவன் திரும்ப உன் வாழ்கைக்குள்ள வந்தான், இப்போ நீயே தெளிவா இருந்தனால நீதான் முடிவெடுக்கணும்னு ஒதுங்கியே இருந்தேன், அதுவும் போக அவன் மத்தவங்களுக்கு நல்லவனோ கெட்-டவனோ, உன்னய உண்மையா தான் விரும்புறான் அப்டீன்னும் புரிஞ்-சுது. சரி அவன்கூட உன் வாழ்க்கை நல்லா இருக்கும்னு தான் நான் அமைதியா இருந்தேன்.

உனக்கு அவன பிடிக்களன்னு தெரிஞ்சதும் என்ன செய்யுறதுன்னே புரியல. திரும்பவும் அவன் கூட அதே இடத்தில நிக்கணுமானு மனசு குழம்பி, அப்பறம் உனக்காக நின்னு தான் ஆகணும்னு முடிவெடுத்து தான் அன்னைக்கு உன் வீட்டுக்கு வந்தேன். அப்போ நீ கேட்ட பாரு ஒரு கேள்வி, இப்போ என்ன நீ கட்டிக்க போறியான்னு, அதுல செத்தே போய்ட்டேன்.நீ ரெண்டு தடவ உன் மனச நேரடியா என்கிட்ட சொன்ன, பல முறை உன் பார்வையாள சொல்லிகிட்டே இருந்த, அத கடக்க தான் நான் செத்து செத்து பொழைச்சேன். அதுக்கு அப்பறம் என்னைக்கு உன்ன வீட்டுக்குள்ள அடைச்சி வச்சான்னோ அப்பவே முழுசா நேரடியா அவன எதிர்த்து உன்கூட நிக்கனும்னு தான் போலீஸோட வந்து நின்னேன். ஆனா நானே எதிர்பார்க்காம என்ன என்னவோ நடந்து முடிஞ்சுடுச்சு. அவனுக்கு என் மேல இருந்த கோபமும், வெறுப்பும் வஞ்சமும் அளவுக்கு மீறி போயிடுச்சு. நான் தெரிஞ்சே செய்யலன்னா கூட என்னால தான் அவன் எப்பவும் அவமானப்படுறான், அதுனால தான் எனக்கு அந்த தயக்கம், போதுமா இதுக்கு மேல சொல்ல எதுவும் இல்ல."என்று அனைத்தையும் சொல்லி முடித்துவிட்டு அவன் அவளை நிமிர்ந்து பார்க்க. பதிலேதும் பேசாமல் அங்கிருந்து சென்றுவிட்டாள் அழகி.

"அழகி..... என்ன எதுவும் சொல்லாம போகாதடி, நில்லு நில்லு...."என்றபடி அவள் பின்னே இவன் போக, வேகமாய் சென்றவள் அறைக்குள் சென்று கதவை சாத்திக்கொள்ள, சத்தமாய் கூப்பிட கூட முடியாமல் மெல்லமாய் கதவை தட்டுக்கொண்டே நின்றான் இன்பரசன். நேரம் கடந்ததே தவிர அவள் கதவை திறப்பதாய் தெரியவில்லை. அவனும் சென்று மெத்திலேயே படுத்துக்கொண்டு, மீண்டும் வானத்தை வெறிக்க தொடங்கினான்.

இரவு முழுவதும் அப்படியே கழிய, அதன் பின் ஒரு வாரமும் அழகியின் அமைதி தொடர, இன்பரசன் குட்டிகரணம் மட்டும் தான் அடிக்கவில்லை மற்ற அனைத்து முயற்சியும் செய்து விட்டான். அவள் மசியவில்லை, இவர்களின் பிரச்சினை குடும்பத்தினருக்கும் தெரிய வந்தாலும், கண்டும் காணாமலும் இருந்தனர். ராஜி மட்டும் தோண்டி, துருவி கேட்க, அவளிடம் மறைக்க முடியாமல் அத்தனையும் சொல்ல,

"பாறேன் இந்த மாமாவ, இவங்கிய அண்ணன் தம்பி வாய்க்கா வரப்பு தகராருக்கு உன்னைய வச்சு ஆட்டம் ஆடி இருக்கானுங்க.

விடாத அழகி ஒரு கை பாத்துடு,"என்று அவளும் இன்பரசனிடம் கோவித்து கொள்ள, இன்பரசன் தான் ஒரு வழி ஆகிவிட்டான்.

அன்று வேட்புமனு தாக்கல் ஆரம்பமான நாள், தென்னரசு ஆரா-வாரமாய் தேரும் திருவிழாவுமாய் போய் வேட்புமனு தாக்கல் செய்தான். தொடர்ந்து மற்ற பெரிய கட்சிகளும் வேட்புமனு தாக்கல் செய்ய, வேட்-புமனு செய்ய நாளை தான் கடைசி என்னும் நாளும் வந்தது, அன்று முதலே பலரும் இன்பரசனை சொல்லி சொல்லி அலுத்துபோய் முடிவை அவனிடமே விட்டுவிட்டு காத்திருந்தனர். அழகி மட்டும் ஏதும் சொல்-லாமல் இருக்க, வழக்கம்போல அவன் அன்று இரவும் வானத்தை வெறித்திருக்க, அங்கு வந்தவள்,

"நாளைக்கு தான் கடைசி நாள்னு தெரிஞ்சும் ஏன் இப்படி கெணத்-துல போட்ட கல்லு மாதிரி இருக்க."என்று எங்கோ பார்த்தபடி கேட்க.

"கல்லு மாதிரி இல்ல இல்ல கல்லு மனசோட இருக்குறது நானா நீயா..."என்றான் அவனும் அவளை மட்டுமே பார்த்தபடி.

"பெரிய போராளினு சொல்லிக்கிட்டு, சொந்த பிரச்சனைகாக இப்டி பொறுப்பில்லாம இருக்குறது எல்லாம் அழகாவா இருக்கு."என்றாள் இம்முறை அவனை பார்த்து.

"மனசு பூராம் ரணமா இருக்கும்போது எதை பத்தியும் சிந்திக்க முடி-யாது, அதுகூடவா உனக்கு தெரியாது."

"அது சாதாரண மனுசங்களுக்கு, அற்புத பிறவிகளுக்கு இல்ல. நீயெல்லாம் அற்புத பிறவி, இல்ல இல்ல அத்துக்கும்மேல, வேணாம்.... நான் எதுவும் இப்போ பேச விரும்பல, அன்னைக்கு நீ சொன்னது தான் மாமா,...."என்றவள் நிறுத்தி, "ச்ச ச்ச இந்த வாயி இருக்கே என் பேச்சை கேக்குறதே இல்ல, மாமா வாம் மாமா,"என்று வாயிலேயே அடித்து கொண்டு. "இங்க பாருங்க இன்பரசு பாண்டியன். பிரச்சினை வரும் போகும், இன்னைக்கு இருக்கும் நாளைக்கு இருக்காது. அதுக்-காக எல்லாம் லட்சியத்த மறக்க கூடாது. போன பாதையில இருந்து பின் வாங்க கூடாது. நான் சொல்ல வந்தத சொல்லிட்டேன். போறேன்"என்று சொல்லி போனவளின் கைகளை பிடித்து அவன் இழுக்க, இழுத்த வேகத்தில் அவன் மேலே வந்து அவள் முட்டி நிற்க, ஒரு முழு நிமிடம் அவளை இறுக அணைத்து, நெற்றி முத்தம் ஒன்றை குடுத்து, பின் விடுவித்து அங்கிருந்து அவன் சென்றுவிட, அவள் தான் சிலையாய் நின்றுவிட்டாள்.....

மறுநாள் காலை,இன்பரசன் பரபரப்பாய் கிளம்பி கொண்டிருந்தான். அவன் எங்கு கிளம்புகிறான், எதற்கு கிளம்புகிறான் என்று அவளுக்கும் தெரிந்ததால் தேவையான டாக்குமெண்ட்ஸுடன் வந்து அவள் நிற்க, அதற்குள் இயக்க நண்பர்களும் வந்துவிட, ஆரவாரம் இல்லாமல் அமைதியாய் சென்று வேட்புமனு தாக்கல் செய்தான் இன்பரசன். அதன் பின் வந்த நாட்களில், அழகி ஸ்கூல் வேலையில் மூழ்கி போனால், ஒரு பெரிய விழாவிற்கு ஏற்பாடுகள் செய்து கொண்டிருந்தாள்.

இன்பரசனும் முதலில் திட்டமிட்ட அதே விஷயத்தை கொஞ்சம் மாற்றி, பெரிய பெரிய மில்களில் எல்லாம் ஒப்பந்தம் போட்டு, நேரடி கொள்முதலுக்கு ஏற்பாடுகள் செய்தான். பணியான் மட்டும் இன்றி சுத்துப்பட்டு கிராமங்கள் எல்லாம் அதில் பயன்பெற இன்பரசன் புகழ் வளர்ந்தது. இன்று அப்டி ஒரு முக்கிய ஒப்பந்தம் கையெழுத்தாகிறது, இதுவரை பெரிய விவசாயிகள் மட்டுமே மில்களிடம் ஒப்பந்தம் போட முடிந்தது. இன்று சிறு குறு விவாசியகள் எல்லாம் பயன்பெறும் வகையில் அனைவரையும் ஒருங்கிணைத்து தன் பெயரில் அந்த ஒப்பந்தம் இருக்கும்படி செய்திருந்தான் அவன்.

ஊர் மந்தையில் வைத்து அந்த ஒப்பந்தம் கையெழுத்திடும் நேரம், தென்னரசு தன் படைகளுடன் அங்கு வந்து சேர்ந்தான். இன்னமும் கூட ஊரில் தென்னரசின் புகழ் அப்படியே தான் இருக்கிறது, அதனால் அவன் வருகையும் வரவேற்கப்பட, வந்தவன் "இங்க என்ன நடக்குது, அதெப்படி உங்க எல்லார் பொருளுக்கும் இன்பரசன் பேர்ல ஒப்பந்தம் போட முடியும். இது சரியா படலயே"என்று ஆரம்பிக்க.

"வேற வழி இல்ல. தனிப்பட்ட வகையில இவங்க வெள்ளாமை அளவு குறைச்சல், ஒண்ணா சேர்த்தா மட்டும் தான் ஒப்பந்தம் போட முடியும். இந்த ஒப்பந்தத்துக்கு நான் வெறும் ஜாவாப்தாரி மட்டும் தான். இவங்க எல்லார் பேரும் தகவலும் இருக்கு, இதோ எல்லாரும் பாத்துகோங்க."என்று ஒப்பந்தத்தை இன்பரசன் அங்கு வைக்க.

"என்னப்பா இன்பம் உன்னைய போயி சந்தேகப்படுவோமா, என்னத்துக்கு நீ இதெல்லாம் காட்டிக்கிட்டு இருக்க. எப்பா தென்னரசா.... என்ன சொல்ல வர நீ, என்ன வேணும் உனக்கு."என்று ஊர்க்காரர்கள் கேட்க.

"எனக்கு ஒண்ணும் வேணாமப்பு, நாள பின்ன பிரச்சனைன்னா என்கிட்ட தான வந்து நிப்பீங்க, அதான் இன்னைக்கே எச்சரிக்கை பண்-

ணிட்டு போக வந்தேன். எல்லாரும் கொஞ்சம் பொருத்திருங்க எலெக்-சன் முடியட்டும், நான் பதவி ஏத்ததும் மொத வேலை, கொள்முதல் நிலையத்தை திறக்கிறது தான். அதுக்குள்ள அவசரப்பட்டு எதுலயும் போய் மாட்டிக்காதீங்க அம்புட்டுத்தேன்."என்று தென்னரசு சொல்ல.

"நீ சொல்றதும் சரித்தேன் தென்னரசா, நீ நாளைக்கு பதவிக்கு வந்து செய்யுறேன்னு சொல்றத கேக்குறப்போ அம்புட்டு சந்தோசம் பேராண்டி, ஆனா இந்தபய எந்த பதவியும் இல்லாமையே கெடந்து கருமாயப்பட்டு அங்க ஓடி, இங்க ஓடி எல்லாம் பண்ணிகிருக்கயான். நீ பதவிக்கு மொத வா.... வந்து எல்லாம் செய்யி, அதுவரைக்கும் நாங்க செய்யுரதயும் செஞ்சுகிட்டே இருக்கோம். சரித்தானா ..."என்றவர். "எய்யா இன்பம், சட்டு புட்டுன்னு கையெழுத்த போடு, வேல கெடக்கு போய் பொழப்ப பாப்போம்."என்றும் சொல்ல.

"கடைசியா ஒரே ஒரு விஷயம் மட்டும் கேட்கிறேன். இந்த ஒப்பந்தம் வெளி மாநிலத்து காரன் கூட போட்ருக்கு. சரி நல்லது தான். ஒரு-வேளை நாளைக்கு அவன் பணம் கொடுக்கல் வங்கள்ல எதாவதும் கொளருபடி பண்ணிட்டான்னா அம்புட்டு பேர் பணத்துக்கும் பொறுப்பு யாரு. இதுக்கு மட்டும் பதில் சொல்லிட்டு கையெழுத்த போட சொல்-லுங்க."என்ற தென்னரசிடம்.

"நான்தான் பொறுப்பு, எல்லார் பணத்துக்கும் நான்தான் பொறுப்பு."என்று சொன்ன இன்பரசன் கையெழுத்து போட, அனைத்தும் முடிந்து அனைவரும் கிளம்பினர். தென்னரசு மட்டும் விஷம பார்வை-யும், கள்ள சிரிப்புமாக அங்கிருந்து கிளம்பினான். அப்போது மதிய-ழகன் "தப்பு பண்ணிட்ட இன்பம். இது எங்கேயோ கூட்டிட்டு போக போகுது."என்று சொல்லிவிட்டு சென்றுவிட. "கொஞ்சம் யோசிச்சு பேசி இருக்கணும் இன்பா"என்றான் தெய்வாவும்.

அதைக்கேட்டு இன்பரசன் வருத்தாமாய் இருக்க. அவனுக்கு ஒரு அழைப்பு வர, எடுத்து பேசினான். பேசியவன் பதற்றமாய் பைக்கை எடுத்து கொண்டு நேராய் அழகியின் ஸ்கூலுக்கு தான் வந்திருந்தான். அழகி சோகமாய் உடைந்து போன மனதுடன் அமர்ந்திருக்க, "என்ன அழகி என்ன ஆச்சு."என்று கேட்க.

"எல்லாம் அவன் வேலை தான் மாமா. ஸ்கூலுக்கு குடுத்த லைசென்ஸ் மேல ஸ்டே வாங்க வச்சிருக்கான். மனசாட்சியே இருக்-காதா அவனுக்கு. என்னையும் உன்னையும் பலி வாங்க வேற வழியே

கிடைக்கலையா அவனுக்கு. இத எல்லாம் நான் சமாளிச்சுடுவேன் ஆனா இப்போ பரீட்சை நேரம். இந்த பிரச்சனைநாள பசங்க பரிட்சை எழுத முடியாது. பசங்க வாழ்க்கையே போயிடும் மாமா. என்ன நம்பி அவங்கள என்கிட்ட ஒப்படைச்ச அவங்க பெத்தவங்களுக்கு நான் என்ன பதில் சொல்வேன். போச்சு மாமா, எல்லாம் போச்சு....."என்று பிரம்மை பிடித்தவள் போல் பேசிக்கொண்டிருந்தாள் அவள்.

அவள் அப்படி பேச பேச, கோபம் தலைக்கேற, வெறி கொண்டு அங்கிருந்து கிளம்பினான் இன்பரசன்....

28

குருவிகள்

ஸ்கூல் விஷயத்தில் தென்னரசு அவன் வேலையை காட்டி இருக்கிறான் என்று தெரிந்ததும், கோபத்தின் உச்சிக்கு சென்ற இன்பரசன் வேகமாய் அங்கிருந்து கிளம்ப,

"மாமா... நில்லு, எங்க போற"என்று அழகி அவனை நிறுத்தி கேட்க,

"அவன ரெண்டுல ஒண்ணு பாத்துட்டு வறேன், இவ்ளோ நாள் என்கூட மோதினான், அண்ணனா போன பாவத்துக்கு பொறுத்து போனேன் ஆனா இப்போ அவன் ஸ்கூல் மேலயும், பசங்க வாழ்க்கையோடையும் விளையாண்டுட்டான். இனி சும்மா இருக்க முடியாது."என்று கோபமாய் சொல்ல,

"சரி அதுக்கு இப்போது என்ன பண்ண போற மாமா, அவன அடிச்சு கைய கால உடைக்க போறீயா, இல்ல ஒரேடியா கொல்ல போறீயா. சொல்லு மாமா... அவன கொன்னுட்டு கொலகாரன்னு பேரோட ஜெயிலுக்கு போக போறீயா, இதுக்கு தன் இம்புட்டு வருஷமும் போராடினது எல்லாமா. கொஞ்சம் பொறுமையா இரு மாமா, இப்ப என்ன..??? ஸ்கூல் லைசென்ஸ்க்கு ஸ்டே வாங்கிட்டான் அவ்ளோதான!!!, ஸ்கூலும் எங்கேயும் போகல, நம்மலும் எங்கேயும் ஓடி போயிடல, யோசிப்போம் யோசிச்சு அறிவுப் பூர்வமா என்ன செய்யனுமோ அத செய்வோம். ஆத்திரத்தில அறிவுகெட்ட தனமா நடந்துக்க நீ தென்னரசு இல்ல என் இன்பா மாமா நீ,."என்று அழகி சொல்ல. எதுவும் பேசாமல் அப்படியே அங்கேயே அவன் அமர. அழகியும்

அமைதியாய் அங்கேயே அமர்ந்திருக்க நேரம் கடந்து சென்றுகொண்டே இருந்தது. அப்போது அந்த பக்கம் வந்த ராஜி, இருவரும் இப்படி அமர்ந்திருப்பதைக் கண்டு, குழப்பத்துடன்.

"என்ன இது எதுவும் சூரியன் மேற்குல உதிச்சுட்டுச்சா என்ன. இப்படியெல்லாம் இரண்டுபேரும் உக்கார மாட்டிங்களே, என்ன ஆச்சு."என்றபடி உள்ளே வர. அழகியும் அவளிடம் விஷயத்தைச் சொன்னதும்.

"தென்னரசு மாமனுக்குக் கிறுக்கு பிடிச்சு பேச்சு, அதான் இப்படி அறிவுகெட்டு அழையுது. சொந்தபிரச்னைக்கு ஊற பகடையா பயன்படுத்துறது எல்லாம் எம்புட்டு அயோக்கியத்தனம்னு ஒருநாள் புரிய வரும் அதுக்கு. அது இருக்கட்டும் நீங்க இரண்டுபேரும் ஏன் இப்படி எல்லாம் முடிஞ்ச மாதிரி உக்காந்து இருக்கீங்க. இம்புட்டு வெரசா தோத்து போய்ட்டோம்னு ஒத்துக்க போறீங்களா,"என்ற ராஜியை அழகி நிமிர்ந்து கேள்வியாய் பார்க்க.

"ஆமா அழகி, ஒரு பிரச்சினை நம்மள மீறி, நடந்திருச்சுன்னா அடுத்த என்ன தான் யோசிக்கனுமே தவிர, ஏன் அது நடந்துச்சுன்னு யோசிக்கக் கூடாது. இப்போது என்ன ஒரு வழி கதவு மூடி கிச்சு. அடுத்த எங்க வழி இருக்குனு யோசிங்க."என்று ராஜி சொல்ல. பலத்த அமைதிதான் நேரத்தை நிறைத்தது. மூவரும் யோசனையிலேயே இருக்க. இன்பரசன் போன் அலறியது. யாரென்று பார்க்காமல் அவன் எடுத்து பேச, "அண்ணன் வணக்கம் எப்டி இருக்கீங்க,"என்ற குரலை கேட்டு,

"சந்தோஷ் நான் நல்லா இருக்கேன்டா, நீ எப்டி இருக்க."என்று இன்பரசன் பேச,

"என்ன்னா உங்க வாய்ஸ்ல ஏதோ வித்தியாசம் இருக்கே, என்ன ஆச்சு மறுபடியும் எதுவும் பிரச்சினையா..."என்றான் சந்தோஷ்.

"அதெல்லாம் எதுவும் இல்ல சந்தோசா, எப்பவும் போலத்தான். நீ சொல்லு என்ன விஷயமா போன் பண்ணின,"என்றான் இன்பரசன்

"இல்லன்னா ஒரு பிரச்சனை அதுக்கு உங்க அட்வைஸ் வேணும் அதான் கால் பண்ணினேன்."என்றவனிடம்.

"என்ன பிரச்சனைடா தம்பி, நல்லாதான இருக்க."என்று இன்பரசன் கேட்க. அழகியும் ராஜியும், "என்ன ஆச்சு மாமா"என்று பதட்டமாக. "ஒண்ணும் இல்ல, இருங்க"என்றவன் "சந்தோசா ஸ்பீக்கர்ல போடுறேன்டா உன் அக்கா ரெண்டுபேரும் இங்கதான் இருக்காங்க."என்று

சொல்லி போனை ஸ்பீகெரில் போட.

"அழகி அக்கா, ராஜி அக்கா எப்டி இருக்கீங்க. தம்பிய மறந்துடீங்க பாத்தீங்களா..."என்ற சந்தோஷின் பேச்சில் தற்காலிகமாக அவர்கள் கவலையை மறைத்து, "தம்பிய மறக்க முடியுமா, தம்பி படு பிஸியான ஆளு நம்ம ஏன் தொந்தரவு பண்ணுவானேன்னு தான் சந்தோஷ், வேற ஒண்ணும் இல்ல. அதெல்லாம் இருக்கட்டும் என்ன பிரச்சினை, யாருக்கு பிரச்சனை."என்று கேட்க.

"அக்கா ஊர்ல ரொம்ப தண்ணி பிரச்சனைக்கா, குடிக்கவே தண்ணி இல்ல. ஆனா ஊருக்குள்ள ஒரு இடத்துல மட்டும் ஒரு அறுநூறு அடிக்குமேல நல்ல தண்ணி இருக்குக்கா. அது ஒரு தனி நபர் இடம். அவர் ஏதோ நல்ல மனசு பண்ணி ஊருக்கே தண்ணி குடுத்துட்டு இருக்காரு, பெருசா காசு பணம் எதுவும் வாங்க மாட்டாருக்கா, ஆனா எதாவதும் ரிப்பேரு, நல்லது கெட்டதுன்னா மட்டும் அதுக்கு ஏத்த மாதிரி வாங்குவாறு, அதுனால அவருக்கு ஊருக்குள்ள நல்ல மரியாதைக்கா, அத பொறுக்காத சிலபேர் இவர் சட்டவிரோதமா தண்ணிய விக்கிறாருன்னு கேஸ் போட்டு இப்போ அந்த கெணறு ரெண்டு வருஷமா யாருக்கும் பயனில்லாம கெடக்கு, இப்டியே போனா தண்ணி வத்தி போக கூடும். இறைக்காத கெணறு சுரக்காதுன்னு சொல்றது உண்மைதானக்கா, அவரும் கோர்ட்க்கு எல்லாம் போய் பாத்து சோர்ந்து போய் ஓஞ்சு உக்காந்துட்டார். இப்போ எப்டியாவதும் அந்த கெணத்த பயனுக்கு கொண்டு வரணும், ஊர் காரங்க எல்லாம் தண்ணிக்கு கிலோமீட்டர் கணக்குல அழைய வேண்டி இருக்கு. இதுல புதுசா மினரல் வாட்டர்னு சொல்லி மினி டேங்கர் லாரியில வந்து குடம் பத்து ரூபாய்னு சொல்லி கேஸ் போட்டவனே விக்கிறான். நம்ம சனமும் வேற வழி இல்லாம அதையும் வாங்குது. மனசு கேக்கலக்க, அதான் அண்ணன் கிட்ட என்ன பண்ணலாம்னு கேக்க தான் போன் பண்ணுனேன்க்கா..."என்று சந்தோஷ் சொல்லி முடிக்க.

"சந்தோஷ் ஊர் மக்கள் நிலைப்பாடு என்ன,"என்று கேட்டான் இன்பரசன்.

"எல்லாரும் கெணறு வேணும்னு தான்னா ஏங்கி கெடக்குறாங்க."என்ற சந்தோசின் பதிலை கேட்டதும்.

"அப்போ ஒரு கம்ப்ளைண்ட் லெட்டர் எழுதி ஊர் முழுசும் ஒருத்தர் விடாம கையெழுத்து வாங்கு, முடிஞ்சா சிலர பேச வச்சு வீடியோ எடு,

நம்ம அத வச்சு கோர்ட்டுக்கு போவோம், கோர்ட்டுக்கு மட்டும் இல்ல எங்க எங்க வேணும்னாலும் போவோம். வேணும்னா ஒரு பெரிய ஆர்ப்பாட்டம் கூட பண்ணுவோம். இன்னும் ஒரு மாசத்துக்குள்ள கெணத்த பயன்பாட்டுக்கு கொண்டு வருவோம்."என்று இன்பரசன் உறுதியாய் பேசி உறுதியளிக்க, நம்பிக்கையாய் "நீங்க சொன்ன மாதிரியே எல்லாம் முடிச்சுட்டு வந்து உங்கள பாக்குறேன்னா, அக்காஸ் பாய்... சீக்கிரம் சந்திப்போம்"என்று சொல்லி சந்தோஷ் போனை வைக்க.

"மாமா நம்ம பிரச்சனையும் இதே மாதிரி தான மாமா, நம்மலும் இதையே ஏன் செய்ய கூடாது."என்று அழகி கேட்க.

"அழகி என்ன சொல்ற, நம்ம பிரச்சினை வேற, இதுக்கு நமக்கு அவ்ளோ நேரம் இல்ல. இன்னும் பத்து நாளுக்குள்ள நம்ம ஸ்கூல் பிரச்சினை முடியனும். இதுல எப்டி அத பண்ண முடியும்."என்றாள் ராஜி.

"பண்ண முடியும் ராஜி, இதுதான் சரி, உடனே வேலையை ஆரம்பிப்போம். அழகி ராஜி ரெண்டுபேரும் ஊருக்குள்ள ஒருத்தர் விடாம விஷயத்தை சொல்லி கையெழுத்து வாங்குங்க, நான் எங்க பேசணும், எப்டி பேசணும்னு யோசிக்கிறேன்."என்ற இன்பரசன், உடனே சந்தோஷிற்கு அழைத்து "சந்தோசா... கொஞ்சம் உடனே கௌம்பி ஊருக்கு வாயா...."என்று நடந்த அனைத்தையும் சொல்ல, உடனே சந்தோசும் அவன் சேனல் நண்பர்களுடன் வந்து சேர்ந்தான்.

அடுத்த ஒரு மணி நேரத்தில், இன்பரசனின் இயக்க நண்பர்கள், சந்தோஷின் சேனல் குழுவினர், அழகி ராஜி, தெய்வா, என அனைவரும் ஒன்று கூடினர்,

அழகியின் சிகரம் பள்ளி மாணவர்கள் அவர்களின் பெற்றோர்கள் என ஒருபக்கம் அவர்களும் கூடி இருந்தனர். ஊர் மக்களும், ஊர் பெரியவர்கள் சிலரும் கூடி இருந்தனர். அவர்கள் அனைவரும் இந்த சிகரம் பள்ளி தங்கள் ஊருக்கும் தங்களுக்கும் எவ்வளவு முக்கியம் என்று பேச, அதை சந்தோசின் சேனலில் நேரலையும் செய்ய தொடங்கினர். அந்த நேரலையின் விளைவாய் மேலும் சில உள்ளூர் சேனல்களும் வந்து சேர, ஊரே களைகட்டியது, அழகி ராஜி ஒருபுறம் கையெழுத்து வாங்கி கொண்டிருக்க, தெய்வாவும், இன்பரசனும் முக்கியமான ஒருவரை சந்திக்க கிளம்பினர்.

மாணவர்களின் நேரடி பேச்சும், அதில் இருந்த ஏக்கமும், கவலையும், எதிர்பார்ப்பும் சுற்றுவட்டார மக்களின் ஆதரவை அள்ளி கொண்டிருந்தது. பணியான் கிராமம், சிகரம் பள்ளி, முத்தழகி, இன்பரசன் என்னும் பெயர்கள் மக்களிடையே பரீட்சியம் ஆகி கொண்டிருந்தது. ஊருக்குள் மட்டும் தெரிந்த சிகரம் பள்ளி இன்று தமிழ்நாடு முழுவதும் பிரபலமானது. இதுதான் தீமையிலும் நன்மையோ என்பது போல் நடந்து கொண்டிருந்தது.

இன்பரசனும் தெய்வாவும் சென்றது, மாவட்ட ஆட்சியரை பார்க்க தான். அவரை சந்தித்து விஷயங்கள் அனைத்தையும் சொல்ல, அவர் உடனே அந்த தாலுகா தாசில்தார், வட்டாட்சியர், வருவாய் ஆய்வாளர், கிராம நிர்வாகி, என அனைவரையும் தொடர்பு கொண்டு பேசியவர், நாளை அனைவருக்கும் அழைப்பு விடுத்து, இன்பரசன், முத்தழகி மற்றும் பள்ளி மாணவர் பெற்றோர் பிரதிநிதிகளையும் அழைக்க, நாளை நல்ல வழி பிறக்கும் என்ற நம்பிக்கையில் இன்று இந்த இருள் நேரத்தில் இருவரும் வீடு திரும்பினர்.

இன்பரசனும் தெய்வாவும், வீட்டை நெருங்க, வாசலிலேயே காத்திருந்தனர் அழகியும் ராஜியும். ராஜி அவ்வளவு நேரம் அங்கேயே இருப்பதை கண்ட தெய்வா, "ஏய் வாயாடி என்ன வீட்டுக்கு போகளையா... மணி என்ன ஆச்சு தெரியுமா, வீட்ல உன்னைய கொல்ல போராங்கியடி... கொஞ்சமாவதும் அவங்கியல அமைதியா இருக்கத்தான் விடேன், எப்போ பாத்தாலும் பொலம்ப விட்டுகிட்டேவா இருப்ப, பொம்பள பிள்ளை இம்புட்டு நேரம் வீட்டுக்கு வரலன்னா எம்புட்டு கோபம் வரும் பெத்தவகிங்கியலுக்கு. ஏற்கனவே உன் அப்பாரு என்னய வில்லன் மாதிரியே பாப்பாப்ள, இதுக்கு மேல நீயே போதும் போல. கௌம்புடி வீட்ல விட்டுட்டு வறேன்."என்று அழைக்க.

"அம்புட்டு நல்லவனா தெய்வா நீ, நான்கூட என்னமோ நெனச்சுட்டேன்டா... போடா... போடா... நீயெல்லாம் நல்லா வருவடா... "என்று ராஜி தெய்வாவை கலாய்க்க,

"வாயிலேயே போடு ரெண்டு போடு... அதென்ன வாடா... போடா... மரியாதை பேசு,"என்றபடி ராஜியின் அப்பா அங்கே வர, தெய்வா அப்படியே அழகி பக்கம் நகர்ந்து ரகசியமாய், "இவர் இங்கதான் இருக்காறா... நீயெல்லாம் ஒரு பிரெண்டா பக்கி, இங்கதான் இருக்காருன்னு ஒரு சின்ன சிக்னல் குடுக்க கூடாதா, எனக்குன்னே

வருவீங்களோ... "என்று சொல்ல.

"நடிக்காதடா, இருக்காருன்னு தெரிஞ்சு தான பக்கம் பக்கமா டயலாக் பேசுன, இல்லனா நீ இப்டி தான் பேசி இருப்ப நம்பிட்டேன் போடா..."என்று அழகி சொல்ல...

"கண்டுபிடிச்சிட்டா கள்ளி... "என்று அசட்டு சிரிப்பு சிரித்த தெய்வாவை பார்த்து, "வழியுது கொஞ்சம் தொடச்சுக்கிட்டு அங்க பேசு"என்றவளை பாவமாய் பார்த்தான் தெய்வா...

நாகமலையான் ராஜியை திட்டி கொண்டிருக்க, அதை வேடிக்கை பார்க்கும் தெய்வாவை ராஜி முறைக்க, இவர்களின் இந்த நிலைமையை பார்த்து இன்பரசனும் அழகியும் சிரிக்க, உள்ளிருந்து மதியழகன் அழைத்த பின்னரே ஒரு முடிவுக்கு வந்தது அந்த நிலைமை.

உள்ளே வந்ததும், நடந்தவை பற்றி இன்பரசனும் தெய்வாவும் சொல்ல, அனைவரும் நம்பிக்கையுடன் நாளைக்காய் காத்திருந்தனர். நாகமலையானும் மதியழகனும், இந்திராணியும் பல வருடங்கள் கழித்து இப்படி சந்தித்திருக்க நேரம் காலம் தெரியாமல் பேசிக்கொண்டே இருக்க, ராஜியை வீட்டில் விட்டு வர தெய்வாவிடம் இன்பரசன் சொல்ல, இதற்காக காத்திருந்தவன் போல, பைக்கை எடுத்தான் தெய்வா...

பைக்கில் எறியதில் இருந்து ராஜி எதுவும் பேசாமல் ஏதோ யோசனையிலேயே இருக்க, "வாயாடி... தங்கம்... ஏண்டா கண்ணு அமைதியாவே வர, மாமன் மேல கோபமா, உங்க அப்பா கரிமேட்டு கருவாயன் கிட்ட வசவு வாங்க வச்சுட்டேன்னு கோபமா கண்ணு."என்று தெய்வா குழைய.

"அட அதெல்லாம் ஒண்ணுமே இல்ல, நீ ஒரு வெட்டி பீசு, எங்க அப்பாரு ஒரு முட்டா பீசு, மாமனும் மருமகனும் சரியான ஜோடி, கல்யாண பொருத்தம் நமக்குள்ள பொருந்துதோ இல்லையோ, உனக்கும் உன் மாமனுக்கும் பத்து பொருத்தமும் பக்காவா பொருந்தும்ன்னு தான் எனக்கு தெரியுமே பக்கி, என் யோசனை அது இல்ல."என்றவளிடம்

"பார்ரா அப்டி என்ன மேடம் அதுக்கெல்லாம் மிஞ்சின பெரிய யோசனை உங்களுக்கு."என்றான் தெய்வா கடுப்பாக.

"இன்பா மாமாவும் அழகியும் சரி ஆகிட்டாங்களா, ஒருத்தரை ஒருத்தர் ஏத்துகிட்டாங்களா தெய்வா."என்று ராஜி கேட்டதும், பைக்கை நிறுத்தியவன் அப்படியே அவள் பக்கம் திரும்பி, "என்ன டிசைன்டி நீனு,

ஊரெல்லாம் என்ன வேலையா போராடிக்கிட்டு இருக்கு, உனக்கு ஏண்டி இந்த நெனப்பு."என்று கேட்க.

"எனக்கு எல்லாத்த விடவும் என் அழகி தாண்டா முக்கியம். அவ சந்தோசமா இருக்காளா இல்லயாங்கிறது தான் என் கவலை."என்றவளை என்ன சொல்வது என்பது போல் பார்த்தவன்.

"அழகி சந்தோசமா தான் இருக்கா. ஆனா ரெண்டுபேருக்கும் இன்னும் முழுசா சரி ஆகல."என்றான்.

"எனக்கும் அப்டி தான் தெய்வா தோணுது. மாமா பண்ணின வேலைக்கு அம்புட்டு சீக்கிரம் அவரை அவ விட மாட்டா, ஆனா ரெண்டுபேரும் நல்லா பேசிக்கிறாங்க, ஒண்ணா வேலை செய்றாங்க, எப்படிடா...."என்ற ராஜியிடம்

"அதுக்கு பேர்தாண்டி அன்கண்டிஷனல் லவ். ரெண்டுபேருக்குள்ளேயேயும் என்னதான் மனஸ்தாபம் கோபம் எல்லாம் இருந்தாலும், ஒருத்தருக்கு தேவைன்னு வரும்போது, அதெல்லாம் தூரமா தூக்கி போட்டுட்டு இன்னொருத்தர் வந்து நான் இருக்கேன்னு சொல்லணும், அவங்க அப்படித்தான்."என்று தெய்வா சொல்ல.

"ரொம்ப கஷ்டம் தெய்வா, நேரடியா கோபத்தை காமிச்சு, பேசிக்காமா சின்ன சின்ன முரண்டு எல்லாம் பிடிச்சாலே சண்ட சமாதானத்த நோக்கி போறது கஷ்டம். இதுல இதுங்களுக்கு சண்ட இருக்குறதே மறந்து போற அளவுக்கு அன்பு இருக்கு, இதுங்க என்னைக்கு சண்டை போட்டு பிரச்சனை எல்லாம் பேசி தீத்து, சமாதானம் ஆகி, புள்ள குட்டி எல்லாம் பெத்து, அத நான் தூக்கி கொஞ்சி, நடக்குற காரியமா தெரியலடா தெய்வா."என்றவளிடம்

"அதுங்க பெத்துக்க வேணாம், நம்ம பெத்துப்போம் அத நீ ஆசை தீர தூக்கி கொஞ்சு, உன்ன நான் கொஞ்ச, நீ நம்ம பிள்ளைகள கொஞ்ச, அப்டியே சந்தோசமா இருப்போம். என்ன ஓகேவா..."என்றவனின் முதுகிலேயே ரெண்டு போட்டவள்.

"அதுங்க பிரச்சினை சரி ஆனாத்தான் நம்ம ரூட்டு கிளியர் ஆகும்."என்று ராஜி சொல்ல.

"அதுவேற இருக்கா, அப்போ காத்திருந்து காத்திருந்து காலங்கள் போனதடினு பாட்டிட்டு சுத்த போறேன்னா நான்."என்றவனின் தலையிலேயே கொட்டியவள்,

"நல்ல வார்த்தை பேசுடா எரும, அவங்க நல்லா இருப்பாங்க, நல்லா இருக்கணும், எல்லாம் சீக்கிரமே சரி ஆகும்."என்று அவள் சொல்ல

"அப்ப கூட நம்ம கல்யாணம் நடக்கும்னு சொல்ல மாட்டேன்கிரியேடி."என்றான் தெய்வா

"அத அழகி பாத்துப்பா தெய்வா... எனக்கு எப்போ என்ன வேணும்னு அவளுக்கு தெரியும்டா, நீ வண்டியை எடு, வீட்டுக்கு போகணும் இந்நேரம் எங்க ஆத்தா மலரு புள்ள, கொழம்பு மாதிரி கோபத்துல கொதிச்சுகிருக்கும்."என்றதும் பைக்கை எடுத்தவன், "அயித்தய நான் பாத்துகிறேன் நீ தைரியமா வா தங்கம்."என்றபடி ராஜியின் வீட்டை நோக்கி தொடர்ந்தான்.

இன்னமும் கூட, மதியழகன் நாகமலையான் கூட்டணி பேசிக்கொண்டிருக்க, அழகி அறையில் நாளைக்கு தேவைப்பட கூடிய ஸ்கூல் சம்பந்தமான கோப்புகள் எல்லாம் எடுத்து வைத்து கொண்டிருக்க, இன்பரசன் கொஞ்சம் வேலைகளை முடித்து கொண்டு வந்தவன். அழகிக்கு உதவ, அனைத்தையும் எடுத்து வைத்துவிட்டு ஏதோ யோசனையில் இருந்தவளிடம், "எல்லாம் நல்லபடியா முடியும் நம்பிக்கையா இரு."என்றான்.

"நம்பிக்கை எல்லாம் நெறய இருக்கு மாமா. ஆனா அத தாண்டி ஏதோ ஒரு வலி இருக்கு மனுசுக்குள்ள, அது என்ன வலின்னு கூட உணர முடியல ஆனா கஷ்டமா இருக்கு. எந்த பக்கம் புத்தியை திசை திருப்பி விட்டாலும் திரும்ப திரும்ப அங்கேயே தான் மனசு வந்து நிக்குது."என்றவளிடம்

"என்கிட்ட கேள்வி கேளு, மானங்கெட வஞ்சுவிடு, சண்ட போடு, அடி, எண்ணவேணும்னாலும் பண்ணு அழகி, இதெல்லாம் பண்ற வரைக்கும் உன் மனசு வலி உன்ன விட்டு போகாது."என்றான்.

"எனக்கு எதுவும் தோணல மாமா. இப்டியே இருந்துட்டு போறேன் என்ன விட்டுடு."

"உன்ன நெறய தடவ தவிக்க விட்டுட்டேன் இனிமேல் அப்டி விட போறது இல்ல. இன்னைக்கே பேசி தீத்துடனும் பேசு அழகி"

"இல்ல மாமா வேணாம், எல்லாம் எப்போ நாம் பேசுறேனோ அப்போ ஒண்ணு நம்ம உறவு பலப்படும், இல்ல ஒரேடியா உடைஞ்சு போகும், இப்போ நமக்கு இருக்குற பிரச்சினைக்கு நடுவுல இது வேணாம்

மாமா, வா போய் தூங்கலாம்."என்றவள் அங்கிருந்து இறங்கி சென்று-விட, இன்பரசன் அசையாமல் அங்கேயே பரிதவிப்புடன் நின்றிருக்க,

மெல்லிசையாய்
உன் நினைவுகள்...
உன்னுடன் ஒன்றாய் பழகிய நாட்கள்...
உன் ஓரக்கண் பார்வை...
உதடு கூட அசையாத உன் புன்னகை
எறும்புகள் கூட உணர முடியாத
நான் மட்டும் உணரகூடிய
உன் காலடி சத்தம்...
மாமா என்றதும் உயிர்வரை பாயும்
உன் அழைப்பு ஓசை...
இவைகள் மட்டும் தான்
நீ இன்றி போன காலங்களில்
வெறுமையை நான் கொன்ற ஆயுதங்கள்...
உன் பிரிவும் கூட நினைவுகள் என்னும்
கயிறு கொண்டு உன்னுடன் தான்
என்னை கட்டி வைத்தது...
இன்று நிஜமாய் நீ இருந்தும்
நினைவுகள் மட்டுமே
துணையாய் வருகிறது...
நினைவுகள் தவிர்த்து...
நிஜம் நிறைத்து...
நாம் வாழும் நாளும் எந்நாளோ...
என்று ஏங்கி கொண்டிருந்தது அவனின் மனம்...

29

குருவிகள்

மாவட்ட ஆட்சியர் அலுவலகம், ஊர் பெரியவர்கள், சிகரம் பள்ளி மாணவர்கள் அவர்களின் பெற்றோர், இன்பரசன், முத்தழகி, அவர்களது மொத்த குடும்பம் இந்திராணி தவிர்த்து, அவர்களுடன் சந்தோஷும் அவன் நண்பர்களும், ஒரு சர்பாய் இருக்க, தென்னரசு நேரடியாக இதில் இறங்கினால் ஊருக்குள் பெயர் போய்விடும் என்பதால் அவன் பினாமியாய் சிலர், அவர்கள் சார்பில் பிரபலமான அவர்கள் சமுதாய பிரச்சனைகளுக்கு வாதிடும் வக்கீல் ஒரு பக்கம்.

இவர்களின் வாதத்தை கேட்டு முடிவெடுக்க கிராம நிர்வாக அலுவலர் தொடங்கி மாவட்ட ஆட்சியர் வரை அனைவரும் கூடி இருக்க, முதலில் வழக்கு போட்டவர்களிடம் விசாரணை தொடங்கியது.

வழக்கிற்கான காரணமாக அவர்களின் வக்கீல் சொன்னது, போதுமான ஆசிரியர்களும், தேவையான அடிப்படை வசதியும் இல்லை என்பதுதான். அவர்கள் அதை சொல்லி முடிக்க, பள்ளி தரப்பில் பெற்றோர்கள் அப்படியெல்லாம் எதுவும் இல்லை, எங்கள் பிள்ளைகள் எல்லாம் இன்று படிக்க காரணமே அந்த பள்ளியும், முத்தழகியும் தான், எங்கள் பிள்ளைகளுக்கு தேவையான வசதிகள் எல்லாம் தேவைக்கு அதிகமாகவே அங்கு இருக்கிறது என்று சொல்லி வாதிட, மாவட்ட ஆட்சியரோ, என்னதான் பெற்றோர் தரப்பு சொன்னாலும், ஆய்விற்கு பிறகே சட்டம் ஒத்துக்கொள்ள முடியும், என்று கிராம நிர்வாக அலுவலரிடம் பள்ளி பற்றி கேட்க, அவரும் நேரில் பார்த்த விசாரித்த ஆதாரங்களை ஒப்படைக்க, தாசில்தார் அலுவலக ஆதாரங்களும் பள்ளிக்கே சாதகமாய்

இருக்க, எல்லாம் நல்ல படியாய் முடியும் நேரம், எதிர் தரப்பில், ஆசி-ரியர்கள் விபரம் பற்றி கேள்வி எழுப்பி பிரச்சினையை தொடங்கினர்.

என்னதான் அழகி, ராஜி போக ஊரில் படித்து முடித்த, கல்யாணம் ஆகி வந்த பல பெண்களும் அங்கே ஆசிரியர்களா இருந்தாலும், பெரும்பாலானோர் வெளி ஊரில் இருந்து வரும் வாலண்டியர்கள் தான், அவர்களை சிகரம் பள்ளியின் ஆசிரியர்கள் என்று ஆதாரம் காமிக்க முடியாது, அவர்கள் போக பள்ளியில் ஆசிரியருக்கான தகுதியுடன் இருப்பது ராஜியும், அழகியும் மட்டும் தான். இதை எதிர் தரப்பில் சுட்டி காட்ட,

வெறும் இரு ஆசிரியர்களை மட்டும் வைத்து கொண்டு ஒரு மேல்-நிலை பள்ளியை நடத்துவது என்பது நிச்சயம் அரசால் ஏற்றுக்கொள்ள பட முடியாத ஒரு விஷயம் என்பதால், பிரச்சனை மீண்டும் பெரிதானது. அப்போது ஆட்சியர் அழகியிடம் "என்ன மேடம் நீங்களே சொல்லுங்க, நான் என்ன முடிவெடுக்க முடியும். அடிப்படை சட்ட திட்டங்கள் உங்க-ளுக்கு தெரியும்னு நெனைக்கிறேன், சாரி மேடம். என்னால உங்களுக்கு உதவ முடியாது."என்று சொல்ல.

"சார் ஒரே ஒரு நிமிஷம் நான் சொல்றத கேளுங்க அப்பறமா உங்க முடிவ சொல்லுங்க, ப்ளீஸ் சார்."என்று அவள் கெஞ்ச.

"அதெல்லாம் முடியாது சார். என்ன நிலைமைன்னு தான் எல்லார் முன்னாடியும் வெளிய கொண்டு வந்தாச்சே, அப்பறம் பேச என்ன இருக்கு. கேச முடிச்சு விடுங்க சார்."என்று எதிர்தரப்பு மறுக்க.

"இங்க நான் தான் கலெக்டர், நீங்க இல்ல, நான் என்ன பண்-ணனும்னு நான் தான் முடிவு பண்ணுவேன். அமைதியா நில்லுங்க, உங்-ககிட்ட கேட்டா மட்டும் பேசுங்க. முத்தழகி மேடம் கடைசி வாய்ப்பு என்ன சொல்லனுமோ சொல்லிடுங்க, எனக்கு நெறய எலெக்சன் வேலை இருக்கு."என்ற ஆட்சியருக்கு நன்றியை சொல்லிவிட்டு பேச தொடங்-கினாள் அழகி.

"சார், எங்க ஊர் பத்தியும், எங்க வாழ்க்கைமுறை பத்தியும் தெரிஞ்சா மட்டும் தான் இந்த ஸ்கூல் எங்களுக்கு எவ்ளோ முக்கியம்னு உங்களுக்கு புரியும். எங்க ஊருக்குள்ள இப்போ இருக்குற மக்களில நாற்பது சதவீதம் பதினஞ்சுலருந்து(15) இருபத்தினாலு(24) வயசு வரைக்கும் இருக்கிற படிக்க வேண்டிய வயசு பிள்ளைக தான். இதுல பத்தாவது தாண்டி படிச்சவங்க வெறும் இருபத்தி அஞ்சு சதவீதம் மட்-

டும்தான். அதுல பதினெட்டு சதவிகிதம் பசங்க தான். பொண்ணுங்க வெறும் ஏழு சதவிகிதம் மட்டும் தான். அதுக்கு அப்புறம் காலேஜ் போய் படிச்சவங்க அந்த இருபத்தி அஞ்சுல வெறும் பத்து சதவிகிதம் மட்டும்-தான் அந்தப் படிப்பை முழுசா முடிச்சவங்க வெறும் அஞ்சு சதவிகிதம் மட்டும்தான். அந்த அஞ்சு சதவிகிதத்துலயும் எங்க ஊரிலேயே இருக்கி-றவங்க வெறும் ஒரு சதவீதத்துக்கும் கம்மிதான் இப்போ இந்த நேரத்துல எங்க ஊரை எடுத்து கேட்டீங்கன்னா டிகிரி முடிச்சவங்கனு எடுத்துக்-கிட்டீங்கனா விரல் விட்டு எண்ணிட முடியும்.

கல்வி அறிவு இல்லாம போக போக, பழைய சாதிய பழக்கமும், தீண்டாமையும் இன்னும் உயிர்ப்போடவே இருக்கு, கொஞ்சம் யோசிங்க சார், அனைவருக்கும் கல்வி, எட்டாம் வகுப்பு வரை நிச்சய கல்வி, பிள்ளைகளுக்கு இலவச புத்தகம், சீருடை, பஸ் பாஸ், செருப்பு, ஸ்கூல் பை, சைக்கிள், லேப்டாப், படிச்ச பொண்ணுங்களுக்கு கல்யாணத்தப்போ அரசு உதவி, இவ்வளவும் பண்ணியும், இந்த கல்வி மக்களை சென்ற-டையாம இருக்க காரணம் என்ன. இது ஒண்ணும் எதார்த்தம் இல்ல, திட்டமிட்ட சதி, பல பகுதி மக்கள் இப்படிதான் ஓட்டு அரசியலுக்காக திட்டமிடப்பட்டு இப்டி வைக்கப்பட்டிருக்காங்க,

இத்தனையையும் மீறி கொஞ்சம் பேரு படிச்சாலும், படிப்பு சார்ந்து அவங்க வேலை, வாழ்க்கை இருக்குறது இல்ல, டிகிரி முடிச்சுட்டு வந்து சித்தாள் வேலைக்கும், லாரி ஓட்டவும் போறவங்க இங்க அதிகம். ஆனா அவங்க மனசுக்குள்ள ஏதோ நம்ம பெரிய ஆள் அப்டீன்னு ஒரு நெனப்பு சாதி சார்ந்து இருக்கு. ஏன்னா இன்னமும் நீ ராஜா, ஆண்-டவன் அப்டீன்னும் உனக்கு கீழ உன்னால அடிமையா நடத்தப்பட்ட-வன்னு ஒரு பிரிவு மக்களை காட்டியும் இவங்க மனசுக்குள்ள சாதிய பேயை புகுத்திகிட்டே இருக்காங்க.

இதுக்கு சரியான உதாரணம் சொல்லனும்னா இங்க இருக்குற பசங்-களுக்கு இட ஒதுக்கீடு அப்டீன்னா என்னனு தெரியுமா. ஏதோ ஒரு பிரிவினர்களுக்கு மட்டுமே அது குடுக்க படுதுன்னு நெனச்சுட்டு அத அசிங்கமா பேசிட்டு இருக்கானுங்க, இடஒதுக்கீடு கிடைக்க இங்க எவ்ளோ புரட்சி நடந்திருக்கு, எத்தனை பேர் என்ன என்ன தியாகம் எல்லாம் பண்ணி எத்தனை வருஷ போராட்டத்துக்கு அப்பறம் இது கெடச்சிருக்கினு யாருக்கும் புரியல. சொல்லபோனா இவங்க யாருக்கு மட்டும் இடஒதுக்கீடு சாதகம்னு நெனைக்கிறாங்களோ, அதே அளவுக்கு

இவங்களும் இதுல பலன் அனுபவிக்கிறாங்கன்னு புரிஞ்சுக்க தயாராவே இல்ல. இவங்களுக்கு கீழ இருக்குறதா இவங்க நினைக்கிற சமுதாய மக்கள் இவங்க உரிமையை பரிக்கிறதா இவங்க நினைக்கிற மாதிரி தான் இவங்கள கீழா நினைக்கிற இன்னொரு சமுதாயமும் இவங்கள நெனைக்குது. உண்மையை என்னதான் பலர் உரக்க சொன்னாலும் இவங்க மண்டைக்குள்ள எதுவும் ஏறுரதே இல்ல, அந்த அளவுக்கு மூளை சலவை ஆகி கெடக்குறாங்க, இதெல்லாம் மாறனும், அதுக்கு அடிப்படை கல்வி அடிப்படையை சொல்லி தரணும், மொத்த மக்கஷளுக்கும் பாடம் ஒண்ணா இருக்கலாம். ஆனா பகுதிக்கு பகுதி பாடத்-திட்டத்தை தாண்டி, வாழ்வியல் சார்ந்த கல்வி தேவை, சென்னையில இருக்குற குழந்தைக்கு வேறு விதமான அனுபவங்களும் தேவைகளும் வாழ்வியல் சார்ந்து இருக்கும். அதேமாதிரி மதுரைக்குனு ஒரு வாழ்வி-யல் இருக்கு, அதுல சரி எது தப்பு எதுன்னு சொல்ல வேண்டிய கடமை கல்விக்கு இருக்கு, மதுரைக்குள்ளேயே எங்க ஊர் மாதிரி கிராமங்க-ளுக்கு இன்னும் கவனம் அதிகமா தேவை படுது, நான் அததான் சார் செய்ய நினைக்கிறேன், செஞ்சுகிட்டும் இருக்கேன். என் மாணவர்கள் கிட்ட நீங்க கொஞ்சம் பழகி பாருங்களேன் அதுக்கு அப்பறம் சொல்-லுங்க என் ஸ்கூல் தகுதி இல்லாததுன்னு அப்போ நான் மறு வார்த்தை பேசாம போய்ட்டே இருக்கேன்.

தகுதியான ஆசிரியர்க்கு உங்க அங்கீகாரம் என்ன, டீச்சர் ட்ரை-னிங், இல்லனா ஒரு பி.எட் அவ்ளோதானே, ஆனா என்னோட ஆசி-ரியர்களோட தகுதி என்ன தெரியுமா, மாணவர்களின் எதிர்காலம், அத நம்பி தான் அடுத்த தலைமுறை இருக்கு, முதல் தலைமுறை பட்டதா-ரிகள், அதுக்கும் மேல முதல் தலைமுறை பத்தாம் வகுப்பை தாண்டி படிக்க முயலும் பெண் பிள்ளைகள் இவங்கள இந்த சமுதாயத்துக்கு உரமா உருவாக்க, தங்களுக்கு இருக்குற தனிப்பட்ட அவ்வளவு பிரச்சி-னைகளையும் தாண்டி, சம்பளம் அப்டீன்னு ஒண்ண யோசிக்காம, கல்-விய வெறும் சேவையா மட்டும் பண்ண முழு மனசா தயாராகி அத செயல்படுத்தவும் தொடங்கி இருக்காங்க. இவங்களுக்கு மேல தகுதியான ஆசிரியர்களை என்னால தேட முடியாது சார். உங்களாலயும் முடியாது, உங்க அரசாங்கத்தாளயும் முடியாது.

இன்னும் ஸ்கூலுல சில வேலைகள் இருக்கு சார் அதெல்லாம் சீக்-கிரமே முடிஞ்சுடும், அதெல்லாம் முடிஞ்சுட்டா எங்க டீச்சர்ஸ்க்கு சம்ப-

ளம்னு ஒரு தொகையை நிரந்தரமா எங்கனால குடுக்க முடியும். அப்பறமா முறைப்படி அவங்க எல்லாரையும் உங்க சட்டத்துக்கு உட்பட்டு தகுதி படுத்திக்கிட்டே, சிகரம் பள்ளியின் ஆசிரியர்களா நியமிப்போம் சார். அதுக்கு கொஞ்சம் நேரம் தேவை எங்களுக்கு. ஆனா இப்போ இந்த வருஷம் எக்ஸாம் எழுதுற பசங்க நிலமைக்காக தான் நாங்க இங்க வந்து நிக்கிறோம். ரொம்ப நம்பிக்கை குடுத்து அவங்கள உருவாக்கினேன் சார். நம்பிக்கை முளைக்கிறதுக்கு முன்னடியே கிள்ளி போட்ற்றாதீங்க. ப்ளீஸ் உங்கள கெஞ்சி கேட்கிறேன் ப்ளீஸ்."என்று கையெடுத்து கும்பிட்டு அதுவரை உடையாமல் பேசியவள் உடைந்து அழுவது, அனைவரையும் கலங்கடித்தது.

"சார் என்ன என்னமோ பேசி, நீலிகண்ணீர் எல்லாம் சிந்தி பிரச்சினையை திசை திருப்புறாங்க சார். அந்த ஸ்கூலுல எந்த வாத்தியாரும், டீச்சரும் இல்ல. சும்மா இதுங்க பணம் சம்பாரிக்க அரை குறையாய் படிச்ச சில பொம்பளைங்கள வச்சுக்கிட்டு, ஊர ஏமாத்திட்டு இருக்காங்க, மொத அந்த ஸ்கூல இழுத்து மூடி சீல் வைங்க சார். இந்த இருபது முப்பது பசங்க வாழ்க்கை கெட்டாத்தான் இவங்கள மாதிரி அரகுறைகள நம்பி நாளைக்கு யாரும் போகமாட்டாங்க."என்ற எதிர்தரப்பு வக்கீலை பார்த்து,

"நீயெல்லாம் ஒரு வக்கீலா யா, பசங்க வாழ்க்கை கெடனும்னு சொல்ற, இதுலயே தெரியுது உன் எண்ணம் என்னனு, சீ என்ன மனுஷன் யா நீயெல்லாம். இப்போ சொல்றேன் கேட்டுக்கோங்க, இந்த பசங்க எக்ஸாம் எழுதுவாங்க, முத்தழகி மேடம், இப்போ உடனே உங்க ஸ்கூல் மேல இருக்குற ஸ்டே ஆர்டர கேன்சல் பண்ண முடியாது. அதுக்கு முறைப்படி அப்பாய்ன்மெண்ட் ஆன உங்க ஸ்கூல் டீச்சர்ஸ் லிஸ்ட் எனக்கு வேணும். அதுக்கான ஏற்பாடெல்லாம் பண்ணிட்டு சொல்லுங்க, நானே நேர்ல வந்து ஸ்டே ஆர்டர கிளிச்சு போட்டுட்டு உங்க ஸ்கூல் பசங்களுக்கு எல்லா அரசு உதவியும் கிடைக்க ஏற்பாடு பன்றேன். அது ஒருபக்கம் நடக்கட்டும். இந்த வருஷம் பரீட்சை எழுத வேண்டிய உங்க ஸ்கூல் பசங்களுக்கு உங்க கிராமத்துக்கு பக்கத்துல இருக்குற ஒரு கவர்மண்ட் ஸ்கூலுல எக்ஸாம் எழுத ஏற்பாடு பன்றேன். அவங்கள நீங்க ரெடி பண்ணுங்க."என்றவர். அங்கிருந்த மாணவர்களிடம் "பசங்களா, பாக்குறீங்கள என்ன நடக்குது உங்கள சுத்தினு, இதுக்கெல்லாம் பதில் சொல்ற மாதிரி இருக்கணும் உங்க பரிட்சை ரிசல்ட்.

போங்க தயாராகுங்க."என்று சொல்ல அனைவருக்கும் சொல்லியுணர்த்த முடியாத மகிழ்ச்சி,

மாணவர்கள் எதிர்காலமும் பாதிக்க படாமல், பள்ளியின் எதிர்காலமும் மேம்பட்ட நிலைக்கு சென்று, மிகப்பெரிய அங்கீகாரமும் கிடைக்க போவதை எண்ணி அனைவரும் மகிழ்ச்சியில் மிதந்து கொண்டிருந்தனர்.... அழகிக்கு அழுகையும், சிரிப்பும் தாண்டி உணர முடியாத ஒரு நிலை என்றே சொல்லலாம். அங்கே எல்லாம் முடிந்து ஊருக்குள் இவர்கள் வர, விஷயம் அறிந்து ஊரே திருவிழா போல் ஆனது. இன்பரசன் அழகி ஊருக்கே எதிரியாய் இருந்தது மாறி, செல்ல பிள்ளைகளா கொஞ்சம் கொஞ்சமாக மாறி கொண்டிருந்தனர். ஆனாலும் MLA ஆகும் அளவிற்கு இன்பரசனின் செல்வாக்கு உயர்ந்ததா என்றால் அது கேள்வி தான்.

அன்று மாலை நேரம் வீட்டில் அனைவரும் அமர்ந்து பேசிக்கொண்டிருக்க, இன்பாவின் போனிற்கு ஒரு அழைப்பு வர, எடுத்து பேசினான் அவன். எதிர் முனையில்

"வணக்கம் இன்பரசன்,"என்று அவர்கள் ஆரம்பிக்க, "யார் மாமா,"என்றாள் அழகி, "நெல் கொள்முதல் பண்ணின கம்பெனி மேனேஜர் அழகி."என்றவன் "சொல்லுங்க சார், உங்க போன் காகா தான் காத்திருந்தோம், நெல் எல்லாம் உங்ககிட்ட வந்து சேந்திரிச்சு, எல்லாரும் செட்டில்மெண்ட் காகா காத்திருக்காங்க."என்று சொல்ல.

"அது விஷயமாதான் பேச கால் பண்ணினேன் இன்பரசன். உங்க நெல் எல்லாம் அவ்ளோ தரமா இல்ல, நெல்லு பழம் எல்லாம் இருக்கு, இந்த நெல்ல நாங்க சொன்ன விலைக்கு எங்கனால வாங்க முடியாது, உங்க நெல் எல்லாம் திருப்பி எடுத்துகோங்க."என்றதும் ஒரு நொடி இன்பரசன் உறைந்து விட்டான்.

"என்ன சொல்றீங்க, எங்க நெல் இரண்டாம் தரமா, சொல்லணும்னு சொல்றீங்களா, நேர்ல வந்து எல்லாம் பாத்து ஓகே பண்ணின அப்பறமா தான ஒப்பந்தம் போட்டோம், இப்போ இப்டி சொன்னா எப்டி."என்று அவன் பதற.

"எல்லாம் சரிதான் இன்பரசன், ஆனா நீங்க எனக்கு காமிச்ச நெல்லுங்க எதுலயும் நெல்லு பழம் இல்லையே."என்று அவர் சொல்ல.

"சார் நெல்லு பழத்துக்கும் தரத்துக்கும் என்ன சம்பந்தம், மண்ணுல ஈரப்பதம் சரியா இல்லாம போக, எங்க வெள்ளாமைல நெல்லு பழம்

வருது, இதுநாள எங்க மகசூல் தான் பாதிக்கப்படுமே தவிர, தரம் குறையாது. நீங்க கொஞ்சம் உண்மையா மனசாட்சியோட பேசுறீங்களா, என்னதான் வேணும் உங்களுக்கு."என இன்பரசன் கோபத்தில் கத்த.

"இன்பரசன் நான் நாளைக்கு ஓணர்கிட்ட பேசிட்டு உங்க லைன்க்கு வறேன். அதுவரைக்கும் கொஞ்சம் பொறுமையா இருங்க."என்று அவர் போனை வைத்துவிட, இன்பரசனுடன் சேர்ந்து, இவ்வளவுநேரம் அனைத்தையும் கேட்டுக்கொண்டிருந்த அழகி, தெய்வா, மதியழகன், இந்திராணி அனைவரும் அதிர்ச்சியில் உறைந்து நின்றனர்.

"என்னடா இது ஒண்ணு போனா ஒண்ணு இப்டி வந்துகிட்டே இருந்தா என்னதான் பண்றது, இன்பா என்னடா பண்ண போற, ஒரு ரூபா ரெண்டு ரூபா விஷயம் இல்ல, கிட்டதட்ட முப்பது லட்சம் நம்ம ஊருக்காரங்களுக்கு வர வேண்டி இருக்கு, என்னமோ பெருசா திட்டம் போட்றானுங்க இன்பா. நேரத்த கடத்தாம அடுத்து என்னனு பாக்கணும், வா நேர்ல போய்ட்டு வந்துடுவோம். கார எடுத்தோம்னா விடியுறதுக்குள்ள ஆந்திரா போயிடலாம், அவனுங்கள நேர்ல பாத்து கையோட பணத்த வாங்கிட்டு வரலாம், வா இன்பா கிளம்பலாம்."என்று தெய்வா சொல்ல.

"போலாம் தெய்வா, கெளம்பு"என்றவன் அழகியை நீ சமாளிச்சுட்டுவியா என்பது போல பார்க்க, "நீ போய்ட்டு வா மாமா, இங்க நான் பாத்துகிறேன். நீ எப்படியும் போற வேலையை முடிச்சுட்டு வா." என்று சொல்ல, "போய்ட்டு வாறேன்ப்பா"என்று மதியழகனிடம் சொல்ல, பதிலேதும் சொல்லமாமல் அவர் எழுந்து சென்றுவிட, இன்பரசன் தான் மனமுடைந்து போனான். உடைந்த மனதுடனே கிளம்பினான்.

கார் பாதி வழியில் சென்றுகொண்டிருக்க, யாரோ கார் முன் ஓடி வந்து விழுக, சடார் என்று பிரேக் பிடித்து தெய்வா காரை நிறுத்த, இன்பா ஓடி போய் காரின் முன் விழுந்தவரை பார்க்க, அவரின் முகம் சரியாக தெரியவில்லை, ஆனால் உடல் முழுவதும் ரத்தமாய் இருக்க, "தெய்வா ஆம்புலன்ஸ்க்கு போன் பண்ணுடா."எந்தது இன்பா சொல்லிக்கொண்டிருக்கும் போதே இறங்கி வந்த தெய்வா விழுந்து கிடந்தவரின் முகத்தில் டார்ச்சை அடிக்க, அந்த வெளிச்சத்தில் தெரிந்த நபரை பார்த்து அதிர்ந்தனர் இருவரும்.

"இன்பம் இது அந்த வக்கீல் தான."என்று தெய்வா கேட்க. "ஆமா தெய்வம்."என்றான் இன்பரசன், அந்த நேரம் இன்பரசன் போன் அலற,

யாரென்று அவன் எடுத்து பார்க்க, தென்னரசு தான் அழைத்திருந்-
தான்...

30

குருவிகள்

காரின் முன் அடிபட்டு கிடைந்தவரின் முகத்தில் டார்ச் அடித்து பார்க்க அது அந்த வக்கீல் தான் என்று தெரிந்து இருவரும் ஒன்றும் புரியாமல் குழப்பத்தில் இருக்க, அந்த நேரம் தென்னரசு இன்பாவுக்கு அழைக்க, எடுத்து பேசினான் இன்பா. எதிர்முனையில்

"என்னடா அன்பு தம்பி... அந்த வக்கீல் அங்க எப்டி, அந்த நிலைமையில வந்தான்னு பாக்குறியா, உனக்கு தொணைக்கு நான்தான் அனுப்பி வச்சேன். பாவம் ஆந்திரா வரைக்கும் போற, போற இடத்துல என்ன நடக்குமோ, என்ன என்ன பிரச்சினையை எல்லாம் பாக்க வேண்டி இருக்குமோ, அதான் ஒரு வக்கீல் கூட இருந்தா வசதியா இருக்குமே, வச்சுக்கோ. அவனுக்கும் உன்கூட இருக்கத்தான ஆசை."என்று தென்னரசு சொல்ல.

"முட்டாளடா நீ, என்ன பழிவாங்க என்கூட மோதுடா, மொத ஸ்கூலு, அடுத்து நம்ம ஊரு ஆளுங்க நெல்லு, இப்போ இந்த வக்கீலு, இப்டி அடுத்தவர்களுக்கு ஏண்டா பிரச்சினை குடுக்குற, இதெல்லாம் சொம்பத்தனமா இல்ல."என்று இன்பாவும் கோபமாக கத்த,

"டேய் முட்டாள், உன்ன பழிவாங்க உன்னைய கொல்ல நான் என்ன பைத்தியகாரனா. அந்த ஸ்கூலும், இந்த ஊரும் தான உன் உசுரு அதான் அங்க அடிச்சேன். அப்பறம் இந்த வக்கீழு நம்ம சாதி காரன் ஆச்சே, நமக்கு ஆவானேன்னு பெரியாளா ஆக்கி விட்டா, நாயி என்-கிட்டயே காச வாங்கி தின்னுட்டு, கலெக்டர் ஆபிசுல எனக்கெதிராவே வேலை பாத்திருக்கு. அந்த கலெக்டர் கர்வத்தை சீண்டி, அந்த ஆளே

உங்க பக்கம் பேசுற மாதிரி பேசி இருக்கு நாயி, அதான் இந்த தென்னரச எதிர்த்தா என்ன நடக்கும்னு காட்ட லைட்டா நாலு தட்டு தட்டி, தூக்கி போட்டேன். அத ஏன் தெரியுமா உன் முன்னாடி போட்டேன், உனக்கு உதவுற ஆளுகளுக்கெல்லாம் இதான் நடக்கும்னு உனக்கு சொல்லத்தான். சாரிடா என் அன்பு தம்பி கௌம்பு நேரமாச்சு, ஆந்திரா உனக்காக அன்போட காத்திருக்கு."என்று சொன்னவன் போனை வைத்துவிட,

"டேய் இன்பா இவன கொல்லப்போறேன்டா, வெறி ஏறுது எனக்கு. எம்புட்டு நாள் தான் இவன இப்டியே ஆட்டம் போட விட்றது. எல்லாத்துக்கும் ஒரு முடிவு இருக்குடா இவன் முடிவு என்னால தான் இன்பா."என்று தெய்வா கோபத்தில் கத்த.

"அவனே அழிய போறான் தெய்வா, அதிகமா ஆட்டம் போட்டவன் அழிஞ்சே தீருவான், அதுக்கு ஏன் நீ கொலைகாரனா மாறனும். வா இவரை ஆஸ்பத்திரியில சேத்துட்டு நம்ம வேலையை முடிப்போம்."என்று சொல்லி காரில் அவரை ஏற்றிக்கொண்டு அருகில் இருக்கும் மருத்துவமனை நோக்கி அவர்கள் புறப்பட, போகும் வழியில்,

"இன்பா இவர் உண்மையா நமக்கு உதவ தான் அப்டி பேசினாராடா,"என்று தெய்வா கேட்க.

"எனக்கு அன்னைக்கே தோணிச்சு தெய்வா, இவ்ளோ திமிரா எந்த தைரியத்துல இவர் பேசுறாரு, இவருக்கு அம்புட்டு அலட்சியமா இந்த சமூகத்து மேல, அவர் தொழிலுக்கு கூட உண்மையா இருக்க மாட்டாரா அப்டின்னு. ஆனா இப்டி இருக்கும்னு நான் நெனைக்கலடா,"என்று இன்பரசனும் சொல்ல.

"நானும் உங்க ஊர் மாதிரியே ஒரு ஊர்ல இருந்ததான் உருவானேன், என் அப்பன் ஆத்தா எல்லாம் விவசாயம் பொய்ச்சு போனது நாள திருப்பூருக்கு பொழைக்க போய்ட்டாங்க, என்ன கவேர்ட்மெண்ட் ஹாஸ்டல்ல சேத்துட்டு போய்ட்டாங்க, சோறு கூட இல்லாம நான் சாகுற நெலமையில இருந்தப்போ, என் தமிழ் வாத்தியார் தான் சோறும் போட்டு, என்ன படிக்கவும் வச்சாறு, அவரு ஆசைக்காக தான் வக்கீலும் ஆனேன். நேர்மையா இருக்கத்தான் ஆசை பட்டேன், ஆனா முடியல, எனக்கு எட்டா கனியா இருந்த அந்த பணத்துமேல இருந்த ஒரு ஆசை, வழி மாறிபோக வழியாகிடுச்சு, அந்த வலியோட தான் வாழ்ந்துகிட்டு இருந்தேன். அன்னைக்கு உங்க பொண்டாட்டி பேசினத

கேட்டதும் எனக்கு என் பழைய நிலைமை நான் பட்ட கஷ்டம் எல்லாம் முன்னாடி வந்து நின்னது, அதான் அப்டி பேசி, கலக்டரே உங்களுக்கு உதவனும்னு அப்டி செஞ்சேன். சட்டத்துக்கும் அதிகாரிகளுக்கும் இருக்குற பலத்தை விட அதோட பலவீனம் எனக்கு நல்லாவே தெரியும். அதான் தென்னரசு என்ன அந்த இடத்தில நிக்க வச்சான். எனக்கு தெரிஞ்ச அதே அளவுக்கு சொல்லபோனா அதைவிட அதிகமா அவனுக்கு அது தெரிஞ்சிருக்கு, அதான் என்னய இப்டி பண்ணிட்டான். எனக்கு சந்தோசம் தான், அந்த பசங்க நல்லா இருக்கணும்."என்று திக்கி திணறி இருமலும் செருமலுமாக அரை மயக்கத்தில் சொல்லி முடித்தார் அந்த வக்கீல்.

அதற்குள் ஒரு மருத்துவமனை வந்துவிட, அவரை அங்கு சேர்த்தனர், பின் அவர் குடும்பத்திற்கு தகவல் சொல்லி, போலீசுக்கு சொல்லி அவருக்கு தேவையான அனைத்தையும் செய்துவிட்டு, அங்கிருந்து கிளம்பினர் இருவரும். அதற்குள் விடிந்தும் போனது.

நடந்ததையெல்லாம் அழகியிடமும் சொல்ல, நெகிழ்ந்து போனாள் அவள், வழிதவறி போன ஒரு மனிதன், தன்னால் தன் செயலால் மீண்டிருப்பது பெரிய உத்வேகமாய் இருந்தது அவளுக்கு,

அழகியும் ராஜியும் கிளம்பி குழந்தைகள் பரீட்சைக்கு தேவையான அனைத்தையும் தயார் செய்ய தொடங்கினர். தேர்தலுக்கு முன்னமே தேர்வு என்று முடிவானதால் பரீட்சைக்கு நேரம் குறைவாக இருந்தது. மாணவர்களுக்கு பயிற்சி அளிக்க வாலண்டியர்கள் ஒரு புறம் முனைப்போடு செயல்பட, ஒருபக்கம் தேவையான ஆசிரியர்களை நியமிக்கும் பணியும் நடக்க, அதற்கான அறிவிப்பை ஊர் முழுவதும் வீடு வீடாக சென்று அழகியும் ராஜியும் தெரிவிக்க, அந்த ஊர் மட்டுமின்றி அனைத்து சுற்று வட்டாரத்திற்கும் வாலண்டியர்கள், மற்றும் ஊடகங்கள் மூலம் அறிவிக்கப்பட்டது.

அழகியும் ராஜியும் வீடு வீடாக சென்றதோடு இல்லாமல், மந்தையில் நின்று அங்கிருந்தவர்களிடமும் பேசி கொண்டிருக்க, அழகியின் பெற்றோர் மந்தையை கடந்து எங்கோ செல்ல, அவர்களும் அழகியும் நேருக்கு நேராய் பார்த்துகொண்ட ஒரு நொடி இருவருமே, உறைந்து பின் மீண்டு அவர் அவர் வழியில் செல்ல, பேசி முடித்து வீடு திரும்பும் வழியில், ராஜி அழகியிடம்,

"பெரியம்மா, பெரியப்பா, ரெண்டுபேரும் சீக்கிரமே எல்லாத்தையும் மறந்து, மன்னிச்சு உண்ண ஏத்துப்பாங்க அழகி, கவலைப்படாத."என்று சொல்ல.

"அவங்க எதுக்கு என்ன மன்னிக்கனும், எத மறக்கணும். நான்தான் மொசக்குட்டி அவங்கள மன்னிக்கணும். அவங்க செஞ்சத மறக்கணுமானு அப்டீன்னு முடிவு பண்ணனும். நான் என்னைக்கும் அவங்கள வாழ்வா சாவா இடத்துல நிப்பாட்டல, அவங்க தான் என்ன அப்டி ஒரு இடத்துல நிப்பாட்டினாங்க. பெத்த அவங்ககிட்ட இருந்தே என்னய நான் தற்காத்துக்க வேண்டிய இடத்துல நிப்பாட்டின அவங்கள நான் தான் என்ன பண்ணனும்னு முடிவு பண்ணனும்."என்ற அழகியின் கண்ணீரே அவள் மனதின் ரணத்தை சொல்ல.

"அவங்க என்னைக்கா இருந்தாலும் உனக்கு வேணும் அழகி."என்று ராஜி சொல்ல.

"இல்ல ராஜி, என்ன என் நிலையில இருந்து உடைக்கிற எந்த உறவும் எனக்கு வேணாம். என்ன நானே வெறுக்குற அளவுக்கு என்னையவே எனக்கு எதிர் ஆக்குன அவங்க எனக்கு வேணாம் ராஜிமா. அவங்க மட்டும் கொஞ்சம் நெனச்சு இருந்தா எல்லாமே அழகா இருந்திருக்கும். இன்னைக்கு தென்னரசுக்கு நானும் மாமாவும் எதிரி ஆகி இருக்க மாட்டோம். எங்களால இந்த ஊரும் இப்டி அவதி பட்டிருக்காது. எல்லாத்துக்கும் அவங்கதான் காரணம்னு சொல்லல, ஆனா அவங்களும் ஒரு முக்கிய காரணம். ராஜிமா இந்த பேச்சே இப்போ வேணாம் வா நமக்கு நெறய வேலை இருக்கு. போவோம்."என்று கண்களை துடைத்து கொண்டு ராஜியின் கைகளை பிடித்து இழுத்துக்கொண்டு அடுத்த வீட்டில் சென்று பேச தொடங்கினாள் அவள். அவளை பார்த்தபடியே

"ஹேய் தூக்கணாங்குருவியே...
இங்கு வந்து பாறேன்...
உன் உடன்பிறந்தவளா இவள்
என்று உடனே வந்து பாறேன்...
ஏனென்றால் எவரை போலவும்
மனிதியாய் இல்லை இவள்...
கவின்மிகு கலைஞன் தானே நீ,
முள் நிறைந்த மரமதில்

முதிர்ந்த சுரைக்காய் அது
சாத்தியமா என யாவரும் நோக்க
அடடே... அது உன் வீடு,
கிளையில் தொங்கும்
உன் தூக்கணாங்கூடு...
அதுபோலத்தான் அவளும்
சாத்தியமா என்று
ஸ்தம்பித்து நிற்கும் போதெல்லாம்
இதெல்லாம் ஒன்றுமே இல்லை
என்று உதறி தள்ளி
உச்சத்தை தொடுகிறாள்...
ஆண் குருவிகள் அவை
கூடு கட்டி காத்திருக்க
கூடு புகுந்து பார்த்து அதில்
உன் இணை தனை நீதான்
தேர்ந்தெடுப்பாயாமே...
அவளும் அப்படி தான்...
உலகையே எதிர்த்து
அல்லவா உற்றவனை
தேர்ந்தெடுத்தாள்...
உன் இணை அது உனை பிரிந்தால்
உன் உயிர் அதை நீ துறப்பாயாமே...
அதில் மட்டும் தான் சிறு மாற்றம்
தன் உயிர் இணை "அவன்"
உயிரும் அவள் காத்து
அவன் உயிரான இவள் "லட்சியமும்"
சேர்த்தே காப்பாள்...
அப்படி பார்த்தால் உன்னிலும்
மேலானவளா என்னவள்...
இருக்கலாமோ...
அப்படியென்றால் என்ன பெயர்
தான் நான் வைக்க...
என்னவள் இவளின் இந்த கதைக்கு...

என்ன பெயர் நான் வைக்க...

தெரிந்தால் கொஞ்சம் சொல்லேன்

ஹேய் தூக்கணாங்குருவியே...

தெரிந்தால் கொஞ்சம்

சொல்லித்தான் செல்லேன்...

என்று ராஜி தனக்குள்ளே கேட்டுக்கொண்டிருக்க,

"ஏய் மொசக்குட்டி... என்ன பகல் கனவா... வா நேரமாச்சு வீடு போய் சேருவோம்... "என்று அழகி கூப்பிட,

"வறேன் என் அழகு தூக்கணாங்கிருவியே..."... என்றபடி ராஜி ஓட....

"என்ன மொசக்குட்டி புது புது பேர் எல்லாம் வச்சு கூப்பிட்ற."என்றபடி இருவரும் வீடு போய் சேர்ந்தனர்.

இங்கே இன்பாவும், தெய்வாவும் ஆந்திராவில் நெல் கொள்முதல் பண்ணிய மில்லை வந்தடைந்தனர். அங்கே இவர்கள் வரவை எதிர்பார்த்து மேனேஜர் முதல் முதலாளி வரை அனைவரும் தயாராய் இருக்க, பேச்சுவார்த்தை நடந்தது. அது பேச்சுவார்த்தை என்பதை விட மிரட்டல் என்றே சொல்லலாம். கடைசி வரை நெல்லிற்கான விலையை அவர்கள் கொடுப்பதாய் இல்லை, நெல்லையும் திருப்பி தர ஒத்துக்கொள்ளவும் இல்லை. அவர்கள் ஊர் என்பதால் ஆள் பலத்தையும் காட்டி கடைசிவரை பிடித்த முயலுக்கு மூன்று கால்கள் தான் என்று நெல்லிற்கான விலையை பேசியபடி தர முடியாது, அதேநேரம் மீதமுள்ள தொகையையும் உடனே தர முடியாது. எப்போது நெல் விற்கிறதோ அப்போதுதான் தர முடியும் என்று சொல்லி பேச்சுவார்த்தையை முடித்து இன்பரசன் தெய்வா இருவரையும் வெளியே அனுப்பி விட்டனர். இருவரும் செய்வதறியாது விழிபிதுங்கி நிற்க, ஊரிலிருந்து விஷயம் தெரிந்து மற்றவர்கள் மாற்றி மாற்றி போனும் செய்து கொண்டே இருக்க, இன்பரசன் கரை எடுத்தான். மனதில் ஏதோ முடிவெடுத்தவனாய்.

தெய்வா தான் ஒரு வார்த்தையும் பேசாமல் அமைதியாகவே இருக்க, இன்பரசனிற்கு புரிந்தது தெய்வாவின் கோபம். அவன் அப்போதே சொன்னான் அவசரப்பட்டு ஒப்புக்கொள்ள வேண்டாம் என்று. ஆனால் நான் மட்டும் என்ன செய்வேன், அந்த நேரத்தில் நான் தயங்கி இருந்தால் நான் எடுத்த முடிவில் முயற்சியில் எனக்கே நம்பிக்கை இல்லை என்று அல்லவா ஆகி இருக்கும். இப்போதும் எனக்கு என் முடிவில்

எந்த தவறும் தெரியவில்லை, இதை நானே சரியும் செய்வேன். என்று அவனுக்குள்ளே கேள்வியும் பதிலுமாய் மாறி மாறி உழன்று கொண்டே ஊர் வந்து சேர்ந்தான்.

ஊருக்குள் அவன் வர, ஊர் மந்தையிலேயே அனைவரும் கூடி இருக்க, கூனி குறுகி இன்பரசன் அங்கு வர, மதியழகன் தான் உடைந்து போனார். அழகி புரிந்து கொண்டு அமைதியாகவே இருந்-தாள், ராஜியோ கோபமோ வருத்தமோ புரியாத ஒன்றில் இருந்தாள், இந்திராணி வேறு எந்த சிந்தனையும் இன்றி இன்பரசனை மட்டும் இங்கே இருந்து கூட்டி கொண்டு தன் மடியில் கிடத்தி தலைக்கோதி அவன் துயர் துடைக்க ஒரு நொடி இடைவெளி கிடைக்காத என்று தவித்து கொண்டிருந்தார்.

இன்பரசன் வந்து நிற்க, என்ன ஏது என்று ஆயிரம் கேள்விகளை-கள் அவனை துளைத்தெடுக்க, பதில் சொல்லும் வழியரியாது அவன் நின்றிருக்க, வந்து சேர்ந்தான் வஞ்சகன் அவன். தென்னரசு அங்கு வர, ஊர் கொஞ்சம் அமைதியாகி நிற்க,

"என்ன ஆச்சு, எல்லாரும் அன்னைக்கு நான் சொன்னதுக்கு என்ன என்னமோ விரோதி மாதிரி பாத்தீங்களே, இப்ப என்ன ஆச்சு பூராம் போச்சா. ஒண்ணு இல்ல ரெண்டு இல்ல முழுசா முப்பது லச்சம், உத்து உத்து பாத்து உமிர குடிச்சு, சொத்த எல்லாம் வித்து, தூக்கம் கெட்டு, ஆயிரம் போராட்டம் எல்லாம் பண்ணி விவசாயம் பண்ணுன எல்-லாம் போச்சே, எல்லாரும் இப்ப என்ன செய்ய போறீங்க, உங்க எல்-லார் உழைப்புக்கும் இவன் பிள்ளையா பிறந்திருக்கானே, இவனுக்கு குடுக்க தான் ஓடி ஓடி உழச்சீங்களா. இவன் சொத்து சேக்க ஊற அடிச்சு உலையில போடுவானா, இத நீங்களும் கேக்க மாடீங்க நானும் கேக்க கூடாது அப்படித்தான, இயக்கம் பெரிய இயக்கம், நாங்க எல்-லாம் ஊற திருத்துவோம், உலகத்தை மாத்துவோம், எங்களுக்கு பதவி ஆசை இல்ல, அப்படியெல்லாம் சொல்லிட்டு, அப்டியே அந்தர்பல்டி அடிச்சு இப்போ எலெக்சன்ல நிக்கிறப்போவே அவன் எண்ணம் என்-னனு உங்களுக்கு எல்லாம் புரியலையா, அவனுக்கு பதவி, பணம் எல்-லாம் வேணும், ஆனா வெளியில மட்டும் நான் பெரிய தியாகினு நடிக்-கணும். ஆனா அவன் நெனச்சிருக்க மாட்டான் இவ்வளவு சீக்கிரம் அவன் வேஷம் கிளியும்னு,"என்று சொல்ல. அனைவரும் ஒன்றும் புரி-யாமல் முழிக்க,

"என்ன என்ன சொல்றேன்னு புரியலையா, உங்க காச எல்லாம் ஏமாத்துனது அந்த ஆந்திரா காரன் இல்ல, இந்த இன்பரசன் தான்."என்று தென்னரசு சொல்ல.

"என்ன அரசா சும்மா உன் சொந்த பகையெல்லாம் இதுல காட்டாத, இன்பம் எப்டி ஆளுன்னு எங்களுக்கு தெரியும்,"அப்டீன்னு ஊரில் சிலர் சொல்ல.

"அதான்யா நம்ம ஊர் காரங்கியலுக்கு உண்மையா சொன்னா ஒத்துக்கவே முடியாது. இருங்க ஆதாரத்தோட சொல்றேன்."என்றவன் போனை எடுத்து யாருக்கோ அழைக்க, எதிரில் மில் ஓனர்தான் பேசினார். அனைவரும் அதை உற்று கவனிக்க,

"சொல்லுங்க தென்னரசு."என்று அவர் கேட்க.

"இன்னைக்கு நம்ம தம்பி அங்க வந்திருந்தாரா சார்."என்று தென்னரசு சாதாரணமாக கேட்க.

"ஆமா தென்னரசு, இன்னைக்கு செட்டில்மெண்ட் இருந்தது. அதான் வந்திருந்தாரு."என்று அவனும் சொல்ல. கூட்டத்தில் சலசலப்பு கூடியது. அமைதியா இருங்க என்பது போல சைகை செய்துவிட்டு.

"எல்லாம் முடிஞ்சுச்சா சார். பாக்கி எதுவும் இருக்கா."என்றும் கேட்க.

"அதெப்படி தென்னரசு, ஊர் மக்கள் பணம், எத்தனைபேர் உழைப்பு, அதுல பாக்கி வச்சா, நல்லாவா இருக்கும். ஒரு பைசா இல்லாம எல்லாமே செட்டில் பண்ணியாச்சு."என்று அவன் சொல்ல, போனை வைத்தவன்.

"இப்போ சொல்லுங்க இவன்தான் ஊற காப்பாத்த போறானா, நம்பிக்கை துரோகி, எடுத்து வைக்க சொல்லுங்க உங்க பணத்தை, இல்லனா பணத்த செட்டில் பண்ற வரைக்கும் மரத்துல கட்டி வச்சு தோல உரிச்சு தொங்கவிடுங்க,"என்று அவன் சொல்ல.

இன்பரசன் ஒரு வார்த்தையும் பேசாமல் சிலையென நிற்க. "ஏன் மாமா அமைதியா இருக்க, என்னதான் நடந்துச்சு சொல்லேன்."என்று ராஜி இன்பரசனை கேட்க.

தெய்வா அனைத்தையும் சொன்னான். அதையெல்லாம் கேட்டு, அனைவரும் அவர்களுக்குள்ளே பேசிக்கொண்டே இருக்க.

"சொல்றா இன்னும் சொல்லு கதை கதையா சொல்லு. ஆனா கடைசியா பணத்த எடுத்து வை. வச்சுட்டு உங்க அண்ணன கூட்டிட்டு

போ,"என்றவன் அங்கிருந்த அவன் ஆட்களிடம் "டேய் அவன பிடிச்சு கட்டி போடுங்கடா."என்று சொல்ல. அடுத்த நொடி, அவன் முன்னே வந்து நின்று, "தைரியமான ஆம்பள என்ன மீறி என் மாமன் மேல கையை வைடா பாப்போம்."என்று ராஜி கர்ஜிக்க. "நீ போ ராஜி, இவனுங்க எப்டி கை வைக்கிறாங்கியனு நான் பாக்குறேன்."என்று தெய்வா கைகளை முறுக்க.

"பணம் தானடா, நான் தறேன்டா, என் சொத்து பூராம் தறேன், என் இன்பத்தை இப்டி இங்க நிக்க வைக்காதீங்கடா, அவன் நல்லவண்டா, அவன் நல்லவன்."என்று மதியழகன் கதற.

"மாமா கொஞ்சம் அமைதியா இருங்க. உங்க இந்த கதறல் நமக்கு பலம் சேர்க்க போறது இல்ல. நீங்க ஏன் பணம் தரணும், நீங்க பணம் குடுக்குறது ஆமா என் மகன் தான் பணத்தை ஏமாத்துனான்னு நீங்களே சொல்றதுக்கு சாமானம். உறுதியா இருங்க மாமா. நீங்க பலவீனம் ஆனா, மாமாவும் பலவீனம் ஆகிடும். எங்களுக்கு நீங்க வேணும். அத மட்டும் மனசுல வச்சுக்கோங்க. இங்க இந்த இடத்துல இப்டி நிக்குறது ஒண்ணும் அவமானம் இல்ல. எல்லாம் சரி ஆகும் மாமா கொஞ்சம் அமைதியா இருங்க."என்ற அழகி, அத்த மாமாவ வீட்டுக்கு கூட்டிட்டு போ, ரெண்டுபேரும் வீட்லயே இருங்க. உங்க மகன் சீக்கிரமே வீடு வந்து சேருவாறு. போ அத்த."என்றதும்.

"நான் இங்கேயே இருக்கேன் முத்து, எதுவும் பேசல, நீ சொன்ன மாதிரி உறுதியா இருக்கேன்."என்று மதியழகன் சொல்ல. இந்திராணி அவரை பிடித்தபடி அமைதியாய் அழகியிடம் அதையே சொல்ல, அவளும் சரியென்று கூட்டத்திற்கு நடுவே வந்து, "இங்க நடந்த எல்லாத்தையும் எல்லாரும் பாத்துட்டீங்க, ஒரே ஒரு கேள்விக்கு மட்டும் பதில் சொல்லுங்க, இன்பா மாமா உங்கள எல்லாம் ஏமாத்தி இருக்கும்னு நம்புறீங்களா, ஆமா இல்ல அப்டீன்னு ஒரே வார்த்தையில பதில் சொல்லுங்க."என்று அவள் கேட்க. அதுவரை இருந்த சலசலப்பு எல்லாம் அடங்கி அமைதி அங்கே குடிக்கொண்டது.

31

குருவிகள்

இன்பா மாமா உங்கள ஏமாத்தி இருப்பார்னு நீங்க நம்புறீங்களா, என்று அழகி கேட்ட விதத்திலும், கேட்ட கேள்வியிலும் அனைவரும் அமைதியாக,

"என்ன புருசனுக்கு ஆதரவு தெரட்டுரியா... கேவலமா இல்ல உனக்கு, கௌரவமா வீட்டுக்குள்ள ராணி மாதிரி வாழவேண்டிய உன்ன இப்டி நடு மந்தையில நிக்க வச்சிருக்கான் இன்னும் நீ அவனுக்கு ஆதரவு தேடிக்கிட்டு இருக்க. இதோட முடிய போறது இல்ல இன்னும் அனுபவிக்க போற நீ,"என்று தென்னரசு எச்சரிக்க.

அதையெல்லாம் காதிலே வாங்காமல், அழகி, ஊர் ஜனங்களையே பார்க்க, பிஸ்கட் தாத்தா அவரோடு, அன்று இன்பரசனை தேர்தலில் நிற்க சொன்ன அந்த தாத்தாக்கள் மூவரும் முன்னே வந்து, "இன்பம் இதுல நல்லா மாட்டி இருக்கான், இது சூழ்ச்சி தான், அவன் ஒருநாளும் இந்த ஊரை மட்டும் இல்ல, ஒருத்தரையும் ஏமாத்த மாட்டான், அவனுக்கு அதெல்லாம் தெரியாது."என்று சொல்ல,

பிஸ்கட் தாத்தாவின் மனைவி இன்பரசிடம் வந்து "என்னடா பேராண்டி, ஏன் இப்டி தலைய கவுந்து உக்காந்திருக்கவேன், எந்திரிச்சு போய் உங்க ஆத்தாள கூட்டிடக்கிட்டு வீட்டுக்கு போ, ஏய் முத்தழகி அவன கூட்டிகிட்டு போடி, போயா இன்பம், போய் குளிச்சுப்புட்டு கஞ்சி, தண்ணிய குடி, அப்பறம் நல்லா யோசனை பண்ணி இந்த ஏமாத்துக்காரங்கியல என்ன பண்ணனும்னு முடிவெடு, உழச்ச காசு எங்கேயும் ஓடி போகாது. போடா பேராண்டி"என்று அவன் கையை பிடித்து எழுப்பி

போக சொல்ல.

"ஏய் கெழவி, என்ன காப்பாத்தி விடுரீயா... அவன் பிராடுக்கு நீயும் உன் புருஷனும் கூட்டாளியா, ஒழுங்கு மரியாதையா ஓடி போ, இல்ல அம்புட்டுத்தான் சொல்லிபுட்டேன்."என தென்னரசின் அடியாள் ஒருவன் மிரட்ட.

"அடச்சி அங்குட்டு ஓரமா போடா பொறம்போக்கு பயலே, அவேன் பிராடா, நீதாண்டா பிராடு, உன் கூட இருக்குறவங்கிய பூராம் பிராடு, என் பேறேன் வைரம்டா... அவேன் மட்டும் இல்லனா இந்த ஊரு இருக்குற இடம் தெரியாம அழிஞ்சு மறஞ்சு போய் இருக்கும். ஏமாத்துறவன் இப்டி தான் ஊற கூட்டி, நட்ட நடு நாயகமா என்னய என்ன வேணும்னாலும் செய்ங்கனு உக்காருவானா. எங்க அப்பன் பொதருக்குள்ள இல்லன்னு நீங்கதாண்டா ஓவரா சிலுப்புறீங்க. உங்க டப்பிய மூடிக்கிட்டு ஓடி போங்க, எங்க விஷயத்தை நாங்க பேசிக்கிறோம்."என்று மற்றொரு பாட்டியும் பேச,

"அப்டியே இன்பம் எங்களுக்கு பணம் தரவே இல்லனாலும் பரவாயில்ல, இந்த வருஷமும் தண்ணி வரல வெள்ளாமை பொய்ச்சு போச்சுன்னு நாங்க நெனச்சுக்கிறோம். அதுக்கு போய் இன்பத்தை இப்படியெல்லாம் யாரும் பேச வேணாம்."என்று ஒருவர் சொல்ல.

"ஆமா தென்னரசு அண்ணேன் இன்பம் தம்பி என்ன பண்ணினாலும் அதுல ஒரு அர்த்தம் இருக்கும். எதுனாலும் நாங்க ஏத்துகிறோம். நீங்க இதுல வராதீக."என்று அக்கா முறையில் மற்றொருவர் சொல்ல.

"ஏலே அரசா, இன்பம் ஊருக்கு நேந்துவிட்ட கோயில் காளை கெணக்கா, அவனுக்கு மிஞ்சி தாண்டி எல்லாமே இங்க, அவன்பாத்து என்னத்த செஞ்சாலும் சரித்தேன்... போ... போ..."என்று தென்னரசின் பழைய நண்பன் ஒருவனும் சொல்ல. அப்படியே சிலர் தவிர்த்து மொத்த கூட்டமும் இன்பரசனை ஆதரித்து ஆர்பரிக்க, மதியழகன் புல்லரித்து போனார். இந்திராணிக்கோ ஊரே கொண்டாடும் தன் மகனை பார்த்து பூரிக்க கண்கள் போதவில்லை,

ஈன்ற பொழுதின் பெரிதுவக்கும் தன்மகனைச் சான்றோன் என கேட்ட தாய்

என்ற குறளில் வருவது போல மனங்கொள்ளா மகிழ்ச்சியில் பூரித்தனர் இருவரும். இத்தனை வருடம் அவன் சரியான வழியில் தான் பயணித்துள்ளான், இனியும் சரியாய் தான் இருப்பான் என்ற எண்ணமே

மதியழகனை தெம்பூட்டியது.

இதையெல்லாம் காண முடியாத தென்னரசு, அங்கிருந்து கிளம்ப போகையில், "எல்லாரும் கொஞ்சம் அமைதியா இருங்க. தென்னரசு மாமா எங்க போற, கொஞ்சம் நில்லு."என்று அழகி சத்தமாய் சொல்ல. அனைவரும் அமைதியாகினர். தென்னரசும் முறைத்துக்கொண்டே, என்ன என்பது போல் நின்றான்.

"உண்மையில எம்புட்டு சந்தோஷம்னு சொல்ல வார்த்தை இல்ல, மாமாவ நீங்க எல்லாம் சந்தேக பட மாடீங்கன்னு எனக்கு நல்லா தெரியும். ஆனா இந்த அளவுக்கு நம்புவீங்க, அவருக்காக எதையும் விட்டு குடுப்பீங்கன்னு நெனச்சு கூட பாக்கல, இந்த நம்பிக்கைகும், உங்க அன்புக்கும் காலத்துக்கும் நானும் மாமாவும் உங்களுக்கு கடமை பட்டிருக்கோம். அதேநேரம் உண்மை என்னன்னு எல்லாருக்கும் தெரிஞ்சே ஆகணும் இல்லையா. உங்க பணம் எல்லாம் எங்க போச்சுன்னும் தெரியனும், அது இன்னும் கொஞ்சநேரத்துல தெரியவரும், அதுவரைக்கும் கொஞ்சம் பொறுமையா காத்திருங்க. தென்னரசு மாமா நீயும் தான்."என முத்தழகி சொல்ல. தெய்வா ராஜிக்கும் ஒன்றும் புரியவில்லை. இன்பரசன் இப்போதும் எதுவும் பேசாமல் அமைதியாகவே இருந்தான்.

தெய்வா மட்டும் வந்து, "என்ன அழகி சொல்ற."என கேட்க. "கொஞ்சம் இரு தெய்வா, எல்லாம் வெளிச்சத்துக்கு வரும்."என்று அழகி சொல்லவும் ஊருக்குள் ஒரு போலீஸ் காரும் அதோடு மற்றொரு காரும், இரண்டும் நுழையவும் சரியாய் இருந்தது.

கார்கள் நேராக மந்தையில் வந்து நிற்க, முதலில் சந்தோஸும் அவன் நண்பர்களும் வந்திறங்கினர், அதன் பின் வளர்மதி மேடம் வர, தென்னரசு தன் ஆட்களிடம் கண்ணாலே ஏதோ கேட்க, அவர்களும் திரு திருவென முழித்தனர், சிலர் அங்கிருந்து நழுவ பார்க்க, வளர்மதியின் முன்னேற்பாடாய் அங்கிருந்த போலீசார் அவர்களை வெளியே விடாமல் தடுத்து கூட்டத்திற்குள்ளேயே மீண்டும் அனுப்பி வைத்தனர்.

சந்தோஷ் அதற்குள் அங்கு ஏதேதோ ஏற்பாடுகளை செய்ய தொடங்கினான். வளர்மதி அழகியுடன் தனியே ஏதோ பேசிவிட்டு வர, சந்தோஷ் வேலையை முடித்திருந்தான். அப்போது முத்தழகி அனைவரையும் கொஞ்சம் கவனிங்க என்று சொல்லிவிட்டு, சந்தோசை பார்க்க, அவன் அதை ஆன் செய்ய அங்கிருந்த ஒரு சுவரில் ஒரு காட்சி ஒளிபரப்பானது. அதில் இன்பரசன் தெய்வா இருவரும் அந்த வக்-

கீலை காப்பாற்றுவது தொடங்கி, இருவரும் மில்லிற்குள் செல்வது மற்றும் அவர்களுடன் உரையாட தொடங்கி பின் சண்டையிட்டு அங்கிருந்து வேதனையுடன் வெளியேறுவது வரை அனைத்தும் பேச்சு இல்லாமல் படமாக மட்டும் ஒளிபரப்பாகி முடிந்தது.

அது முடிந்ததும், "இதுதான் நடந்தது, நேத்து மாமாவும் தெய்வாவும் கிளம்பும் போதே, மாமா சந்தோஷ் கிட்ட சொல்லி எல்லாத்தையும் வீடியோ எடுக்க சொல்லி இருந்துச்சு. மாமா வீடியோ எடுக்க சொன்னதுக்கு காரணம், நம்ம பணத்துக்கு ஒரு ஆதாரம் வேணும்னு. ஆனா அதுதான் இப்போ அவருக்கு பெரிய ஆதாரமா போயிடுச்சு. அவனுங்க பணத்தை குடுக்க முடியாதுன்னு சொல்லி அவமானப்படுத்தி அனுப்பினது தான் நடந்தது, எந்த பணத்தையும் அவங்க குடுக்கல."என அழகி விளக்க,

"இதுல ஏன் யார் பேசுறதும் கேக்கல, அவங்க என்ன பேசிகிட்டாங்கன்னு தெரியாம எப்டி சண்டதான் போட்டாங்க, அதுவும் பணத்த குடுக்காததுனால சண்ட போட்டங்கன்னு சொல்ல முடியும். இதுவும் இவங்க திட்டம் தான்."என்ற தென்னரசிடம்,

"அதையும் கிளியர் பண்ணிடுவோம். கொஞ்சம் பொருங்க, அவசரப்பட்டா எப்டி."என்ற அழகி, "மேடம்...."என்று வளர்மதியை பார்க்க, வளர்மதியும் கண் ஜாடை காட்ட, அவரின் உதவியாளர் காரை திறந்து ஒருவரை வெளியே வர சொல்ல, அந்த மில் ஓனர் உள்ளிருந்து வந்தார்.

அவரை அங்கு கண்டதும், தென்னரசு அவன் அடியாட்களை கொலைவெறியுடன் முறைக்க, அவர்கள் குழப்பமாய் ஒருவரை ஒருவர் பார்த்து கொண்டனர். ஊர் மக்களோ அதிர்ச்சியாகினர், அவர்களுக்கெல்லாம் மேல் தெய்வாவும், இன்பரசனும் அதிர்ச்சியாகினர். இன்பரசன் கூட ஒன்றுமே புரியாமல் முழித்து கொண்டிருந்தான்.

"என்னடா இது இப்போதான் போன்ல பேசினாரு, அதுக்குள்ள எப்டி இங்க இவங்க கூட,"என்று அனைவரும் குழப்பமாய் கேட்க.

"கேக்குறாங்கள, பதில் சொல்லுங்க தென்னரசு மாமா, இவர்கூட தான கொஞ்சம் முன்னாடி பேசினீங்க, அவர் கூட ஆந்திராவுல இருக்கேன்னு சொன்னாரே, அதெப்படி அரை மணி நேரத்துல தமிழ்நாட்டுக்கு அதுவும் நம்ம ஊருக்கு வந்திருப்பாரு, ஒரே மாயாஜாலமா இருக்குல்ல,"என அழகி நக்கலாய் சொல்லி சிரிக்க,

கோபமாய் அந்த மில் ஓனர் அருகில் சென்ற தென்னரசு அவர் சட்டையை பிடித்து உலுக்கி, "எதுக்குடா பொய் சொன்ன, என்னையவே ஏமாத்துர அளவுக்கு தைரியமா உனக்கு. என்னய பகச்சுக்கிட்டா என்ன நடக்கும்னு தெரியுமா உனக்கு, அட்ரஸ் இல்லாம ஆகிடுவ ஜாக்கிரதை. சொல்றா ஏண்டா ஆந்திராவுல இருக்கேன்னு சொன்ன, யார் உன்ன மெரட்டி அப்டி சொல்ல சொன்னது. சொல்லுடா."என்று மிரட்ட.

"போதும் மிஸ்டர் தென்னரசு பாண்டியன், அவர் பயந்துட்டாரு, அவர் மட்டும் இல்ல நாங்களும் ரொம்பவே பயந்துட்டோம், நீங்க பெரிய ஆளுதான், கொஞ்சம் ஓரமா போய் நில்லுங்க அவரே சொல்லுவாரு எல்லாத்தையும். நாங்க குடுத்த சிகிச்சை அப்டி அவருக்கு. நீங்க கொஞ்சம்... "என்று வளர்மதி மிரட்டாமல் மிரட்ட, தென்னரசு முகம் சுருங்கி போனான்.

அதன்பின் அந்த மில் ஓனரை, அழைத்து வந்து நடுவில் நிறுத்தி, "எல்லாரும் கேட்டுக்கோங்க இதுதான் நடந்தது, இந்த மில் ஓனர் இன்பரசன்கிட்ட உங்களுக்கு சொந்தமான பணத்தை குடுக்கல, உங்க நெல் தரமா இல்லன்னு சொல்லி ஏமாத்த பாத்து, பின்னாடி அது முடியாம போக, தரவே முடியாதுன்னு சொல்லி ஆள் வச்சு மிரட்டி அங்க இருந்து தெய்வாவையும், இன்பாவையும் வெளியே அனுப்பிட்டான். அதையெல்லாம் ரகசியமா வீடியோ எடுத்துட்டு இருந்த சந்தோஷ் முத்தழகிகிட்ட சொல்ல, அவங்க என்கிட்ட சொன்னாங்க, நான் எனக்கு தெரிஞ்ச ஆந்திரா போலீஸ் டிப்பார்ட்மெண்ட் ஆளுங்க மூலமா, அன்அப்பிசியலா இந்த ஆள தூக்கி, எங்க கன்ரோலுக்கு கொண்டு வந்தேன். இவன கோர்ட்ல ஆஜர்பண்ணி ரிமாண்ட் பண்ணலாம்னு கொண்டுபோய்ட்டு இருந்தப்போ தான் முத்தழகி இங்க நடக்கிறத சொன்னாங்க. அதேநேரம் தென்னரசும் இவனுக்கு போன் பண்ணினாங்க, அழகி முன்னடியே விஷயம் சொன்னதுனால நானும் அவன எதையும் சொல்லாம சாதாரணமா பேச வச்சேன். இதுதான் நடந்தது."என்றவர், அந்த மில் ஓனர் பக்கம் திரும்பி "சொல்லுடா உண்மைய சொல்லு"என்று சொல்ல, அவனும் அப்படியே சொல்ல. ஊர் மக்கள் அவனை அடிக்க பாய, அனைவரையும் தடுத்தவர், "கொஞ்சம் பொறுமையா இருங்க, அவன அடிச்சு கொன்னுட்டா மட்டும் எல்லாம் சரியாக போறது இல்ல, நமக்கு நம்ம பணம் வரணும், அதுக்கு என்ன பண்ணணுமோ அத நான் சட்டப்படி பன்றேன். கொஞ்சம் ஒத்துழைப்பு குடுங்க ப்ளீஸ்."என்று வளர்மதி

சொல்ல அதை புரிந்து கொண்ட ஊர்காரர்களும் அமைதியாக,

அப்போது தெய்வா முன்னே வந்து, "மேடம் இவன் நம்ம பணத்தை ஏமாத்தினான், எங்களை ஆள் வச்சு மெரட்டுனான் சந்தோஷ் வீடியோ எடுத்தான், நீங்க இவன தூக்குநீங்க எல்லாம் ஓகே, ஆனா இந்த தென்னரசு ஏன் இவனுக்கு போன் பண்ணினான், அதுக்கு அவன் ஏன் அப்டி ஒரு பதில் சொன்னான். இதுக்கு அர்த்தம் என்ன இந்த தென்னரசு சொல்லித்தான் இந்த ஆள் இதெல்லாம் பண்ணுனானா, இல்ல ரெண்டுபேரும் சேர்ந்து கூட்டு களவாணி தனம் பண்ணுணங்கியலா."என்று கேட்க.

"ஏய் யார பாத்து களவாணி னு சொல்ற. எங்க அய்யா நெனச்சா இந்த மொத்த ஊரையும் வாங்க முடியும். பிச்ச காசு முப்பது லச்சத்துக்கு இவன்கூட எல்லாம் கூட்டு சேரனுமா, நாக்க அடக்கி பேசு, இல்ல பேச நீயே இருக்க மாட்ட."என தென்னரசின் அல்லக்கை சத்தம் போட,

"எங்க இல்லாம ஆக்குடா பாப்போம், அம்புட்டு பெரிய இவனா நீ, பண்ணினது அயோக்கியத்தனம் இதுல சவடால் வேற, மரியாதையா ஓரமா மூடிக்கிட்டு நில்லு, இல்ல மொத கேஸ் உன்மேல தான். மகனே சாகுற வரைக்கும் களி தான் திங்கனும், அப்போ உங்க அய்யா கொய்யா எல்லாம் வந்து உன்னைய காப்பாத்த முடியாது. யாருக்கிட்ட பேசுரன்னு பாத்து பேசு."என்ற ராஜியை தெய்வா முறைக்க,

"ஆமாடா என்னய மட்டும் மொரைச்சுகிட்டே இரு, ஓவரா பேசுற இவன் வாய ஒடைக்காம பேசிவிட்டு வேடிக்கை பாத்துகிட்டு, கேக்குற என்கிட்ட மொரப்ப காட்டு."என்று வாயுக்குள்லேயே முணுமுணுத்து கொண்டே ராஜி ஓரமாக போக.

"இதுக்கும் தென்னரசு சாருக்கும் எந்த சம்பந்தமும் இல்ல, நான்தான் எல்லாமே பண்ணினேன். அவருக்கு எதுவும் தெரியாது."என்று மில் ஓனர் சொல்லிவிட, வளர்மதி முத்தழகியை ஒரு விரக்தி பார்வை பார்க்க, "பாத்துக்கலாம் மேடம்,"என்று அவள் சொல்ல, அந்த ஆளை அரஸ்ட் செய்து கூட்டி சென்றார் வளர்மதி.

அதன்பின் எதுவும் பேசாமல் இன்பரசனும் வீட்டிற்கு செல்ல, அழகி மட்டும் ஊர் மக்களிடம் நம்பிக்கையாய் பேசி, கூடிய விரைவில் பணம் வரும் என உறுதியளிக்க, அவர்களோ "பணம் முக்கியம் இல்ல முத்தழகி, இன்பத்த மனம் விடாம இருக்க சொல்லு, எதுவா இருந்தாலும் என்னைக்கும் நாங்க அவன் பக்கம் தான் இருப்போம். அத மட்டும்

சொல்லிபுடு."என்று சொல்ல, நெகிழ்ந்து போயினர் இன்பரசன் குடும்பத்-தினர்.

இவை அனைத்தையும் ஊர் மக்கள் பேசியது முதற்கொண்டு அனைத்தையும் சந்தோஷ் அனைத்து ஊடகங்களிலும் செய்தியாக்க, இன்பரசன், தென்னரசன் இருவரையும் பற்றி தான், கலவையான பேச்-சுக்கள் ஓடியது. ஏற்கனவே ஸ்கூல் விஷயமே பேசி முடிக்க படாமல் இருக்க, இப்போது இதுவும் சேர, மொத்தமாய் இன்பரசன் பேசப்பட்டான். சிலரின் பார்வைக்கு இன்பம் நல்லவன். சிலரின் பார்வைக்கு இன்பம் கெட்டவன். ஆக மொத்தம் நல்லதோ கெட்டதோ அவன்தான் பேசு பொருளாய் இருந்தான்.

அன்றைய நாள் முழுவதும் ஊர் மொத்தமும் மதியழகன் வீட்டில் தான் இருந்தனர், ஆளுங்கட்சி தொடங்கி எதிர்க்கட்சி வரை, இன்னமும் சொல்லப்போனால் இவன் எதிர்த்த இவனை விரோதியாய் பார்த்த ஜாதி கட்சி வரை அனைத்து பக்கங்களில் இருந்தும் நலம் விசாரிப்புகளும், தூதுக்களும் வந்து கொண்டே இருந்தது, அனைத்தையும் தெய்வா தான் கையாண்டான். அழகி தான் என்ன என்ன சொல்ல வேண்டுமென்று அவனுக்கு சொல்லி கொண்டிருந்தாள். இன்பரசன் பெரிதாய் யாருடனும் பேசாமலே இருந்தான். அனைத்தும் முடிந்து அனைவரும் சென்று வீடு இவர்கள் வசம் ஆக, அவர் அவர் இடத்தில் சற்றே அமைதியை தனி-மையை அனுபவிக்க தொடங்கினர்,

மதியழகன் அவர் அறையில் சாய்ந்து கண்களை மூடி இருக்க, இந்-திராணி அவருக்கு தண்ணீர் கொண்டு வந்து வைத்து விட்டு, தூங்க போக,

"ராணி தூக்கம் வருதா... இங்க கொஞ்சம் வந்து உக்காரேன், பேசு-வோம்"என்றார் மதியழகன்.

"தூக்கமெல்லாம் வரது இருக்கட்டும், என்னனு சொல்லுங்க."என்று இந்திராணி சிரித்து கொண்டே அருகில் அமர்ந்து கேட்க.

"என்ன நமட்டு சிரிப்பு அந்தபக்கம். அப்டி என்ன கேட்டுட்டேன். பக்கத்துல உக்கார சொன்னது ஒரு குத்தமா"என்று அவர் கோவித்து கொள்ள.

"என் வாயி நான் சிரிக்கிறேன். ஏன்யா நான் சிரிக்க கூட கூடாதா, உக்கார சொன்னதுக்கு சிரிக்கிறேன்னு நீரா ஒண்ண நெனச்சுக்கிட்டா நான் என்ன செய்ய."என்றார் இந்திராணியும் விடாமல் சிரித்து

கொண்டே.

"சிரி சிரி நல்லா சிரி, நான் ஒரு நல்ல விஷயம் பேச வந்தா, உனக்கு அம்புட்டு நக்கலா போச்சு, போ நான் எதுவும் சொல்லல."

"பார்ரா கெழவனுக்கு கோவத்த, மகன ஊர்காரங்கிய தூக்கி வச்சு பேசினதும் அப்டியே கால் தரையில நிக்க மாட்டேங்குது, மனசெல்லாம் றெக்க இல்லாம பறக்குது, நான்தான் பாத்துகிட்டே இருக்கேனே, தனி-யாவேற சொல்லித்தான் தெரியனுமா, என்ன."

"ஆமா ராணி, இன்னைக்கு தான் மனசு நிறஞ்சு போச்சு. ஆனா நீ சொன்ன காரணம் மட்டும் இல்ல. ஊர்காரங்கிய தூக்கி வச்சு விட்-டுகுடுக்கமா பேசுனது சந்தோசம் தான். ஆனா அத விட நம்ம மருமக, முத்தழகி அந்தபிள்ளை அப்டியே நம்ம இன்பத்தை கட்டி காப்பத்து-றாளே அத பாக்க பாக்க தான் ராணி மனசு பூரிச்சு போகுது. நம்ம இன்பம் அந்தபிள்ளை மேல எம்புட்டு உசுரா இருக்கான்னு அவங்க கல்யாணம் பண்ணிக்கிட்டு வந்த அன்னைக்கே தெரிஞ்சுடுச்சு. என்-னதான் அவன் சம்மதம் இல்லாம நடந்திருந்தாலும், அந்தபிள்ளையை நம்மகிட்ட கூட விட்டு குடுக்காம அவன் இருந்தப்போவே அவன் மனசு தெரிஞ்சு போச்சு. ஆனா அதுக்கு அப்பறம் அத நான் அவன்கிட்ட பெருசா பாக்க முடியல, ஆனா முத்து பிள்ள ஒவ்வொரு நாளும் அவ அன்ப கொட்டி கொட்டி உன் மகன மூழ்கடிச்சுக்கிட்டு இருக்கு. நம்ம இன்பம் குடுத்து வச்சவன் ராணி."

"என்னையா சொல்ற, இன்பம் சம்மதம் இல்லாமத்தான் கல்யாணம் நடந்துச்சா, அதானே பாத்தேன், நான் பெத்ததுக்கு அம்புட்டு அறிவெல்-லாம் இல்லயேனு. அவதான் எல்லாம் செஞ்சவளா... என் வயித்தில பால வார்த்தா, எம் மருமக கெட்டிக்காரி... அவ. என் மகங்கிய ரெண்-டுபேரும் மக்குங்க தான். அதுக்கெல்லாம் வட்டியும் மொதலுமா என் மருமகளுங்க கெட்டிக்காரிக... காப்பாத்திபுடுவாளுக..."

"ராணி... இரு இரு, மருமகள்களா... இதுக்கு என்ன அர்த்தம். அப்போ தெய்வத்துக்கு பொண்ணு பாத்துடீங்களா, பொண்ணு மட்டும் தான் பாத்தீங்களா, இல்ல கல்யாணமும் பண்ணிடீங்களா... "என்று மதியழகன் கோவமாய் கேட்க. ராணிதான் ' இப்டி ஒளறிட்டேனே, அதான் நாலு வார்த்தை இந்த மனுஷன் நல்லா பேசினா இந்த மானங்-கெட்ட மனசு தன்னமீறி பூராத்தையும் கொட்டி புடுது, இப்போ என்ன பதில் சொல்லி சமாளிக்க போறேன்...'என்று திரு திருவெனமுழித்து

கொண்டிருந்தார்.

32

குருவிகள்

மதியழகன் இந்திராணியிடம் கேள்வி கேட்டு பதிலுக்காய் காத்திருக்க, இந்திராணி தான் என்ன சொல்ல என்று தெரியாமல் முழித்து கொண்டிருக்க, "சொல்லு... திரு திருன்னு முழிச்சா என்ன அர்த்தம், சொல்லு கல்யாணமே பண்ணிடீங்களா... எங்க அவன, தெய்வம்... தெய்வம்... "என்று அவர் கத்த.

"எதுக்கு இப்ப கத்துறீங்க, அவன் வீட்ல இல்ல, பிரெண்ட பாக்க போய் இருக்கான். உங்களுக்கு பதில் தான வேணும் நான் சொல்றேன். தெய்வமும் நம்ம ராஜியும்..."என்று அவர் முடிக்கும் முன்னே...

"யாரு நம்ம ராஜியா... எத்தனை நாளா நடக்குது இது, கடைசி காலத்துல எனக்குன்னு யாருமே இல்லாம தனியா அனாதையா ஆக்காம நீயும் உன் மகங்யகளும் விட மாடீங்க போல, ஏற்கனவே ஜெயகொடி மச்சான் உறவு போச்சு, இப்போ நாகமலையான் உறவும் போக போகுது, அவனே இப்போதான் எல்லாத்தையும் மறந்துட்டு பேச வந்தான், எல்லாம் போச்சா..."என்று புலம்ப.

"நீங்க இருக்கீங்களே என்ன மனுசரோ எல்லாத்தையும் தப்பு தப்பாவே புரிஞ்சுகறது, யாரு உறவு இல்லாம போச்சு, இப்போதான் உறவு நெருங்கி வந்திருக்கு. ஜெயகொடி அண்ணன் இப்ப பேசலன்னா என்ன நிச்சயம் ஒரு நாள் எல்லாம் மாறும், அதுக்கு பெறவு என்னைக்கும் ஒண்ணு மண்ணா இருப்போம். அதே கெணக்கா தான், நாகமலையான் அண்ணன் எப்டி திடீர்னு எல்லாத்தையும் மறந்துட்டு வந்து பேசிச்சுனு நினைக்கிறீங்க..... ராஜிக்காகத்தேன் பேசிச்சு, விஷயம் தெரிஞ்சு, நம்ம

தெய்வத்த மருமகனா ஏத்துகிட்டு தான் பேசிச்சு, எனக்கும் இது அப்ப தெரியாது, நம்ம அழகி பிள்ளத்தான் சொல்லிச்சு. எல்லாமே சரியாத்-தேன் இருக்கு, நம்ம பிள்ளைக சந்தோசம் தான நமக்கும் சந்தோசம். அதுவும் போக, முத்தழகியும் ராஜியும், என்ன சாதாரண பிள்ளைகளா, என் ராசாத்திக ரெண்டுபேரும், அதிக மொகத்த பாத்துக்கே இருந்தா போதும் பசிக்க கூட பசிக்காது, நம்ம வீட்டு சீதேவிக என் மருமகள்க, இதுக்குமேல எங்க போய் தேட போறோம் பொண்ண, உறவுக்கு உறவும் ஆச்சு, மகங்கிய மனசும் நிரஞ்சாச்சு, எந்த பொறப்புல செஞ்ச புண்-ணியமோ, நல்ல சந்ததி உருவாகி இருக்கு நமக்கு, நீங்களும் மனசார ஏத்துக்கங்க."என்று நீண்ட கலாட்சேவம் போல இந்திராணி சொல்லிமு-டிக்க, பதிலேதும் பேசாமல் மதியழகன் அமைதியாய் படுத்து கொண்-டார். அவர் யோசிக்கட்டும் என இந்திராணியும் அமைதியாய் உறங்கி போனார்.

அதேநேரம் ராஜி வீட்டின் கதவை யாரோ தட்ட, ராஜியின் அம்மா மலர்கொடி கதவை திறக்க, வாசலில் நின்றிருந்தான் தெய்வா,

தெய்வாவை அங்கு அந்த நேரத்தில் எதிர்பார்க்காத மலர்கொடி எதுவும் பேசாமல் நிற்க, "யாரு மலரு... வந்திருக்காக."என்றபடி முகத்தை துண்டால் துடைத்தபடி அங்கு வந்தார் நாகமலையான். அவர் தெய்வாவை பார்த்ததும்.

"வாயா தெய்வம்... உள்ள வாயா... எங்க பெரியாத்தா பேரன் குடும்பம் திருச்சியில இருக்காக அங்க ஒரு கேதம், அங்க போய்ட்டு இப்பத்தேன் வந்தேன், எல்லாமே இப்பத்தேன் சொன்னாக தெய்வம், எப்-படியும் இப்பத்தேன் மாமா தூங்கி இருப்பாரு, ஏன் தொந்தரவு செய்-யணும், காலைல வந்து பாப்போம்னு நெனச்சேன். நீயே வந்துட்ட, அப்பறம் என்ன பேசி முடிச்சிருக்கு, இப்போ என்னதான் வேணுமாம் அரசனுக்கு, ஏன் இப்டி கிறுக்கு பிடிச்சு அலையுறான். என்னதான் முடிவு இதுக்கு எல்லாம்." என்று கேட்க.

"ஏன் மாமா அவன் எப்போ நல்லவனா இருந்தான் இப்போ இப்டி இருக்கான்னு சொல்றீங்க, எப்பவுமே அவன் ஒரு கருகலக்கி தான் மாமா, நீங்க எல்லாரும் தான் அவன தூக்கி வச்சு, அவன் செய்யுற-துக்கு எல்லாம் ஒத்து ஊதி, உருவேத்தி விட்டீங்க. அதோட விளைவு தான் இப்டி ஆட்ட கடிச்சு மாட்ட கடிச்சு மனுசனையே கடிச்சா மாதிரி, ஒருத்தரையும் விடாம வச்சு செய்யுறான். என்னமோ மாமா, என்னய

எல்லாம் விட்டா ஒரே நாளுல சோழிய முடிச்சுட்டு போய்ட்டே இருப்பேன். இந்த இன்பமும் அழகியும் தான் சொல்லு பேச்சே கேக்காம இப்டி கெடந்து மாயுறாங்கியா. பாப்போம் மாமா எங்க போயி முடியுதுன்னு. காசுக்கு பிரச்சினை இருக்காதுன்னு நெனைக்கிறேன் மாமா எப்படியும் வந்துரும், ஸ்கூல் விஷயம் தான் கொஞ்சம் கத்திமேல நிக்கிற மாதிரி இருக்கு."என்ற தெய்வாவின் வார்த்தைகளும் உண்மைதான் என்பதால் அவரும் எதுவும் பேசாமல் இருக்க, மலர்கொடி காபியுடன் வந்து தெய்வாவின் முன் நிற்க.

"என்ன அத்த நான் என்ன சண்டைக்காரனா, பாத்தா பேசமாட்ற, காபியை கொண்டு வந்து மூஞ்சிக்கு நேரா நீட்ற, என்னத்த இதெல்லாம். சண்ட போடனுமா போடு, அடிக்கணுமா நாலு அடி கூட அடிச்சுக்கோ. நீ அடிச்சு நான் கோவிக்கவா போறேன். ஆனா இப்படியெல்லாம் வேத்து மனுஷன் மாதிரி, விரோதி மாதிரி பாக்காத அத்த. என்ன உன் மகள கூட்டிக்கிட்டு போய் கடிச்சா தீங்க போறேன். உங்க கண்ணு முன்னாடி தான வாழ போறோம். சந்தோசமா மனசார கட்டி குடு அத்த, நல்லா இருப்போம்."என்று தெய்வா மலரிடம் பேச, நாகமலையான் வைத்த கண் வாங்காமல் அவனையே பார்க்க, மலரோ கண் கலங்கி விட்டார். ஆனாலும் அதை மறைத்து கொண்டு, "காப்பி எடுத்துக்க தெய்வம்."என்று கம்மிய குரலுடன் சொல்ல. "இது தான் எங்க அத்தங்கிறது, இப்போ எப்டி இருக்கு."என்று காப்பியை எடுத்து அவன் குடிக்க. நாகமலையான் மலரை பார்க்க, மலரும் தெய்வாவை பற்றிய நாகமலையானின் எண்ணம் அனைத்தும் சரியே என்பதுபோல் மகிழ்ச்சியாய் அவரை பார்த்து விட்டு, "இந்நேரம் வந்திருக்கனா, ஏதோ விஷயம் இருக்கும்னு நெனைக்கிறேன் சரித்தான தெய்வம்."என்று கேட்க.

"அய்யோ ஆமாத்த மறந்தே போனேன் பாருங்க, எங்க அத்த உங்க அன்பு மக அந்த வாயாடிய... என்மேல கோபமா இருக்கா, கொஞ்சம் அவள கூப்டுங்க..."என்று சொல்ல.

"இதுக்கா தெய்வம் இந்த நேரத்தில் ஓடியாந்த, அவ கோவமா இருந்தா இருந்துட்டு போறா, எங்க போக போறா.."என்ற நாகமலையானிடம்.

"மாமா அவ எங்கேயும் போக மாட்டா, நான்தான் பைத்தியமா போவேன். அவள எப்டி நான் கோவமா இருக்க விடுவேன். தப்பு என் மேல தான். அவ எனக்குன்னு தான் பேசினா. அவள போய்

நான் அப்டியே விடுவேனா மாமா, அத்த அவள கூப்டுங்க."என்றவனை பார்த்துக்கொண்டே

"ராஜி இங்க வா..."என்று மலரும் கூப்பிட, "என்னம்மா..."என்றபடி ராஜியும் வந்தாள், வந்தவள் தெய்வாவின் பக்கம் திரும்பவே இல்லை. அதை கவனித்த தெய்வா...

"ஓய்... இங்க ஒருத்தன் இருக்கேன் வீட்டுக்கு வந்தா வான்னு கூட சொல்ல மாட்டீங்களோ மேடம் அம்புட்டு பெரிய ஆளோ... "என்றான்.

"விருந்தாடியா வந்தவங்கள தான் வரவேற்கணும், வீட்டுக்காரகள எல்லாம் வரப்ப எல்லாம் வெத்தல பாக்கு வச்சு வரவேற்க முடியாது."என்று கோவத்திலும் விட்டுக்குடுக்காமல் அதேநேரம் நக்கலாகவும் அவள் பதில் சொல்ல.

"அதுவும் சரித்தானயா... நீ என்ன வேத்து மனுசனா... இது உம் வீடு நீ பாட்டுக்கு வர வேண்டியது தான."என்று சொல்லி நாகமலையானும் சிரிக்க,

"நல்லா இருக்கு அப்பனும் மகளும் பண்ற அலுச்சாட்டியம்... நீங்க எங்க அப்பேன் வீட்டுக்கு போகிறப்ப அவுக இப்டி சொன்னா அய்யா சிரிச்சிகிட்டே இருப்பீகளாக்கும். ஒரு வழி பண்ணிட மாட்டீக. உங்களுக்கு ஒரு நியாயம் உங்க பிள்ளைக்கி ஒரு நியாயமா... "என்று மலர் சலித்து கொள்ள...

"நம்ப முடியவில்லை... இல்லை... அவளா சொன்னால்... இருக்காது...

நீயா பேசியது... அம்மா... நீயா பேசியது... "என்று பாடல்களை கலந்து அடித்து மலரை ராஜி கிண்டலடிக்க.

"ஓய் என்ன எங்கத்தய ஓவரா நக்கலடிக்கிறவ, கொல்ல போறேன் பாறேன்."என்ற தெய்வாவிடம்.

"ஆமாடா ஆமா... கொல்லுவ எப்போ பாத்தாலும் உனக்கு நான்தான கெட்டவ, நான் எது பண்ணினாலும் என்னையே குத்தம் சொல்லுடா நீனு, உன்னைய அவன் அப்டி சொன்னான்னு நான் சண்டைக்கி போனா நீ அம்புட்டு ஆளுக முன்னுக்க என்னய மொறைக்கிற. போடா... உனக்கு என்னைக்கும் நான் முக்கியம் இல்ல, உன் சகவாசமே வேணாம்... போடா..."என்று ராஜி அழுகையும் கோபமுமாக சொல்ல.

"அடியே இவளே என்ன மண்டையில அடிச்ச மாறி வாடா போடான்னு சொல்லிகிருக்க. வாயி கூடி போச்சுடி உனக்கு. மரியாதையா பேசி பழகு."என்ற மலரிடம்

"அத்த அதெல்லாம் ஒண்ணும் இல்ல, அவதான சொல்ற சொல்லட்டும், அவளுக்கு இல்லாத உரிமையா..."என்றவன் ராஜியிடம் "ராஜி நீ ஒண்ணும் முட்டாள் இல்லை, எல்லாம் உனக்கு நல்லாவே புரியும், நீ முக்கியம் இல்லனா நான் ஏன் இந்த நேரத்தில இங்க வந்து நிக்க போறேன். அங்க அம்புட்டு ஆளுக முன்னுக்க நீ பாட்டுக்கு அப்டி பேசுற, அங்க என்ன பிரச்சினை போய்ட்டு இருந்துச்சு, நம்ம தனிப்பட்ட பிரச்சனைன்னா நம்ம எதுவும் பேசலாம், ஆனா அது ஊர் பிரச்சினை, அங்க நம்ம பேசுற ஏதோ ஒரு வார்த்தைநாள பிரச்சினை பெருசானாலோ, வேற பக்கம் திரும்பினாலோ பாதிப்பு மொத்த ஊருக்கும் தான். ஒரு வார்த்தை வெல்லும், ஒரு வார்த்தை கொல்லும்னு சொல்வாங்க, அப்டி எதுவும் ஆகி நீ அங்க குற்றவாளியா நிக்க கூடாதுன்னு தான் பேசாதனு சொன்னேன். அத புரிஞ்சுக்காம கோபமா வந்துட்ட நீ. புரிஞ்சுக்க ராஜி."என்று தெய்வா சொல்லி முடிக்க.

"அவன் எப்டி தெய்வா அப்டி பேசலாம், ஊர் பிரச்சினைன்னா ஊர தான பேசணும். உன்னைய ஏன் பேசுனான்."என்றவளிடம்

"அடியேய் அதாண்டி அவனுங்க குள்ளநரி தனமே, எங்க அடிச்சா அவனுங்களுக்கு சாதகமா முடியுமோ அங்கதான் அடிப்பாங்கிய. நம்மாதான் புரிஞ்சு நடந்துகனும்."என்று அவன் விளக்கம் சொல்ல.

"அதெல்லாம் எனக்கு தெரியாது தெய்வா... நீங்க எல்லாம் எப்படியோ பெரிய தியாகிகளாவே இருந்துட்டு போங்க. நான் அப்டி இல்ல. எனக்கு என் குடும்பம் தான் மொத. அதுவும் உன்னைய யாராவதும் என் முன்னாடி பேசினா நான் வேடிக்கை எல்லாம் பாந்துட்டு இருக்க முடியதுடா... "என்றவளிடம்

"அப்டியே ஆகட்டும் மகாராணியே, இனிமேல் என்ன பண்ற கையில ஒரு உருட்டு கட்டைய எடுத்துக்கோ என்கூடவே வா, எவனாவதும் பேசுனா ஒரே போடு, அம்புட்டுத்தான்... வர கேச நான் பாத்துகிறேன் சரித்தான... இப்போ மேடம்க்கு ஒகேவா... இனி கோபமா இருக்க மாட்டீங்களே... "என்று சொல்ல அவளும் சிரித்து விட, இதையெல்லாம் எதுவும் பேசாமல் வேடிக்கை மட்டும் பார்த்து கொண்டிருந்த ராஜியின் அப்பாவும் அம்மாவும் , மகளின் எதிர்காலம் ஒளிம-

யமாய் கண் முன் தெரிவதை பார்த்து நிறைவாய் உணர்ந்தனர்..

அங்கே அப்டி இருக்க, இங்கே... வழக்கம் போல் இன்பரசன் மெத்தில் அமர்ந்து வானத்தை வெறித்து கொண்டிருக்க, அங்கே போன அழகி, "என்ன மாமா நீ, எப்போ பாத்தாலும் கடந்த காலத்தை தான் ரசிப்பியா, நிகழ்காலம் நிகழ்காலமா இருக்கும்போது கடக்க விட்டுட்டு கடந்த காலமா போன பிறகு நெனச்சு நெனச்சு வருத்தமோ, சந்தோசமா எத நெனச்சாலும் ரெண்டுமே நேர விரயம் தான் மாமா."என்று சொல்ல.

"நான் எந்த கடந்த காலத்தை ரசிச்சேன், நெனச்சேன். என்னடி சொல்ற."என்று அவன் கேட்க.

"நீ எப்போ பாத்தாலும் பாத்துகிட்டே உக்காந்து இருக்கியே இந்த நட்சத்திரம் எல்லாம், இது எல்லாம் நிகழ்காலமா என்ன, கடந்தகாலம் தானே அத தான் சொன்னேன்."என்று அவள் சொல்ல.

"புரியவே இல்ல, நட்சத்திரம் எப்டி கடந்தகாலம் ஆகும்."

"என்ன மாமா இப்டி கேக்குற, இப்போ நம்ம பாக்குற இந்த நட்சத்திரம் எல்லாமே எப்பவோ முன்னாடி வானத்துல பூமிய கடந்து போன ஏதோ ஒரு எரிக்கற்கள் தான். அதோட ஒளி பல ஒளி ஆண்டுகள் கழிச்சு இப்போதான் நம்ம கண்ணுக்கு தெரியுது. இந்நேரம் அது எல்லாம் எங்கேயோ போய் இருக்கும். அழிஞ்சு கூட போய் இருக்கும் தெரியுமா."

"முடியல தெரியுமா, என்னதான் நீ டீச்சரா இருந்தாலும், இருக்குற நிலமைக்கு என்கிட்டயே பாடம் எடுக்குறியே சத்தியமா முடியல."

"வேற என்ன செய்ய, எனக்கு உன்மேல கடும் கோபம், அத காட்டி கோபத்தை எல்லாம் கொட்டி தீக்கணும்னு பாத்தா, உணக்குன்னு பிரச்சினை லாரி லாரியா வருது, அத தீக்கவே சரியா இருக்கு. நான் எப்போ என் கோபத்தை உன்கிட்ட காட்டி, நீ என்ன சமாதானம் பண்ணி, உன்ன நான் சமாதானம் பண்ணி, நம்ம குடும்பம் நடத்தி பிள்ள குட்டி பெத்து, ரொம்ப கஷ்டம், ஆனா அதுக்காக எப்படியோ போன்னு உன்ன அப்டியே கண்டுக்காம விட முடியுமா அதான் எதோ ஒண்ண சொல்லி சரிபண்ண முயற்சி பன்றேன். சரி மாமா அதான் எல்லாமே சரி ஆகிட்டுச்சே அப்பறம் ஏன் கவலையாவே இருக்க. என்மேல கோபமா, உன் கிட்ட சொல்லாம எல்லாமே பன்றேன்னு."என்றவளிடம்

"லூசாடி நீ, உன்ன நெனச்சு பெருமை தான் எனக்கு, எந்த இடத்துல எல்லாம் நான் கொஞ்சம் தவறி போறேனோ அந்த இடத்துக்கு

எல்லாம் நீ சரியா வந்து நிக்கிற, என் கவலை எல்லாம் தென்னரச நெனச்சு தான். எவ்ளோ கீழ்த்தரமா போய்ட்டான். அவன்கிட்ட இருந்து ஊர எப்டி காப்பாத்த, என்ன செய்ய, அவன்கிட்ட இருக்குற பணம் அவன என்ன வேணும்னாலும் செய்ய வைக்குது. எல்லாம் எங்க போய் முடியுமோன்னு தான்."

"எல்லாத்துக்கும் முடிவு கண்டிப்பா இருக்கு மாமா, அவ்ளோ பெரிய சர்வாதிகாரி ஹிட்லரே தற்கொலை பண்ணி செத்து போய்ட்டான். இவன் எல்லாம் அவ்ளோ பெரிய ஆள் எல்லாம் இல்ல மாமா. நீ நம்ம என்ன பண்ணலாம்னு மட்டும் யோசி, நம்ம நம்ம வழியில சரியா போவோம், அப்போ எவனாவது குறுக்க வந்தா அவன் மேல ஏத்தி நசுக்கிட்டு போய்கிட்டே இருப்போம். அவ்ளோதான்."

"எப்டி அழகி உன்னால் மட்டும் முடியுது. எல்லாத்தையும் அசால்ட்டா எடுத்துக்க அப்டியே அத சமாளிக்க, நான் என்ன ரொம்ப பெரிய ஆள், ரொம்ப உறுதியான மனுசனு நெனச்சுட்டு இருந்தேன். ஆனா அப்டி இல்ல அழகி, நீ மட்டும் இல்லனா நான் என் உறுதிய இழந்திருப்பேனோன்னு கூட தோணுது தெரியுமா."என்று இன்பா சொல்ல, அழகியோ அமைதியாய் இருக்க.

"சரி இதெல்லாம் விடு, அப்பறமா கூட பேசிக்கலாம். நான் ரெடி உன் கோவத்த எல்லாம் கொட்டலாம். இதுக்கு மேலயும் நம்ம இத வளர்த்துட்டே போக வேணாம். அடிக்கிறதா இருந்தா கூட அடி, ஆனா ஒண்ணு சத்தம் மட்டும் வர கூடாது."என்று அவன் சொல்ல.

"ஏன் சத்தம் வந்தா இன்பரசு பாண்டியன் அவர்களுக்கு அவமானமா போயிடுமோ... "என்றவளிடம்.

"என் அழகிக்கிட்ட அடி வாங்க எனக்கு என்ன அவமானம்."என்-றான் இன்பா.

"அப்பறம்..."

"இல்ல அழகி, உன்கூட இப்டியே கொஞ்சநேரம் இருக்கணும்னு தோணுது, ஒருவேளை சத்தம் கேட்டு எல்லாரும் மேல வந்தா அது முடியாதே அதான் சத்தம் வராம அடின்னு சொன்னேன்."

"மாமா நீதான் பேசுறியா...."

"ஏன்டி நான் பேச மாட்டேனா..."

"இதுவரைக்கும் பேசினதே இல்லையே மாமா..."

"யார் சொன்னது நெறய பேசி இருக்கேன். உனக்கு கேக்காம உன்கிட்ட.."

"இதுதான் மாமா எனக்கு கோவமே, உண்மை நான் உன்ன மட்டும் நெனச்சுகிட்டு உனக்காக அல்லாடிக்கிட்டு இருந்தப்போ, எவனோ என்னமோ சொன்னான்னு இல்லாத ஒண்ண யோசிச்சு நீயே ஒரு முடிவெடுத்து என்ன அப்டியே விட்டுட்டு போய்ட்டியே மாமா. அதேதான் இன்னைக்கும் பண்ற இல்ல. நீ ஒருவார்த்தை காதலா அன்பா பேச மாட்டியான்னு நான் தவிச்சு போய் கெடக்க, எனக்கே கேக்காம என்கிட்ட பேசுறேன்னு சொல்ற, ஏன் மாமா இப்டி கொலையா கொல்றா."என்று சொல்லி அங்கிருந்து எழுந்தவளை கைபிடித்து இழுக்க, பொத்தென்று அவன் மீதே அவள் விழுந்து தடுமாற, விட்டால் போச்சு என்று பின்னிருந்தவாறு தன்னோடு அனைத்து கொண்டவன், அவள் காதருகில் அவன் மூச்சுக்காற்று படும் படி, நெருங்கி,

"உன்ன விட்டுட்டு போகணும்னு நான் ஒருநாளும் நெனைக்கலடி, ஆனா என் காதல் உன்ன ஒரு சின்ன வட்டதுக்குள்ள அடைச்சு வச்சுட கூடாதுன்னு தான் நெனச்சேன். உன்ன விட்டு எவ்ளோ தள்ளி இருக்க நெனச்சேனோ அவ்ளோ தூரம் நெருங்கி தாண்டி இருந்த, உன்ன நினைக்காத நாள்... நிமிஷம்... நொடி ஏதும் இல்ல, எதாவதும் ஒரு அதிசயம் நடக்காதான்னு மனசு ஏங்கும், அந்த நொடியே, அந்த அதிசயம் நடந்தா எல்லாமே கெட்டு போயிடுமோன்னு நெனச்சு அய்யோ வேண்டாம், என் அழகி நல்லா இருந்தா போதும்னு தோணும். அப்டியே மாத்தி மாத்தி யோசிச்சு கற்பனையிலேயே வருஷங்க ஓடி போச்சு."

"சும்மா பேசாத மாமா அப்போ அப்டி சொல்ற, ஆனா நான் உண்ண கல்யாணம் பண்ண சம்மதம் சொன்னப்போ என்ன என்ன எல்லாம் சொன்ன நீ."

"அதுக்கு காரணம் ஏற்கனவே சொல்லிட்டேன், திரும்ப திரும்ப சொல்ல வைக்காத."

"சரி அதையும் விடு, ஒருவழியா உன்ன கட்டாயப்படுத்தி, எல்லாரையும் எதித்து உன்ன நான் கல்யாணமும் பண்ணிக்கிட்டேன், எப்படியும் வர பிரச்சினைய சமளிக்கத்தான் போறோம்னு தெரிஞ்சு போச்சு. அப்பறமும் ஏன் இந்த ஒதுக்கம்."

"அது குற்றவுணர்ச்சி...."

"குற்றவுணர்ச்சியா ஏன், எதுக்கு."

"நம்ம காதலுக்காக வாழ்க்கைக்காக நீ எடுத்த ரிஸ்க் நான் எடுக்கல, உன் அளவுக்கு நான் போராடல, காரணம் கெடச்சதும் பிடிச்சோ பிடிக்காமலோ விட்டுட்டு போக பாத்தேன்னே தவிர, போராடி சேர முயற்சி பண்ணல, அந்த குற்றவுணர்ச்சி தான் அழகி காரணம்."

"அப்போ இந்த குற்றவுணர்ச்சி எப்போ போகும்."

"தெரியலையே...."

"போடாங்....க...... எதாவதும் அசிங்கமா திட்டிட போறேன்... மனுசனாயா நீயெல்லாம், உன்ன எல்லாம் வச்சு ஒரு ஆணியும்....... முடியாது. விடுயா என்ன, நான் போறேன். இங்க இருந்தா கொலைகாரியா மாறிடுவேன்."என்று கைகளை பிரிக்க அவள் முயல, அணைப்பை விடுவிக்காமலே அப்படியே அவளை தன்புறம் திரும்ப செய்தவன். கண்களை நேருக்கு நேராய் பார்த்து,

"என்னடி வாய் ஓவரா போகுது. அசிங்கமா திட்டுவியா திட்டு பாப்போம்... "என்று கேட்க. சில நொடிகள் அந்த பார்வையில் சிக்கி திக்குமுக்காடி போனவள், வேகமாய் அவன் கன்னத்தில் இதழ் பதிக்க, அந்த அதிர்ச்சியில் பிடியை அவன் தளர்த்த, அதை பயன்படுத்தி அங்கிருந்து ஓடியே விட்டாள் அவனின் அழகி...

33

குருவிகள்

அழகி வேகமாய் அங்கிருந்து ஓடி வந்துவிட, சில நொடிகள் கழித்தே நடந்ததை உணர்ந்தவன், படிக்கட்டுகளில் வேகமாய் இறங்கி வர, அப்போதுதான் உள்ளே நுழைந்த தெய்வாவின் மீது மோதி நின்றான்.,

இடித்து கொண்ட தெய்வா நெஞ்சை தடவியபடி, "டேய் என்னடா ஏண்டா இப்டி கண்ணு மண்ணு தெரியாம ஓடி வந்து ஒரு பச்ச பிள்ளையை கொல்ல பாக்குற. ஆஹ்... நெஞ்சு வலிக்குதுடா."என்று சொல்ல.

"அதெல்லாம் இருக்கட்டும் பச்சப்பிள்ள சார், இந்நேரம் வரைக்கும் எங்க போய்ட்டு வறீங்க, வர வர ஒண்ணும் சரியா இல்லையே உடன்பிறப்பே."என்று இன்பா சந்தேக பார்வை பார்க்க.

"சந்தேகமே வேணாம் உடன்பிறப்பே, நீ என்ன நெனைக்கிறயோ அதேதான்."என்றவனை பார்த்து.

"அட பாவி இந்நேரம் அந்த ராஜி பிள்ளையை பாக்க போய் இருக்கியே, மாமாவும் அத்தையும் பாத்திருந்தா என்ன ஆகி இருக்கும்."என்று கேட்க.

"நான் பாத்ததே அவங்க முன்னாடி தான். அவங்கள வச்சுக்கிட்டு தான் அவகிட்ட பேசுனேன். தனியா போய் அந்த வாயடிக்கிட்ட சிக்க நான் என்ன பைத்தியமா. என்று அசால்ட்டாக சொல்லி நகர்ந்து சென்றவனை கையை பிடித்து நிறுத்தி. ஆச்சர்யம் குறையாமல்.

"எப்பிடிடா... "என்ற இன்பாவிடம்.

"உடன்பிறப்பே உன் அளவுக்கு எல்லாம் எனக்கு பொறுமை இல்ல, அதோட அவளும் அழகி மாதிரி எல்லாம் இருக்க மாட்டா, எனக்கு அவ வேணும், அதான் நேரா பெரிய இடத்துலயே ஆஜர் ஆகிட்டேன். இனி மேடமே நெனச்சாலும் என்கிட்ட இருந்து தப்பிக்க முடியாது. நீ பாவம் சின்ன புள்ள அதுனால போ போய் தூங்கு."என்றவன் நகர்ந்து சென்றுவிட, அவன் விளையாட்டாய் சொல்லி இருந்தாலும், உண்மையில் அழகி தன்னை எவ்வளவு எதிர்பார்த்திருப்பாள், எவ்வளவு தூரம் அனைவரிடமும், அனைத்து சூழலிலும் தவித்து போய் இருப்பாள், நானோ எந்த இடத்திலும் அவளுக்காய் நிற்காமல் இருந்துவிட்டேனே. என்று குற்றவுணர்வாய் உணர்ந்தான். இதை எப்படியேனும் சமன் செய்தே ஆகவேண்டும் என்று உறுதி ஏற்றவனாய், அங்கிருந்து மீண்டும் மெத்திற்கே சென்று விட்டான்.

மறுநாள் காலை எல்லோருக்கும் முன் எழுந்த மதியழகன், அனைவரையும் அழைக்க, அனைவரும் அங்கே கூட, இந்திராணி மட்டும் மதியழகன் என்ன சொல்ல போகிறாரோ என்று பதற்றமாய் இருக்க,

"அம்மா முத்து... கொஞ்சம் காலண்டர் எடுத்துட்டு வா,"என்று மதியழகன் சொல்ல, என்ன ஏதென்று கேள்வி கேட்காமல் ஓடி சென்று அவள் எடுத்து வர.

"இந்த வாரத்துல ஒரு நல்ல நாள் பாரு."என்றதும் ஒன்றும் புரியாமல் அவள் முழிக்க, "என்ன பாரு முத்து."என்று அவர் அரட்ட.

காலண்டரை பார்த்துவிட்டு, "மாமா அடுத்த பத்து நாளைக்கு முகூர்த்த நாள் இல்ல மாமா."என்று சொல்ல.

"அப்டியா சரி... ஒரு ஆம்பளைக்கு அவன் வாழ்க்கையில என்னைக்கு அவனுக்கானவ வந்து சேருறாளோ அதுதான் நல்ல நாள். அதுனால நாளைக்கே நம்ம போய் நாகமலையான் மச்சான் வீட்டுக்கு போய் பேசி முடிச்சுட்டு கல்யாணத்துக்கு தேதியும் குறிச்சுட்டு வந்துடுவோம். நீயும் இன்பமும் உங்க வேலையெல்லாம் முடிச்சுட்டு ஊருக்குள் போய் எல்லாரையும் கூப்பிட்டுடு வாங்க, ராணி நீ நம்ம முத்துவுக்கும் ராஜிக்கும் சீலை, நகை, மத்த எல்லாம் ஏற்பாடு பண்ணு. தெய்வம் நீ சாப்பாட்டுக்கு அதுபோக மத்த தேவைக்கு எல்லாம் ஏற்பாடு பண்ணு. நான் போய் மச்சான் கிட்டயும் தங்கச்சிகிட்டயும் விஷயத்தை சொல்லிட்டு, நம்ம ஊரு பெரிய ஆளுகள எல்லாம் கூப்பிடறேன்."என்று மதியழகன் சொல்ல. அனைவரும் அதிர்ச்சியில் திகைத்து போய் நின்-

றனர்.

"என்ன இன்னும் மசமசன்னு நின்னுகிட்டு போங்க போய் வேலையை பாருங்க."என்று சொல்லிவிட்டு, "முத்து இந்தாம்மா பேங்க் பாஸ்புக்கும் காரடும் இருக்கு. உங்க அயித்தைக்கு எடுக்க தெரியாது நீ எடுத்து குடு மத்த எல்லா செலவையும் பாத்து கணக்கா பண்ணு."என்றவர் இந்திராணியை கண்டுகொள்ளாமல் அங்கிருந்து சென்றுவிட,

"பாத்தியா கெழவனுக்கு வீராப்ப, என்கிட்ட பேச மாட்டாராமாம். இருக்கட்டும் இருக்கட்டும் பாத்துகிறேன் எம்புட்டு நாளைக்குன்னு."என்று இந்திராணி மூக்கு விடைக்க சொல்ல.

"அம்மா சும்மா அப்பாவ கொற சொல்லாதம்மா, நானே அவர எப்டி சமாளிக்க போறேன்னோனு இருந்தேன். கடைசியில பாத்தா எல்லாம் செம்மயா பண்ணிட்டாரு. எல்லாம் உன் புகழ் தான் தாயே, வீர மங்கையே, மதியழகனை மனமார மாற்றிய மங்கையர் குல தெய்வமே, இந்திராணி தாயே நீ வாழ்க, உன் புகழ் ஓங்குக..... ஓங்குக..... "என்று தெய்வா மகிழ்ச்சியில் குதிக்க.

"அடங்கு மக்கா அடங்கு, ரொம்ப குதிக்காத சுளுக்கு பிடிச்சுக்க போது. அப்டி ஓரமா போய் குதி, என்ற அழகி. "அத்த வாங்க நம்ம வேலையை பாப்போம். நான் ஸ்கூல் வேலையா போறேன் எவ்ளோ பணம் வேணும்னு சொல்லுங்க எடுத்துட்டு வறேன்."என்று கேட்க.

"அடியே மருமகளே எனக்கு எதுவும் தெரியாது, உங்க மாமன் உன்கிட்ட குடுத்தத நீதேன் செய்யணும். எனக்கு எதாவதும் வேணும்னா சொல்றேன் அப்போ குடு. இனி எல்லாம் உம் பொறுப்புத்தேன் அதத்தேன் உம் மாமனாரும் சொல்லிட்டு போறாரு. நீ போய் ஆக வேண்டிய வேலையை பாத்துட்டு சீக்கிரம் வா, இன்பம் உனக்குந்தேன்தேன் சொல்றேன், சீக்கிரம் வரணும். சீலை நகை எல்லாம் வாங்க மதுரைக்கு போகணும் போங்க போங்க போய் வேலையை பாருங்க."என்று இந்திராணி சொல்லிவிட்டு அடுத்த வேலையை பார்க்க செல்ல.

"அழகி பரபரப்பாய் கிளம்பி கொண்டிருந்தாள், இன்று ஸ்கூல் சம்பந்தமான ஆசிரியர்கள் நியமன கோப்புகளை ஆட்சியர் அலுவலகத்தில் ஒப்படைக்க வேண்டும். அதோடு மாணவர்களின் விவரமும் குடுக்க வேண்டும், பரீட்சைக்கு ஒருநாள் மட்டுமே இருந்தது. அது விஷயமாய் அவள் கிளம்பி கொண்டிருந்தாள். அதேநேரம் மில் ஓனர் கேசும் இன்றுதான் கோர்ட்டிற்கு வருகிறது, அதற்காக இன்பாவும் தெய்வாவும்

கிளம்ப வேண்டி இருந்தது.

அழகி கிளம்பி வெளியே வர அப்போதுதான், வாசலிலேயே நிலை-கதவின் குறுக்கே கைகளை வைத்த படி சாய்ந்து நின்றுகொண்டே அவளையே பார்த்து கொண்டிருக்கும் இன்பாவை கவனித்தாள் அவள்.

"என்ன லுக்கு... இன்பரசன் சார், கடமை நம்மை அழைக்கிறது போவோமா..."என்றவளிடம்

"என் பொண்டாட்டிய காதலிக்கிறதும் கூட கடமை தானே முத்தழகி மேடம்."என்றான் அவன்.

"ஓகோ கடமைக்கு காதலிக்கும் கணவனே உங்கள் கடமையை கொஞ்சம் தள்ளி வைங்க, என் மாமனார் வேற இம்புட்டு வேலைக்கு நடுவுல என் கொழுந்தனுக்கு கால் கட்டு போட்டே ஆகணும்னு கெளம்-பிட்டாரு. ஊர்ப்பட்ட வேலை கெடக்கு, கொஞ்சம் நகருறீங்களா."என்று அவள் சொல்ல.

"உனக்கு இப்படியெல்லாம் பேச தெரியுமா அழகி. ஆச்சர்யமா இருக்குடி தங்கம். ஆனாலும் என்ன பாத்து என்ன சொன்ன கடமைக்கு காதலிக்கும் கணவனா, கொஞ்சம் பொறு ராசாத்தி கூடிய சீக்கிரம் இந்த மாமனோட காதல்ல மூழ்கி திக்கு முக்காட தான் போற,"என்றவனை இடைமறித்து,

"ஒண்ணு பண்ணுவோம் மாமா, எப்படியும் தெய்வாவுக்கும் ராஜிக்கும் கல்யாணத்துக்கு தேதி குறிக்க ஜோசியம் பாக்க போவாங்க. அப்போ போய் ஒரு நல்ல நாள் கேட்டுட்டு வந்துடேன்."என்று சொல்ல.

"நல்ல நாளா இதுல எல்லாம் எனக்கு உடன்பாடே இல்ல. ஆனா-லும் எதுக்கு பாக்க சொல்ற, புரியுற மாதிரி சொல்லு பாப்போம்."என்ற-வனிடம்

"இல்ல கொஞ்ச நாள்ல உன் காதல் கடலில மூழ்கடிக்க போறேன்னு சொன்னியே அதுக்கு தான்."என்று சிரிக்காமல் அவள் சொல்ல.

"அடியே இருடி உன்ன ரொம்ப ஓவரா போச்சு உனக்கு வாயி, என்ன சொன்னாலும் கால வாரூர,"என்று அடிப்பது போல் விரட்ட, அவளும் ஓட இன்பரசன் மீண்டும் தெய்வாவின் மீதே மோதி நிற்க.

"டேய் அண்ணா கொஞ்சம் பொறுப்பா இருடா, சின்ன பையன் மாதிரி ஓடிகிட்டு இருக்க. உன் தம்பிக்கே கல்யாணம் ஆக போகுது. அப்போ நீயெல்லாம் எம்புட்டு பொறுப்பா இருக்கணும், சீக்கிரம் வா வேலை கெடக்கு."என்றவன் முன்னே செல்ல அங்கே இவனையே வித்-

தியாசமாய் பார்த்து க்கொண்டிருந்த அழகியிடம் "அழகி மதினி, நீயும் சீக்கிரம் கௌம்பு."என்று சொன்னவன் காரில் ஏறி காத்திருக்க.

அழகியை பார்த்து "என்னடி நடக்குது இங்க"என்றான் இன்பா.

"ம்ம்ம் உங்க தம்பி தான் மாமா காதல் மயக்கத்துல நடக்குறான் என்னய வேற மதினினு சொல்லிட்டு போறான். போங்க பொறுப்பான அண்ணனே நீங்களும் கௌம்புங்க."என்று சொல்லியபடி சிரித்து கொண்டே அவளும் சென்று காரில் காத்திருக்க. "எல்லாம் நேரம்டா நேரம்."என்றபடி இன்பாவும் கிளம்பி சென்றான். போகும் வழியில் அழகியை கலெக்டர் ஆபிஸில் விட்டுவிட, சந்தோஷ் அங்கு அவளுக்காய் காத்திருந்தான். இருவரும் சேர்ந்தே கலக்டரை சந்திக்க சென்றனர்.

அரை மணி நேர காத்திருப்பிற்கு பின் உள்ளே அனுமதிக்க பட்டனர் இருவரும். உள்ளே வந்தவர்கள் அனைத்து கோப்புகளையும் அவரிடம் குடுக்க, வாங்கி பார்த்தவர், "எப்டி இவ்ளோ சீக்கிரம் எல்லாமே முடிஞ்சது."என்று கேட்க.

"இது எல்லாமே ஏற்கனவே இருந்தது தான் சார், இப்போ எல்லாத்தையும் முறைப்படுத்தி இருக்கோம் அவ்ளோதான். கூடிய சீக்கிரம் இன்னமும் கூட வளர்ந்துடுவோம் சார்."என்றாள் அழகி.

"எல்லாமே பக்காவா இருக்கு மேடம். நீங்க ப்ரோசீட் பண்ணுங்க. ஆனாலும் இந்த வருஷம் பசங்க நம்ம பிளான் பண்ணினபடி பரீட்சை கவர்மெண்ட் ஸ்கூல் லயே எழுதட்டும் எல்லாம் ஒரு முன்னெச்சரிக்கை காகா தான் சொல்றேன். ஏன்னா எனக்கே மிரட்டல்கள் எல்லாம் வருது உங்க ஸ்கூல நான் பெர்மிட் பண்ண கூடாதுன்னு. அதனால எல்லாம் முடியுற வரைக்கும் கொஞ்சம் அமைதியாவே இருங்க."என்று கலெக்டர் சொல்ல.

"ஓகே சார். அப்டியே நடக்கட்டும். சார் ஒரே ஒரே வேண்டுகோள், உங்க அனுமதி வேணும்."என்ற அழகியிடம்

"என்ன விஷயம் மேடம் கேளுங்க. என்னோட அதிகாரங்களுக்குட்ப்பட்டுனா கண்டிப்பா செய்யுறேன்."என்றார்.

"நன்றி சார். நம்ம ஸ்கூல் சார்பான எல்லா வேலைகளும் முடிஞ்சதும், பரீட்சையும் முடிஞ்சு பசங்க அவங்க திறமையையும் எங்க ஸ்கூலோட தகுதியையும் காட்டின பிறகு, ஒரு நாள் ஒரு விழாவுக்கு ஏற்பாடு பண்றோம் சார். அன்னைக்கு நீங்க நேர்ல வந்து உங்க கையாள ஊர் மக்கள் முன்னாடி, சிகரம் பள்ளி நிச்சயம் சிகரம் தொடும்னு சொல்லி

அனுமதி கடிதத்தை குடுக்கணும் சார் ப்ளீஸ்."என்று கேட்ட அழகிக்கு.

"நான் இதுவரை இந்தமாதிரி எந்த நிகழ்ச்சியிலயும் கலந்துகிட்டது இல்ல முத்தழகி மேடம். அது என் கொள்கைக்கு விரோதமானது. ஆனா உங்க ஸ்கூல் ஒரு லட்சியம், அடுத்த தலைமுறையின் எதிர்-காலம். அதுக்காக மட்டும் நான் வறேன். அதுவும் உங்க பிள்ளைகள் அவங்களயும் உங்களையும் நிரூபிச்சா மட்டும்."என்று சொல்லிவிட

"மனம் நிறைந்த மகிழ்ச்சி சார். நிச்சயம் அழைப்பிதழோட வந்து பாக்குறேன்."என்று சொல்லி அங்கிருந்து கிளம்பினர்.

இங்கே கோர்ட், வளாகம் இன்பரசனும் தெய்வாவும் காத்திருக்க, எங்கிருந்தோ வந்த நபர் ஒருவர், இவர்களிடம் வந்து "உங்ககிட்ட கொஞ்சம் பேசணும்."என்று சொல்ல

"என்ன விஷயம் என்றனர் இருவரும். "எல்லாம் கேஸ் விஷயம் தான். உங்களுக்கு ஒகேன்னா கேச இங்கேயே கோர்ட்டுக்கு வெளியேவே முடிச்சுக்கலாம். செட்டில்மெண்ட் என்னனாலும் பேசிக்குவோம்."என்று சொல்ல.

"உங்கள யார் அனுப்பினது, யார் பேச சொன்னது."என்ற கேள்-விக்கு, "அய்யா தான் பேச சொன்னாரு, உங்க ஊர் பெரியமனுஷன் ஒருத்தர் சொன்னதை கேட்டு தான் இப்டி நடந்து போச்சுனு ரொம்ப வறுத்தப்படுறாரு. கேஸ் எல்லாம் போட்டா ரெண்டு தரப்புக்கும் தான் கஷ்டம். அதான் நீங்க கேக்குற எல்லாம் செஞ்சுக்கலாம்னு சொன்-னாங்க."என்று அவர் சொல்ல.

இன்பரசன் தரப்பு வக்கீல் கூட இதை ஒத்துக்கொள்ள சொல்ல. தெய்வாவும் அதை செய்யலாமா என்று யோசிக்க. இன்பரசனோ தன் போனில் இருந்து யாருக்கோ அழைக்க, எதிர்முனையில் இருந்த நபரி-டம் விஷயத்தை சொல்ல. அவர் சொன்ன பதிலை கேட்டவன்

"சரிங்க சார்... கண்டிப்பா... நீங்க வறீங்களா... உண்மையாவா... முடியுமா... "என்று சொல்லி இறுதியில், வெயிட் பன்றேன் சார். சந்-தோசம்."என்று முடித்து போனை வைத்தவன், எதிரில் சமரசம் பேச வந்தவரிடம் "உங்க சமாதான உடன்படிக்கைக்கு என் சார்பா பேச ஆள் வறாங்க. கொஞ்சம் வெயிட் பண்ணுங்க."என்று சொல்ல.

இவர்கள் தரப்பு வக்கீலோ, "யார் சார் வறாங்க,"என கேட்க.

"சாரி சார். நீங்க கௌம்புங்க உங்களுக்கான பீஸ் வந்து சேரும்."என்று இன்பா சொல்ல.

"என்னடா சொல்ற இன்பா, இவர ஏன் போக சொல்ற. கேஸ் இருக்குடா, என்னடா பண்ற."என்ற தெய்வாவிடம்

"கொஞ்சம் பொறுமையா இரு தெய்வா,"என்றவன், வக்கீலை அனுப்பி விட. இவர்கள் வழக்கிற்கான அழைப்பும் வரும் நேரம் நெருங்கிவிட்டது என தகவல் வர. அதே நேரம் வரும் நபர் பற்றி இன்பா தெய்வாவிடம் சொல்ல தெய்வா கோவித்து கொண்டான்.

"எல்லாமே அவசரப்பட்டு செய்யாத இன்பா, கடைசி நேரத்துல எந்த நம்பிக்கையில நீ இந்த முடிவு எடுத்தனு புரியலடா, என்னமோ பண்ணு போ."என்று அவன் சொல்லிக்கொண்டிருக்க அதேநேரம், ஊன்று கோள் உதவியுடன் மெல்ல மெல்ல வந்து சேர்ந்தார் அந்த வக்கீல், போன முறை தென்னரசிற்கு ஆதரவாய் வாதாடி இப்போது உயிருக்கு போராடி மீண்டு வந்த அதே வக்கீல் தங்கபாண்டி தான். அவரை கண்டும் காணாதது போல் தெய்வா முகத்தை திருப்பி கொள்ள, இன்பா மட்டும் இன்முகத்துடன் வரவேற்றான்.

வந்தவர் மில் ஓனர் சார்பாக உடன்படிக்கைக்கு வந்த அந்த நபரை பார்த்ததும், "என்னையா உன் வேலையை இங்கேயும் ஆரம்பிச்சுட்டியா, இவங்க என் கிளைன்ட். தெரிஞ்சும் வந்திருக்கிறயா.."என்று குரலில் அதிகாரத்தை கூட்டி கேட்க.

"அய்யோ சார், இது உங்க கேஸ்னு எனக்கு தெரியாது. இதுக்கு முன்னாடி இருந்த அந்த வக்கீலும் தான் சார் என்ன இங்க வந்து பேச சொன்னான். அவன் தான் இந்த கேஸை எடுத்து இருக்கேன்னு சொன்னான் சார். நீங்கனு தெரிஞ்சா நான் எப்டி சார் வந்திருப்பேன். மன்னிச்சுடுங்க சார்."என்றவன் அங்கு நிற்காமல் ஓடியே விட்டான்.

அவன் சென்றதும், "இன்பா இவன் ஒரு புரோக்கர், இங்க பொய் சாட்சி, டுபாக்கூர் வக்கீல், கட்டப்பஞ்சாயத்து எல்லாத்துக்கும் மீடியேட்டர், அதோட சரியான பிராடு வேற. சரி அவன விடுங்க, பொதுவா என்னதான் கஷ்டமா இருந்தாலும் சட்டப்படி போறது தான் நல்லது. இப்போ கோர்ட்டுக்கு வெளிய பேசிப்போம்னு சொல்லிட்டு எல்லாம் முடிஞ்சதும் ஏமாத்திட்டு போயிடுவாங்க, அப்டி போன பிறகு நம்ம திரும்ப கோர்ட்டுக்கு வர முடியாது. அப்டியே இல்லனாலும் கோர்ட்டுக்கு வெளிய முடிஞ்சா குற்றம் நிரூபிக்க படாம கடைசி வரைக்கும் அவன் கெத்தா நெஞ்ச நிமித்திக்கிட்டு அடுத்த பிரச்சினையை நோக்கி போய்ட்டே இருப்பான். அதுவும் இது ஊர் பிரச்சினை கோர்ட்டுக்கு

போய் முறைப்படி தான் பண்ணனும். என்று அவர் சொல்லிக்கொண்டிருக்க, அதற்குள் உள்ளிருந்து அழைப்பும் வர மூவரும் உள்ளே சென்றனர்.

உள்ளே நீதிபதி முன் பாயிண்ட் பாயிண்டாக பிளந்து தள்ளி, மில் ஓனரை கதறவிட்டார் தங்க பாண்டியன். பதிலே பேச முடியவில்லை எதிர்தரப்பு வக்கீலால். பல வாய்தாக்கள் போக வாய்ப்பிருக்கும் இந்த வழக்கினை கிட்டத்தட்ட இன்றே முடித்துவிட்டார் என்றுதான் சொல்லவேண்டும். இரு தரப்பையும் கேட்டு முடித்த நீதிபதி,

"ஊர் மக்களுக்கு சேர வேண்டிய பணம் அனைத்தும் இன்றே சேர வேண்டும், அதன் பின் தான் மற்ற விசாரணைகள் தொடரும், அப்டி இன்றே பணம் கொடுக்கப்பட இல்லையென்றால் பிணையில் வெளிவர முடியாத சட்டத்தில் தீவிர கடும் காவலில் ஆறுமாத காலம் சிறை தண்டனை அனுபவிக்க வேண்டும் அதன் பின் மீண்டும் இந்த வழக்கு விசாரணைக்கு வரும்."

என்று சொல்லி இன்றைய ஹியரிங்கை முடிக்க.

அங்கேயே நீதிபதியின் அலுவலர்கள் முன்னிலையிலேயே பணம் பட்டுவாடா செய்யப்பட்டது. அனைத்தும் சர சரவென நடந்தேறியது. எல்லாம் முடிந்து தங்கபாண்டியன் கிளம்ப போக.

"சாரி சார். நான் உங்கள தப்பா நெனச்சுட்டேன். நீங்க இல்லனா இது இப்படி முடிஞ்சே இருக்காது,"என்று மனமார தெய்வா சொல்ல.

"இதுக்கு நன்றி எல்லாம் தேவை இல்ல தம்பி, கழிக்க முடியாத கடனுக்கு கொஞ்சம் வட்டி மாதிரி தான், இப்போவும் ஊருக்காக இல்ல, உங்களுக்காக தான்."என்றவர் பணத்தை ஒப்படைத்துவிட்டு அங்கிருந்து கிளம்பி விட்டார்.

அதன் பின் முடிக்க வேண்டிய வேலைகலெல்லாம் முடித்துவிட்டு வீட்டுக்கு வர மசங்கி (இருண்டு) இருந்தது, அதற்குள் அழகியும் இந்நிதிராணியுடன் சென்று பொருட்கள் நகை சேலை அனைத்தையும் வாங்கி முடித்து வந்திருந்தனர். ஊரிலும் ஓரளவுக்கு ஆட்களை அழகிய அழைத்திருக்க, மீதமிருப்போரை அழைக்க இன்பாவுடன் தான் செல்ல வேண்டும் என்று காத்திருந்தாள்.

இருவரும் வீட்டிற்குள் வர, மதியழகன் இப்போதுதான் நிம்மதியாய் உணர்ந்தார். பணத்தை பத்திரமாக வைத்துவிட்டு இன்பாவும் அழகியும் அழைக்க புறப்பட்டனர். அதேநேரம் உறவுகள் ஓவ்வொருவராய் வந்து

சேர வீடே களைகட்டியது. இந்த வாய்ப்பை பயன்படுத்தி தெய்வா மெல்லமாய் தப்பித்தவன் நேராய் அவன் வாயாடியை பார்க்கத்தான் ஓடினான்.

மதியழகன் வீட்டை போலவே இங்கே நாகமலையான் வீடும் களைகட்டி இருந்தது. எப்போதும் போல வீட்டிற்கு பின் புறம் வந்தவன் அவளுக்காய் காத்திருக்க, சொல்லி வைத்தார் போல் ராஜியும் வந்து கொண்டிருந்தாள். பின்னால் அவளின் அம்மாவின் குரல்... "ஏண்டி உன் கடமை உணர்ச்சிக்கு அளவே இல்லையா, ஏன் நாங்க எல்லாம் மாட்டுக்கு தண்ணி காட்ட மாட்டோமா, அப்டியா விட்டுடுவோம், நாளைக்கு புருசமூட்டுக்கு போயி அப்பறம் எப்டி வந்து செய்யுறேன்னு பாக்குறேன்."என்று கேட்க.

"ஏன் அப்போ மட்டும் என்னவாம், அந்த மூஞ்சூர் மூக்கன் கூட சேந்து வந்து என் தங்கத்து தண்ணி காட்டுவேன். போவியா..."என்றபடி அங்கு வந்து சேர

"யாரடி மூஞ்சூர் மூக்கன்னு சொல்ற, எம்புட்டு திமிரு உனக்கு, இப்போ சொல்லுடி, மூஞ்சிக்கு நேரா சொல்லுடி சொல்லுடினா... "என்று அவள் முன்னே போய் அவன் நிக்க

"போடா மூஞ்சூர் மூக்கா எனக்கென்ன பயமா, ஆமா இந்நேரம் நீ என்ன பண்ற இங்க. ம்ம்ம் எங்க அயித்தய சொல்லணும், அடிச்சு மிதிச்சு வளர்க்கமா இப்டி அது இஷ்டத்துக்கு சுத்த விட்டுருக்கு, கல்யாணம் மட்டும் ஆகட்டும், குனிஞ்சா குத்து, நிமிந்தா எத்து மகனே, இருக்குடி உனக்கு."என்றவளை தன் கை வளைவுக்குள் கொண்டு வந்தவன்.

"போதும் மேடம் ஆக்டிங் எல்லாம், ரொம்ப நடிக்காதீங்க, என்ன ரொம்ப பதட்டமா இருக்கா. கை கால் எல்லாம் கூட நடுங்குது போலவே. இதயத்துடிப்பு கேக்குற வேகத்தை பாத்தா வெளிய வந்து விழுந்துடும் போல இருக்கே என் வாயாடி. மாமான பாத்தா அம்புட்டு பயமா..."என்று கொஞ்ச.

"பயமும் இல்ல ஒரு மண்ணாங்கட்டியும் இல்ல, ஆனாலும் என்னவோ ஒரு மாதிரி இருக்குடா தெய்வா. எனக்கு இப்போவே அழகிக்கிட்ட போகணும். அவ இல்லாம முடியலடா, பக்கி போன வேலை முடிஞ்சு நேரா என்னய பாக்க வருவான்னு பாத்தா அவ ஊருக்குள்ள மாமா கூட ஜோடியா சுத்திட்டு இருக்கா."என்றவளை பார்த்து,

"ஒரு மனுஷன் எம்புட்டு ஆசையா அத்தனை பேர ஏமாத்திட்டு உண்ண பாக்க வந்தா உனக்கு அழகியை பாக்கணுமா போடி நான் போறேன்."என்று தெய்வா கோவித்து கொள்ள

"டேய் டேய் மாமா... மாமா... என் தங்கம் இல்ல நீ, நீதான் எனக்கு ரொம்ப முக்கியம் உன்கூட இருந்தா தாண்டா எனக்கு தைரி-யமா இருக்கும். ஆனா அதேநேரம் அவளோட இருந்தா அப்டி இருக்-கும் தெய்வா. அத சொன்னா புரியாதுடா... என்று சொல்லிக்கொண்-டிருக்கும் போதே...

"எங்க என் மொசகுட்டி, மொசக்குட்டி... என்னடி பண்ற என் அழகு மொசக்குட்டி"என்றபடி அழகி அங்கு வர. தெய்வாவை அப்-படியே விட்டுவிட்டு சிட்டாய் பறந்து அழகியிடம் ஓடியே விட்டாள் ராஜி...

34

குருவிகள்

அழகியின் குரல் கேட்டதும், தெய்வாவை அம்போ என விட்டு விட்டு ராஜி அழகியிடம் ஓடி விட, தோழியை கட்டி அணைத்து "மொசக்குட்டி சந்தோசமா இருக்குடி, சொல்லவே முடியாத அளவுக்கு சந்தோசமா இருக்குடி, இனிமே நம்ம ஒரே வீட்ல இருக்க போறோம், ஹே... திரும்பவும் எல்லாமே பழையபடி ஆக போகுது, அய்யோ என்ன என்னமோ பேசனும்னு தோணுது ஆனா வார்த்தையே வரலயே. அய்யோ அய்யோ சந்தோசமா இருக்கே."என்று மகிழ்ச்சியில் குதித்தனர் இருவரும்.

"இதெல்லாம் வேலைக்கே ஆகாது, நான் போறேன் போங்க, இங்க ஒரு மனுஷன் இருக்கேன் உங்க கண்ணுக்கு தெரியுதா இல்லையா."என்ற தெய்வாவின் குரல் கேட்டு,

"அட பாவி நீ என்னடா பண்ற இங்க, இந்தநேரத்துல."என்ற அழகியிடம்

"புளியங்கா பறிக்க வந்தேன், ஆள பாரு ஆள, எதுக்கு வருவாங்க, இந்த வாயாடிய பாக்க தான் வந்தேன்."என்று கடுப்பாய் அவன் பேச.

"ஓய் நான் உனக்கு மதினி ஞாபகம் இருக்கட்டும் என்கிட்டயே சொல்ற அவள பாக்க வந்தேன்னு, கொல்லபோறேன் போ இங்க இருந்து."என்று பொய்யாய் விரட்ட.

"அய்யோ அம்மா, ரொம்ப பயமா இருக்கு, பயந்துட்டேன். போறேன் தாயே..." என்றபடி அங்கிருந்து அவன் கிளம்ப.

"ஏய் ஏய் நில்லு தெய்வா சும்மா சொன்னேன்டா, இருடா. புதுசா பொசுக்கு பொசுக்குன்னுகோவம் எல்லாம் வருதே என் கொழுந்தனுக்கு,

கோவப்படாதீங்க கொழுந்தனாரே உங்களுக்கு இல்லாத உரிமையா பேசிட்டு வாங்க. நான் உள்ள போறேன்."என்று சொல்லி அழகி கிளம்ப.

"அழகி இரு நானும் வறேன், இந்த வாயாடிக்கு நான் லாம் வேணா-மாம் நீதான் வேணுமாம். நான் போயி அப்பிடியே எங்க மலரு புள்ள கிட்ட பேசிட்டு போறேன். இவள நீயே கட்டிக்கிட்டு அழு."என்றவன் நிற்காமல் உள்ளே சென்றுவிட.

"என்ன ராஜி தெய்வா கோவமா இருக்கானா,"என்றவளிடம்

"அவன் கோவத்த சொல்லு அழகி, சும்மா லைட்டா ஒரு பொசசிவ்னெஸ் அவ்ளோதான். அது இருக்கட்டும் அப்பத்தான் பயபுள்ள கொஞ்சம் நம்மள மறக்காம இருக்கும். நீ வா நம்ம உள்ள போவோம்."என்று ராஜி சொல்ல.

"அடடா... என்ன ஒரு புத்திசாலி தனம், நடத்துங்க நடத்-துங்க."என்றபடி இருவரும் வீட்டிற்குள் செல்ல. அங்கே இன்பாவிற்கும், தெய்வத்திற்கும் கவனிப்பு பலமாய் இருக்க, தெய்வாவை முறைத்து கொண்டே ராஜி வந்து நிற்க.

"ராஜி.. தம்பிங்க வந்திருக்காங்க வாங்கனு ஒரு வார்த்தை சொல்-லாம இருக்கவ, வந்தவகளுக்கு இதான் மரியாதையா."என்று மலர் சொல்ல.

"அத்த அத்த அவகிட்ட அதெல்லாம் சொல்லாதீங்க, அப்பறம் வெளி ஆளா இருந்தா தான் கவனிக்கணும் இவக என்ன அப்டியா இப்பிடியா அது இதுன்னு பாடம் எடுப்பா, இதெல்லாம் தேவையா... விடுங்கத்த"என்று தெய்வா சமாளிக்க.

"விட்டுகுடுக்க மாட்டாராமாம்."என்று அழகி சொல்ல அனைவரும் அதைக்கேட்டு சிரிக்க, வீடே மகிழ்ச்சி கடலில் மிதந்தது. பின் அங்-கிருந்து மூவரும் கிளம்பி வீடு வந்து சேர்ந்து, நாளை மாலை நிச்-சயத்துக்கு முன் ஊர் மக்களுக்கு பணத்தை பட்டுவாடா செய்து விட வேண்டும் என்று முடிவெடுத்து, பணத்தை கணக்காய் பிரித்து எடுத்து வைக்க தொடங்கினர், அதை முடிப்பதற்குள் விடியல் நேரமே வந்து விட்டது. விடிய விடிய இவர்கள் வேலை பார்ப்பதை மதியழகனும் பார்த்து கொண்டுதான் இருந்தார்.இந்திராணியும் அவர்களை கவனித்து கொண்டே அவ்வப்போது பேச்சு குடுத்து கொண்டே தான் இருந்தார். மொத்த குடும்பமும் தூங்கவும் மறந்து கடமையே கண்ணாய் செயல்பட்-டனர்.

அப்போது அழகிக்கு ஏதோ ஒரு குரல் மெலிதாய் கேட்டது. அந்த குரலை கேட்ட அடுத்த நொடி துள்ளி எழுந்து சிட்டாய் பறந்து முட்டி மோதி கிணற்று மேட்டுக்கு வந்து அவள் பார்க்க, நீண்ட காலத்திற்கு பிறகு மீண்டும் அவளின் சிட்டு தான் அங்கு வந்திருந்தாள். அழகி போன வேகத்தில் என்னமோ ஏதோ என்று அனைவரும் அவள் பின்னே ஓட., இவ்வளவு மாதங்களுக்கு பிறகு சிட்டுவை அங்கு கண்டு மகிழ்ச்சியில் குதித்து கொண்டிருந்தாள் அவள்,

"சிட்டு இத்தனை நாள் எங்கடி போய் இருந்த, நீ இல்லாம நான் எவ்ளோ கஷ்டப்பட்டேன் தெரியுமா, ஏண்டி என்ன விட்டுட்டு போன, என் தங்கம், என் செல்லம் இங்க வாடி, இங்க வாடி என் கண்ணுல,"என்று கண்கலங்க அவள் கெஞ்ச, சிட்டுவும் கூட பசலை நோயில் தான் வாடி இருப்பாள் போல சட்டென்று அழகியின் அருகில் கிணற்று மேட்டில் வந்து நிற்க, அழகியும் மண்டியிட்டு சிட்டுவின் முகத்தறுகில் தன் முகம் வைத்து, வார்த்தைகள் ஏதுமின்றி கண்ணீரால் உரையாட, சிட்டுவோ கீச் கீச் என்று குரல் வலிக்க போராடி, அவள் தலை முடி அதை தன் அலகின் கூர் படாமல் கோதி விட, சிக்கில்லா முடியாய் இருந்தபோதும் அவள் அன்பென்னும் சிக்கலில் சிக்கி அவள் அலகு முட்டி மொத, மெல்ல மெல்லிய விரல் கொண்டு, சிக்கலை நீக்கி, முதல் முறை அவளின் சிட்டுவை கைகளில் ஏந்தி, அவள் நெற்றியை இவள் வருட சொக்கித்தான் போனால் அந்த சிட்டு, அதன் பின் அவர்கள் முத்த மழையில் கிணற்று மேடும் கூட ஆற்று படுகையாய் மாறி போனது என்னவோ பெருங்கதை தான்.

இவை அனைத்தையும் மொத்த குடும்பமும் பார்த்து ரசித்து கொண்டிருந்தனர். தெய்வா மட்டும் ஏதோ சிந்தித்து கொண்டிருக்க, "என்னடா தெய்வா ஏண்டா இம்புட்டு யோசனை."என்ற இன்பாவிடம்

"அங்க அவ என்னடான்னா ஆசை ஆசையா அவள பாக்க நான் போய் நின்னா, இவள காணோம்னு அவ தவிக்கிறா, இங்க என்னடான்னா பலநாள் காணாம போன காதலன் மாதிரி குமுறி குமுறி குருவிய இவ கொஞ்சுரா, என்னடா டிசைன் இவங்க. ஒண்ணுமே புரியல இன்பா."என்று புலம்பியவனிடம்

"அதுவும் காதல் தான் தெய்வா, ராஜிக்கு அழகி மேல இருக்குறதும் சரி, அழகிக்கு இந்த சிட்டுக்குருவி மேல இருக்குறதும் சரி ரெண்டுமே எதிர்பார்பில்லாத காதல். அது எல்லாத்தையும் விட உயர்ந்தது. அத

உணருற அளவுக்கு நமக்கு பக்குவம் இல்ல. அவ்ளோதான்."என்றவனிடம்

"அப்போ நம்ம அவங்க மேல.வச்சிருக்கோமே அது என்னது. அது எந்த வகையில குறஞ்சதுன்னு சொல்ற."என்றான் அவன்.

"அப்டி நான் எப்படா சொன்னேன். நான் சொன்னதுக்கு அர்த்தம், இப்போ நான் அழகியை விரும்புறேன் பதிலுக்கு அவளும் அதே செய்யணும்னு எனக்கு ஒரு எதிர்பார்ப்பு இருக்கு, ஆனா இந்த சிட்டுக்குருவிக்கு அந்த எதிர்பார்ப்போ வேற எதுவுமோ கிடையாது. அது அதோட அன்ப மட்டும் குடுக்குது, எதையும் பதிலுக்கு எதிப்பாக்கமா, அதே தான் ராஜியும் செய்றா அழகிக்கிட்ட அவ அன்கண்டிஷனல் அன்பு வச்சிருக்கா. அதுனால பொறாமை படாமா, பொழப்ப பாரு."என்று இன்பா சொல்ல

"ஏன் சொல்ல மாட்ட, உன் மேலயும் ஒருத்தர் அண்கண்டிஷனல் அன்பு வச்சிருக்காங்க, அதான் நீ இப்டி பேசுற, எனக்கு அப்டியா, போடா போ••• அடியே வாயாடி என்ன இப்டி புலம்ப விட்டுட்டாலே...."என்றபடி அவன் தயாராக, சிட்டுக்குருவிவியை கொஞ்சி முடித்து அழகியும் தயாராக, இன்பரசன் சந்தோஷயும், வளர்மதியையும் வரவைக்க, ஊர் மந்தையில் அனைவரும் ஒன்று கூடினர்.

சந்தோஷ் அனைத்தையும் வீடியோவாக ஆவணப்படுத்தும் முயற்சியில் இருந்தான். அவர்களின் சேனலில் நேரலையும் செய்யப்பட்டது. வளர்மதி தான் அத்தனையும் சரி பார்த்தார், கோர்ட்டில் இருந்தும் பிரதிநிதி வந்திருந்தார், ஒவ்வொருவராய் அழைத்து சரியான விளக்கமும் கணக்கும் சொல்லி பணம் மூழுவதும் ஒப்படைக்க பட்ட பின் தான் அனைவருக்கும் மூச்சே வந்தது.

ஊர் மக்கள் இன்பரசனை கொண்டாடி தீர்த்தனர்.

இந்த சம்பவத்திற்கு பிறகு இன்பரசன் புகழ் அவன் தொகுதியை தாண்டி தமிழகம் முழுவதும் பேசப்பட்டது. தேர்தலில் கூட இன்பரசன் நிச்சயம் வெற்றி பெறுவான் என்றே கணிக்கப்பட்டது. இயக்கத்தினர் மட்டும் அவனிடம் ஒதுக்கம் காட்ட, காரணம் புரியாமல் இருந்தவனிடம்.அழகி தான் புரியவைத்தால், தேர்தல் நேரத்தில் இயக்கம் இன்பரசன் உடன் இருந்தால் நிச்சயம் ஊர் மக்களின் ஒத்துழைப்பு குறைய கூடும், அந்த ஊரையும் சுற்று வட்டாரத்தையும் பொறுத்தவரை என்றுமே இந்த இயக்கங்கள் எல்லாம் எதிரிகள் தான். தங்கள் இனம்,

ஜாதி, மதம் அத்தனைக்கும் இவர்கள் எதிரானவர்கள் என்று அவர்களுக்குள் ஊறி போன எண்ணத்தை மாற்றுவது என்பது அவ்வளவு சுலபமாய் இருக்க போவதில்லை. அதை உணர்ந்து தான் இவன் நண்பர்கள் ஒதுங்கி இருந்தனர் என்று.

அதன்பின் அவர்களை சந்தித்த இன்பரசன், "எனக்கு நான் உண்மையாக இருந்தால் மட்டுமே பின் ஊருக்கு உண்மையாக இருக்க முடியும். என் உண்மை நீங்களும் நம் இயக்கமும் தான். அதை தவிர்த்து எனக்கென்று ஒரு அடையாளம் இல்லை. ஊர் என்னை ஏற்றுக்கொள்ள வேண்டும் என்று என்னையே நான் எப்படி இழக்க."என்று அவன் நிலை உணர்த்த, உணர்ந்த அவன் நண்பர்களும் இன்று இதோ தெய்வாவின் நிச்சயத்தில் பம்பரமாய் சுழன்று கொண்டிருக்கிறார்கள்.

நாகமலையான் வீடு, மக்கள் கூட்டத்திற்கு நடுவே மிதந்து கொண்டிருந்தது. தெய்வா தயாராகி முடித்து இன்பரசனை அழைக்க, பல வேலைகளில் ஆரவாரமாய் இருந்தவன் வந்து என்னவென்று கேட்க.

"என்னடா நீ ரெடி ஆகலையா,"என்றவனிடம். "நான் என்ன ரெடியாக அதான் நல்லதானே ட்ரெஸ் பண்ணி இருக்கேன்."என்று அவன் அவனையே மேலும் கீழும் பார்த்தபடி சொல்ல.

"யாரு நீ இந்த தெய்வாவோட அண்ணன்.வருங்கால MLA, இப்படியா இருப்ப, இந்தா இந்த வேட்டி சட்டையை போடு."என்று கையில் அதை குடுக்க.

"இங்க பாருடா வெள்ள வேஷ்டி சட்டையெல்லாம் போட்டா எப்பிடிடா வேலை செய்றது, வேணாம் தெய்வா"என்று மறுத்தவனை அங்கு வந்த அழகியும் இந்திராணியும் மிரட்டி போட வைக்க, அவனை அங்கு வேஷ்டி சட்டையில் பார்த்த அழகி தானும் அதற்கு தோதாய் பட்டுப்புடவையில் தயாராகி நிற்க. ஏற்கனவே பட்டாம்பூச்சியாய் தயாராகி இருந்த ராஜி அழகியை நீட்டி முறித்து திருஷ்டி எடுக்க. உள்ளே வந்த இந்திராணியோ இருவரையும் சேர்த்தே திருஷ்டி எடுக்க. "இந்த திருஷ்டி பொம்மைக்கு ஏன்மா தனியா வேற திருஷ்டி எடுக்குற."என்றபடி அங்கு வந்த தெய்வாவோ ராஜியை பார்த்து வாயடைத்து போனவன், இருக்குமிடம் கருதி சமாளித்து கொண்டு, அங்கிருந்து சென்றுவிட.

"பையன் பிலாட்டு..."என்று அழகி சிரிக்க, "போடி... "என்று ராஜி வெக்கத்தில் சிவக்க, "இன்பம் எங்க முத்து"என்றபடி மதியழகன் அங்கு வர. "தெரியல மாமா கொஞ்சம் முன்னாடி இங்கதான் இருந்தாரு."என்று

அவள் சொல்ல.

"சரிம்மா அவன் வரட்டும் நீ வா, வந்து வந்தவங்களை கவனி யாருமே இல்லனா நல்லா இருக்காது."என்று அவர் சொல்ல, வாசலுக்கு சென்று வருபவர்களை எல்லாம் வரவேற்று கொண்டிருந்தாள். அப்போது பின்னிருந்து யாரோ தோளை தட்ட, திரும்பி பார்க்க யாரும் இல்லாமல் போக, யாரா இருக்கும் என்று முன் பக்கம் திரும்ப இன்பா தான் அவளுடன் விளையாடி இருந்தான்.

"என்ன மாமா சின்ன புள்ள மாதிரி பண்ணிக்கிட்டு இருக்க, எங்க போன மதி மாமா வேற தேடிக்கிட்டு இருந்தாரு."என்றவளிடம்

"ஒரு சின்ன வேலை அதான் போய் முடிச்சுட்டு வந்தேன்."என்றவன் அங்கேயே அவளுடனே நின்று வந்தவர்களை வரவேற்க, அனைவரதும் கண்களும் அவர்களின் ஜோடி பொறுத்தத்தை கடக்க முடியாமல் அவர்கள் மீதே நிலைத்து நின்றது. அதையெல்லாம் மதியழகனும் கவனித்து கொண்டே இருக்க. இந்திராணியோ "ஊர் கண்ணு பூராம் என் பிள்ளைக மேல தான். மொத அதுகள உள்ள போக சொல்லணும்."என்று முன்னேற.

"ராணி இரு இரு, உன் மகன் எல்லாம் காரியமாத்தான் செய்யுறான். செய்யட்டும் விடு. நீ போய் ஆகவேண்டிய வேலைய பாரு."என்று சொல்ல, பூரிப்பு சிரிப்புடன் அவர் உள்ளே செல்ல.

இன்பரசன் அங்கேயே அவள் அருகிலேயே நிற்பது அவளை என்னமோ செய்ய "என்ன மாமா இங்கேயே நிக்கிற, எம்புட்டு வேலை இருக்கு உள்ள போ..."என்று அவள் அவனை பார்க்காமல் சொல்ல.

"இனிமே முழுநேர வேலையா என் பொண்டாட்டி கூடவே இருக்கலாம்னு பாக்குறேன். நீ என்ன சொல்ற."என்றவனிடம்

"நமக்கு கல்யாணமாகி வருஷம் ஆக போகுது. புது மாப்பிள்ளை ஜோரெல்லாம் முடிஞ்சு போச்சு. இன்னைக்கு தெய்வாவுக்கு தான் நிச்சயம். ஞாபகம் இருக்கட்டும்."என்றவளிடம்

"இம்புட்டு அழகா பொண்டாட்டி இருக்கும்போது நான் என்னைக்கும் புது மாப்பிள்ளை தாண்டி என் அழகி."என்றவன் அவளை இடையோடு சேர்த்தணைக்க... ஒரு நிமிடம் உறைந்து நின்றவள், அதற்குமேல் நிற்க முடியாமல் அங்கிருந்து கிளம்ப. கைகளை பிடித்து அவன் நிறுத்த, "அய்யோ மாமா என்ன பண்ற. எல்லாரும் இருக்காங்க."என்று அவள் நெளிய.

"நான் எதுவும் பண்ணல, என் பொண்டாட்டிய என் பக்கத்துல இருக்க சொல்றேன். நீயா நின்னுடு இல்லனா நானே தூக்கிட்டு வந்து நிக்க வைப்பேன். எப்டி வசதி."என்று அவன் சொல்ல.

"என்ன மாமா ஆச்சு உனக்கு. இப்படி அந்நியனா மாறி நிக்கிற."என்று ஆச்சரியமாய் அவள் நிக்க. "லூசு லூசு ஆள பாரு, வா வந்து அமைதியா நில்லு."என்றதும் அவளும் அப்படியே செய்ய, அப்போது தான் நிமிர்ந்து பார்த்தாள், கிட்டத்தட்ட அனைவருமே அவர்களை தான் பார்த்து சிரித்து கொண்டிருந்தனர். அவளுக்கோ சொல்ல முடியாத உணர்வு, வெக்கம் மகிழ்ச்சி, தயக்கம், ஆசை, உள்ளுக்குள் ஒரு உந்துதல் இப்படி என்ன என்னவோ உணர்வுகள் படுத்தி எடுத்தது அவளை.

இதற்கு முன் உணராத உணர்விது...
எனக்குள் மட்டுமே இருந்த
ஒன்றை உன்னிலும் கண்டதால்
உமிழ்நீர் கூட விழுங்க முடியாமல்
என் தொண்டை குழி அது
விக்கி நிற்கிறது
உன் இதழுக்கும்
என் இதழுக்கும் இடையே
காற்று மட்டும் இடைவெளி நிரப்ப
சலனமில்லாத நொடிப்பொழுதில்
காற்றுக்கு வெட்கம் வந்து
சற்றென்று விலகிவிட
தடுமாறி என் இதழில்
முத்தம் தான் பதித்துவிடேன்
என் மூச்சு காற்று அது
மோட்சம் பெற்றுவிடும்...
அய்யயோ என்ன ஆச்சு எனக்கு
என் சிந்தனைகள் இப்படி சிதருகிறதே
எண்ணங்கள் இப்டி எல்லை மீறுகிறதே...
என் விழியின் மொழி
அறிந்தவன் அவன், இப்போது
இதையும் அறிந்திருப்பானோ...

அய்யயோ... வெக்கம்
என்னை கொல்கிறதே...
விலகி நில்லடா மாயக்கார...
விக்கி நிற்கிறேன் நான்...
என்று அவள் மனம் தவிக்க
"என்னஇருந்தாலும்
உன் முகம் அது
பாதரசமேதும் இல்லாமல்
பளிச்சென்று காட்ட கூடாது
கண்ணாடியாய்
உன் உள்ளத்தை...

என்று மெல்லிய குரலில் அவன் சொல்ல... கண்விழி அது கண்ணகுழி அதில் விழுந்து விடும் பார்வை அவள் பார்க்க...

"தங்கமே போதும், இப்டியே பாக்காத, அப்பறம் நான் நல்லவனா இருக்க மாட்டேன். அப்பறம் நடக்குற எதுகும் நான் பொறுப்பிள்ளை,"என்றதும் அப்படியே முகம் சிவந்து தலையை கவிழ்ந்து கொள்ள. "முத்தழகி"என்ற குரலில், வெக்கத்தில் சிவந்திருந்த முகம் வேறுமாதிரி சிவந்தது அழகிக்கு. குரல் வந்த திசையில் அவள் பார்க்க, அவளின் பெற்றோர் தான் நின்றிருந்தனர். அவர்களை கண்டதும் கண்கள் கண்ணீரை தானாக கொட்ட. ஊர் மொத்தமும் அவர்களை தான் பார்த்து கொண்டிருந்தது. ஜெயகொடியும், விருமுவும் கண்கலங்க அவளையே பார்க்க, அந்த பார்வை சந்திப்புகள் நிமிடங்கள் தாண்டி நீடிக்க, அதை கலைக்க வேண்டி "வாங்க அத்த, வாங்க மாமா."என்று அழைக்க, அவர்களும் அழுகையுடனே புன்னகைக்க, சட்டென்று பார்வையை இன்பரசன் பக்கம் திருப்பி நீதானே எல்லாவற்றிற்கும் காரணம், என்று பார்வையில் கனலை அவள் கக்க.

பார்வையாலே பதிலாய் ஏதோ அவனும் சொல்ல, அவளும் கண்களாலே அதை மறுக்க, மீண்டும் அவன் ஏதோ சொல்ல, கண்களை இறுக அவள் மூடிய நொடி கண்களில் மிதந்து கொண்டிருந்த கண்ணீர் துளிகள் கன்னம் தாண்டி இறங்கி வழிய, மூச்சை இழுத்துவிட்டு கொண்டு கண்களை துடைத்தவள், "வாங்கம்மா, வாப்பா...."என்று வரவழைத்த புன்னகையுடன் அழைக்க, அவளின் கைகளை பிடித்து கொண்டு விருமாயி கலங்க, மதியழகன் இந்திராணி, தெய்வா அனை-

வரும் வந்து அவர்களை வரவேற்க, அப்படியே மகிழ்ச்சியாய் தெய்வா ராஜியின் நிச்சயமும் இனிதாய் நடந்தேறியது. அனைத்தும் நலமாய் முடிய. அனைவருக்கும் மகிழ்ச்சி, ஆனாலும் இன்பாவின் மனதிற்குள் ஒரு உறுத்தல். இந்த தென்னரசு இப்படி அமைதியாக இருப்பதும் கூட ஆபத்து தான் என்று. மதியழகனிடம் இதை இன்பா கூறி கவலைப்பட,

"கவலைப்படாத இன்பம் எலெக்சன் இருக்கு அதான் அவன் அடக்கி வாசிக்கிறான், இந்த வாய்ப்பை பயன்படுத்தி நம்ம முக்கிய வேலையெல்லாம் முடிச்சுகனும். அதோட அவன் எலெக்சன்ல ஜெயிக்க கூடாதுயா, நீ ஜெயிக்கிறத விட முக்கியம் அவன் ஜெயிக்க கூடாதுங்கிறது. அயோக்கியன் ஒருத்தன் ஆட்சிக்கு அதிகாரத்துக்கு வரத விட, தன் நலனுக்காக தேவைக்காக ஊர அழிக்க கூட தயாரா இருக்குற இவன் மாதிரி ஆளுங்க வர கூடாதுயா இன்பம். உன்னைத்தான் நான் நம்பி இருக்கேன். பாத்துக்கோ."என்று அவர் சொல்ல இன்பரசனும் பார்த்து பார்த்து ஒவ்வொன்றையும் செய்தான்.

பிள்ளைகள் பரீட்சை எழுதும் நாள் வந்தது, ஊர் மக்கள் ஆதரவுடன் சிறப்பாக பரீட்சை எழுதி முடித்தனர். அழகி எதிர்பார்ப்பை விட பிள்ளைகள் சிறப்பாகவே தேர்வெழுதி இருந்தனர். பெரும் மதிப்பெண் எடுத்து தேர்ச்சியாகி இருந்தனர்.

அதன்பின் கலெக்டர் அவர்களை பார்த்து அனுமதியும், அவர் வசதியும் பொறுத்து தேதியும் குறித்து பள்ளியில் விழாவிற்கு ஏற்பாடும் செய்ய பட்டது. தேர்தலுக்கு ஒரு வாரத்திற்கு முன் விழா முடிவு செய்யப்பட்டது. தேர்தல் முடிந்து ஒருவாரம் பின் தெய்வா ராஜியின் திருமணம் என்றும் முடிவாகி இருந்தது. அனைத்தும் சிறப்பாய் நடக்க, விழா நாளும் வந்தது. அதுவரை பள்ளிக்கு அனுமதி கிடைத்தது பற்றி யாருக்கும் சொல்லாமல் கலெக்டரே நேரில் வந்து சொல்லி சிறப்பிக்க முடிவெடுத்து இருந்தனர். அதனால் அழகி குடும்பத்தை தாண்டி இதுவரை யாருக்கும் விஷயம் தெரியாது. மாணவர்களுக்கும் அவர்களின் பெற்றோருக்கும் கூட தெரியாது. அந்த விழாவிற்கு கிட்டத்தட்ட மொத்த மதுரை ஜில்லாவும் அழைக்கப்பட்டிருந்தது.

வளர்மதி அவர்கள் பாதுகாப்பளிக்க, சந்தோஷ் விளம்பரம் சார்ந்து அனைத்தையும் கவனித்து கொள்ள, பெரியவர்கள் அனைவரும் ஒன்றாய் கூடி வருபவர்களுக்கு ஏற்பாடுகள் செய்து கொடுக்க, தெய்வா ராஜி விழா ஏற்பாடையும், மாணவர்களின் கலை நிகழ்ச்சிகளையும் கவனிக்க,

அழகி சிறப்பு விருந்தினர்களை கவனிக்க, இன்பா மரியாதை நிமித்தமாக கலெக்டர் அவர்களை அழைத்து வர சென்றிருந்தான். இப்படி எல்லாம் சரியாய் சென்று கொண்டிருக்க விழா தொடங்க சில நிமிடங்களுக்கு முன் அழகிக்கு ஒரு அழைப்பு வர, அவளின் அலைபேசியை வைத்திருந்த இந்திராணி அதை அவளிடம் குடுக்க, வாங்கி பேசியவள் பதில் ஏதும் சொல்லாமல், அங்கிருந்து பள்ளியின் அலுவலக அறைக்கு வேகாமாய் செல்ல, அதை கவனித்த தெய்வா அங்கே ஓடி வர, ராஜியும் அவன் பின்னே ஓடி வந்தாள். வந்தவர்கள் என்ன ஆச்சு அழகி எதுவும் பிரச்சனையா"என்று கேட்க

பதிலேதும் சொல்லாமல் அப்படியே தரையில் அமர்ந்து அழகி கதறி அழுக தொடங்க, வேகமாய் சென்று அலுவலக கதவை மூடிவிட்டு, தெய்வாவும் "என்னதான் நடந்துச்சு அழகி, சொல்லேன்."என்று கேட்க அப்போதும் அவள் ஏதும் சொல்லாமல் இருக்க, "சொல்லி தொலையேன்டி மனசு பதருது, சொல்லுடி"என்று ராஜியும் பதற, மேலும் மேலும் அழுகையை தவிர அவளிடம் பதிலேதும் இல்லாமல் போனது.

35

குருவிகள்

அழகி பதிலேதும் பேசாமல் அழுதுகொண்டே இருக்க, பொறுமையிழந்த ராஜி, அவள் கையிலிருந்த போனை வாங்கி கடைசியாய் வந்த அழைப்பை பார்க்க, அது இன்பரசன் பெயரை காட்டியது. அதை பார்த்-ததும் ராஜியும் பதற்றம் ஆனவள், சமாளித்து கொண்டு இன்பரசன் எண்ணிற்கு அழைக்க, யாரோ ஒருவர் எடுத்து பேச,

"யார் அண்ணேன் நீங்க, எங்க மாமா போன் எப்டி உங்ககிட்ட, என்ன ஆச்சு, இப்போ கொஞ்சம் முன்னாடி இந்த நம்பருக்கு போன் பண்ணி என்ன சொன்னீங்க."என்று பதற்றமாய் கேட்க.

"ஆக்சிடெண்ட் ஆகிடுச்சுமா. கலெக்டர் அய்யா வந்த காரும் லாரி-யும் மோதி ஆக்சிடெண்ட் ஆகிடுச்சு, ரெண்டுபேர் செத்து போய்ட்-டாங்க, ரெண்டுபேர் உசுருக்கு நிச்சயம் இல்லாம இருந்தாங்க, அவங்கள ஆஸ்பத்திரிக்கு தூக்கிட்டு போய் இருக்காங்க. போன் இங்க கெடந்துச்சு அதான் எடுத்து தகவல் சொன்னேன்."என்று எதிர்முனையில் இருந்த நபர் சொல்ல. ஒரு நொடி மூச்சே நின்றுவிடும் போல ஆகிவிட்டது ராஜிக்கு. ராஜியின் நிலை பார்த்து பயந்துபோன தெய்வா,

"என்னடி நீயும் இப்டி பண்ற, என்னதான் நடக்குது சொல்-லேன்."என்று கத்த.

"ஆக்சிடெண்ட் ஆகிட்டுச்சாம் தெய்வா... , கலெக்டர் சார் காரு... மாமாவுக்கு என்ன ஆச்சுன்னு தெரியலடா... அய்யோ தெய்வா பயமா இருக்குடா... இன்பா மாமா..."என்று வாய்விட்டு கதறியவளின் வாயை வேகமாக மூடிய அழகி.

"ராஜி ப்ளீஸ் ப்ளீஸ் அழுகாத... எல்லாம் கெட்டு போயிடும், ஊரே ஒண்ணா நம்பிக்கையா கூடி இருக்கு நம்ம அவங்க நம்பிக்கை மேல மண்ண அள்ளி போட கூடாது. சரியா, ஒண்ணும் இல்ல மாமாவுக்கு எதுவும் ஆகி இருக்காது. நிச்சயம் ஒண்ணும் ஆகி இருக்காது..."என்று திக்கி விக்கி அழுகையும் தேம்பலுமாய் அழகி சொல்ல

"கலெக்டருக்கும் ஒண்ணும் ஆகி இருக்க கூடாது. அவர் கிட்ட தான் நம்ம சிகரம் ஸ்கூலோட எதிர்காலமே இருக்கு. இன்னைக்கு இந்த மேடையில அத அவர் சொல்லலனா நிச்சயம் நம்ம ஸ்கூலுக்கு மிகப்பெரிய இழப்பு தான். ஸ்கூலுக்கு பர்மிஷன் கெடச்சிருக்கினு கூட யாருக்கும் தெரியாது. கலெக்டர் மட்டும் நல்லபடியா இல்லனா, இதை பயன்படுத்தி நிச்சயம் அந்த தென்னரசு எல்லாத்தையும் கெடுத்துடுவான். இது நிச்சயம் அவன் வேலை தான். இன்னைக்கு நான் அவன சும்மா விட போறது இல்ல. இதுக்கு மேல அவன பொறுத்திருந்தா நான்தான் முட்டாள்னு அர்த்தம்."என்று கோபமாய் கொதித்து போன தெய்வாவை பார்த்து.

"தெய்வா இதுமட்டும் அந்த தென்னரசோட வேலையா இருந்தா நானே அவன கொன்னு பொதைச்சுடுவேன். ஆனா இப்போ நமக்கு அதைவிட முக்கியமான வேலை இருக்கு. ஆக்சிடெண்ட்ல அங்க யாருக்கு என்ன ஆச்சுனு பாக்கணும். மாமா ஏன் நம்மள காண்டக்ட் பண்ணல, மாமாவுக்கும் அடி எதுவும்... இல்ல இல்ல அப்டி இருக்காது எதுவா இருந்தாலும் நேர்ல போய் பாப்போம். வா தெய்வா போவோம்"என அழகி சொல்ல. அப்போது தெய்வா

"ராஜி நீதான் இங்க எல்லாத்தையும் கவனிச்சு கன்ரோல் பண்ணனும். இப்டி ஒரு பிரச்சினை நடக்குதுன்னு இங்க யாருக்கும் தெரிய கூடாது. ரொம்ப லேட் ஆனா பசங்க ஸ்பீச் டான்ஸ் அப்டி ப்ரோக்ராம் எல்லாம் ஸ்டார்ட் பண்ணிடு. எதையாவதும் சொல்லி சமாளி, உன்னால முடியும்"என்று சொல்லிவிட்டு இருவரும் யாருக்கும் தெரியாத வகையில் பின்பக்கமாய் கிளம்பினர்.

நேராய் ஆக்சிடெண்ட் நடந்த இடத்திற்கு செல்ல அங்கே கலெக்டர் அவர்களின் கார் அப்பளம் போல நொறுங்கி கிடந்தது. அந்த நொறுங்களே சொல்லியது விபத்தின் வீரியத்தை. கதி கலங்கி போயினர் இருவரும். காரை இடித்து லாரியும் முன் பக்கம் நொறுங்கி நின்றிருக்க, லாரியின் பின்புறம் மற்றொரு காரும் அங்கே இடிப்பட்டு முன் பக்கம் மட்டும்

நொறுங்கி பின்பக்கம் நோக்கி உள்வாங்கி கிடந்தது. அருகில் சென்று பார்க்க அது இன்பரசனின் கார்தான். இருவருக்கும் கை கால்கள் நடு நடுங்க தொடங்கியது. இவர்களின் பதறலை பார்த்து அருகில் இருந்த கடைக்காரர் ஒருவர், "என்னப்பா அடி பட்டவக உங்களுக்கு வேண்டி-யவகளா"என்று கேட்க.

"ஆமாண்ணேன் கொஞ்சம் சொல்லுங்களேன் என்ன நடந்துச்சு "என்றவனிடம்

"இல்லைய்யா இந்தா இந்த கலெக்டர் காரு இருக்குல்ல இது சீராத்-தேன் வந்துகிருந்துச்சு.. இந்த லாரிகாரன்ந்தேன் என்ன நெனச்சானோ தெரியல இந்தப்பக்கம் போய்க்கே இருந்தவேன் திடுதிப்புன்னு எதிர்ல அய்யா கார்மேல விட்டுப்புட்டான்... அதுல அப்பிடியே இந்த காரு சப்-பளிஞ்சு போச்சு. அப்பறம் அந்தா கெடக்கே அந்த காரு இந்த காருக்கு பின்னாலேயே வந்திருக்கும் போல, இதுல மோதுனதும் அப்டியே அது-வும் இதுமேல மோதி உருண்டுடுச்சு அதுல இருந்தவக ஒருத்தருக்கு நல்ல அடி, இன்னொருத்தருக்கு மண்டையில காயம், ஆனா இதுல இருந்தவக ரெண்டுபேருக்கும் அங்கேய சோழி முடிஞ்சு போச்சு. பாவம் என்ன நேரத்துல எங்க போக கௌம்புனாகளோ, எமன் இந்த லாரிமேல ஏறி இவகளுக்கு முன்னாடியே வந்திருக்கையான்.. ஆமாப்பு உங்களுக்கு யாரு இவக."என்று அவர் கேட்க. பதிலேதும் பேசாமல் "அழகி வா... "என்று கையை பிடித்து இழுத்து காரில் ஏற்றி புயலாய் கிளம்பி மதுரை ராஜாஜி மருத்துவமனை வந்து சேர்ந்தனர் இருவரும்.

ஆக்சிடெண்ட் பற்றி சொல்லி இருவரும் விசாரித்து கொண்டிருக்க, அதேநேரம் அங்கு வந்த வளர்மதி அவர்கள் இவர்கள் இருவரையும் பார்த்ததும், "முத்தழகி"என்று சுரத்தையே இல்லாமல் அழைக்க, அவர் அருகில் சென்று, "என்னாச்சு மேடம்"என்று இருவரும் ஒருசேர கேட்க.

"கலெக்டர் சார் போய்ட்டாரு..."என்று ஒரே வார்த்தையில் அவர் சொல்ல. இருவருக்குள்ளும் கொஞ்சம் மனதின் ஓரத்தில், அறிவை எல்லாம் எட்டி வைத்துவிட்டு, நடந்துருக்க வாய்ப்பில்லை, இல்லை... இல்லை... என்று கேட்டு கொண்டிருந்த அந்த அசரீரி தன்னை தானே கொலை செய்து கொண்டது. கண்களில் இருள் சூழ்ந்து.

உலகமே பின் பக்கமாய் சுற்றி நடந்த அனைத்தையும் தனக்குள் வாங்கி கொள்ளாத என்றிருந்தது. பள்ளிக்காக என்பதையும் தாண்டி ஒரு நல்ல மனிதனின் முடிவு இதுவாயிருக்க கூடாது என்றே மனம் ரணமாய்

வலித்தது. அந்த வலியுடனே,

"இன்பா எங்க மேடம்... அவனுக்கு... "என்று பாதி வார்த்தையை மென்றும் விழுங்கியும் தெய்வா கேட்க...

"அவருக்கு எதுவும் ஆகி இருக்காது தெய்வா, நம்பிக்கையா இரு."என்றவள் வளர்மதியிடம் "மேடம் நான் சொன்னது சரி-தான."என்று கேள்வியாய் பார்க்க.

"வா அழகி, தெய்வா நீங்களும் வாங்க."என்று வளர்மதி மருத்து-வமனை உள்ளே அழைத்து செல்ல, "என்ன ஏதென்று கூட கேள்வி கேட்காமல் இல்லாத கடவுள் நம்பிக்கையும், இருக்கும் மன தைரியமு-மாக அனைத்தையும் ஒருபுள்ளியில் இணைத்து உயிரை கையில் பிடித்-தபடி இவர்கள் உடன் வர, அவசர சிகிச்சை பிரிவிற்குள் நுழைந்து தனி பிரிவினுள் அவர் அழைத்து போக. திக் திக் நொடிகளாய் நகர்ந்தது அந்த நேரம்.

அறைக்குள் நுழைந்ததும், தெய்வாவின் கைகளை இறுக பற்றி கொண்ட அழகி கண்களையும் இறுக மூடி கொள்ள.

"அழகி... அழகி... இங்க பாரு... கண்ணை தெற அழகி."என்று தெய்வா மீண்டும் மீண்டும் அழைக்க, மெல்லமாய் அவள் கண்களை திறக்க அங்கே ஒரு படுக்கையில் இன்பா கிடத்தப்பட்டிருந்தான். அவனை அங்கு கண்டதும் அவனிடம் அவள் ஓட.... வழியில் இடித்து முட்டி மோதி, ஒருவழியாய் அவனை அடைந்து படுக்கைக்கு கீழ் மண்-டியிட்டு, அவன் முகத்து நேரே அமர்ந்தவள், "மாமா மாமா....."என்று கத்தி அழுக.

அவள் குரலில் கண் விழித்தவன், விழித்தவுடன் பதறி துடித்து, "கலெக்டர் சார் எங்க, அவர் எப்டி இருக்காரு, என்ன ஆச்சு."என்று பதற.

"இன்பரசன் கொஞ்சம் அமைதியா இருங்க, உங்களுக்கு அடி பட்-றுக்கு, தையல் எல்லாம் போற்றுக்காங்க, பதற்றம் ஆகாதீங்க."என்று சொல்லி வளர்மதி அவன் கைகளை ஆதரவாய் பற்றி கொள்ள.

"மேடம் என்னதான் ஆச்சு சொல்லுங்களேன், சார் எங்க, சொல்-லுங்க மேடம்"என்று அவன் கேட்டு கொண்டே இருக்க.

"நான் சொல்றேன் ... நான் சொல்றேன். அதுக்கு முன்னாடி, மொத நீங்க சொல்லுங்க என்ன நடந்தது. நீங்க சொன்னா மட்டும் தான் என்-னால என்ன நடந்துச்சுன்னு யூகிக்க முடியும். சொல்லுங்க இன்பர-

சன்."என்ற வளர்மதியிடம்

"அங்கிருந்து கிளம்பும்போது ஒரே கார்ல போகலாம்னு நான் சொன்னதுக்கு வேணாம்னு சொல்லிட்டு, கலெக்டர் சார் அவரோட கார்ல கிளம்பினார் மேடம். அவரோட PA வும் அவர்கூட தான் இருந்தாரு. நான் அவர்கூட வரவேணாம்னு சொல்லி அவரோட பாதுகாவலர் ஒருத்தர என்கூட அனுப்பி வச்சாறு. முன்னாடி அவர் போக கொஞ்சம் இடைவெளி விட்டு நாங்களும் போய்கிட்டே இருந்தோம். அப்போ அவர் நம்பர்ல இருந்து ஒரு வாய்ஸ் மெஸ்ஸேஜ் வந்துச்சு. நான் என்னனு கேட்டுட்டு இருந்தேன். கார் போற வேகத்துல நான் டிரைவிங்ல வேற இருந்ததுனால சரியா கேக்க முடியல. ஆனா ஏதோ பிரச்சினைனு மட்டும் புரிஞ்சுது. அது என்னனு கேக்க நானே அவருக்கு உடனே கால் பண்ணினேன். அவர் எடுக்கவே இல்ல, அப்போதான் கவனிச்சேன் காருக்கு முன்னாடி லாரி ஒண்ணு பயங்கர வேகமாக வந்தமாதிரி இருந்தது. அதுக்கு அப்பறமா எல்லாம் கண்ணை மூடி முழிக்கிரத்துக்குள்ள முடிஞ்சு போச்சு, அந்த லாரி அப்டியே சாரோட கார்ல மோதிச்சு, நான் அத உணருறதுக்குள்ள, ஏதோ ஒண்ணு மேல நான் கார மோதினேன் அப்டியே கார் உருண்டுச்சு, அவ்ளோதான் அதுக்கு அப்பறம் எதுவும் ஞாபகம் இல்ல. இதான் நடந்தது. இப்போ சொல்லுங்க மேடம் சாருக்கு என்னதான் ஆச்சு. சொல்லுங்க மேடம் ப்ளீஸ் சொல்லுங்க...."என்றவனிடம்

"சார் இப்போ இல்ல இன்பரசன்."என்று வளர்மதி சொல்ல. வெளிக்காட்ட முடியாத வலி சோகம் எல்லாம் சேர்ந்து அவனை ஊமையாக்கியது.... அவன் பிரம்மை பிடித்தவன் போல் அமர்ந்திருக்க.

"இன்பா தவிர மத்த மூணு பேரும் இப்போ இல்ல. இன்பாவ காப்பத்தினது அந்த கார்ல இருந்த ஏர்பேக் தான். அது மட்டும் இல்லன்னா இன்பாவையும் நம்ம பாத்திருக்க முடியாது. ஆனா இத யார் பண்ணி இருப்பாங்க."இன்று வளர்மதி சொல்லி முடிக்கும் முன்னே.

"தென்னரச தவிர வேற வேற யார் இப்டி கேவலமா நடக்க முடியும். அவன் சாவு என் கையில தான். நம்ம கூட இருக்குற பகைக்கு ஒரு நல்ல மனுசன கொன்னுட்டானே... அவன... "என்று தெய்வா பல்லைகடிக்க.

"அவன்தான் பண்ணுனானு எனக்கும் தெரியும் தெய்வா, ஆனா அதுக்கு ஆதாரம்...."என்று கேட்க

"நான் அங்க அவன பாத்தேன்... அவன்தான் காரணம்... "என்றான் இன்பரசன்..

"என்னடா சொல்ற இன்பம். அவன் அங்க இருந்தானா..."என்று ரத்தம் கொதிக்க கேட்டவனிடம்..

"ஆமா தெய்வா, நான் அவன அங்க பாத்தேன். நான் இப்போவே அவன பக்கணும்டா, என் கையாள அடிச்சே அவன கொல்லனும்டா வா போலாம்..."என்று இன்பா கிளம்ப.

"மாமா நீ இப்டி இருக்கும்போது..."என்றவளை அதுக்கு மேல் சொல்ல விடாமல், "என்ன தடுக்க முயற்சி பண்ண போறீயா அழகி."என்று அவன் பார்த்த பார்வையில் என்ன உணர்ந்தாலோ... "இல்ல மாமா..."என்று சொல்ல... தெய்வாவும் அவனும் அங்கிருந்து கிளம்பினர்... கிளம்பும் போது என்னவோ தோன்ற,

"என் போன் எங்க மேடம்..."என்று அவன் கேட்க. வளர்மதி கான்ஸ்டபிளிடம் சொல்லி ஆக்சிடெண்ட் நடந்த இடத்தில் இருந்து எடுத்த பொருட்களுக்குள் இருந்த இன்பரசன் போனை எடுத்து வந்து குடுக்க. அதை வாங்கி வேகமாய் கலெக்டர் அனுப்பிய மெஸ்ஸெசை கேட்க. அவரது குரல் இவ்வாறு ஒலித்தது.

"இன்பரசன் நான்தான் விக்ரம், எனக்கு என்னமோ தப்பா படுது, எப்பவும் எனக்கு மிரட்டல்கள் வந்துகிட்டே தான் இருக்கும், பொது வாழ்க்கைக்கு வந்த பிறகு இதெல்லாம் நான் பெருசா ஏடுத்துகிறதே இல்ல. அப்டியே கடந்து போயிடுவேன், ஆனா உங்க விஷயம் அப்டி இல்ல, அதுனால தான் சிகரம் பத்தி அதுக்கு கிடைச்ச அங்கீகாரம் பத்தி கூட நான் ரகசியமா வச்சிருந்தேன், ஆனா அதுவே இப்போ பிரச்சனை ஆகிடுமோன்னு தோணுது. இப்போ இந்த ஆடியோவ நான் ரெக்கார்ட் பண்றது அஞ்சு செகண்ட் முன்னாடி எனக்கு ஒரு அழைப்பு வந்திச்சு, அந்த நம்பர் இதுதான்....*********** அதுல பேசினவங்க, நான் இன்னும் அஞ்சு நிமிசத்தில சாக போறேன்னு சொன்னாங்க. அத என்னால விளையாட்டா எடுத்துக்க முடியல. ஆனா ஸ்கூல் விஷயம் அது முடிக்கமா போறேன்னு தான் வருத்தம். நானே போனாலும் ஸ்கூல் இருக்கணும், அந்த ஸ்கூல் பல மாணவர்களுக்கு வானத்தை எட்டி பிடிக்க ஏணி படிக்கட்டு. சரி விஷயத்துக்கு வறேன். ஸ்கூல் சம்பந்தமான எல்லா பைலும் என்னோட ஆபிஸ் டேபிள்ல ரெண்டாவது டராயர் குள்ள இருக்கு, கொஞ்சமும் தாமதிக்காம உடனே அத எடுத்-

துட்டு போய் எல்லார் முன்னாடியும் காட்டுங்க. அதுக்கு அப்பறம் சிகரத்தை யாரும் உடைக்க முடியாது. அதுல உங்களுக்கு ஒரு சப்ரைஸும் இருக்கு. வாழ்த்துக்கள் இன்பரசன், உங்க மனைவிக்கும் என் வாழ்த்துக்கள சொல்லிடுங்க."என்றதோடு அவரின் குரல் முடிய. எதற்கும் கலங்காத வளர்மதியின் கண்களே குளமாய் மாறியது, இன்பரசன் தெய்வா அழகி மூவரும், சொல்லவே முடியாத ஒரு நிலையில் தான் இருந்தனர். முதலில் மீண்டவர் வளர்மதி தான்...

"இன்பரசன், அவரோட கடைசி மூச்சு போக போகுதுன்னு தெரிஞ்சும் அவர் ஸ்கூல காப்பாத்த தான் யோசிச்சு இருக்காரு. அத வீணடிக்க கூடாது, கெளம்புங்க வாங்க போவோம், பைல எடுத்துக்கிட்டு உடனே ஊருக்கு போகணும், அங்கேயும் எல்லாரும் காத்துகிட்டு இருப்பாங்க. நம்ம இல்லாத அந்த கூட்டத்தை அவன் தப்பா பயன்படுத்திட கூடாது. வாங்க"என்று சொல்ல, நால்வருமே ஒன்றாய் புறப்பட்டனர்.

இதற்கு இடையில் ராஜிக்கு அழைத்து இன்பா நன்றாக இருக்கிறான் என்று மட்டும் தகவல் சொல்லிவிட, பேசினால் தான் நம்புவேன் என்று அவளும் அடம்பிடிக்க, இன்பாவே பேசிய பிறகு, புது உத்வேகம் பிறந்தவளாய் பம்பரமாய் சுழன்று கேட்கும் கேள்விக்கெல்லாம் பதிலை பத்திரமாய் சொல்லி, சில நேரம் மிரட்டி கூட்டத்தை ஆள தொடங்கினாள் ராஜி...

கலெக்டர் அலுவலகம், போலீஸ் பாதுகாப்பில் இருக்க, வளர்மதியை கண்டவுடன் வழி விட்டனர். பின் உள்ளே சென்று அவர் சொன்னது போலவே அங்கிருந்த பைலை எடுத்துக்கொண்டு அங்கிருந்து கிளம்புகையில்,

"மேடம் நீங்க மூணு பேரும் ஊருக்கு போங்க. விழாவ கவனிங்க, நான் போய் அவன பாத்துட்டு வறேன். இன்னையோட அவன் தொல்லைக்கு ஒரு முடிவு கட்டணும்."என்று சொல்லி இன்பா தனியே கிளம்ப, அவன் போன் அலறியது. எடுத்து பேச சந்தோஷ் தான் அழைத்திருந்தான். எதிர்முனையில் சந்தோஷ்

"இன்பாண்ணா எங்க இருக்கீங்க, எல்லாரும் வெயிட் பண்ணிட்டு இருக்காங்க. முத்தழகி அக்கா தெய்வாண்ணா யாரையும் காணோம், எவ்ளோ நேரம் நானும் ராஜி அக்காவும் சமாளிப்போம். இதுல அந்த தென்னரசு வேற இங்க வந்து உக்காந்துட்டு இருக்காரு. சீக்கிரம் வாங்கண்ணா"என்று சொல்ல.

தென்னரசு அங்கிருக்கிறான் என்று கேட்டதும், உடனே அங்கிருந்து கிளம்பினர் நால்வரும். அப்போது இது இன்பரசன் தானா என்று யோசிக்கும் அளவில் இருந்தது அவன் கோப முகம்.

இறுக்கமான மன நிலையோடு ஊரை வந்து சேர்ந்தனர் நால்வரும். கண்ணில் கொலைவெறி கொதிக்க, ரத்தம் எல்லாம் சூடேற அத்தனை-யையும் அடக்கி கொண்டு, அமைதியாய் வந்தான் இன்பரசன். அவ்வ-ளவு கொதித்து போய் இருந்தவன் இப்படி அமைதியாய் வர காரணம் வழியில் நால்வரும் கூடி பேசி எடுத்த சில முடிவுகள் தான். வீரத்தை விட விவேகம் தான் இப்போது தேவை என முடிவெடுத்து இப்போ-தைக்கு அத்தனை கோபத்தையும் கட்டி வைத்தபடி வந்து சேர்ந்தான்.

அடிபட்ட அவன் கோலமும், உடைகளில் உறைந்திருந்த ரத்தகரை-யும் அனைவரையும் பதற்றபடுத்த, ஊரே திரண்டு வந்து நலம் விசா-ரிக்க, அனைவரையும் அமைதி படுத்திவிட்டு முத்தழகி மேடையேற, இந்திராணியும், மதியழகனும் மிரட்சியோடு நின்ருந்தனர்.

இந்த நேரத்திற்கெல்லாம் அத்தனை கலை நிகழ்ச்சியும் முடித்திருக்க, செய்தி ஊடகங்கள் எல்லாம் மேடையையே வெறித்திருக்க, முத்தழகி தான் தொடங்கினாள்.

"எல்லாருக்கும் வணக்கம், இப்போ உங்க எல்லாருக்குள்ளேயும் பல கேள்விகள் இருக்கும், எல்லாத்துக்கும் நான் பதில் சொல்றேன். அதுக்கு எல்லாம் முன்னாடி ஒரு சந்தோஷமான விஷயம் சொல்லிக்கிறேன், இப்பவே என் சொல்றேன்னா நான் அடுத்து சொல்லப்போற விஷயத்தை கேட்ட பிறகு எதுவுமே உங்க மனச மகிழ்விக்க முடியாது."என்றவளின் நா தழுதழுக்க.... ராஜி "என்னடி"என்று கீழிருந்த படி கேட்க. அழகி ஒண்ணும் இல்லடி என்று மேலிருந்தே தன்னை அவள் சமன்படுத்தி கொள்ள. இதையெல்லாம் கீழிருந்த படி வைத்த கண் வாங்காமல் தென்-னரசு பார்த்து கொண்டிருக்க, அவனையே கொலைவெறியுடன் வெறித்-தப்படி மேடையின் ஓரத்தில் நின்றிருந்தனர் தெய்வாவும் இன்பரசனும்.

அழகி மீண்டும் பேச தொடங்கினாள்...

"நம்ம ஸ்கூல்... நம்ம சிகரம் ஸ்கூல் இனி சட்டப்படி எல்லா உரி-மையோடும் இயங்கும். நம்ம பிள்ளைக நம்ம ஸ்கூலேயே பரீட்சை எழு-தலாம். முழு அங்கீகாரத்தோட..."என்று சொல்லி முடிக்க, மாணவர்கள் பெற்றோர், ஊர் மக்கள் என அனைவரும் கைதட்டி, கத்தி, துள்ளி குதித்து மகிழ்ச்சியை வெளிப்படுத்த, அவர்கள் அமைதியாகும் வரை

காத்திருந்து பின் மீண்டும், பேச தொடங்கினாள் அழகி.

"இது நம்ம இலக்கா வச்சு முயற்சி பண்ணின விஷயம். இதுபோக நம்ம கலெக்டர் சார் அவரோட சொந்த முயற்சியால நம்ம சிகரத்த அரசு உதவி பெறும் பள்ளியா அங்கீகாரம் வாங்கி கொடுத்து இருக்கார். இது மூலம் அரசங்கத்தோட எல்லா சலுகைகளும், எல்லா வசதிகளும் நம்ம சிகரம் பள்ளி மாணவர்களுக்கும் கிடைக்கும். நல்லா படிச்சு நல்ல மதிப்பெண் மட்டுமில்லாம நல்லொழுக்கத்தோட வெளிய போற பிள்ளை-களுக்கு மேற்படிப்புக்கான நூறு சதவீத உதவிகளும் கிடைக்கும். இது எல்லாம் முழுக்க முழுக்க கலெக்டர் சார் நாள மட்டும் தான்."என்றவள் அதற்குமேல் பேச முடியாமல் கண்ணீர் கரைபுரண்டோட, மகிழ்ச்சியில் குதித்து மக்கள், "கலெக்டர் சார் எங்க... "என்று கத்த,

அவர்கள் கேட்க கேட்க அழகிக்கு அடக்க முடியாத வேதனை மனதை கிழிக்க, அழகியின் பெற்றோர், இன்பாவின் பெற்றோர், ராஜி-யின் பெற்றோர் என அனைவரும் அழகியிடம் ஓடிவர அந்த நேரத்தில் மெதுவாய் நிலைமை உணர்ந்து அங்கிருந்து கிளம்பினான் தென்னரசு.

அவன் கிளம்பியதை கவனித்த இன்பா, மாற்று வழியில் சென்று தென்னரஸை மடக்கி பிடித்து பள்ளியின் ஒரு அறைக்குள் கொண்டு சென்று, கதவை சாத்தி கொள்ள.

"மரியாதையா கதவ திறடா... இல்ல உன்னையும் அந்த கலெக்டர் போன இடத்துக்கே அனுப்பி வச்சுடுவேன்."என்று தென்னரசு சொன்னது தான் தாமதம். அடுத்த நொடி,

"நீயெல்லாம் ஒரு மனுசனாடா, அவர ஏண்டா அப்டி பண்ணுன, உன் ஊருக்கும் உன் உறவுக்கும் தானடா அவர் எல்லாம் செஞ்சாரு, துரோகி, யாருக்குத்தான் நீ உண்மையா இருக்கபோற, நீயெல்லம் வாழவே தகுதி இல்லாதவண்டா... உன்னால என்ன என்னவோ நான் அனுபவிச்சேன். எல்லாம் பொறுத்துகிட்டேன். ஆனா இன்னைக்கு நீ செஞ்சது மன்னிக்கவே முடியாதது, செத்து போடா... செத்-துபோ..."என்று அவனை வாயை திறக்க விடாதபடி, ஆத்திரம் தீர, அடித்து மிதித்து, எலும்புகளை உடைத்து சதைகளை கிழித்து குத்தி குதறி கொண்டிருந்தான் இன்பரசன்.

அந்த காட்சி காட்டின் நடுவே கழுதைப்புலி கூட்டத்தில் சிக்கிய யானை சின்னாப்பினாமாவது போல் ஒரு அகங்கார வேட்டையாக இருந்தது. இன்பரசன் வெறிகொண்டு அவனை கிழித்தெறிவதை தெய்-

வாவும் பார்த்துக்கொண்டுதான் இருந்தான். அவன் மனதிலும் அதே ஆசை இருக்க, இன்பரசன் தான் அதை நிறைவேற்ற வேண்டும் என்று வேட்டையை வேடிக்கை பார்க்கும் மான் கூட்டம் போல நின்றிருந்தான்.

அதேநேரம் அங்கு மேடையில், அழகி, கலெக்டர் சார் இப்போ நம்ம கூட இல்ல, நம்ம ஸ்கூலுக்காக நமக்காக அவர் உயிரை அரக்கன் ஒருத்தன் அழிச்சுட்டான்."என்று அழகி சொல்ல, கூட்டமே கதறி துடித்து நின்றது. அப்போது கலெக்டர் அவர்களின் கடைசி வார்த்-தைகள் மேடையிலிருந்து ஒலித்தது . அதை கேட்ட பின் அவர் இப்-போது உலகத்திலே இல்லை, என்பதையும் கேட்டு உணர்ந்து அங்கி-ருந்த மக்கள் மட்டுமின்றி, கல்லும் மண்ணும் மரமும் செடியும் கூட கதறி அழுதது. ஒருகட்டத்தில் மக்கள் கொதித்தெழுந்தனர். அவரை இப்படி செய்தது யாராக இருந்தாலும் சும்மா விட கூடாது என்று உறு-மினர். அப்போதுதான் இதையெல்லாம் செய்தது தென்னரசு தான் என்று சொல்ல அழகி வாயெடுக்க, குறுக்கே புகுந்த வளர்மதி,

"வேண்டாம் அழகி, இப்போ சொல்ல கூடாது, அதுவும் நீங்க சொல்ல கூடாது. நீங்க இப்போ சொன்னா அரசியல் போட்டியில நீங்க பண்ற சூழ்ச்சின்னு சொல்லிடுவாங்க. நமக்கு சரியான ஆதாரம் வரட்டும் கொஞ்சம் பொறுமையா இருங்க."என்றவர். ஒலிபெருக்கியை வாங்கி

"அது யாருன்னு எங்களுக்கு சில ஆதாரம் கிடைச்சிருக்கு. கூடிய சீக்கிரம் சரியான முழு ஆதங்களோட அரேஸ்ட் பண்ணுவோம். அப்போ உங்க முழு ஒத்துழைப்பும் எங்களுக்கு வேணும். இன்னைக்கு இந்த நாள், இந்த சிகரம் உங்களுக்கு அவ்வளவு எளிதா கிடைக்கல, இத்-தனை வருஷம் உங்க முத்தழகி மேடமோட உழைப்பு, அர்ப்பணிப்பு, பிடிவாதம் போராட்டம், அதுகூட இன்பரசன் மாதிரி ஒரு நல்ல மனு-சனின் தியாகம், அவர் குடுத்த ஊக்கம். பல படிச்ச ஆசிரியர்கள் சம்-பளம் கூட முக்கியம் இல்ல, பிள்ளைங்க படிப்புதான் முக்கியம்னு வந்து நின்னு செஞ்ச சேவை, இது மட்டும் இல்லாம ஒரு உயர்ந்த உள்ளம் கொண்ட நேர்மையான அதிகாரியோட உயிர் தியாகம் எல்லாம் சேர்ந்து தான் சிகரம் உயர்ந்து உங்க முன்னாடி நிக்குது. அத பயன்படுத்தி நம்ம பிள்ளைக வாழ்க்கை முன்னேறனும். அதோட இந்த பள்ளி கூடத்தை கட்டி காப்பாத்தனும்.

நம்ம நாட்ல நேரடி அரசியல விட தன் சுய லாபத்துக்காக, தன் சுயநலத்துக்காக சக மனுசன மனுஷன் அவனுக்கே தெரியாம,

அவனுக்கு சேர வேண்டிய உடமைகள் தொடங்கி, அடிப்படை உரி-மைகள் வரைக்கும் வேட்டையாடுற மறைமுக அரசியல் தான் அதிகம். அதையெல்லாம் இனம் கண்டு நம்ம வாழனும்னா, அதுக்கு கல்வி அறிவு தான் முதல் முக்கியம். அப்படிபட்ட இந்த சிகரத்தை யார்கிட்-டயும் விட்டு குடுத்துடாதீங்க. இங்க படிச்சு நல்ல நிலைமைக்கு போற பிள்ளைக, நீங்களும் உங்களுக்கு அடுத்து வர கூடியவங்கள முன்னேத்த முழு மூச்சா உழைக்கணும். சரிதானே செய்வீங்க தானே."என்று மான-வர்களை பார்த்து அவர் கேட்க.

"செய்வோம் ... மேடம்... "என்று அவர்கள் ஒருமித்த குரலில் கோசமிட, அதன்பின் கலெக்டர் அவர்களுக்கு இரங்கல் தெரிவித்து விழா முடிவடைந்தது.

விழா முடிந்ததும் மற்றவர்களை அனுப்பிவிட்டு, இன்பா அழகி தெய்வா, ராஜி, மதியழகன், நாகமலையான், ஜெயகொடி, வளர்மதி சந்-தோஷ் மட்டும் மருத்துவமனைக்கு சென்றனர். அங்கே கலெக்டர் அவர்-களின் உடல் பிரேத பரிசோதனை முடிந்து இறுதி சடங்குகள் செய்ய தயார் நிலையில் இருந்தது. கலெக்டருக்கு என்று குடும்பம் பெரிதாய் இல்லாமல் இருக்க வயதான அப்பா மட்டும் இருந்தார், அவரும் அங்கு வந்து சேர, அதன்பின் அரச மரியாதையுடன் அவரின் உடல் அடக்கம் செய்யப்பட்டது. கலங்கிய மனதுடன் அங்கிருந்து வீடு வந்து சேர்ந்தனர் அனைவரும்.

அடுத்த நாள் கலெக்டர் அவர்களின் போனில் இருந்து அவரை மிரட்டிய நபரின் எண் கிடைக்க, அதை வைத்து ஒரு நபரை கைது செய்தனர். அவன் சொன்ன தகவல்கள், அதுபோக கலெக்டர் அவர்-களின் குறிப்பேட்டில் அவர் சேர்த்து வைத்திருந்த சில ஆதாரங்கள், அதோடு ஆக்சிடெண்ட் ஆன அன்று ஆக்சிடெண்ட் செய்த லாரி ட்ரைவருடன் பேசிய ஆதாரம், கொலைக்கான நோக்கம் மற்றும் முன்-பகை இதையெல்லாம் வைத்து தென்னரசை வளர்மதி கைது செய்-தார்...

ஊரில் பலர் ஒத்துக்கொண்டாலும் சிலரோ குடும்ப பகை காரணமாக தென்னரசை இதில் சிக்க வைத்து விட்டனர் என்றும் பேசினர்...

தேர்தலில் இருந்து தென்னரசு தகுதி நீக்கம் செய்யப்பட, இன்பரசன் பெருவாரியான வாக்கு வித்தியாசத்தில் வெற்றி பெற்று MLA ஆகி விட்டான். ஒருவேளை தென்னரசு இருந்திருந்தால் என்ன நடந்திருக்கும்

என்று உறுதியாக சொல்ல முடியவில்லை, அந்த அளவிற்கு அவனிற்கு இன்னமும் கூட, அவன்தான் இதையெல்லாம் செய்தான் என்று நன்றாய் தெரிந்த பலருமே ஆதரவாய் இருந்தனர். இதுதானே இன்றைய அரசியல் நிலை.

அதேநேரம் தென்னரசு வழக்கில் இருந்து வெளிவர முடியாதபடி வளர்மதி கேஸை வலுபடுத்தி இருந்தார். தென்னரசும் தொடர்ந்து அதை உடைக்கவே முயன்று கொண்டிருந்தான். நிச்சயம் அவனுக்கு தண்டனை கிடைக்கும் என்றும் உறுதியாய் சொல்லிவிட முடியாது. சட்டத்தின் ஓட்டைகளும், அந்த ஓட்டையை சிறப்பாய் கையாளும் அரசியல் கூலிகள் இருக்கும் வரை எதுவும் நடக்கலாம். இதுதானே இன்றைய நீதித்துறையின் அரசியல் நிலை... பார்ப்போம் பொறுத்திருந்து,

நாட்கள் கடந்து... மூன்று மாதங்களும் ஆகி இருந்தது. கோடை விடுமுறை முடிந்து பள்ளி தொடங்க வேண்டிய நேரமும் வந்தது. இன்னும் கூட இன்பரசன் குடும்பத்தினர் இதில் இருந்து முழுதாய் மீண்டு வர முடியவில்லை, தெய்வா ராஜியின் திருமண பேச்சும் அப்படியே அதே இடத்தில் நின்றிருந்தது. இன்பரசன் அழகி இருவரும் கூட தங்கள் வாழ்க்கைக்கான அடுத்த அடியை எடுத்து வைக்காமலே இருந்தனர். அன்றாட வேலைகள் மட்டும் கடனே என்று நடந்து கொண்டிருந்தது.

அப்டி ஒருநாளில் சந்தோஷ் மற்றும் வளர்மதி இருவரும் அழகி இன்பா வீட்டிற்கு வந்தனர். அவர்களை கண்டதும், அனைவரும் சிறப்பாய் வரவேற்று உக்கார வைக்க. வளர்மதி தான் தொடங்கினார்.

"என்ன எல்லார் மூஞ்சும் ஏன் இப்டி இருக்கு. நடந்த எதையும் மாத்த முடியாதுன்னு எல்லாருக்கும் நல்லாவே தெரியும் தான, அப்பறம் என்ன, எப்போ நடக்குற விஷயங்களை கட்டுப்படுத்த முடியலயோ, அப்போ நம்ம அதுக்கு வினையாற்றுற விதத்தில நம்மள நம்ம கட்டுப்படுத்திக்கனும்."என்று அவர் பேசிக்கொண்டே போக.

"அய்யோ மேடம் நீங்க வளர்மதி, அழகி இல்ல இப்டி மொக்கையா கருத்து எல்லாம் சொல்ல கூடாது. இப்போ நான் சொல்றேன் பாருங்க."என்றவன் "எங்க அப்பாவ... அப்பா அப்பா..."என்று கத்த, கிணற்று பக்கத்தில் இருந்து மதியழகன் வந்தார். அவர் வந்ததும்.

"அப்பா மொத தெய்வா அண்ணனுக்கு கல்யாணம் பண்ணி வைங்க, பாவம் மனுஷன் சொல்ல முடியாம தவிக்கிறாரு."என்று சொல்ல

"டேய் நான் எப்போட உன்கிட்ட அப்டி சொன்னேன்."என்று தெய்வா முழிக்க

"அதெல்லாம் ஒரு பையனோட மனசு இன்னொரு பையனுக்கு நல்லா புரியும். நீங்க சும்மா இருங்க."என்று அவன் சமாளிக்க

"அப்போனா இப்போ என் மனசுல என்ன இருக்கு சொல்லு பாப்போம்."என்று கைகளை முருக்கியபடியே இன்பா முன்னே வர.

"அண்ணேன் நில்லுங்க, இதுக்கெல்லாம் நான் பயப்பட மாட்டேன். அப்பறம் நீங்க கொஞ்சம் ஓல்ட் பீஸ் அதுனால நீங்க லிஸ்ட்லயே இல்ல. அதுக்கும் மேல தெரிஞ்சுக்கணும்னா உங்க பொண்டாட்டிகிட்ட போய் கேளுங்க."என்று அவன் சொல்ல..

மற்றவர்கள் விழுந்து விழுந்து சிரிக்க, "யாரடா ஓல்ட் பீஸ்னு சொன்ன"என்று இன்பா அவனை துரத்த. வீட்டின் சூழல் அப்படியே மாறியது. உறை பனி அது உள்ளே உருகி இருந்தாலும். மேலோடு மிதக்கும் மெல்லிய ஆடையை உடைக்க ஒரு சிறு உளி வேண்டுமாம். அதுபோல அவர்களின் மனதின் உறை நிலையை உளியாய் உடைத்தனர், வளர்மதியும், சந்தோஸும். அதன் பின் அப்போதே தெய்வா ராஜியின் திருமண தேதியும் முடிவானது....

இன்று தெய்வா ராஜியின் திருமணம், சுயமரியாதை திருமணமாக, குலதெய்வ கோவிலில் பெரும் ஏற்பாடெல்லாம் இல்லாமல் நெருங்கிய சொந்தங்கள் முன்னிலையில் என்று ஏற்பாடு செய்யப்பட்டிருந்தாலும், விஷயம் கேள்விப்பட்டே வந்த உறவுகளால் கோவில் நிறைந்து வழிந்தது.

கோவில் பெரிதாக இருந்தாலும் அது உருவான இடமான விளக்கு கல் முன்னிலையில், இருவரும் ஒருவருக்கொருவர் உடைமை தொடங்கி உறவு வரை அத்தனையிலும் ஈருடல் ஓருயிர் என்றெல்லாம் இல்லாமல், அவர் அவர் மரியாதை குறையாமல் ஈருயிர் ஈருடலாகவே ஒருமித்த ஒற்றுமையோடு வாழ்க்கை நடத்துவோம், என்று, உறுதிமொழி அளிக்க, பெற்றோர் கையால் தாலி எடுத்து கொடுக்க, தெய்வா ராஜியின் கழுத்தில் அதை அர்ப்பணிக்க, இனிதே அவர்களின் இல்லறம் தொடங்கியது••• அனைவரும் நீண்ட நாட்களுக்கு பின் மகிழ்ச்சியில் திளைத்திருந்தனர்.

அதன்பின் வீட்டிற்கு வந்ததும், சில சடங்குகள் எல்லாம் நடந்து முடிய, உறவுகள் எல்லாம் வந்து ஆசீர்வாதம் செய்து தங்கள் அன்பை

பொழிய, அதில் திக்கி திணறி, மூழ்கி முத்தெடுத்து முடிய,அன்றைய நாளும் முடிவுக்கு வர துடித்து கொண்டிருந்தது.

ஆதவன் அவன் பணி முடிந்து,

நிலாமகள் அவளை பணிமாற்றி, தன்னை விடுவித்து கொள்ள, தெய்வாவும் ராஜியும், இன்பாவும் அழகியும், மட்டும் தனியாய் மெத்தில் வந்து அமர்ந்தனர்... யாரும் எதுவும் பேசாமல் நடந்து முடிந்த அனைத்-தையும் அசை போட்டு முடித்து, ஒருவரை ஒருவர் பார்த்து கொள்ள. நால்வர் முகத்திலும் புன்னகை பூக்க.

"தெய்வா என்ன கிள்ளுடா"என்று ராஜி சொன்னதும், சற்றும் தாம-திக்காமல் நறுக்கென்று அவளை கிள்ள. "அட எரும மாடே... சும்மா சொன்னா இப்டியாடா கிள்ளுவ."என்று ராஜி தெய்வாவை முறைக்க.

"நீதாண்டி கிள்ள சொன்ன, அழகி நீயே சொல்லு அவதான கிள்ள சொன்னா..."என்று அழகியை துணைக்கு அவன் அழைக்க..

"மாமா நீயே சொல்லு, நானே சொன்னாலும் இப்பிடியா கிள்-ளுவாங்க, என்னனு கேளுங்க."என்று இன்பாவை அவள் துணைக்கு அழைக்க.

"அம்மா தாயே, அன்பு தம்பியே.... உங்க சண்டையை கொஞ்சம் உங்க ரூமுக்கு போய் போடுங்க. நான் என் பொண்டாட்டிகிட்ட நெறய பேசணும். உங்களுக்கு இன்னைக்கு தான கல்யாணம் ஆச்சு, இன்னும் நிறைய நேரம் இருக்கு மெதுவா சண்டை போடுங்க. இப்போ போங்க..."என்று சொல்ல.

"நீயா பேசியது என் அன்பே நீயா பேசியது..."என்று ராஜி பாட.

"நான்தான் பக்கி பேசினேன்... நானே தான்..."என்று இன்பாவும் அதே போல சொல்ல.

"எத்தனை நாளைக்குன்னு பாக்குறேன், டேய் தெய்வா வாடா போலாம்... இங்க பாரு மாமா, இனிமேல் வந்து ராஜிமா.... கூஜிமான்னு கூப்ட, நீதான் என் செல்லம் அப்டி இப்டி னு கொஞ்சி பாரேன், கண்ணை நோண்டி காக்காய்க்கு போட்டுருவேன். உன் பொண்டாட்டி கூடவே போ...."என்று சொல்லி அவள் கிளம்ப.

"இதோ வந்துட்டேண்டி என் தங்கம். அவன் போய்ட்டு போறான், நான் இருக்கேன், என் பொண்டாட்டிய நான் கொஞ்சுறேன்டி என் வாயாடி••• "என்று துள்ளி குதித்து தெய்வா கிளம்ப,

"அடேய் தெய்வா.... அண்ணனும் தம்பியும் ரொம்ப பண்றீங்களே... என்ன கியாரே செட்டிங்கா...."என்று அழகி கேட்க.

அவர் அருகில் வந்து மெல்லமாய் தெய்வா "அட அழகு அழகி மதனியே... கொஞ்சநேரம் அமைதியா தான் இரேன். பெரிய போலீஸ் ஆபீசர் மாதிரி சந்தேகமாவே பாத்துட்டு இருக்காதா. எல்லாத்தையும் அனுபவி ஆராயாதா..... என்ன புரியுதா"என்று சொல்லிவிட்டு, "வாடி தங்கம் நம்ம போவோம் என்று ராஜியை அழைத்து கொண்டு புறப்பட்டான். என்னதான் வெளியில் விளையாட்டாய் பேசினாலும் அவர்களுக்கு தான் அதீத மகிழ்ச்சி, இன்பாவும் அழகியும் தான் அவர்களின் உயிர், அதனால் மகிழ்ச்சியாக சென்றனர்.

அவர்கள் போனதும். "ஏன் மாமா இப்டி சொன்ன, நம்ம கூட பேசனும்னு தான வந்தாங்க. இப்டி தொரத்தி விட்டுட்டியே"என்றவளிடம்.

"பேசாதே... கண்ணே
இனி வாய் திறந்து பேசும்
வார்த்தைக்கெல்லாம்
இங்கே வாய்ப்பில்லை...
கண்கள் பேசும் வார்த்தை
அதுவும் கூட கொஞ்சம்
ஒத்திதான் வைப்போமே...
கைவிரல்கள் அது கட்டுப்பட
மறுக்கிறதே...
இதுவரை இல்லாமல்
இன்று ஏனோ
என் பார்வைகள் அது
உன்னுடன்
பேசுவதை தவிர்த்து
எதையோ உன்னில் தேடுகிறதே...
என் தேடல் அது என்னவென்று
அறிவாயா...
உன்னுள்ளும் அந்த தேடல் அது
திண்டாடுகிறதா...
உன் கருவிழிகளின் மொழி
அறியாமல் பேதையாய்

நான் இருந்தேன்...
அதற்கும் நீயே அகராதி
எழுதினாய் உன்
காதல் என்னும் கரம் கொண்டு...
என்னில் வைக்கும் அன்பை
மிஞ்ச எவரும் இல்லை உன்னைவிட
அதனாலேயே உன்னை
கெஞ்சி கொஞ்சி நிற்கிறேன்
நீதான் என் உயிர் என்று...

என்றவனின் இதழ்கள்

அதற்குமேல் வார்த்தைகளை உதிர்காமல், முத்தங்களை அவளின் பொழிய,மூச்சுமுட்டி நின்றவள், மூச்சிரைக்க சொன்னாள்...

எதையும் தடுமாறாமல் தாங்கும் சக்தி
உண்டு என்னுள்...
உன் முத்தத்தை தவிர... என்று...

இதற்குமேல் அவர்கள் வாழ்க்கை அவர்கள் பார்த்து கொள்ளட்டும். நாம் விடைபெறுவோம்

ஆயிரம் ஆயிரம் பிரச்சனை, மனிதர்கள் செய்த சூழ்ச்சி, சூழல் செய்த சூழ்ச்சி அனைத்தையும் தாண்டி அவர்களை போல நம் வாழ்வும் அது தொடர்ந்து கொண்டே தான் இருக்கும்... உயிராய் உருவான நாள் முதலே... அன்றே போராட்டம் தான் வாழ்வென்று உறுதியாகிறது... போராட்டிக்கொண்டே வாழ்வோம்... ஆனால் ஒருபோதும் உரிமையை-யும், கடமையையும், மரியாதையையும் விட்டு விடாமல் போராட்டிக்-கொண்டே வாழ்க்கை என்னும் கடலில் பயணிப்போம். இங்கே ஓடவும் முடியாது ஒழியவும் முடியாது. போராடியே தீரவேண்டும்... போராட்டம் ஒன்றே வாழ்க்கை...

தேடல் என்ற ஒன்று இருப்பவனே
மனிதன்...
பிறந்த நொடியில்
மூச்சை தேடி கதறுவது தொடங்கி
நா மடித்து பேசிய நொடி தொடங்கி,
நட்பு, காதல், அன்பு, பாசம்
விருப்பு, வெறுப்பு, வேலை, பணம்,

வீடு, சொத்து, உண்மை உரிமை, என
அனைத்துமே தேடலின் திறன் தான்...
தேடலும் தேடி தேடி தொலைதலும்...
தொலைந்து தொலைந்து
அதிலே நிறைந்து
பின் அதிலிருந்து தன்னை
மீட்டெடுத்தலுமே
மனுதனின் அழகியல்
தேடல் என்பது கண்ணும்...
போராட்டம் என்பது காலும் போன்றது
கண் காட்டும் வழியில்
கால் கொண்டு சென்று
வாழ்வென்னும் வசந்தம்
அடைவோம் நாம்...
வாருங்கள்.
சுபம்...

முடிவில் ஒரு விளக்கவுரை

வாசக நண்பர்களுக்கு வணக்கம். எல்லாரும் நலமாய் இருப்பீர்கள் என்று நம்புகிறேன். தூக்கணாங்குருவிகள் கதையை சீக்கிரமா முடிச்சுட்டேன், இன்னும் கூட இன்பரசன் MLA ஆகி என்ன செஞ்சான், தென்னரசுக்கு தண்டனை கிடைச்சதா இல்லையா, அவன் குடும்பம் என்ன ஆனாங்க, ஊர் மக்கள் வளர்ச்சி, பள்ளியின் எதிர்காலம், இதெல்லாம் பத்தி எல்லாம் கூட சொல்லி இருக்கலாம்னு உங்களில் பலருக்கும் தோன்றி இருக்கலாம். எல்லாமே சரிதான். இது போகவும் சிலது இருக்கு, சந்தோஷ் அவனின் நட்பு, வளர்மதியின் கடமை உணர்வு, அதுனால அவருக்கு வரும் பிரச்சினை, இயக்கத்தில் இருந்து இன்பரசன் MLA ஆகி இருக்க இயக்கத்தின் அடுத்த கட்ட வளர்ச்சி அல்லது சிக்கல், அது போக அழகியின் பெற்றோரை அவள் முழுமையாக இன்னும் கூட ஏற்றுக்கொள்ள வில்லை, இப்படியும் சில பிரச்சனைகள் முடிக்கப்படாமல் தான் இருக்கு, இதையெல்லாம் வச்சுகிட்டே சீக்கிரமா தான் முடிச்சுட்டேன். அதுக்கு சில காரணங்கள் இருக்கு, அது என்ன என்னனு சொல்றேன்.

தூக்கணாங்குருவிகள் கதை என்பதை தாண்டி, ஜாதிய பாகுபாடு, அடிப்படை கல்விக்கே போராடும் நிலை, இயற்கையும், இன்றைய அரசியல் வாதிகளும் சேர்ந்து வஞ்சித்த விவசாயிகள். அரசியல் லாபத்திற்காக சொந்த மனிதர்கள் மூலமே பயன்படுத்தபடும், மக்கள். இதற்கிடையில் அங்கேயே பிறந்து வளர்ந்த சில நல்ல மனிதர்கள் அதை மாற்ற முயலும் போராட்டம், அவர்களே அறவே ஒழிக்க போராடும் வில்லன். இப்டிபட்ட பல குக்கிராமங்களின் அவல நிலை, அதோடு கதைக்காக கொஞ்சம் அழகிய காதல், அற்புதமான நட்பு, இவ்வளவு தான். இதை முடிஞ்ச வரைக்கும் எதார்த்தமாக குடுக்கவே முயற்சி பண்ணினேன்.

எதார்த்தம் அந்த வார்த்தையை சும்மா சொல்லல, ஏன்னா இன்னைக்கு எதார்த்தம் அப்டி இருக்கு, அடிமட்-

டதுல இருந்து ஒருத்தன் பதவிக்கே வந்தாலும் பெருசா அவன செயல்பட விடாம தான் முடக்கி போடுவாங்க, அவன் ஹீரோயிசம் எல்லாம் காட்ட ரொம்ப பிரயத்தனம் செய்ய வேண்டி இருக்கும். கடைசி வரை கட்ட முடியாம கூட போயிடலாம். கொலையும் கொள்ளையும் செஞ்ச ஒருத்தன், அரசியல் பலம், ஜாதி சப்போர்ட், பண பலம் எல்லாம் இருக்கும் பட்சத்துல அவனுக்கான தண்டனையை உடனே வாங்கி எங்கேயாவதும் பாத்து இருக்கீங்களா, இப்டி தான் இருக்கும் எதார்த்தம், தூக்கணாங்குருவிகளை இதுக்குமேல கொண்டு போகணும்னா நான் எதார்த்தம் அதை தாண்டி கொஞ்சம் மனசோட ஆசைகளையும், இப்டி நடந்தா நல்லா இருந்திருக்குமே அப்டீங்கற கற்பனையையும் தான் எழுதி இருக்கணும். அதுல கொஞ்சம், எனக்கு உடன்பாடு இல்ல, அதையும் தாண்டி ஒரு விஷயம் முழுசா முடியாதப்ப தான் நம்ம மனச அது தாக்கும், மனசு பூராம் கிடந்து உலாவும், என்ன நடந்திருக்கும், இப்டி இருக்குமோ, அப்டி இருக்குமோ, இதுதான் நடக்கணும், இப்டி தான் நடக்கணும், இது சரி இது தப்புன்னு நம்மளயே முடிவ தேட வைக்கும். அப்போ நமக்கே சில விஷயம் புரிய வரும். அந்த தேடல் நிச்சயம் நமக்கு ஏதோ சில விஷயங்களை கூட புரியவைக்கலாம். இதெல்லாம் நெனச்சு தான் நான் இங்கேயே இந்த இடத்திலேயே கதைய முடிச்சேன். உங்களுக்கு நிறைவான உணர்வை தராம போய் இருந்தா மன்னிக்கவும்.

என்றும் அன்புடன் இன்பாசெல்வம்.

www.ingramcontent.com/pod-product-compliance
Lightning Source LLC
LaVergne TN
LVHW060334051026
849517LV00004B/1319
* 9 7 9 8 8 8 8 3 3 5 4 8 2 *